मॅडम कमिशनर

भारतीय पोलीस प्रमुखाची विलक्षण जीवनकहाणी

मीरां चड्ढा बोरवणकर

अनुवाद : सायली गोडसे

PAN

मॅडम कमिशनर

Madam Commissioner

First published in English 2023 as *Madam Commissioner* by Pan
First published in Marathi 2024 by Pan
an imprint of Pan Macmillan Publishing India Private Limited
707 Kailash Building, 26 K. G. Marg, New Delhi 110 001
www.panmacmillan.co.in

Pan Macmillan, The Smithson, 6 Briset Street, Farringdom, London EC1M 5NR
Associated companies throughout the world
www.panmacmillan.com

ISBN 978-93-6113-767-9

5 7 9 8 6 4

MIX
Paper | Supporting responsible forestry
FSC® C010615
FSC www.fsc.org

अनुवादक : सायली गोडसे
टाईपसेट : शोभिका फॉंट
छपाई : थॉमसन प्रेस इण्डिया लिमिटेड

संपूर्ण वास्तववादी, तसेच आजीवन शिक्षक असलेली

माझी आई **शन्नी चढ्ढा**

आणि

एक प्रामाणिक पोलीस आणि महत्त्वाकांक्षी पालक असे

माझे वडील **ओ. पी. चढ्ढा**

यांना मी हे पुस्तक समर्पित करत आहे...

अनुक्रम

मनोगत

मॅडम कमिशनर *लिहिताना नेहमीच मी या पुस्तकाच्या शैलीबद्दल विचार करत असे. आपण याला काय म्हणू यात? मी हे पुस्तक कुणासाठी लिहीत आहे आणि का? तर, मला जरा याबद्दल बोलायचं आहे.*

हे पुस्तक म्हणजे, पुरुषांचे वर्चस्व असलेल्या पोलीस खात्यातील एका स्त्रीच्या व्यावसायिक कारकिर्दीच्या प्रवासाची नोंद आहे. वैविध्यपूर्ण, उत्साहवर्धक, रोमांचक अनुभवांचा कोलाज आहे. हा काही कायदेविषयक ग्रंथ नाही. ज्यांना पोलिसी खात्याची जाण आहे आणि कायद्याच्या अंमलबजावणीत महिला महत्त्वपूर्ण भूमिका बजावू शकतात हे माहिती आहे, त्यांच्यापर्यंत मला माझ्या कथेतून पोहोचायचे आहे. एक भला, पारदर्शक आणि न्याय्य समाज हवा असणाऱ्यांसाठीदेखील हे पुस्तक आहे.

मी जेव्हा १९८१मध्ये भारतीय पोलीस सेवेत भरती झाले, तेव्हा खाकी वर्दीत काम करणाऱ्या महिला क्वचितच होत्या आणि अक्षरशः आमच्या अस्तित्वाबद्दल प्रश्न उभे केले जायचे. तरीही, 'खाकी' परिधान करण्याचा माझा निर्धार पक्का होता. मी १९८०मध्ये इंडियन ऑडिट्स अँड अकाउंट्स सर्व्हिस (IA&AS)ची निवड केली होती; पण लवकरच माझ्या लक्षात आले की, ना मला अकाउंटिंगमध्ये गती आहे, ना काही आवड. माझ्या

वडिलांच्या पोलिसी गणवेशावर, घराबाहेर पडून पोलिसी जीपमधून व स्कूटरवर बसून फिरताना वाऱ्यावर उडणारे माझे केस, यांवर माझे प्रेम होते. फायलींचा ढीग रचून ठेवलेल्या कार्यालयात आपण काम करू शकणार नाही, याची मला जाणीव झाली होती. अर्थात, तरुण असताना मला हे माहीत नव्हते की, पोलीस स्टेशनमध्येही तपासांच्या फायलींचा ढीग असतोच!

लवकरच, मी मला सर्वाधिक आनंद देऊ शकेल अशा करियरकडे, म्हणजेच पोलीस सेवेकडे वळले. सार्वजनिक सुव्यवस्थेचे प्रश्न हाताळण्याच्या माझ्या क्षमतेबद्दल मला सुरुवातीला काही शंका होत्या, हे मी मान्य करते; परंतु मी हळूहळू शिकत गेले. गुन्ह्याच्या तपासाबाबत मला कोणतीही शंका नव्हती. माझ्या मते, ते समस्या सोडवण्याचे (Problem Solving) काम आहे. गुन्हेगारीशी लढा देणारी आव्हाने मी अनुभवली. सार्वजनिक व्यवस्था हाताळणे असो किंवा गुन्ह्यांचा शोध घेणे असो, दोन्हींमध्ये टीमवर्कचा समावेश असतो. हे मी माझे भाग्य समजते की, पोलीस अधिकारी, तुरुंग अधिकारी, फॉरेन्सिक तज्ज्ञ आणि सरकारी वकील यांच्या चांगल्या व सकारात्मक टीम मला मिळाल्या.

माझ्या पुस्तकातून हेच प्रतिबिंबित होते आहे. हा एकाकी, एकट्याच चाललेल्या माणसाचा जीवनप्रवास नाही, तर छत्तीस वर्षे ज्या खात्याचा मी अविभाज्य भाग होते, तेथे काम करणाऱ्या माझ्या सगळ्या टीमचा हा प्रवास आहे. स्मरणशक्तीला ताण देत पुस्तकातील अनेक घटना मी जशाच्या तशा सत्यरूपात मांडल्या आहेत. अर्थात, एवढ्या प्रदीर्घ कारकिर्दीत काही गोष्टी निसटलेल्या असू शकतात.

माझी आधीची दोन पुस्तकेही माझ्या कारकिर्दीशीच निगडित आहेत; पण ती विशेषत: तरुणाईसाठी लिहिली होती. 'लिव्हज ऑफ लाइफ' (माझ्या आयुष्याची पानं)मध्ये मी माझ्या वाचकांसाठी माझ्या कारकिर्दीतल्या काही उत्साहवर्धक घटना, किस्से सांगितले आहेत, त्यातून शिकायला मिळालेले धडे आणि केलेली कृती मांडली आहे; तर

माझे दुसरे पुस्तक 'इन्स्पेक्टर चौगुले'मध्ये साध्या सरळ पोलिसी कथा मांडल्या होत्या. माझ्या दोन्ही पुस्तकांना वाचकांचा चांगला प्रतिसाद मिळाला, त्यामुळे मला 'मॅडम कमिशनर - भारतीय पोलीस प्रमुखाची विलक्षण जीवनकहाणी' हा अधिक व्याप्ती असलेला लेखन प्रकल्प हाती घेण्यास प्रोत्साहन मिळाले. एक स्त्री पोलीस म्हणून मला वाटला, तसाच हा उत्साहवर्धक प्रवास माझ्या वाचकांनाही वाटेल, अशी मला आशा आहे. हे पुस्तक काही जणांना तरी खाकी वर्दी परिधान करण्यास किंवा पोलिसांच्या कार्यामध्ये आणि गुन्हेगारी न्याय व्यवस्थेमध्ये रस घेण्यास प्रोत्साहित करेल, अशीही मला आशा आहे. या खात्यावर आपण अनेकदा टीका करतो; परंतु त्यांनी अधिक सक्षमपणे काम करावे, यासाठी आपण राज्य आणि केंद्र सरकारवर जोरदार दबाव निर्माण करत नाही. असे झाले तर, आपण केवळ प्रेक्षक न राहता, आपल्या देशातील 'कायद्याचे राज्य' राखण्यासाठी सक्रिय भागीदार होण्याची आपली जबाबदारी पार पाडू.

जर मी माझ्या वाचकांना भारतात मजबूत कायदा व न्याय व्यवस्था निर्माण करण्याच्या भूमिकेवर गांभीर्याने विचार करण्यास आणि कार्य करण्यास भाग पाडू शकले, तर माझ्या प्रवासाचा उद्देश पूर्ण झाला, असे मी समजेन. नेल्सन मंडेला यांचे एक प्रसिद्ध वचन आहे : 'तुम्ही जसे जीवन जगण्यास सक्षम आहात, त्यापेक्षा खुज्या, संकुचित जीवन जगण्यात काही मजा नसते.' मी माझ्या सर्व वाचकांना त्यांच्या क्षमता ओळखून पूर्ण क्षमतेनुसार आयुष्य जगण्याचा सल्ला देऊ इच्छिते. माझ्या स्वतःच्या कारकिर्दीतही, मी नेहमीच असे करण्याचा प्रयत्न केला आहे.

मीरां चड्ढा बोरवणकर

(सप्टेंबर २०२३)

१

मला टक्कल पडलं

आयुष्य म्हणजे स्वतःला शोधणे नव्हे,
तर आयुष्य म्हणजे स्वतःला घडविणे.

- जॉर्ज बर्नार्ड शॉ

आम्ही मसुरी सोडले, तेव्हा बराच अंधार पडला होता. 'लाल बहादूर शास्त्री नॅशनल ॲकॅडमी ऑफ ॲडमिनिस्ट्रेशन'मधून प्रशिक्षण पूर्ण केलेल्या प्रशिक्षणार्थींना घेऊन जाणारी ती बस होती. नागरी सेवांमध्ये काम करणार असलेल्या सर्व प्रशिक्षणार्थींना आवश्यक असलेला फाऊंडेशन कोर्सचा तीन महिन्यांचा अभ्यासक्रम पूर्ण करून आम्ही सगळे जण आपापल्या सेवांशी संबंधित अकादमींमध्ये पुढे प्रशिक्षणासाठी जायला निघालो होतो. मी भारतीय पोलीस सेवेसाठी प्रशिक्षण घेण्यासाठी जात असल्यामुळे मला हैदराबादच्या राष्ट्रीय पोलीस अकादमीत जायचे होते.

मसुरी ते डेहराडून असा आमचा बसचा प्रवास खूप शांततेत झाला. आमच्या चेहऱ्यांना वारा झोंबत होता. आम्ही सगळे जणच शारीरिक आणि भावनिकदृष्ट्याही थकलो होतो. आता आपल्यापैकी काहींची पुन्हा कधीही भेट होणार नाही, हे जाणून आम्ही एकमेकांचा निरोप घेतला होता. एक अनामिक हुरहुर जणू काही आमच्याबरोबर बसमधून प्रवास करत होती. बसमधला फिकट पिवळ्या दिव्यांचा

प्रकाश आमची ही दु:खाची भावना आणखीनच वाढवत होता. थंडी आता चांगलीच जाणवत होती.

बस काही काळ डेहराडून येथे थांबली आणि तेथे चालक बदलण्यात आला. नवीन आलेला चालक तरुण आणि एकदम जोशात असल्यासारखा वाटत होता. अमिताभ बच्चन 'इश्टाइल'मध्ये त्याने ड्रायव्हरच्या सीटवर उडी मारली. तो १९८१चा शेवटचा काळ होता आणि अमिताभने आपल्या अभिनय, जोश आणि करिश्म्याने सारे जग जिंकलेले होते. त्यातील काहींना त्यांच्या नायकाप्रमाणेच जग जिंकण्याच्या जोशाने झपाटलेले होते. नवीन ड्रायव्हरकडे बघून मला अगदी तसेच वाटले.

खांद्याभोवती शाल गुंडाळून त्याने बसचा वेग असा काही वाढवला की, त्यामुळे मी खूपच अस्वस्थ झाले; पण बसमधल्याच काही जणांकडून मात्र त्याला फारच वाहवा मिळाली. 'ये हुई ना बात' - 'आता कसं; असंच जायला पाहिजे!' या त्यांच्या शब्दांनी त्याला अजूनच स्फुरण चढले व त्याने वेग आणखी वाढवला.

इतक्या उशिरा रस्ता रिकामा असल्याने आमचा ड्रायव्हर बेफाम वेगाने बस चालवत होता; पण आम्ही सत्तर लोकांनी टपावर ठेवलेल्या सामानाचा अंदाज त्याला आला नाही. ज्या क्षणी वळण आले, त्या क्षणी त्याचा बसवरील ताबा सुटला. माझी जागा बरोबर त्याच्या मागची होती. त्यामुळे आधी डावीकडे, नंतर उजवीकडे आणि मग अतिशय वेगात बस जोरात एका घराच्या भिंतीवर जाऊन धडकली. क्षणार्धात मला चालक बाहेर उडी मारताना दिसला. तेवढ्यात एक लोखंडी रॉड माझ्या डोक्यावर आदळला आणि माझी शुद्ध हरपली.

जेव्हा मला शुद्ध आली, तेव्हा मी हळूहळू पुन्हा भानावर येण्याचा प्रयत्न केला. मी रक्तबंबाळ झाले होते. सगळीकडे अंधार होता आणि जोरदार आरडाओरडा सुरू होता. 'कोणी घाबरून जाऊ नका,' असे कुणीतरी जोरजोरात ओरडून सांगत होते. मला जाणवले की, मी उभीही राहू शकत नाहीये. मला माझ्या डोक्यावर रॉड पडला असं जे वाटत होतं, तो खरं तर सीट्सच्या वर सामान ठेवण्यासाठी असलेल्या लोखंडी कप्प्याचा एक भाग होता. काही पुरुष अधिकारी बसच्या खिडक्या तोडून त्यातून बाहेर पडायचा मार्ग काढत होते, तर काही जण वाटेत एकमेकांना मदत करत पूर्णपणे वाकड्यातिकड्या झालेल्या दरवाजातून बाहेर पडत होते. मोठ्या अडचणीने आणि काही जणांच्या मदतीने मी माझ्या पुढच्या सीटच्या खिडकीतून कशीबशी बाहेर पडले.

मला धड उभेही राहता येत नव्हते. डोक्याला झालेल्या दुखापतीमुळे मी रक्ताने भिजले आहे, हे जाणवत होतं आणि एकदम सुन्न, बधिर झाल्यासारखं वाटत होतं.

मला दवाखान्यात नेण्यासाठी वाहने थांबविण्याचा आमचा प्रयत्न अयशस्वी होत होता. तासांसारख्या वाटणाऱ्या काही मिनिटांनंतर एक ट्रक आमच्या जोरदार हात दाखवण्याला प्रतिसाद देत थांबला. ट्रक ड्रायव्हरच्या सोबत्याने नुसतीच मला ड्रायव्हरच्या केबिनमध्ये चढण्यास मदत केली असे नाही, तर माझ्या डोक्यावरील जखमेतून वाहणारे रक्त पुसायला त्याच्याकडचा टॉवेलदेखील दिला. किती आभार मानावेत त्याचे! माझ्या मनात त्याच्याविषयी कृतज्ञता भरून आली!

त्यांनी मला रस्त्याच्या कडेला असलेल्या दवाखान्यात सोडले आणि ट्रक आणि त्याचा चालक त्यांच्या मार्गाने पुढे गेले. आता मी त्या दवाखान्यात होते आणि बघते तर काय, पांढऱ्या कोटात झोपलेला एक डॉक्टर मला तिथे दिसला. आता तो कंपाऊंडर होता, का पुरुष परिचारक होता, मला काहीच कल्पना नव्हती. मला चक्कर आल्यासारखं वाटत होतं, प्रचंड थकवा जाणवत होता; पण त्याचा चेहरा गंभीर दिसत होता. एक चकार शब्द न बोलता त्याने माझ्या केसांची मोठी बट सरळ कापून टाकली आणि जखमेवर टाके घालायला सुरुवात केली. विरोधाचे त्राणही माझ्यात शिल्लक नव्हते. उलट, शेवटी मला काहीतरी वैद्यकीय मदत मिळाल्याबद्दल हायसे वाटत होते. इतका प्रचंड त्रास होत असताना, त्या वेळी मला त्याचा दर्जा महत्त्वाचा वाटत नव्हता. नंतर दिल्लीत जाऊन डोक्याचे स्कॅनिंग केल्यानंतर अंतर्गत दुखापत नसल्याचे निष्पन्न झाले. तो खूप मोठा दिलासा होता. फक्त माझ्या सुंदर केसांच्या डोक्यावर आता मोठे टक्कल पडले होते.

आणि अशा प्रकारे माझा, नागपूरमधील राष्ट्रीय नागरी संरक्षण महाविद्यालयात (NCDC) पोलीस प्रशिक्षणाच्या पहिल्या टप्प्यासाठी प्रवेश झाला. केस नसलेला डोक्याचा भाग झाकण्यासाठी मोठा स्कार्फ बांधून मी प्रशिक्षणाला जायला लागले. माझ्याबरोबरच भारतीय पोलीस सेवेच्या १९८१च्या तुकडीचा भाग म्हणून तिथे प्रशिक्षणासाठी आलेल्या अनेकांची उत्सुकता त्यामुळे वाढली होती. त्यांच्यापैकी अनेकांना डेहराडूनमधल्या अपघातातून मी जेमतेम कशीबशी वाचले होते, याची कल्पना नव्हती. त्या दुर्दैवी रात्री लेडी लक माझ्या बाजूने होते म्हणून, नाहीतर ही कथा कदाचित खूप वेगळी होऊ शकली असती. कदाचित, मी हे तुम्हाला सांगूच शकले नसते.

❑❑❑

२

गणेशी

दररोज शंभर वेळा मी स्वतःला या गोष्टीची आठवण करून देतो की, माझे आंतरिक आणि बाह्य जीवन जिवंत आणि मृत अशा इतरांच्या श्रमांवर अवलंबून आहे आणि जसे मला मिळाले आणि अजूनही मिळतच आहे, त्याच प्रमाणात मी स्वतः प्रयत्नपूर्वक त्याची परतफेड केलीच पाहिजे.

- अल्बर्ट आईन्स्टाईन, द वर्ल्ड ॲज आय सी इट

हैदराबादमधील 'द नॅशनल पोलीस अकादमी'मधील संचालक खूप कडक होते आणि सहाय्यक संचालक आऊटडोअर्स म्हणजे तर महाकर्मकठीण. १९८०च्या तुकडीतल्या दोन प्रशिक्षणार्थींना त्यांनी काढून टाकलं होतं. नागपूरमधल्या नॅशनल सिव्हिल डिफेन्स कॉलेजमधील प्रशिक्षणाच्या पहिल्या दोन आठवड्यांतच आम्हाला असे इशारे मिळाले होते. पुढे काय वाढून ठेवले आहे, याचा अंदाज घेऊन आणि कोणतीही जोखीम घ्यायला नको म्हणून आम्ही पळण्याचा आणि व्यायाम करण्याचा जोमाने सराव करू लागलो. नुकतीच डोक्याला दुखापत झाली असल्याने, मी थोडी अशक्त झाले होते; पण आपल्याला 'काढून टाकले' असं होऊ न देण्याचा निर्धार मी केला होता.

पंधरवड्यानंतर, हैदराबादला पोहोचल्यावर, माझ्या बॅचमध्ये मी एकमेव महिला अधिकारी असल्याचे बघून माझी घोर निराशा झाली. तो काळ होता, डिसेंबर १९८१चा. महिलांमध्ये आयपीएसला जाणे अजून तितकेसे अंगवळणी पडले नव्हते.

त्यामुळे खूप कमी महिला अधिकारी असतील, याची मला खात्री होतीच; पण सत्तर पुरुष अधिकारी प्रशिक्षणार्थींमध्ये मी एकमेव महिला असणे, हे फारच निराशाजनक होते. मला खूपच एकटे, कसेतरी वाटत होते. या अप्रिय कठोर वास्तवाशी जुळवून घ्यायला मला काही दिवस लागले. खरं तर, माझ्या स्वतःच्या कुटुंबासह अनेक हितचिंतकांनी मला भारतीय लेखापरीक्षण आणि लेखा सेवेच्या १९८०च्या बॅचमधून बाहेर न पडण्याचा सल्ला दिला होता. शिमल्यातील यारोजमध्ये प्रशिक्षण घेताना आम्ही सहा महिला अधिकारी होतो आणि आयुष्य एकदम मजेत सुरू होते; पण मला स्वतःला अकाउंटिंगमध्ये अजिबात रस नव्हता. त्यामुळे भारतीय पोलीस सेवेत जाणे, हा मी जाणीवपूर्वक आणि अगदी मनापासून घेतलेला निर्णय होता.

पोलीस अकादमीचे पहिले दर्शन मला झाले, तेव्हा ते सुमारे २७५ एकरपेक्षा जास्त भागावर पसरलेले एक विस्तृत, खडकाळ आणि वैराण क्षेत्र होते. आधी ते माउंट अबूला होते आणि सेंट्रल पोलीस ट्रेनिंग कॉलेज म्हणून ओळखले जात असे. १९६७मध्ये त्याचे नामकरण 'राष्ट्रीय पोलीस अकादमी,' असे करण्यात आले. त्यानंतर १९७४मध्ये भारताचे लोहपुरुष सरदार पटेल यांच्या सन्मानार्थ ती 'सरदार वल्लभभाई पटेल राष्ट्रीय पोलीस अकादमी' (SVPNPA) बनली. १९७५मध्ये ही अकादमी हैदराबादला हलवण्यात आली. आतापर्यंत अधिकाऱ्यांच्या अनेक बॅचेसनी नियमितपणे येथे हिरवाई फुलवण्यासाठी 'श्रमदान' केले आहे. खड्डे खणून वृक्षारोपण केले आहे. त्यामुळेच आज पक्ष्यांच्या शंभरहून अधिक प्रजाती येथे बघायला मिळतात; परंतु १९८१च्या अकादमीतील दृश्य भव्यदिव्य असले, तरी धीरगंभीर आणि कठोर होते.

पोलीस ऑफिसर्स मेसच्या पहिल्या मजल्यावर मला देण्यात आलेली खोली खूपच भकास, मोकळी होती आणि त्यामुळे तर अधिकच एकटं वाटायला लागलं. मला आठवतंय, सामान लावताना तर मला घरच्या आठवणीनं खूपच अस्वस्थ वाटत होतं. पहिल्यांदा जेव्हा मी जेवायला तळमजल्यावर गेले, तेव्हा मला माझे काही सहकारी प्रशिक्षणार्थी उगाचच अस्वस्थपणे येरझाऱ्या घालताना दिसले. जेवणासाठीचा डायनिंग हॉल भव्य आणि आकर्षक दिसत होता. छतावरून लटकणारे चमकदार झुंबर तेजस्वी होते. स्मृतीचिन्हं आणि ट्रॉफीज सर्वत्र मांडून ठेवण्यात आल्या होत्या. भिंतींवरील चित्रांमध्ये तोफांनी वेढलेले अवाढव्य किल्ले आणि घोड्यावर बसलेले किंवा खंबीरपणे उभे असलेले गणवेशधारी अधिकारी

होते. ते सगळं बघून मी खरोखरच भारावून गेले आणि त्याच वेळी आपण किती छोटे आणि क्षुल्लक आहोत, असे मला वाटले.

तेवढ्यात अचानक पूर्णपणे पांढऱ्या अशा पीटीच्या[१] गणवेशात एक स्मार्ट पोलीस अधिकारी त्या सभागृहात आला. बहुतेकदा ज्यांना 'प्रोबेशनर' म्हणलं जायचं, अशा आम्ही सगळ्या अधिकारी प्रशिक्षणार्थींनी दुसऱ्या दिवशी पहाटे साडेपाच वाजता ऑफिसर्स मेसच्या बाहेर जमावं, असं त्यानं खणखणीत आवाजात सांगितलं. तो ज्या पद्धतीने तिथे अचानक प्रकट झाला, ज्या अधिकारवाणीने त्याने सूचना केल्या, ते सगळे बघून आम्ही थक्कच झालो होतो; पण त्यावर आम्ही काही प्रतिक्रिया देणार वा बोलणार, त्याच्या आतच तो जसा आला, तसाच शानदारपणे तिथून बाहेर पडला. दिवसाच्या त्या वेळेला त्याचा पांढरा गणवेश वेगळा भासत असला, तरी त्यामुळे त्याने सर्वांचे लक्ष स्वतःकडे वेधून घेतले होते, हे नक्की.

माझ्या प्रशिक्षणाच्या वर्षातला तो सर्वाधिक थकवणारा काळ होता. पहाटे साडेपाच वाजता दिवस सुरू व्हायचा, तो संध्याकाळी सातला संपायचा. दिवसाच्या ठरावीक वेळेला पोलीस बिगुल्स वाजायचे. सकाळी सकाळी वेगवेगळ्या प्रकारचे मैदानी कार्यक्रम व्हायचे आणि त्यानंतर चार भिंतींत बसून वर्ग घेतले जायचे. यामध्ये आम्हाला मुख्यत्वे कायदा, न्यायवैद्यक (फॉरेन्सिक्स) आणि व्यवस्थापन यांचे प्रशिक्षण दिले जात असे. जेवणानंतर पुन्हा एकदा मोकळ्या परेड मैदानावर जाण्याची वेळ असायची.

संध्याकाळी आम्हाला हरतऱ्हेचे खेळ खेळायला लावत असत. अकादमीमध्ये प्रोबेशनर म्हणून असणे याचा अर्थ, तिथले प्रशिक्षण यशस्वीपणे पूर्ण केल्यानंतरच आम्ही प्रत्यक्ष पोलीस खात्यात काम करायला सुरुवात करू शकत होतो. त्यामुळे नेहमी आमच्या डोक्यावर टांगती तलवार असल्यासारखं वाटायचं. आमचे प्रशिक्षक, १९८०च्या तुकडीमधल्या दोन प्रोबेशनरना संचालकांनी कशा प्रकारे परत घरी पाठवून दिलं, याची आठवण करून देण्याची एकही संधी सोडायचे नाहीत. आम्ही तसं होण्याच्या बऱ्याच कारणांचा विचार करायचो आणि त्यातली बहुविध कारणे तितकीच घाबरवणारी होती.

अर्थात, या सगळ्या थकवणाऱ्या दिनक्रमानंतर रूमवर परत आल्यानंतर मात्र सुदैवाने मला एक महिला सहायक मिळाली होती. गणेशी. ती मला माझ्या रोजच्या कामात मदत करायची. साधारण चाळिशीच्या आसपास असलेली गणेशी, अकादमीमध्येच सहायक म्हणून काम करणाऱ्याची पत्नी होती. तिचा मुलगाही तिथेच कर्मचारी म्हणून कार्यरत होता. ते आमच्यासाठी पहाटे गरमागरम

चहा घेऊन ते यायचे, आम्ही मैदानावर जायला बाहेर पडल्यावर खोली आवरून ठेवायचे, आमचा गणवेश तयार करून ठेवायचे आणि विविध गोष्टींसाठी मदतनीस म्हणून काम करायचे.

पोलीस ऑफिसर्स मेसच्या व्हरांड्यातच त्यांचा कायमचा मुक्काम असायचा.

गणेशीच्या मोठ्या, गव्हाळ रंगाच्या चेहऱ्यावर कधी आठी नसायची. मेहंदीने रंगवलेल्या केसांचा ती मध्ये भांग पाडायची. राजस्थानची असल्यामुळे ती तिची साडी 'उलटा पदर' घेण्याच्या पद्धतीने नेसायची. (मला तिच्याकडे बघून नेहमी असं वाटायचं की, पदर चुकीच्या बाजूला घेतला गेला आहे.) तिचा आवाज किंचित अनुनासिक होता आणि तिच्या तोंडात नेहमी तंबाखू किंवा सुपारी असायची. तिची चमकणारी नाकातली रिंग म्हणजे तिच्या व्यक्तिमत्त्वाचा एक प्रमुख भाग होती. 'जगरहाटी' तिला चांगली माहिती आहे, हे तिच्याकडे बघून कळायचेच. ती एकदम सरळमार्गी, स्पष्टवक्ती होती. तिची चालही तिच्या बोलण्याप्रमाणेच होती.

ती तिच्या कामात तरबेज होती. काम हळू; पण तिच्या स्वत:च्या गतीने करायची. मी तिला कधीच चिडलेले पाहिले नाही. तिचा वक्तशीरपणा मला आश्चर्यचकित करत असे. अकादमीत काम करणाऱ्या धोब्याकडून तिला माझा युनिफॉर्म घेऊन यायला लागायचा. मग माझ्या हुद्द्यानुसार ब्लू लाइन यार्ड आणि एका स्टारसह ती तो तयार करून ठेवायची. माझ्या डेस्कवर विविध प्रकारचे युनिफॉर्म पट्टे काढून ठेवायची. माझ्या पलंगाच्या बाजूला परेड शूज, युनिफॉर्मवर घालायचे शूज आणि स्नीकर्स एका सरळ रेषेत ठेवलेले असायचे. सूर्योदयाच्या खूप आधी, रोज सकाळी मी आवरून तयार होईपर्यंत ती रूमच्या बाहेर वाट बघत उभी असायची. स्वतःच्या कामाप्रती असलेली गणेशीची सजगता वाखाणण्याजोगी असल्यामुळे माझ्या गणवेशाबद्दल हैदराबादमधल्या त्या प्रदीर्घ कठीण दिवसांत एकदाही मला माझ्या प्रशिक्षकांकडून ऐकून घ्यावे लागले नाही. पोलीस, निमलष्करी दल आणि लष्करी सेवेत गणवेश ही अत्यंत अभिमानाची आणि पवित्र बाब असते.

अकादमीतील कठोर मैदानी दिनक्रम सांभाळत, तिथे टिकून राहायला शिकत असतानाच मला एक विचित्र संदेश मिळाला. 'मी माझे केस कापून छोटे करावेत,' असे त्यात म्हटले होते. मला ही सूचना का मिळाली, हे जाणून घेण्याचा मी प्रयत्न केला, तेव्हा एका वरिष्ठ महिला पोलीस अधिकाऱ्याने याची शिफारस केली आहे, असे सांगण्यात आले. माझे केस फार काही लांबसडक नव्हते; पण मला माझे मानेवर रुळणारे केस आवडायचे. सण-समारंभ आणि कार्यक्रमाच्या वेळी मला ते मोकळे सोडायलाही छान वाटायचे.

कोणत्याही परिस्थितीत, मला अतार्किक सूचना स्वीकारायला आवडत नाही आणि हे मला नक्कीच त्यासारखेच वाटले. म्हणून मी त्या गोष्टीला विरोध केला. त्यावर मला सांगण्यात आले की, 'छोटे केस असतील, तर मला दिवसभराच्या प्रशिक्षणादरम्यान झटपट गणवेश बदलण्यास मदत होईल.' पण मी तुम्हाला सांगते, मी कधीही तयार होण्यास उशीर केला नाही.

सकाळचा सुमारे चाळीस मिनिटांचा योगा आणि पांढऱ्या रंगाच्या गणवेशात अडथळे (क्रॉसिंग) पीटी केल्यानंतर आम्हाला परेड सराव किंवा शस्त्रास्त्रांच्या कवायतींसाठी खाकी वर्दीमध्ये यायला लागायचे. योगा आणि पीटी व्यायामासाठी मी पोनीटेल घालत असले, तरी परेडसाठी मी केसांचा अंबाडा घालणे अपेक्षित होते. या मधल्या १० मिनिटांच्या सुट्टीमध्ये गणवेश आणि केशरचना बदलणे आणि वेळेवर हजर होणे हे वरिष्ठांपैकी कुणालातरी तरी कठीण वाटले होते आणि म्हणून मला तशी सूचना करण्यात आली होती. मात्र, 'मला जर कधीही उशीर झाला, तर मी तुमच्या सूचनेचे पालन करीन,' असे मी स्पष्ट उत्तर दिले. त्यामुळे दहा मिनिटांत केशरचना बदलून पांढऱ्या गणवेशातून खाकी वर्दीमध्ये येणे, हे हळूहळू सरावाचे बनले. माझे केसही मला कापायला लागले नाहीत, म्हणून मी आनंदी होते. पुन्हा कधी या मुद्द्यावर चर्चा झाली नाही.

याचे श्रेय मी नक्कीच गणेशीला देते. तिने नेहमीच काळजीपूर्वक माझा गणवेश तयार ठेवला. मला कधीच काही शोधावं लागलं नाही. चेंजिंग रूममध्ये मला आवश्यक असलेल्या सर्व गोष्टी घेऊन ती तयार असायची. अगदी केसांना लावायच्या पिनांपासून ते नीट स्टार्च केलेल्या माझ्या खाकी युनिफॉर्मपर्यंत. माझे आवरून होईपर्यंत ती तिथेच बाहेर वाट बघत थांबायची. आधीचे कपडे घेऊन, ते धुवायला देऊन, पुन्हा वेळेवर परत आणून तयार ठेवायची. हैदराबाद पोलीस अकादमीमध्ये वर्षभर हा दिनक्रम सुरू राहिला - माझ्यासाठी ती एक वरदानच होती. 'गणेशीला कधी कंटाळा येत असेल का,' असा विचार माझ्या मनात यायचा.

रोज सकाळी मी तिला विचारायचे, 'गणेशी, आणखी किती दिवस ट्रेनिंग बाकी आहे?' मी माझ्या त्या रिकाम्या खोलीत एक कॅलेंडर लावून ठेवलं होतं आणि रोजचा दिवस संपला की, त्यावर काट मारायचे. केवळ तिसरीपर्यंत शिकलेली गणेशी, माझ्यासाठी एकतर दिवस तरी मोजायची किंवा माझ्या रोजच्या सकाळच्या प्रश्नावर नुसतीच हसायची. घराची प्रचंड आठवण येत असतानाच्या, सर्वांत कठीण प्रशिक्षणाच्या त्या निर्णायक वर्षात, गणेशी म्हणजे माझ्यासाठी एक मोठा अबोल आधार होती.

खरंतर, ती खूप कमी बोलायची; पण मी तिथे गेल्यानंतर पहिल्याच महिन्यात तिने मला जो सल्ला दिला, त्याने मी थक्क झाले. 'मॅडम, कृपया, पुरुषांपासून अंतर ठेवून राहा; कोणत्याही पुरुष अधिकाऱ्याच्या जवळ जाऊ नका,' असं तिनं तिच्या शांत, समजुतीच्या स्वरात सांगितलं. तिचा तो सल्ला ऐकून मी अवाक झाले; परंतु तिने गांभीर्यपूर्वक तिचे बोलणे पुढे चालू ठेवले आणि मला आधी घडलेली काही उदाहरणे सांगितली. याआधी काही महिला प्रशिक्षणार्थींनी त्यांच्या बरोबरच्या पुरुष सहकाऱ्यांसोबत खूप जास्त जवळीक ठेवली आणि नंतर त्याची 'किंमत' त्यांना चुकवावी लागली होती. आधीच्या तुकडीतील एका महिला अधिकाऱ्याची त्यांच्याच तुकडीतल्या विवाहित अधिकाऱ्याशी खूप जवळीक होती. या नात्याबद्दल नाखूश असणाऱ्या काही प्रशिक्षणार्थींनी ही बातमी त्या अधिकाऱ्याच्या पत्नीला कळवली. ती अकादमीत आली आणि सगळ्या प्रकरणाचा शेवट झाला. अकादमीतल्या भावनारहित वातावरणात, सगळ्या कठोर काळात वैयक्तिक पातळीवर चढउतार होऊ शकतात. गणेशीनं तिच्या स्वतःच्या सोप्या पद्धतीने मला त्याबद्दल सजग केलं.

मला वाटतं, माझ्या पतीच्या हैदराबाद भेटीनं गणेशीला हायसं वाटलं असावं; कारण तिने हा विषय पुन्हा कधीच काढला नाही. ती शांतपणे तिचे काम संपवून जाई. पुढे काही पुरुष प्रशिक्षणार्थींची सहायक म्हणूनही तिने काम हाती घेतलं; कारण एकमेव महिला अधिकाऱ्याची सहायक म्हणून मिळणारा पगार, निश्चितच पुरे पडणारा नव्हता. तिच्यावरचा कामाचा भार लक्षणीय वाढला होता; पण तरीही माझ्यासाठी ती नेहमी तिथे हजर असे.

जेमतेम शिकलेल्या गणेशीकडे व्यवहारज्ञान मात्र अफाट होतं. तिने घेतलेली माझी काळजी, हे पोलीस प्रशिक्षणार्थी म्हणून असलेल्या माझ्या पहिल्या, कठीण आणि एकाकी वर्षाचे वैशिष्ट्य होते. तिला शांती लाभो.

❑❑❑

३

इंटरलोपर

आपल्या आत्म्याचा प्रकाश असलेला विवेक वा सदसद्विवेकबुद्धी आपल्या हृदयाच्या मनाच्या कप्प्यात तेवत असते. जसे आपले जीवन खरे असते, तसेच हा विवेकही खरा असतो. योग्य गोष्ट वा सदाचाराच्या विरुद्ध जेव्हा काहीही केले जाते किंवा तसा विचार केला जातो, तेव्हा तेव्हा हा विवेक त्या विरोधात आवाज उठवतो.

- डॉ. ए. पी. जे. अब्दुल कलाम

मी मांसाहारी नाही. त्यामुळे ऑफिसर्स मेसमधील अन्नपदार्थ समिती (food committee)मध्ये मी शाकाहारी लोकांचे प्रतिनिधित्व करायचे. त्या संपूर्ण कामकाजाचा आर. जे. हा प्रभारी होता. त्याने मसुरीमधला फाऊंडेशन कोर्स पूर्ण केला होता आणि काही प्रसंगी तो माझ्या पतीसोबत बुद्धिबळही खेळला होता. विरळ केस, चश्मा यांमुळे तो तरुण आयपीएस अधिकाऱ्याऐवजी मध्यमवयीनच दिसायचा.

आम्हाला अकादमीमध्ये येऊन जेमतेम एक महिना झाला असताना, एके दिवशी तो माझ्याकडे एक विचित्र प्रस्ताव घेऊन आला. 'चल, आपण एकत्र राहू या,' असे तो म्हणाला. ते ऐकून मला धक्काच बसला; पण कदाचित त्याचं इंग्रजी तितकं चांगलं नसेल, त्याला काहीतरी वेगळं म्हणायचं असेल आणि तो काहीतरी वेगळं

बोलला असेल, असं मला वाटलं आणि मी त्याच्या प्रस्तावाकडे दुर्लक्ष करून माझ्या प्रशिक्षणात व्यग्र झाले.

त्यानंतर एका रविवारी दुपारी त्याने ऑफिसर्स मेसमधील माझ्या खोलीचा दरवाजा ठोठावला. मी अर्धवट झोपेत होते. मी त्याला 'काय पाहिजे' विचारले.

रविवार दुपार नेहमीच माझ्यासाठी खूप मौल्यवान राहिली आहे. 'मेस डायनिंग हॉलच्या मेन्यूवर चर्चा करायची आहे,' असे त्याने उत्तर दिले. नाइलाजाने मी दार उघडले. या वेळी मात्र तो अगदी स्पष्ट शब्दांत बोलला, 'तुझा नवरा लांब आहे आणि माझी बायको राजस्थानला आहे. चल, आपण एकत्र राहू या.' मला गेल्यावेळेपेक्षाही जास्त धक्का बसला. आरजेच्या इंग्रजीच्या कौशल्याबद्दल असलेला गैरसमज जसा दूर झाला, तशी एका क्षणात माझी दुपारची झोप उडाली. मी खाडकन त्याच्या तोंडावर दरवाजा बंद केला आणि अकादमीच्या सहसंचालकांना ताबडतोब या घटनेची माहिती दिली. त्यांनी या घटनेची गंभीर दखल घेत आरजेला सक्त ताकीद दिली. मला असं वाटतं की, बहुधा या घटनेचा उल्लेख त्याच्या वार्षिक मूल्यमापनातदेखील झाला असावा; पण मी हे खात्रीने सांगू शकत नाही; कारण ते अहवाल गोपनीय असतात.

या घटनेची माहिती लवकरच माझ्या बॅचमधील सगळ्यांना समजली. मी एवढ्या तत्काळ हा विषय सहसंचालकांकडे न्यायला नको होता, असे काही प्रोबेशनर्सचे मत होते. 'आपल्या पातळीवर' हे हाताळता आलं असतं, असं त्यांना वाटत होतं. काही बॅचमेट्समध्ये त्यावर अगदी गरमागरम चर्चा झाली, असंही माझ्या कानावर आलं; पण माझ्या दृष्टीने ती एक अतिशय गंभीर बाब होती. त्यामुळे मी त्यांच्या बोलण्याकडे अजिबात लक्ष दिले नाही. माझ्या बॅचमध्ये मी एकमेव महिला अधिकारी होते आणि माझी सुरक्षा ही माझ्यासाठी सर्वांत महत्त्वाची गोष्ट होती. पुन्हा एकदा मी माझ्या कामात व्यग्र झाले.

मैदानी प्रशिक्षणादरम्यान दररोज मला आता चक्कर येईल की काय, असे वाटायचे; पण मी एकदाही ते चुकवले नाही. एक दिवसही जर मी प्रशिक्षण बुडवले, तर मी कधीही परत येऊ शकणार नाही, अशी मला भीती वाटायची. अंग दुखत असायचं आणि मन थकून गेलेलं असायचं. असे दमलेले आमच्यापैकी बहुतेक जण, पहिल्या बाकांवर बसलेले किल्ला लढवतील आणि व्याख्यात्यांना गुंतवून ठेवतील, या आशेवर अभ्यासाच्या वर्गात झोपायचे. कधीकधी आम्हाला डुलकी घेताना पकडलेही जायचे आणि त्यासाठी ओरडाही बसायचा; पण वर्गादरम्यान झोपण्याची परंपरा कायम राहिली. मला असं समजलं आहे की, हैदराबाद अकादमीतील

शिक्षकांना प्रोबेशनर्सची वर्गात झोपण्याची सवय सोडवण्यात अजूनही यश आलेले नाही.

राष्ट्रीय पोलीस अकादमीतील प्रशिक्षणाचा समारोप भव्य अशा 'पासिंग आऊट परेड'च्या रूपात होतो. या कार्यक्रमासाठी राष्ट्रीय ख्यातीचे प्रमुख पाहुणे आमंत्रित केले जातात. आमच्या वेळेला भारताचे उपराष्ट्रपती प्रमुख पाहुणे म्हणून उपस्थित होते. शेवटच्या दिवसाच्या कठीण परेड सरावादरम्यान अकादमीच्या डॉक्टरांना मी भेटायचे आहे, असा निरोप मला मिळाला. मला आश्चर्यच वाटले; कारण मी कोणत्याही आजाराने ग्रासले नव्हते किंवा त्यांच्या भेटीची वेळही मागितली नव्हती. तरीही मी त्यांना भेटायला त्यांच्या ऑफिसमध्ये गेले. अकादमीच्या मुख्य इमारतीपासून रस्त्याच्या पलीकडे त्यांचे कार्यालय होते. मी आत गेल्यावर पाहिलं, तर डॉक्टरांचा चेहरा खूप गंभीर दिसत होता. 'तुमच्याशी एका संवेदनशील विषयावर बोलायचे आहे,' असे ते म्हणाले. मी गोंधळून गेले होते.

मला 'चल, एकत्र राहू या' म्हणणाऱ्या आरजेने त्यांना अशी गळ घातली होती की, पासिंग आऊट परेड बघायला येणाऱ्या त्याच्या पत्नीसमोर मी 'त्या' घटनेचा उल्लेख करू नये, यासाठी त्यांनी मला समजवावं. मी ती अप्रिय घटना जवळजवळ विसरले होते आणि त्याबद्दल कोणाशीही बोलण्याचा माझा हेतू नव्हता. मी डॉक्टरांना इतकंच सांगितलं आणि त्यांच्या ऑफिसमधून बाहेर पडले.

पासिंग आऊट परेडचा कार्यक्रम यशस्वीपणे पार पडला आणि त्यानंतर आम्ही सर्व जण एका वर्षाच्या 'ऑन-द-जॉब ट्रेनिंग'साठी वेगवेगळ्या राज्यांत गेलो. त्यानंतर सुमारे पाच वर्षांनंतर मला कळले की, आरजेला भारतीय पोलीस सेवेतून बडतर्फ करण्यात आले. याचे कारण, तो राजस्थानमध्ये भ्रष्टाचाराच्या एका गंभीर प्रकरणात गुंतला होता. आधी जिथे काम करत होता, त्या राज्य सेवेतच त्याला पुन्हा भरती व्हायला लागलं होतं. नागरी सेवेत काम करण्याची त्याची अजिबात लायकी नाही, असे माझे ठाम मत आहे. आयपीएसमधून त्याला लवकर बाहेर काढलं, हे बरंच झालं; पण राज्य सेवेला अशा माणसाला सहन करावं लागलं, हे दुर्दैव. मला अजूनही आश्चर्य वाटते की, मी आरजेच्या वर्तनाची माहिती वरिष्ठ अधिकाऱ्यांना दिली, याबद्दल माझे काही बॅचमेट्स नाखूश का होते. काही अंदाज? मला याचे उत्तर विल्यम पेनच्या शब्दांत मिळते : 'प्रत्येक जण विरोधात असला, तरीही जे बरोबर असते, ते बरोबरच असते आणि प्रत्येक जण त्याच्या बाजूने असला, तरीही जे चूक असते, ते चूकच असते.'

□□□

४

माझे उस्ताद

एखाद्या व्यक्तीला तो जसा आहे तसेच वागवले, तर ती व्यक्ती आहे तशीच राहील. याउलट ती व्यक्ती काय बनू शकते, या पद्धतीने तिला वागवले, तर तिने जे बनलेच पाहिजे, तशी ती बनेल.

- जिमी जॉन्सन

(डल्लास काऊबॉईज माजी मुख्य प्रशिक्षक
आणि दोन वेळचे सुपर बाउल चॅम्पियन)

'स्त्रियांचे हात अधिक स्थिर असतात!' उस्तादांचे हे शब्द अजूनही माझ्या कानात घुमतात.

देशभरातील सर्व पोलीस प्रशिक्षण संस्थांमध्ये सर्वांत लोकप्रिय आणि तरीही सर्वांत खतरनाक म्हणून ओळखले जातात, ते म्हणजे आमचे शारीरिक प्रशिक्षणाचे शिक्षक. अकादमींमध्ये त्यांना 'उस्ताद' म्हणून ओळखले जाते. आम्ही त्यांच्यावर प्रेम करतो, त्यांचा राग राग करतो, निवृत्तीनंतरही त्यांच्याबद्दल बोलतो आणि विविध उस्तादांच्या हाताखाली तयार झालेल्या आमच्या पथकांचे एकमेकांशी जुळलेले बंध याची आठवण काढत असतो. त्यांनी आमचा कसा छळ केला, आमच्या मर्यादांची कशी परिसीमा गाठली, आम्हाला कामगिरी करण्यासाठी कसे प्रोत्साहित केले, हे सगळे आम्ही अजूनही आठवतो. ही यादी न संपणारी आहे.

आजच्या घडीलाही आपल्यापैकी बहुतेक जण कुठेही संधी मिळाल्यास आपल्या उस्तादांना ताबडतोब सलाम करतील.

नॅशनल पोलीस ॲकॅडमीमधले माझे उस्ताद सुशील, शांत; पण अतिशय खंबीर होते. वर्षभरात मी कधीही त्यांना हसताना-खिदळताना पाहिले नाही. फार उंच नसले, तरी यादव उस्ताद एक कडक, कणखर व्यक्ती होते.

ते मला 'मीरा साब' म्हणायचे. भारतीय पोलीस सेवेतील अधिकारी पद मध्यातील नेतृत्वपदापासून सुरू होत असले, तरी उस्ताद हे सर्वसाधारणपणे सब इन्स्पेक्टर किंवा इन्स्पेक्टर श्रेणीतील क्षेत्रीय पातळीवरील अधिकारी असतात. अधिकाऱ्यांना प्रशिक्षण देण्याचे कठीण काम त्यांच्याकडे असते. ज्या अधिकाऱ्यांना त्यांना प्रशिक्षण द्यायचे असते, ते पदाने त्यांच्यापेक्षा वरिष्ठ असतात; पण सेवेच्या वा कामाच्या बाबतीत नवशिके असतात. बहुतेक प्रशिक्षणार्थी दाखल होताना शारीरिकदृष्ट्या तंदुरुस्त नसतात. त्यामुळे आम्हाला तंदुरुस्तीच्या सर्वोच्च पातळीवर पोहोचविण्याचे अवघड काम त्यांच्याकडे असते. आमचे मन तयार करत ते आम्हाला त्या पातळीवर पोहोचवतात; पण जेव्हा गोष्टी बरोबर होत नाहीत, तेव्हा त्यांचा ओरडाही खावा लागतो. त्यांच्या कामांपैकी एक म्हणजे, मोठ्या, उच्च व अधिकारवाणीच्या स्वरात आदेश कसा द्यायचा, हे आम्हाला यशस्वीपणे शिकविणे. त्यामुळेच आम्ही परेड ग्राउंडवर वर्दीतील स्त्री - पुरुष अधिकाऱ्यांना आणि सार्वजनिक पातळीवर कायदा सुव्यवस्थेचा प्रश्न निर्माण झाल्यास मोठ्या आवाजात आदेश देऊ शकायचो. हा फक्त वार्षिक कार्यक्रम नसायचा, तर उस्तादांसोबत आमची नियमित सत्रे असायची आणि त्यात आम्हाला आदेश देणे शिकविले जायचे. यादव उस्ताद अकादमीच्या परेड मैदानाच्या एका टोकावरून माझ्याकडे बघून ओरडायचे, 'मीरा साब, पोटातून आवाज काढा. मैदानाच्या टोकापर्यंत आवाज पोहोचला पाहिजे.' अशा प्रकारे, माझा गोड, नाजूक आवाज हळूहळू मोठा झाला. त्यानंतर मग परेड कमांड करताना मी त्यात अजूनच यशस्वीपणे शक्तिशाली विविधता आणली आणि माझ्या कारकिर्दीत कायदा आणि सुव्यवस्था राखण्यासाठी मला त्याचा खूप उपयोग झाला.

सकाळच्या पहिल्या सत्रात यादव उस्ताद आम्हाला हळू, शांत स्वरात योगा शिकवायचे; मात्र त्यानंतर परेडच्या सूचना देताना त्यांच्या आवाजाचे डेसिबल वाढायचे. रिव्हॉल्व्हर, रायफल आणि विविध स्वयंचलित आणि अर्ध-स्वयंचलित शस्त्रे कशी उघडायची आणि कशी जोडायची, हे ते आम्हाला शिकवत असल्यामुळे दुपारच्या वर्गात त्यांनाही आमच्यासारखीच कदाचित झोप येत असायची. त्या

कोरड्या वाटणाऱ्या शस्त्र सरावादरम्यान आम्ही कसे काय जागे राहू शकायचो, हे मला माहीत नाही. आम्हाला वेगवेगळ्या प्रकारची शस्त्रे हाताळण्यासाठी आणि त्यांचा प्रत्येक भाग कोणत्या पद्धतीने कार्य करतो, हे समजून घेण्यासाठी प्रोत्साहित केले जायचे. यासाठी आम्हा सर्वांना पूर्णपणे सतर्क राहावे लागायचे. अशा खऱ्याखुऱ्या गोळीबार सत्रांमध्ये शस्त्रांचा वापर करण्यापूर्वी आम्हाला त्यांची पूर्णपणे माहिती आहे ना, याची खातरजमा करण्यासाठी अकादमी खूप काळजी घेत असे.

उस्ताद नंतर मग त्यांच्या कडक अवताराकडे वळायचे. स्टँडिंग ऑपरेशन प्रोटोकॉल (SOP)मधून थोडेसेही विचलित व्हायला परवानगी नसायची. परिणामी, आम्हीही कधीही चुकलो नाही आणि फायरिंग रेंजच्या नियमांचाही आदर केला गेला.

काही घटना आपल्या मनात कायमस्वरूपी कोरल्या जातात. आमच्या मैदानी प्रशिक्षणादरम्यान अशा दोन घटना घडल्या. आमच्या घरी एक छोटीशी एअर गन होती. त्यामुळे मी लहानपणापासून त्यामधून फायरिंग करत असे. माझे वडील पंजाब पोलीस दलात आणि नंतर सीमा सुरक्षा दलात कार्यरत होते. त्यांनी आम्हा मुलांसाठी ती छोटी एअर गन घेतली होती. त्यामुळे अधूनमधून केलेले असले, तरी मी फायरिंगमध्ये चांगली तरबेज होते.

अकादमीमध्ये अनेक ड्राय फायरिंग सत्रांनंतर अखेरीस आम्हाला बाहेर फायरिंग रेंजवर नेण्यात आले. फायरिंग रेंज रुंद, खडकाळ आणि ओसाड जागा होती. जाणाऱ्या - येणाऱ्यांना धोक्याचा इशारा देण्यासाठी सगळीकडे लाल रंगाचे झेंडे लावलेले असायचे. 'हलगर्जीपणा कोणत्याही परिस्थितीत खपवून घेतला जाणार नाही,' अशा आऊटडोअरच्या सहायक संचालकांच्या स्पष्ट सूचना असायच्या. अर्थात, फायरिंग रेंजच्या वातावरणाचा असाही इतका दरारा होता की, तेथील वातावरण अगदी गंभीर असायचे. ते दृश्य आणि प्रशिक्षकांचा फायरिंग चाचणीचा आवाज आणि नंतरचे फायरिंग यामुळे आम्हाला अगदी देव आठवायचा. यामुळे आमच्या घरी असलेली एअर गन अचानक आता खेळणं वाटू लागली.

अकादमीमध्ये एका फायरिंग सत्रात एके दिवशी जेव्हा मी विशेष चांगले गुण मिळविले, तेव्हा माझ्यावर जळणाऱ्या एका बॅचमेटने मला टोमणा मारला, 'मीरा, अगं, हे एकदा चुकून झालं. तू परत जाऊन बघ ना, तुला ही कामगिरी पुन्हा करता येतीय का?' त्याचे हे बोलणे ऐकून फायरिंग रेंजवर हसण्यास मनाई असतानाही बाकीचे हसले. मी चिडले. यादव उस्तादांनाही ते बोलणे ऐकू गेले आणि ते जोरात ओरडले, 'सर, मी बऱ्याच वर्षांपासून फायरिंग रेंजवर महिला अधिकाऱ्यांचे

निरीक्षण करत आहे. त्यांनी पुरुषांपेक्षा सातत्याने चांगली कामगिरी केली आहे. महिलांचे हात अधिक स्थिर असतात.' सगळीकडे स्तब्ध शांतता पसरली. आता मात्र त्या अधिकाऱ्याला तोंड लपवणेही अवघड झाले.

फायरिंग सराव परत गांभीर्याने सुरू झाला. 'स्त्रियांचे हात अधिक स्थिर असतात' हे शब्द तेव्हापासून माझ्यासोबत आहेत.

मला हे मान्य करायलाच हवे की, यादव उस्तादांना मला भारतीय पोलीस सेवेसाठी आवश्यक असलेल्या तंदुरुस्तीच्या पातळीवर आणण्यासाठी खूप मेहनत घ्यावी लागली. मी माझ्या मैदानी प्रशिक्षणात सातत्य ठेवून, रोज चक्कर येऊन पडण्याची भीती बाजूला ठेवून माझा सराव केला. हळूहळू माझ्यात सुधारणा झाली आणि माझा स्टॅमिना वाढला.

रोप क्लायंबिंग मात्र या सर्वांत कठीण आव्हान ठरले. या व्यायामादरम्यान शरीराचे वजन पायांपेक्षा हातांवर जास्त जाणवते. माझे हात पायांपेक्षा खूप कमजोर असल्यामुळे सुरुवातीला मला हे करायला खूप अवघड वाटले होते. खडबडीत दोराच्या घर्षणामुळे माझ्या हातातून रक्त येण्याची शक्यता असे; पण माझ्या उस्तादांच्या प्रोत्साहनामुळे मी दोन्ही हातांचा आणि पायांचा वापर करून हळूहळू प्रगती केली.

तीस फूट उंच लोखंडी खांबाला टांगण्यात आलेल्या दोरांच्या जागेपासून पुढे टेनिसचे मैदान होते. आमच्या बाह्य सत्रादरम्यान शिक्षक किंवा इतर वरिष्ठ अधिकारी तिथे टेनिस खेळत असत आणि त्याच वेळी आमच्यावर लक्षही ठेवून असत. मात्र, जेव्हा सकाळच्या ध्वजारोहण किंवा संध्याकाळच्या ध्वज उतरविण्याच्या वेळी बिगुल वाजायचा, तेव्हा आम्ही सगळे – म्हणजे टेनिस खेळणाऱ्यांसह आम्ही सर्व जण - ध्वजारोहण होईपर्यंत किंवा ध्वज काढून घडी करून ठेवेपर्यंत थांबून उभे राहायचो. समस्त संरक्षण सेवांमधील ही एक पवित्र परंपरा आहे.

त्याच संदर्भात घडलेली ही दुसरी घटना आहे. एके दिवशी संध्याकाळी मी दोराच्या टोकाशी चढले होते आणि तेवढ्यात बिगुल वाजायला लागला. शेजारीच उभे असलेले यादव उस्ताद त्यांच्या मोठ्या आवाजात ओरडले, 'मीरा साब, जिथे आहात, तिथेच वर तशाच थांबा!' याचा अर्थ, मला जवळजवळ तीन मिनिटे तसेच दोराला लटकून राहावे लागणार होते. तशा प्रकारच्या अवघडलेल्या आणि अनिश्चित स्थितीत राहण्याच्या दृष्टीने तो मोठा काळ होता; पण त्याचा अर्थ असाही होता की, टेनिस खेळणाऱ्या वरिष्ठ अधिकाऱ्यांनी उस्तादांच्या मोठ्या आवाजाने वर

पाहिले आणि मी दोराच्या टोकाला यशस्वीपणे चढल्याचे त्यांच्या लक्षात आले. एका क्षणात मला समजले की, आपल्या विद्यार्थ्याच्या कामगिरीचे अभिमानास्पद दर्शन त्यांनी घडवून आणले होते. माझ्या आयुष्यासाठी आणि उस्तादांसाठी मी खंबीरपणे तशीच लटकलेल्या अवस्थेत राहिले. त्यांच्या मेहनत आणि चिकाटीने त्यांनी मला या स्थितीत येण्यास मदत केली होती.

आज अनेक पोलीस प्रशिक्षण संस्थांमधील उस्ताद भ्रष्ट होऊन पक्षपात करतात, हे दुर्दैवी आहे. बहुतेक राज्य पोलीस अकादमींना ही समस्या भेडसावत आहे. त्यासाठी प्रशिक्षण संस्थांना सर्वोत्तम प्रशिक्षकांची निवड करणे आवश्यक आहे; कारण तेच भविष्यातील पोलीस अधिकारी घडवत असतात. माजी राष्ट्रपती ए. पी. जे. अब्दुल कलाम एकदा म्हणाले होते, 'समाजासाठी शिक्षकापेक्षा दुसरा कोणताही व्यवसाय महत्त्वाचा नाही, यावर माझा ठाम विश्वास आहे.'

❏❏❏

५

खडतर पोलीस प्रशिक्षण

मला प्रशिक्षणाच्या प्रत्येक मिनिटाचा तिरस्कार वाटत होता,
पण मी म्हणायचो की, 'सोडू नको, आत्ता सहन कर आणि
उरलेलं सगळं आयुष्य चॅम्पियन बनून रहा.'

- मोहम्मद अली

आतापर्यंत तुम्हाला समजले असेल की, राष्ट्रीय पोलीस अकादमीतील प्रशिक्षण मला खूप कठीण वाटले होते. विशेषकरून, आऊटडोअरचा भाग. गेली अनेक वर्षे पोलीस अधिकाऱ्यांसाठी शारीरिक प्रशिक्षणाची व्याप्ती आणि प्रमाण हा वादाचा विषय राहिलेला आहे. १९८०च्या दशकात, एकूण प्रशिक्षण कालावधीपैकी साधारण ६० टक्के वेळ मैदानी, आऊटडोअर प्रशिक्षणासाठी वाहिलेला होता. काही क्षेत्र भेटी वगळता, उर्वरित प्रशिक्षण पोलिसांशी संबंधित विषयांच्या वर्गात व्हायचे. जरी ते वर्ष मला विशेष लांब वाटले असले, तरी प्रशिक्षणातील वैविध्य उत्साहवर्धक आणि आव्हानात्मक होते.

गुन्ह्याच्या ठिकाणाची तपासणी करणे, बोटांचे, पायांचे ठसे यांसारखे फॉरेन्सिक पुरावे गोळा करणे आणि वैद्यकीय पुराव्याची माहिती मिळविणे, हे सर्व आमच्या प्रशिक्षणाचा भाग होते. हे सगळे काम कसे चालते, हे जाणून घेण्यासाठी आम्ही हैदराबादमधील पोलीस ठाण्यांना भेट द्यायचो. एकदा आम्हाला रुग्णालयामध्ये नेण्यात आले. तिथे एक पोस्टमॉर्टम झाले होते.

मृत्यूचे कारण शोधण्यासाठी ते महत्त्वाचे होते. आमच्यापैकी बहुतेकांनी याआधी मृतदेह पाहिला नव्हता आणि त्या महिलेचा मृत्यू १०० टक्के भाजल्यामुळे झाल्याचे सांगितल्यावर आम्ही हादरलो होतो.

भयंकर जळालेला तो मृतदेह पाहून मी बेशुद्ध होऊन पडले नाही, हे बघून माझ्या सहकाऱ्यांची निराशाच झाली. एक पोलीस अधिकारी म्हणून मला अनेक खून आणि जीवघेण्या अपघातांना सामोरे जावे लागेल, हे माहीत असल्याने, मी आधीच स्वतःला सावरले होते. पोलिसिंग म्हणजे पीडितांना न्याय मिळवून देणे आणि म्हणूनच अशा भयंकर गुन्ह्यांच्या घटनांना भेट देणे, हा पोलिसी सेवेचा अविभाज्य भाग आहे, असे मी स्वतःला बजावून सांगितले होते. अशा प्रकारे स्व-संवाद साधल्यामुळे गुन्ह्याचा तपास करण्याच्या दिशेने मी माझी पहिली पावले आत्मविश्वासाने टाकू शकले.

प्रात्यक्षिक सत्र आणि कामांसाठीच्या भेटी उत्साहवर्धक होत असताना आमचे चार भिंतीतले इनडोअर वर्ग मात्र आम्हाला गुंतवून ठेवण्यात अपयशी ठरत होते. मी हे खात्रीने सांगू शकते की, अकादमीत उत्तीर्ण झालेल्या सगळ्या परीक्षा नक्कीच रट्टा मारून पार पडल्या. हे दुर्दैवी आहे; कारण आमच्या मूलभूत प्रशिक्षणानंतर लगेचच आम्हाला जबाबदारीची पदे दिली जातात आणि कायदा आणि पोलीस प्रक्रियेचे चांगले ज्ञान बाळगत गुन्ह्यांच्या तपासाचे नेतृत्व करण्यासाठी पाठवले जाते. नागरिक आमच्याकडे विश्वासाने बघत असतात आणि भारतीय पोलीस सेवेच्या थेट अधिकाऱ्यांकडून त्यांच्या मोठ्या अपेक्षा असतात.

मैदानी प्रशिक्षणादरम्यान मला न जमलेली एक गोष्ट होती. बराच काळ माझ्या मनाला ती गोष्ट बोचत होती. ती म्हणजे, मी जलतरण परीक्षेत उत्तीर्ण होऊ शकले नाही. लहानपणापासूनच मला पोहायला शिकायचे होते; पण माझ्या भावांचा या गोष्टीला आक्षेप होता. त्यांनी वडिलांनाही हे पटवून दिले. आईनेपण भावांच्या म्हणण्यालाच पाठिंबा दिला. जालंधर आर्मी क्लबचा चांगला जलतरण तलावही होता; पण माझ्या कुटुंबाचा स्विमसूटवर आक्षेप होता! तथापि, कोणाचाही पंजाब सशस्त्र पोलिसांच्या मैदानावर होणाऱ्या माझ्या घोडेस्वारी शिक्षणाला आक्षेप नव्हता; कारण मी माझ्या खाकी ब्रीचेसमध्ये झाकलेली असायचे. त्यामुळे अर्थातच अकादमीमध्ये मी राइडिंगची परीक्षा जरी शानदारपणे उत्तीर्ण झाले, तरी पोहण्यात गटांगळ्या खाल्ल्या.

माझ्या या शानदार कामगिरीचे आणखी एक कारण होते. त्या वेळी हैदराबाद येथील राष्ट्रीय अकादमीमध्ये स्वतःचा स्विमिंग पूल नव्हताच आणि हॉटेलच्या

पूलमध्ये पोहता यावे म्हणून आठवड्यातून एकदा आम्हाला शहरातील रिट्झ येथे नेले जात असे. बॅचमध्ये मी एकटीच महिला असल्याने, मला माझ्या स्विमिंग सूटमध्ये अवघडायला व्हायचं आणि जलतरण प्रशिक्षकाने ही परिस्थिती आणखी बिघडवली. तो अजिबात माझ्या जवळपासही फिरकायचा नाही. दुरून ओरडूनच तो सर्व सूचना द्यायचा. त्यामुळे परीक्षा उत्तीर्ण होणे, हे दूरचे स्वप्नच राहिले. औरंगाबादला जेव्हा माझी पोस्टिंग झाली, तेव्हा मी पोहायला शिकण्याचा आनंद घेतला. तिथे रमा इंटरनॅशनल हॉटेलमधील प्रशिक्षकाने कोणतेही निर्बंध न बाळगता मला पोहायला शिकविले आणि मला माझ्या भीतीवर मात करण्यास मदत केली.

घोडेस्वारीबद्दल मला आत्मविश्वास होता – कदाचित जेवढा असायला हवा, त्यापेक्षा जरा जास्तच होता. घोड्याबरोबर चालण्याची नवशिक्याची पथ्ये पाळण्याची किंवा रपेट, दौड आणि चौखूर धाव या गोष्टी जाणून घेण्याची मला गरज नव्हती. एकदा घोडेस्वारी करत असताना मी नुकत्याच प्रदर्शित झालेल्या उमराव जान चित्रपटातील एक गाणे गुणगुणत होते. तेव्हा माहीत नाही का, पण घोडा नाराज झाला आणि वेगाने धावू लागला. त्याचा वेग काही कमी होईना. अखेरीस फुटबॉलच्या मैदानावर गोलपोस्टच्या जाळ्यात अडकल्याने तो थांबला. घोड्याचा अचानक वाढलेला वेग आणि रागाने मला आश्चर्यचकित केले; पण तो शांत होईपर्यंत मी खोगिरावर घट्ट धरून बसले होते. यापूर्वी फाजिल्काला बीएसएफच्या मैदानावरही असाच अनुभव आला होता आणि आपल्या घोड्यांच्या अशा अनपेक्षित वागण्याची सवय झाली होती. कालांतराने मी असा निष्कर्ष काढला की, पोलीस खात्यातले घोडे, जे त्यांची रोज काळजी घेतात, अशा हॉस्टलर कॉन्स्टेबलचाच फक्त आदर करतात आणि आमच्यासारख्या पाहुण्या कलाकारांबद्दल त्यांना राग येतो.

एक आणखी घटना, जी मला रोचक वाटली. ती म्हणजे, आमची 'जंगल भटकंतीची रात्र.' त्या वेळी आम्हा सर्व प्रोबेशनर्सना आंध्र प्रदेशच्या अंतर्गत भागातील घनदाट, अंधाऱ्या जंगलात नेण्यात आले व डाळ, तांदूळ, काडेपेटी आणि काही मोजकी भांडी यांसारख्या मूलभूत वस्तूंसह तेथे सोडण्यात आले. जोपर्यंत शिक्षक आम्हाला परत घेऊन जायला येत नाहीत, तोपर्यंत आम्ही स्वतःला सांभाळणे अपेक्षित होते.

जंगलाशी जुळवून घ्यायला आम्हाला थोडा वेळ लागला. आम्ही लहान लहान गटांमधून फिरलो. वेगवेगळी झाडे पाहून आश्चर्य वाटत होते. त्यातील काही झाडे ओळखली. रात्री स्वयंपाक करण्यासाठी सरपण गोळा केले; पण जसजशी संध्याकाळ झाली आणि अंधार पडायला लागला, तसतसे आम्ही गटागटांतून

आमच्या कॅम्पच्या ठिकाणी परत जाऊ लागलो. काही वेळातच गुडूप अंधार झाला आणि ज्या झाडांचे आम्ही कौतुक करत होतो, तीच आता आम्हाला भीतिदायक वाटायला लागली. कीटकांचा विचित्र आवाज ऐकू येत होता. दिवसा जंगलाची चेष्टा करणारे प्रोबेशनर आता गप्प बसले होते. आम्ही एकत्र होतो, या वस्तुस्थितीने आम्हाला शांत ठेवले होते.

त्यांतील माझ्या काही बॅचमेट्सना वाटले की, मी स्वयंपाक करू शकत असेन. त्यामुळे ते त्यांच्याकडील डाळ, तांदूळ इत्यादी सामान घेऊन माझ्याकडे आले. आता यांपासून काय बनवायचे, हे त्यांना माझ्याकडून समजून घ्यायचे होते; पण मी आजवर कधीच सरपण वापरून स्वयंपाक केलेला नव्हता. त्यामुळे माझी 'खिचडी' त्यांच्यापेक्षा वाईट नसली, तरी तितकीच कशीतरी झाली होती; पण त्या भयानक रात्री आम्ही कसेबसे सगळे जमवले आणि पार पाडले. जोडीला हैदराबादच्या कडक उन्हाळ्यात तितकीच भयानक रॉक क्लायंबिंगसारखी खडतर सत्रे पार पाडली. इतर आऊटडोअर सत्रात पाठीवर सॅक (rucksack) घेऊन धावणे, रायफल घेऊन लांबवर चालणे, अडथळ्यांची उडी, दोरावरून चढणे, स्केलिंग रॉक्स, निशस्त्र लढाई (unarmed combat) अशा बऱ्याच गोष्टी होत्या. त्यामुळे अकादमीतील प्रशिक्षण संपवून बाहेर पडेपर्यंत आम्हाला आमच्या मसल पॉवर, म्हणजेच शारीरिक सामर्थ्यावर पूर्ण विश्वास आला होता. तथापि, कायदा आणि कायदेशीर प्रक्रिया यांच्यामधील आमच्या कौशल्याचा मुद्दा आला की, मोठा प्रश्न निर्माण व्हायचा.

मला असे ठामपणे वाटते की, आमच्या प्रशिक्षणात 'सेवा' आशय आणखी असायलाच हवा. तसेच पोलीस प्रशिक्षण संस्था, शैक्षणिक संस्था आणि आपले नागरिक यांच्यात घनिष्ठ सहकार्याची गरज आहे. गुन्हेगारी न्याय प्रणालीवर अधिक शैक्षणिक आणि क्षेत्रीय संशोधन आवश्यक असताना, मूलभूत पोलीस प्रशिक्षणादरम्यान नागरिकांशी, विशेषत: वंचित घटकांशी संवाद साधणे आम्हाला त्यांच्या प्रश्नांबद्दल अधिक संवेदनशील बनवेल.

राष्ट्रीय पोलीस आयोगाच्या (१९७७) पहिल्या अहवालात नमूद करण्यात आले आहे की, 'आज पोलिसांबाबत मूळ आणि मूलभूत समस्या ही आहे की, त्यांना एक कार्यक्षम आणि नि:पक्षपाती कायदा अंमलबजावणी यंत्रणा म्हणून कसे कार्य करता येईल... ज्याद्वारे मोठ्या प्रमाणावर जनतेला सेवा देण्याच्या उद्देशाने मार्गदर्शन होऊ शकेल...'[१]

आपण अजूनही अंधारातच चाचपडत आहोत!

❑❑❑

६

नाशिकमधील नवीन शिक्षण

लिंगभेदाबाबतची मुख्य समस्या ही आहे की, प्रत्यक्षात आपण कसे आहोत हे ओळखण्यापेक्षा, आपण कसे असले पाहिजे, हे ती सांगते.

- चिमामंदा नोजी आदिची

(वुई शुड ऑल बी फेमिनिस्ट, २०१४)

हैदराबाद आणि त्यानंतर जम्मूतील पूंछ येथील माझे प्रशिक्षण पूर्ण केल्यानंतर मी सीमा सुरक्षा दलासोबतच्या दोन आठवड्यांच्या प्रशिक्षणासाठी तिक्कनपूर, ग्वाल्हेर येथे गेले. तिथे गेल्यावर दोन आणि तीन टन ट्रक चालवायला शिकणे, ही माझ्यासाठी सर्वांत उत्साहवर्धक गोष्ट होती. त्या काळात मोठ्या वाहनांना दुहेरी क्लच असायचा. त्याचा वापर करून आठच्या आकड्याच्या आकारात ही जड वाहने चालवायचा सराव मला करायचा होता. मला बीएसएफच्या ट्रकचे इतके आकर्षण होते की, मी खाकी 'डंगरी' परिधान करायचे, जेणेकरून मला मोटार वाहतूक विभागाचाच एक भाग मानले जाईल. किशोरवयात मी दुचाकी आणि चारचाकी दोन्ही चालवत असे. माझ्या घरी माझ्या वेगाने गाडी चालवण्याबद्दल अनेकदा तक्रारी येत असत. माझ्या मते, १९७०च्या दशकात फार कमी मुली कोणतेही वाहन चालवायच्या. बीएसएफ ट्रक चालवणे, हा माझ्यासाठी एक नवीन आणि आनंददायी अनुभव होता. त्या विचाराने आजही माझे डोळे चमकतात.

माझे वडील बीएसएफ कमांडंट होते हे माहीत असल्यानं कर्मचाऱ्यांकडूनही माझं कौतुक व्हायचं. मी भारतीय पोलीस सेवेत पोहोचले, याचा त्यांना अभिमान

होता. त्यांतील जवळजवळ सगळेच जण माझ्या वडिलांना नावाने ओळखत असत. त्याचा मला अतिशय आनंद व्हायचा.

नंतर विशिष्ट राज्यनिहाय असलेले पोलीस प्रशिक्षण नाशिकमधील 'पोलीस ट्रेनिंग कॉलेज' (PTC)मध्ये सुरू झाले. नाशिक जिल्ह्याला एक स्वारस्यपूर्ण अशी पौराणिक पार्श्वभूमी आहे. लक्ष्मणाने रावणाची बहीण शूर्पणखाचे नाक येथे कापले. या घटनेवरून या भागाला 'नाशिक' हे नाव पडले. भगवान राम त्यांच्या वनवासाच्या काळात पंचवटी परिसरात वास्तव्यास असल्याचे सांगितले जाते. अगस्त्य ऋषींनीही येथे तप केले, अशी आख्यायिका आहे.[१] तसेच नाशिक जवळ असलेले अंजनेरी ठिकाण हनुमानाचे जन्मस्थान म्हणून ओळखले जाते.

गोदावरी नदीचा उगम नाशिकमधील त्र्यंबकेश्वर येथे होतो. हे ठिकाण बारा ज्योतिर्लिंगांपैकी एक आहे. पूर्वी गुलशनाबाद म्हणून ओळखला जाणारा हा भाग, पौराणिक, सामाजिक आणि सांस्कृतिकदृष्ट्या एक अतिशय महत्त्वाचा भाग आहे. महाराष्ट्रातला लोकसंख्येच्या बाबतीत तिसऱ्या क्रमांकाचा सर्वांत मोठा जिल्हा असलेल्या नाशिकमध्ये दर बारा वर्षांनी सिंहस्थ कुंभमेळा होतो. नाशिकचा भूभाग समृद्ध आणि डोंगराळ आहे. वैतरणा, भीमा, गिरणा, कश्यपी आणि दारणासारख्या महत्त्वाच्या नद्या या भागातून वाहत आजूबाजूच्या प्रदेशाला सुजलाम सुफलाम करतात.

नाशिकमधील पोलीस प्रशिक्षण महाविद्यालयाचा भरही पुन्हा एकदा आऊटडोअर प्रशिक्षणावरच होता. जे वकील आम्हाला शिकवायला यायचे, त्यांनी स्वतःचे ज्ञान अपडेट करण्याची तसदी घेतलेली नव्हती. या बाबतीत हैदराबाद येथील प्राध्यापक त्यांच्यापेक्षा खूपच पुढे होते आणि पीटीसी, नाशिकमध्ये आल्यानंतर तर मला त्यांचे मोल अधिकच जाणवले. १९८३ची प्रसिद्ध तुकडी (महाराष्ट्र सबइन्स्पेक्टर) माझ्यासोबत प्रशिक्षणाला होती. ते सगळे खूपच तंदुरुस्त होते. त्यामुळे ते नेहमी मलाही वेगाने धावण्यासाठी उद्युक्त करायचे. पोलीस प्रशिक्षण महाविद्यालयाच्या मैदानावरही गणवेशाची उतरंड पाळली जायची. मी आयपीएसमधून आलेली असल्यामुळे आमच्या रोजच्या प्रभातफेरीच्या धावण्याचे नेतृत्व मी करणे अपेक्षित होते; पण माझ्या शरीराला जमेल, एवढ्याच वेगाने मी धावू शकायचे.

मात्र, रँकमध्ये ज्युनियर असल्याने ते मला मागे टाकू शकत नसत. म्हणून चेहऱ्यावर हसू आणत आणि प्रशिक्षकांचा ओरडा खात हळू आवाजात ते मला म्हणायचे, 'मॅडम, फास्ट.'

महाराष्ट्रातल्या मुसळधार मान्सूनचाही माझा तो पहिलाच अनुभव होता. 'कितीही पाऊस पडत असला, तरीही तुम्ही मैदानावर आलेच पाहिजे,' हा पीटीसीचा नियम होता. त्याने मला सायनसचा मोठा दणका दिला, पण काहीही झाले तरी मी तिथे हजर राहायचे; कारण स्त्री म्हणून मला विशेष सूट मिळत आहे, अशी कोणतीही टिप्पणी मला नको होती. त्यामुळेच जेव्हा आमचे अत्यंत कडक मुख्याध्यापक अरविंद इनामदार यांनी एका सकाळी आम्हाला रायफल घेऊन पांडव लेणीच्या गुहांपर्यंत, म्हणजेच जवळजवळ नऊ किलोमीटर धावण्याचा आणि त्यानंतर लगेच अंतर्गत वर्गांना उपस्थित राहण्याचा आदेश दिला, तेव्हाही मी शांत राहिले. खरेतर, माझ्या पायावर फोड आले होते. मला खात्री आहे की, इतर अधिकाऱ्यांच्या दृष्टीनेही ते सगळे कठीणच होते. मात्र, आम्हाला हे माहिती होतं की, आम्ही सगळ्यांनी स्वतःसाठी जे करियर निवडलं होतं, अशा पोलीस अधिकाऱ्याच्या खडतर आयुष्यासाठी आम्हाला तयार करणे, हा आमच्या शिक्षकांचा हेतू होता.

तीन महिन्यांनंतर मी, नाशिक पोलीस मुख्यालयात प्रत्यक्ष कामावरील प्रशिक्षणासाठी हजर झाले. आयपीएसची ट्रेनिंग दोन वर्षांची असते आणि आता शेवटचा भाग राहिला होता. त्यानुसार एक सविस्तर कार्यक्रम तयार करण्यात आला होता. मी पोलीस चौकी, पोलीस स्थानक, उपविभाग, पोलीस मुख्यालय, तुरुंग, जिल्हा न्यायालय, सरकारी वकील, सत्र न्यायाधीश आणि अशा इतर अनेक गोष्टींशी संलग्न होते. या संयुक्त समन्वय कार्यक्रमामुळे प्रशिक्षणार्थीला प्रत्यक्ष कामाच्या ठिकाणी वेगवेगळे विभाग कशा प्रकारे काम करतात, यांची सर्वसमावेशक माहिती होते.

प्रशिक्षणाच्या दिवसांत आणि नंतर १९८३-८४मध्ये नाशिक येथे सहायक पोलीस अधीक्षक (एएसपी) म्हणून काम करत असताना मला असे जाणवले की, वरिष्ठ पोलीस अधीक्षक अशोक अंकोला यांना माझ्यासोबत काम करणे खूपच अनकंफर्टेबल वाटत होते. अतिशय प्रभावी व्यक्तिमत्त्व असलेले अंकोला यांचे पोलिसी क्षेत्रातील महिलांच्या सहभागाबद्दल स्वतःचे विचार होते; परंतु त्याबद्दल कधी ते प्रत्यक्ष बोलले नव्हते. कार्यक्रमांच्या वेळी मी त्यांच्या पत्नीसोबत थांबावे असे त्यांना वाटायचे, त्याला माझी काही हरकत नव्हती.

पोलीस अधिकाऱ्यांच्या पत्नी माझे स्वागत करायच्या. त्यांच्या घरगुती गोष्टीही माझ्यासोबत शेअर करायच्या. घर सांभाळणे आणि स्वयंपाक यांविषयी जाणून घ्यायला मलाही आवडायचे.

त्या काळात विवाहित स्त्रियांसाठी साडी हाच सर्वमान्य व प्रमाण पोशाख होता. डिझाइनर कपड्यांचे अजून आगमन झालेले नव्हते. त्यामुळे कपड्यांबद्दल आमची कधी फारशी चर्चा व्हायची नाही. एकूणच तेव्हा जीवन खूप साधे होते.

अंकोला कुटुंब पूर्णपणे मांसाहारी होते, तर मी शाकाहारी. सौ. अंकोला आमच्या जिल्ह्याच्या दौऱ्यांमध्ये त्यांच्या नवऱ्यासाठी पाठवत असलेल्या डब्यासोबत माझ्यासाठी शाकाहारी जेवण पाठवायच्या. कॉन्स्टेबलपासून पोलीस महासंचालकांपर्यंत वेगवेगळ्या पोलीस कर्मचाऱ्यांच्या पत्नींनी माझ्या संपूर्ण कारकिर्दीत मला भक्कम साथ दिली आहे.

ऐंशीच्या दशकाच्या सुरुवातीला पोलीस खात्यात फार कमी स्त्रिया होत्या. नाशिकमधील अधिकाऱ्यांना माझ्याबरोबर काम करताना अवघडलेपणही यायचे आणि एकूणच मी त्या सगळ्या यंत्रणेत कितपत तग धरून 'उभी' राहू शकेन, अशी शंकाही यायची. त्यात भर म्हणजे, मी पंजाबमधून आले होते. मला स्थानिक भाषा मराठीचे ना फारसे ज्ञान होते, ना महाराष्ट्राची संस्कृती फारशी माहिती होती; पण मी माझी मराठी सुधारण्यासाठी मराठीतच बोलण्याचा प्रयत्न करायला लागले. त्यासाठी मराठी वर्तमानपत्रे वाचायला सुरुवात केली. पोलीस अधिकारी दस्तऐवजांचे, कागदपत्रांचे काम हिंदी किंवा मराठीत स्पष्टपणे समजावून सांगायचे. त्यात एफआयआर, म्हणजेच प्रथम माहिती अहवालाची नोंदणी, शोध आणि अटकेसंबंधित विविध तपास कागदपत्रे, घटनास्थळाचा पंचनामा (गुन्हा घडलेले ठिकाण), चार्जशिटचा मसुदा तयार करणे इत्यादींचा समावेश होता. पोलिसांच्या छाप्यासाठी मी माझ्या सहकाऱ्यांच्या सोबतीने कसे गेले पाहिजे, यावर मोठ्या चर्चा झडायच्या, हे मला समजले होते. माझ्या पदानुसार मी जीपमध्ये ड्रायव्हरच्या शेजारी, पुढच्या सीटवर बसणे अपेक्षित होते, तर 'सर्वशक्तिमान' इन्स्पेक्टर-इन-चार्जनी मागे बसणे अपेक्षित होते. नाशिकच्या भद्रकाली पोलीस ठाण्यातील काहींना हे पटत नसे; पण इन्स्पेक्टर आसाराम शिंदे यांनी हा प्रोटोकॉल अत्यंत अदबीने स्वीकारला आणि कर्मचाऱ्यांना उगाचच या गोष्टीचा खूप बाऊ न करण्याचा सल्ला दिला. काही काळानंतर, रात्रीच्या वेळी अवैध दारू, जुगार यांच्या अड्ड्यांवर आणि वेश्याव्यवसाय होत असलेल्या ठिकाणी छापे टाकण्यासाठी मला सोबत घेऊन जाण्यातला त्यांचा संकोच दूर झाला.

मागे वळून पाहताना मला या गोष्टीचे वाईट वाटते की, त्या काळात आम्ही गुन्हेगार असल्याप्रमाणे सेक्स वर्कर्सना अटक करायचो.

त्यांच्यापैकी बहुतेक जणी एकतर आत्यंतिक गरिबीमुळे किंवा फसवून या व्यवसायात ढकलले गेल्यामुळे शरीरविक्रय करत होत्या. मानवी तस्करीचे वास्तव आणि विशालता प्रचंड भयानक आहे आणि सेक्स वर्कर या सहसा शोषणाला बळी पडलेल्या असतात, हे खूप नंतर आपल्या लक्षात आले. हे समजावून देण्याचे काम महिलांसाठी काम करणाऱ्या सर्व स्वयंसेवी संस्थांनी केले. मी त्यांना याचे सगळे श्रेय देईन.

माझ्या इंटर्नशिपच्या काळात वरिष्ठ एस.पीं.बरोबरची माझी एक भेट खूपच विशेष होती. एके दिवशी सकाळी जिल्हा विशेष शाखेचे (DSB) अधिकारी श्री. अंकोला यांना ब्रीफिंग करण्यासाठी आले आणि दुसऱ्या दिवशी कायदा आणि सुव्यवस्थेचा गंभीर प्रश्न निर्माण होण्याची शक्यता असल्याची माहिती त्यांनी दिली. एका विशिष्ट राजकीय पक्षाने स्थानिक झोपडपट्टीतील एका गटातील प्रत्येकाला तेव्हा सुरू असलेल्या आंदोलनावर दगडफेक करण्यासाठी प्रत्येकी १०० रुपये दिल्याचे त्यांनी सांगितले. फाईलमधून डोके बाहेरही न काढता, त्यांच्याकडे न पाहता वरिष्ठ एस.पीं.नी मोठ्या आवाजात आदेश दिला, 'त्याच गटाला तांदळाची पोती वाटा!' परिणामी, आंदोलन झाले; पण दगडफेक झाली नाही.

दुसऱ्या एका प्रसंगात, मला एकदा कळवण या छोट्या गावात पाठवण्यात आले होते. तिथे एका स्थानिक गटाने बंदची हाक दिली होती. वरिष्ठ एसपींनी मला सगळा 'बंदोबस्त' ठेवण्याची सूचना केली होती आणि ते समक्ष घटनास्थळी पोहोचेपर्यंत सगळी तयारी पूर्ण असल्याची खात्री करण्याचा आदेश दिला होता. मी पोलीस अधिकाऱ्यांशी चर्चा केली आणि प्रत्यक्ष परिस्थिती, उपलब्ध मनुष्यबळ आणि शेवटी पोलीसदलाला पाचारण करण्यापूर्वी असलेली हिंसाचाराची शक्यता या सर्व गोष्टींचा आढावा घेतला.

वरिष्ठ एसपी येत असल्याची घोषणा वायरलेस सेटवर झाली आणि आम्ही त्यांचे स्वागत करण्यासाठी धावलो. सहा फूट उंचीचे ते अधिकारी त्यांच्या कारमधून खाली उतरले. त्यांनी आजूबाजूला पाहिले आणि भारदस्त आवाजात पोलिसांना 'फॉल इन', म्हणजेच पोलिसी भाषेत 'जमा व्हा' असा आदेश दिला. त्यांनी आणखीही काही आदेश दिले. सगळ्या पोलिसांनी एकही प्रश्न न विचारता त्याचे पालन केले. त्यांच्यामध्ये अचानक सकारात्मक ऊर्जेची लाट आली. त्या वेळी मला जाणवले की, बंदोबस्त राखण्यासाठी जरी मी कठोर परिश्रम घेतले होते, तरी माझ्याकडे भारदस्त पोलीस अधिकाऱ्याचे व्यक्तिमत्त्व नव्हते.

त्यामुळे मी निराश झाले. मी माझ्या कामाला न्याय देऊ शकेन ना, अशी मला काळजी वाटायला लागली.

नाशिक जिल्ह्यात दोन अतिरिक्त पोलीस अधीक्षक होते. त्यांतील एक जण पूर्णपणे मालेगाव उपविभाग सांभाळत, तर उर्वरित जिल्हा ही दुसऱ्यांची जबाबदारी होती. मालेगाव हे जातीयवादी दंग्याचे केंद्र असून, तो महाराष्ट्रातील सर्वाधिक संवेदनशील भाग मानला जातो. हिंदू आणि मुस्लीम यांच्यातील परस्परसंबंध समजून घेण्यासाठी मी काही काही प्रसंगी तिथे भेट दिली होती. सणासुदीच्या काळात धार्मिक तणाव ही तेथील नेहमीची गोष्ट होती. तसेच शहराच्या शांततेला बाधा पोहोचवतील अशी भांडणे, बाचाबाची नेहमी व्हायची. त्याचे त्वरित पडसाद राज्यभर पडायचे. अतिरिक्त पोलीस अधीक्षक एस. एम. मुश्रीफ हे तरुण, उत्साही अधिकारी जातीय संघर्षाच्या छोट्याशा घटनेलाही तत्काळ प्रतिसाद द्यायचे.

अर्थातच, माझे पोस्टिंग नाशिकला असल्यामुळे माझा संबंध नाशिकमधील अतिरिक्त एसपींशी अधिक यायचा; परंतु त्यांचा प्रतिसाद नेहमीच संथ आणि थंड असायचा. त्यामुळे कनिष्ठ अधिकारी त्यांच्याकडे दुर्लक्ष करायचे आणि बऱ्याचदा स्वतःच निर्णय घेऊन मोकळे व्हायचे किंवा काही महत्त्वाचा निर्णय घेण्याच्या बाबतीत वरिष्ठ एसपी श्री. अंकोला यांचा सल्ला घ्यायचे. मी दोन्ही अतिरिक्त एसपींचे काम पाहिले आणि असा निष्कर्ष काढला की, सरकार म्हणजे वेगवेगळ्या प्रकारे काम करणाऱ्या व्यक्तींचे मिश्रण आहे. शक्तिशाली (Powerful) खुर्च्यांवर बसलेल्या; मात्र गोगलगायीसारखे निवांत असणाऱ्या आणि प्रशासनात शून्य योगदान देणाऱ्या व्यक्तींनाही येथे सहन केले जाते. जर त्यांनी काही मोठा घोटाळा केला तरच, अन्यथा त्यांना या यंत्रणेतून बाहेर काढणे खूपच कठीण आहे; पण अशी माणसे तशी कोणतीही जोखीम शक्यतो घेत नाहीत आणि त्यामुळे ती शक्यताही मावळते. या अधिकाऱ्यांना बदल नको असतो. कोणताही धाडसी, धडाडीचा निर्णय घेण्याच्या ते विरोधात असतात. ते हळूहळू आणि शांतपणे सगळी यंत्रणाच कमजोर करतात. दृढनिश्चयी, कामाला वाहून घेतलेले अधिकारी त्यांच्या संपूर्ण कारकिर्दीत अशा संथ, कामचोर अधिकाऱ्यांचा भार वाहून नेतात.

भारतातील सरकारे चांगल्या अधिकाऱ्यांचा रणनीतीमध्ये वापर करून घेण्यामध्ये तरबेज आहेत. जसा - मालेगावमध्ये त्यांनी अतिरिक्त एसपींचा योग्य उपयोग करून घेतला; पण त्याच वेळी दुसऱ्या रटाळ अधिकाऱ्याला काढणे त्यांना जमले नाही.

याबाबतीत बोलायचे झाल्यास, दोन्ही अधिकाऱ्यांना समान वेतन मिळत होते, त्यांची पदोन्नतीही एकाच वेळी होती आणि तरीही, ते त्यांच्या कामगिरीच्या बाबतीत वेग आणि गुणवत्तेत प्रचंड वेगळे होते.

पोलीस दलातही भ्रष्टाचार विषाणूसारखा पसरत होता. तरुण, स्वतंत्र भारताचा आदर्शवाद एका निंद्य, भौतिकवादाच्या मार्गाने चालला होता. प्रामाणिक, नि:स्वार्थ सेवा देण्याचा निर्धार ओसरला होता आणि आपली लोकशाही जेमतेम चाळीस वर्षांची झाली होती.

नेताजी सुभाषचंद्र बोस यांच्या शब्दांत सांगायचे तर, 'लोक, पैसा आणि सामग्री स्वतःहून विजय मिळवू शकत नाही, तर शौर्य दाखवणारी कृत्ये आणि वीरता दाखवण्यासाठी प्रेरणा देणारी प्रबळ ध्येयशक्ती आपल्याकडे असावी लागते.'

❑❑❑

७

आई आणि पोलीस कॉप

बहुतांश स्त्रिया कार्यालयात किंवा कारखान्यात एका शिफ्टमध्ये काम करतात आणि घरात 'सेकंड शिफ्ट'मध्ये काम करतात.

- अली रसेल हॉशचाइल्ड

नाशिक नंतर माझी कोल्हापूर मुख्यालय असलेल्या गडहिंग्लज विभागात सहायक पोलीस अधीक्षक म्हणून नियुक्ती झाली. पश्चिम महाराष्ट्रातील कोल्हापूर गाव पंचगंगा नदीच्या काठावर वसलेले असून सह्याद्रीच्या डोंगररांगांनी वेढलेले आहे. अशी आख्यायिका आहे की, स्थानिकांवर अत्याचार करणाऱ्या कोल्हासूर राक्षसाचा देवी महालक्ष्मीने वध केला. आपले नाव या गावाला द्यावे, अशी त्या राक्षसाची मृत्यूसमयीची इच्छा होती. देवीने त्याची इच्छा पूर्ण केली आणि तेव्हापासून हा प्रदेश 'कोल्हापूर' म्हणून ओळखला जाऊ लागला. मुंबईपासून सुमारे ३८७ किलोमीटर अंतरावर असलेले कोल्हापूर, महालक्ष्मी मंदिर, आजूबाजूचे किल्ले, 'कोल्हापुरी चप्पल' आणि अनोख्या स्थानिक दागिन्यांसाठी प्रसिद्ध आहे. विशेषत: येथील 'कोल्हापुरी साज' नावाचा विशिष्ट शैलीतील नेकलेस खूप प्रसिद्ध आहे. कोल्हापुरातील रहिवाशांचा देवी महालक्ष्मीवर गाढ विश्वास आहे.

गडहिंग्लज विभागात बेळगाव आणि कर्नाटकातील काही भागांच्या सीमेला लागून असलेली ग्रामीण आणि दूरवरची पोलीस ठाणी आहेत.

कामासंदर्भात मला पोलिसांच्या जीपमधून वरचेवर फिरावे लागायचे. त्याच वेळी मी गर्भवती असल्यामुळे मला त्यात अवघडायलाही व्हायचे. तरीसुद्धा गुन्हा झालेल्या ठिकाणांना मी भेट देतच होते. त्यातील काही गुन्ह्यांत तर रक्तरंजित घटनांचा समावेश होता. पोलीस मॅन्युअलनुसार माझी पोलीस स्थानकांची तपासणीदेखील सुरू होती.

माझ्या गरोदरपणाच्या सहाव्या महिन्यापासून मला गणवेशाऐवजी साडी नेसणे भाग पडले. मला आठवतंय की, राधानगरी पोलीस स्टेशनच्या परेडमध्ये साडी नेसून पाहणी करताना मला खूप अवघडायला झाले होते. तपासणी अधिकारी असलेली मी वगळता सर्व पोलीस अधिकारी पूर्ण गणवेशात आले होते.

माझ्या गर्भधारणेच्या आठव्या महिन्यापर्यंत मी काम करत राहिले आणि मग बाळंतपणासाठीची रजा घेऊन माझ्या आईवडिलांकडे गेले. प्रसूतीसाठी मी पहिल्यांदा कोल्हापूरहून पुण्याला कारने, पुण्याहून रेल्वेने दिल्ली आणि शेवटी कारने चंदीगढला (माझे आईवडील तिथे राहत होते) गेले. हा सगळा प्रवास सुखरूप पार पडला, तरी बाळाचा जन्म वीस दिवस आधी झाला.

माझे बाळ, घर आणि माझी फिरायला लागणारी व्यस्त नोकरी असं सगळं मी कसं सांभाळणार, असा विचार वरिष्ठ अधिकाऱ्यांच्या पत्नींच्या मनात यायचा. मी प्रामाणिकपणे सांगते की, कसं ते माहीत नाही; पण तरुणपणाची ऊर्जा आणि उत्साह मला लाभला, हे माझे भाग्य आहे. मी अनेकदा तरुण मुलींना भविष्यातील अडचणींची चिंता न करण्याचा सल्ला देते. अडचणींचा सामना करताना आपोआप आपल्याला त्यातून मार्ग मिळत जातो, असा माझा अनुभव आहे. त्याआधी, केंद्रीय लोकसेवा आयोगातील माझ्या नागरी सेवेदरम्यानच्या मुलाखतीत घर आणि कामाचा समतोल साधण्याबाबतचा प्रश्न मला विचारण्यात आला होता. त्या वेळी माझे उत्तर होते : 'जेव्हा मी तिथे पोहोचेन, तेव्हा तो पूल नक्की ओलांडून जाईन.' अशा विचारांमुळेच मला चिंता आणि तणाव दूर ठेवता आला.

फिरतीची नोकरी सांभाळून मुलाला वाढवणे, हे निश्चितच आव्हानात्मक होते. कोणतेही रोल मॉडेल नसताना, मी एकतर माझे मार्ग स्वतःच शोधले किंवा मला मनापासून जे करावे असे वाटत होते, तो मार्ग अनुसरला. रात्रीच्या मुक्कामासह असलेली पोलीस स्टेशनची तपासणी म्हणजे आमचा मोठा लवाजमा असायचा. आमच्या ताफ्यात माझे तान्हे बाळ, बाळाला सांभाळणारी दाई आणि बाळाच्या सामानाने भरलेल्या दोन पिशव्या असे सगळे असायचे.

माझा ड्रायव्हर चौगुले अनेकदा माझ्या त्रासलेल्या मुलाला चेष्टामस्करी करून, खेळवून त्याची चांगलीच करमणूक करायचा आणि माझे काम हलके करायचा. मला कोणाकडून तरी कळले होते की, त्याने पोलीस नियंत्रण कक्षात एका अधिकाऱ्याशी पैज लावली होती की, मला मुलगा होईल!

गुन्ह्यांचा तपास करण्याच्या बाबतीत आमची टीम खूप व्यावसायिक, तरबेज आणि तत्पर असली, तरी कायदा आणि सुव्यवस्थेचा प्रश्न हाताळणे, या टप्प्यात कठीण होते. गरोदर असताना एकदा एका प्रसंगात दंगलखोर जमावावर लाठीचार्ज करण्याचा आदेश मला देणे भाग पडले होते. आणखी एका प्रसंगी माझ्या पोलीस शर्टच्या खिशात रुमाल ठेवायला लागले होते. मी स्तनपान करणारी आई होते. दिवसाच्या कामाच्या वेळेत मी माझ्या बाळाला दूध पाजू शकत नव्हते आणि आताच्या काळासारखी ब्रेस्ट मिल्क हार्वेस्ट करण्याची सुविधा तेव्हा नव्हती. त्या वेळीही मी प्रक्षुब्ध जमावाला तोंड देताना सार्वजनिक सुव्यवस्था सांभाळण्याच्या कर्तव्यावर होते.

१९८६मध्ये माझे सर्व बॅचमेट्स जिल्हा पोलीस प्रमुख पदावर (पोलीस अधीक्षक) नियुक्त होत असताना मी मात्र अतिरिक्त अधीक्षक म्हणून कोल्हापुरातच राहणे पसंत केले. एकतर त्यात कमी जबाबदारी होती आणि दुसरे कारण म्हणजे, माझ्या पतीचीही त्याच वेळी कोल्हापूरला नियुक्ती झाली होती. कुटुंबाच्या दृष्टीने ही अनुकूल गोष्ट होती. मी माझ्या संपूर्ण कारकिर्दीत अशा अनेक तडजोडी केल्या; कारण माझ्या आयुष्यातील विविध पैलूंचा, घटनांचा आनंद घेणे मला चुकवायचे नव्हते. एक गृहिणी म्हणून असणारी जबाबदारी, स्वयंपाक करून मुलांना खाऊ घालणे, त्यांचे वाढदिवस साजरे करण्यासाठी पार्टीचे आयोजन करणे या सगळ्या गोष्टी मला खूप आनंद देणाऱ्या होत्या. माझी वार्षिक रजा मी चंदीगढ आणि नंतर दिल्लीत माझ्या कुटुंबासोबत घालवायचे. आमच्या मुलांचे संगोपन करण्यात माझ्या पतीचाही मोठा सहभाग आहे.

कोल्हापुरात असताना एक तरुण पोलीस कॉप - आई म्हणून जुळवून घ्यायला मी शिकत होते. त्याच वेळी घडलेल्या एका घटनेने मी हादरून गेले. पोलीस कोठडीत एका तरुणाचा मृत्यू झाला होता. मला तो सगळा प्रसंग आजही स्पष्टपणे आठवतो. त्या वेळी वरिष्ठ पोलीस अधीक्षक मुख्यालयात नव्हते आणि त्यांच्या अनुपस्थितीत मी पोलीस दलाचे नेतृत्व करत होते. कडक शिस्तभंगाची कारवाई आणि नागरिकांच्या संतप्त प्रतिक्रिया या भीतीपोटी पोलीस स्टेशनच्या कर्मचाऱ्यांनी सुरुवातीला वस्तुस्थिती लपवून ठेवली होती.

परंतु, बातमी फुटली आणि अक्षरश: वणव्यासारखी पसरली. आंदोलक नागरिक रस्त्यावर उतरले. संतापाची लाट उसळली होती.

अतिशय आक्रमक जमावामधून सावकाश आणि सावधपणे मार्ग काढत मी पोलीस स्टेशनकडे धाव घेतली. मला आठवतंय की, स्त्रिया छाती बडवून घेत पोलीस स्टेशनसमोर धाय मोकलून रडत होत्या. परिस्थिती खरोखरच खूप गंभीर होती. घटनास्थळी चौकशी केली असता असे दिसून आले की, रात्रीच्या वेळी शोधपथकातील कर्मचाऱ्यांनी त्या मुलाला पकडून पोलीस ठाण्यात आणले होते आणि त्याच्या शरीरावर काळेनिळे व्रण दिसत होते, एवढे त्याला मारले होते. निश्चितच, या गोष्टीचे कोणतेही समर्थन होऊच शकत नाही. ते एक अमानवी कृत्य होते, यात काहीच शंका नव्हती आणि त्यामुळे आता कधीही भरून न येणारे नुकसान झाले होते.

मी तत्काळ दोषी अधिकाऱ्यांना निलंबित केले आणि त्यांच्या विरुद्ध सदोष मनुष्यवधाचा गुन्हा दाखल केला. या कठोर कारवाईमुळे पोलिसी हिंसाचारामुळे आंदोलकांइतकेच प्रशासनही किती हादरले आहे, हे त्यांच्यापर्यंत पोहोचले. कोल्हापुरात शोककळा पसरली. दुकाने बंद करण्यात आली. रस्ते लवकरच रिकामे झाले. त्या तरुणाच्या मृत्यूमुळे आम्ही सर्वच जण दु:खात होतो.

कोल्हापूरच्या सत्र न्यायाधीशांनी या अत्यंत दुर्दैवी घटनेबद्दल मला मार्गदर्शन केले. तसेच 'पांडव प्रकरण' म्हणून ओळखल्या गेलेल्या या घटनेत तरुण आयपीएस अधिकारी के. एल. प्रसाद माझ्या पाठीशी उभे होते. नंतर हा खटला न्यायालयात उभा राहिला. त्यामुळे एक टीम म्हणून सगळ्या विभागांनी व्यवस्थित एकत्र काम केल्यास जिल्ह्याचे प्रशासन उत्तम प्रकारे चालू शकते, या माझ्या विश्वासाला बळकटी मिळाली. या घटनेने मला माझ्याच खात्यात होत असलेली अधोगतीदेखील दाखवली. आमच्यापैकीच काही जणांनी नागरिकांच्या मूलभूत मानवी हक्कांचे उल्लंघन करत आपल्या वर्दीचा गैरवापर केला होता. अशा विकृत लोकांना लवकरात लवकर यंत्रणेतून बाहेर काढणेच आवश्यक आहे. ते गरीब आणि उपेक्षित नागरिकांना त्रास देतात, छळतात; परंतु शक्तिशाली लोकांना खूश करण्यासाठी त्यांच्या पुढे झुकतात. असे कुचकामी, वाईट पोलीस, खात्यातल्या पदानुक्रमाच्या सर्व स्तरांवर अस्तित्वात आहेत; परंतु क्षेत्रीय स्तरावर यांचे प्रमाण अधिक आहे.

कोल्हापुरातील माझ्या कार्यकाळातील महत्त्वाची दुसरी घटना म्हणजे, एका स्थानिक उद्योगपतीने मारुती कारमध्ये एका आठ वर्षांच्या मुलीवर केलेला

बलात्कार. त्यामुळे पुन्हा एकदा शहरात मोठ्या प्रमाणावर आंदोलने झाली. या प्रकरणाने विशेषत: स्त्रिया आणि मुलांशी संबंधित केसची हाताळणी करण्यात पोलिसांच्या संवेदनशीलतेचे महत्त्व अधोरेखित केले. नागरिक आणि कायद्याची अंमलबजावणी करणाऱ्या यंत्रणेमधील सुसंवाद किती महत्त्वाचा असतो, हेही दाखवून दिले.

आणखी एक गोष्ट म्हणजे, रात्रीच्या वेळी राऊंड घेण्यावर माझा विश्वास आहे. वरिष्ठ अधिकारी आपल्या टीमचाच एक भाग आहेत, हे यामुळे जिल्हा पोलिसांना कळते. अन्यथा, आयपीएस अधिकारी म्हणजे मुळमुळू आणि आराम - विश्रांती यांनाच पसंती देणारे असतात, असा एक समज पसरतो. कोल्हापुरात माझ्या रात्रीच्या एका फेरीमध्ये मला एका बंगल्याला लागून असलेल्या बगिच्याचे लाकडी दार सताड उघडे दिसले. तपास करायचा ठरवून मी माझ्या पोलीस गाडीतून खाली उतरले आणि दरवाजा ठोठावला. ती अमावस्येची रात्र होती. सगळीकडे गुडूप अंधार होता. एका वृद्ध स्त्रीने खिडकी उघडली आणि जरासे डोकावून पाहिले. गेटवर तिला गणवेशधारी व्यक्ती दिसली. माझ्या हाकेचा आवाज ऐकून तिने दार उघडले. माझ्याबरोबर तिच्या बागेतून चालत आली आणि शांतपणे उघड्या लाकडी दाराला कुलूप लावले. दुसऱ्या दिवशी मला एका वरिष्ठ अधिकाऱ्यांचा फोन आला व त्यांनी सांगितले की, त्या बाई म्हणजे त्यांच्या सासूबाई आहेत. त्या विधवा आहेत आणि गेल्या काही वर्षांपासून एकट्याच राहत आहेत. माझ्या रात्रीच्या भेटीमुळे त्यांना सुखद आश्चर्य वाटले. पोलीस अधिकारी आणि त्यातही महिला पोलीस अधिकारी रात्रीची गस्त घालतात, हे कळून त्यांना सुरक्षित वाटले होते. पोलिसांची उपस्थिती आणि त्यांचे दिसून येणारे अस्तित्व उपयुक्त ठरते, याची ही ग्वाही होती. विशेषतः ज्येष्ठ नागरिकांकडून या गोष्टीचे कौतुक होत असे.

माझ्या कोल्हापूरच्या कार्यकाळाने मला पोलीस आणि समाज यांच्यातील सातत्यपूर्ण सहकार्याची गरज पटवून दिली. रॉबर्ट पीलच्या प्रसिद्ध वक्तव्याप्रमाणे, 'पोलीस ही जनता आहे आणि जनता हे पोलीस आहेत. पोलीस हे जनतेतील एकमेव असे सदस्य आहेत, ज्यांना समाजाच्या हितासाठी आणि अस्तित्वासाठी प्रत्येक नागरिकाच्या कर्तव्याकडे पूर्ण वेळ लक्ष देण्याचे काम करण्याकरिता पगार दिला जातो.'

❑❑❑

८

न्याय मिळण्यासाठीचा लांबचा पल्ला

तुमच्या मुलींना बाहेर जायचे नाही असे सांगू नका; तर तुमच्या मुलांना आणि पुरुषांना नीट वागायला सांगा.

मी खूप थकले होते. आदल्या रात्रीच्या गस्तीचा तो परिणाम होता. कार्यालयात पोहोचल्यावर मी एक कप गरमागरम चहा मागवला आणि शांतपणे माझे बूट मोठ्या सागवानी टेबलाखाली काढून ठेवले. चहा प्यायल्यावर मला जरा तरतरी आली आणि मी माझ्या दिवसाचे नियोजन सुरू केले. तेवढ्यात दोन जणांना मला तातडीने भेटायचं असल्याचं माझ्या कार्यालयातील कर्मचाऱ्याने मला येऊन सांगितलं. कोल्हापुरात असं व्हायचं खरेतर काही कारण नव्हतं; कारण दररोज संध्याकाळी एक तास मी नागरिकांना भेटण्यासाठी राखून ठेवला होता. तेव्हा नागरिक मला अपॉईंटमेंट न घेता भेटू शकायचे. आम्ही या व्यवस्थेची रीतसर प्रसिद्धीही केली होती. त्यामुळे संध्याकाळी ४ ते ५ या वेळेत पोलिसांशी संबंधित समस्यांबद्दल माझ्याशी बोलण्यासाठी अनेक नागरिक यायचे. क्वचितच कोणी उर्वरित दिवसात अपॉईंटमेंटशिवाय यायचं.

काहीतरी गंभीर असेल, असा विचार करून मी त्यांना आत येण्यास सांगितले. साधे कपडे घातलेले दोन जण आत आले. नमस्कार वगैरे काहीही सोपस्कार न करता त्यांच्यापैकी एकाने गंभीर चेहऱ्यानं थेट विषयालाच हात घातला. मारुती कारमध्ये एका छोट्या मुलीवर बलात्कार झाला असल्याची धक्कादायक माहिती त्याने मला दिली.

तो इतक्या भराभर मराठीत बोलत होता की, मला त्याचं बोलणं कळायला जड जात होतं. पूर्ण गोंधळलेल्या अवस्थेत मी त्याला विचारलं, 'जिच्यावर बलात्कार झाला, ती तुमची मुलगी आहे का?'

यावर ते गृहस्थ रडायलाच लागले. परिस्थितीचे भीषण सत्य आणि गांभीर्य मला जाणवत होते. मी कोणालातरी पटकन त्यांना पाण्याचा ग्लास द्यायला सांगितले आणि त्यांच्यासोबत आलेल्या व्यक्तीकडे चौकशी करायला सुरुवात केली; कारण ते गृहस्थ बोलण्याच्या मन:स्थितीतच नव्हते. काही क्षण पूर्ण शांतता होती आणि मग त्या पहिल्या गृहस्थांनी स्वतःची शक्ती एकवटली आणि बोलायला सुरुवात केली. मला त्यांच्याकडून अशी माहिती मिळाली की, त्यांची आठ वर्षांची मुलगी तिच्या खाजगी शिकवणी वर्गासाठी (tution) घरून सकाळी साधारण आठला निघाली. त्यानंतर ती रडत घरी आली आणि तिने तिच्या पालकांना सांगितले की, 'क्लासवरून परत येताना एका माणसाने तिला जबरदस्तीने कारमध्ये बसवले.' तिच्या सांगण्यावरून पालकांना स्पष्टपणे कळले की, तिला जबरदस्ती गाडीत ढकलणाऱ्या माणसानेच तिच्यावर लैंगिक अत्याचार केले होते. आपल्यावर बलात्कार झाला आहे हे समजण्यास किंवा तसे स्पष्ट करून सांगण्याच्या दृष्टीने ती खूप लहान होती; पण तसे झाले आहे, यात पालकांना तीळमात्र शंका नव्हती. महाराष्ट्र सरकारमध्ये अधिकारी म्हणून काम करणाऱ्या आणि घडलेल्या प्रसंगाने अत्यंत व्यथित झालेल्या त्या वडिलांनी, कोल्हापुरातील अतिशय शांत भागात असलेल्या माझ्या कार्यालयात धाव घेतली होती.

त्या वडिलांच्या बोलण्याने मला हादरवून सोडले. माझ्या थकव्याचा मला विसर पडला. मी ताबडतोब स्थानिक गुन्हे शाखेचे काम पाहणाऱ्या अधिकाऱ्याला बोलावून घेतले. एकदम डायनॅमिक अशी या अधिकाऱ्याची ओळख होती आणि त्याचे ऑफिस जवळच होते. पार्क केलेल्या कारच्या जागेच्या तपशिलानुसार ही घटना शाहूपुरी पोलीस स्टेशनच्या अखत्यारीत येत असल्यामुळे मी तिथल्या इन्स्पेक्टरलाही बोलावून घेतले. पुढच्या वीस मिनिटांत दोघेही माझ्या ऑफिसमध्ये पोहोचले.

पीडित मुलीचे वडील आता थोडे सावरले होते. त्यांच्या मुलीने त्यांना सांगितलेला सगळा घटनाक्रम पुन्हा त्यांनी त्या पोलीस अधिकाऱ्यांना सांगितला. या वेळी त्यांनी आणखी एक महत्त्वाचा तपशील सांगितला : त्यांच्या मुलीने कारचे वर्णन 'लाल मारुती' असे केले होते. माझ्या कार्यालयात येण्यापूर्वी त्यांनी घटनास्थळी भेट दिली होती आणि गाडीची काही माहिती गोळा केली होती, असेही ते म्हणाले.

शाहूपुरी पोलीस ठाण्याचे इन्स्पेक्टर मनोहर व्ही. कातंबळे यांचा चेहरा गंभीर दिसत होता. त्यांनी मुलीच्या वडिलांना आणि त्यांच्या मित्राला सोबत येण्याचा सल्ला दिला, जेणेकरून ते औपचारिक तक्रार दाखल करू शकतील. ते तिघेही माझ्या कार्यालयातून बाहेर पडले.

गुन्हे शाखेचे इन्स्पेक्टर नंदकुमार पी. चव्हाण यांना चंदू चव्हाण म्हणूनही ओळखले जायचे. ते मागेच थांबले आणि त्यांनी या केस संदर्भात माझ्याबरोबर तपशीलवार चर्चा केली. माझ्याइतकाच त्यांनाही धक्का बसला होता आणि ते व्यथित झाले होते. शाहूपुरीचे निरीक्षक फिर्याद नोंदवून घेईपर्यंत आपण त्या कारचा शोध घेण्यावर लक्ष केंद्रित करावे, असे त्यांना वाटत होते. चंदू चव्हाण हे मध्यम उंचीचे, हसऱ्या चेहऱ्याचे व्यक्ती होते. त्यांचा विवाह एका शक्तिशाली स्थानिक राजकारणी व्यक्तीच्या मुलीशी झाला होता. मला माहीत होते की, या हसऱ्या, खेळकर, हॅपी गो लकी चेहऱ्याच्या मागे अवघड आव्हान पेलणारा अधिकारी होता. ते नेहमी घाईत असल्यासारखे वाटायचे; कारण ज्या वेगात ते बोलायचे, त्यातून हेच प्रतिबिंबित व्हायचे. मला कुणाची फिकीर नाही, अशा वृत्तीचे ते तरुण अधिकारी होते. याच्या उलट, इन्स्पेक्टर कातंबळे हे धीरगंभीर व्यक्तिमत्त्वाचे, शांत प्रतिसाद देणारे आणि अधिकाऱ्यांशी अदबीने बोलणारे असे होते. महाविद्यालयात शिकवणाऱ्या प्राध्यापकांसारखे ते दिसायचे. मला खात्री होती की, हे दोघे मिळून ही केस नक्की सोडवतील.

१९८०च्या दशकात भारतीय अर्थव्यवस्थेचे उदारीकरण अजून व्हायचे होते. त्या काळात रस्त्यावर फियाट आणि ॲम्बेसिडर अशा दोनच प्रकारच्या कार दिसायच्या. मारुती उद्योग १९८१मध्ये सुरू झाला होता; पण त्यांच्या अनेंक गाड्या अजून कोल्हापूरसारख्या छोट्या शहरांपर्यंत यायच्या बाकी होत्या.

इन्स्पेक्टर चव्हाण चेहऱ्यावर दृढनिश्चय ठेवून माझ्या कार्यालयातून बाहेर पडले. इतकी भीषण घटना देवी महालक्ष्मीच्या पूजनीय शहरात, दिवसाउजेडी, कारमध्ये घडूच कशी शकते, मी या विचारात पडले!

शाहूपुरी पोलीस ठाण्यात वडिलांनी त्यांच्या अधिकृत तक्रारीत नमूद केले की, त्यांची आठ वर्षांची मुलगी चौथी इयत्तेत शिकत होती. २४ सप्टेंबर १९८६ रोजी सकाळी सव्वाआठच्या सुमारास ती तिच्या पालकांसोबत राहत असलेल्या घरातून त्याच कॉलनीत असलेल्या शिकवणीसाठी निघाली होती.

परतीच्या वाटेवर असताना सकाळी सव्वानऊच्या सुमारास अज्ञात व्यक्तीने तिचा हात पकडला आणि जवळच पार्क केलेल्या त्याच्या मारुती कारमध्ये त्याला

काही तारा ठीक करण्यासाठी मदत हवी आहे, असे सांगितले. ती गाडीच्या जवळ गेल्यावर आरोपीने तिला आत ढकलून तिच्यावर बलात्कार करण्याचा प्रयत्न केला. मुलगी जेव्हा रडत रडत घरी आली आणि घडलेला प्रकार तिने तिच्या वडिलांना सांगितला, तेव्हा तिच्या आईने मुलीचे अंतर्वस्त्र आणि तिच्या शरीराचे अंतर्गत प्रायव्हेट भाग तपासले, त्या वेळी तिला मुलीच्या कपड्यांवर आणि अंतर्वस्त्रावर काहीतरी चिकटलेले दिसले - ते वीर्य होते. मुलीच्या योनीला जरा लालसरपणा आला होता. मुलगी आपल्या आईवडिलांना तिच्यावर अत्याचार करणाऱ्या माणसाचे वर्णन करून सांगण्यास सक्षम होती; पण त्या धक्क्याने ते अक्षरशः सुन्न झाले होते. थोडं सावरल्यावर वडिलांनी त्यांची स्कूटर काढली. मागच्या सीटवर बसून घटना घडली, त्या ठिकाणी मुलगी वडिलांना घेऊन गेली. तिथे कार न दिसल्याने ते घरी परत आले. आता पुढे काय करायचे, हे त्यांना सुचेना. आईने मुलीला अंघोळ घातली आणि शाळेत पाठवले.

होत असलेला त्रास सहन करू शकत नसल्यामुळे वडील परत एकदा घटनास्थळी गेले आणि तिथे जो दिसेल, त्याच्याशी बोलायला, चौकशी करायला लागले. त्या वेळी तिथे जवळपास राहणाऱ्या एका महाविद्यालयीन विद्यार्थिनीने आपण सकाळी चॉकलेटी रंगाची मारुती कार तिथे उभी असल्याचे पाहिले होते, असे त्यांना सांगितले आणि लायसन्स प्लेटवर एमजीआर ९४२ असा साधारण काहीतरी क्रमांक असावा, असं ती म्हणाली; पण तिला नक्की आठवत नव्हतं. तेव्हाच त्या वडिलांनी माझ्याशी बोलायचं ठरवलं आणि अत्यंत अस्वस्थ मन:स्थितीत ते माझ्या कार्यालयात पोहोचले.

वडिलांची तक्रार नोंदवल्यानंतर इन्स्पेक्टर कातंबळे त्यांच्यासोबत घटनास्थळी गेले आणि त्यांनी पंचनामा केला. त्या छोट्या मुलीशी बोलणं, हा सर्वांत कठीण भाग होता, असे त्यांनी मला नंतर सांगितले. आपल्या युनिफॉर्ममुळे मुलगी गांगरून जाईल, असा विचार करून त्यांनी साधेच कपडे घातले होते. त्यानंतर घरी चहा प्यायला आलो असं सांगून मुलगी आणि आईकडून जितकी माहिती मिळवणे शक्य होते, तेवढी त्यांनी घेतली. आईकडून त्यांना असे समजले की, मुलीने शाळेतून घरी परत आल्यावर आपल्याला दुखत असल्याचं सांगितलं. त्यानंतर त्यांनी त्यांच्या फॅमिली डॉक्टरांचा सल्ला घेतला. नंतर इन्स्पेक्टरनी वडील आणि मुलीला वैद्यकीय तपासणीसाठी सिव्हिल हॉस्पिटलमध्ये नेले.

दरम्यान, या घटनेचा समांतर तपास करत असलेले इन्स्पेक्टर चव्हाण यांनी मला फोन करून सांगितले की, पार्क केलेली गाडी पाहणाऱ्या काही शाळकरी

मुलांशी त्यांची भेट झाली आहे. कारच्या लाल रंगामुळे ती ठळकपणे लक्षात येत होती, तर काहींना गाडीच्या लायसन्स प्लेटवरील काही अंकदेखील आठवले. चव्हाण ताबडतोब स्थानिक रस्ते वाहतूक (RTO) कार्यालयात गेले आणि त्यांनी लाल मारुती कारसाठी दिलेले नंबर तपासले. परशुराम जाधव नावाने नोंदणीकृत असलेल्या कारवर त्यांचा संशय बळावला.

वेळ वाया न घालवता चव्हाण यांनी लगेच आरटीओ कार्यालयात कारची नोंदणी करण्यात आली होती, त्या पत्त्याकडे आपला मोर्चा वळवला; पण त्यांची निराशा झाली. तिथे गेल्यावर त्यांना कळले की, परशुराम जाधवने काही काळापूर्वीच आपली कार विकली होती; पण वाहनाचे हस्तांतरण व्हायचे अजून बाकी होते.

नक्की सांगता येत नाही; पण कदाचित त्याने सांगितलेली हस्तांतरणाची कथा खोटी असू शकते, हा विचार करून इन्स्पेक्टर चव्हाण जाधव यांना घेऊन आपल्या कार्यालयात आले. आपण कोणत्यातरी गंभीर प्रकरणात अडकत चाललो आहोत, अशी शंका येऊन जाधव घाबरला. आपण निर्दोष आहोत हे सिद्ध करण्यासाठी त्याने चव्हाण आणि त्यांच्या टीमला त्याची कार विकत घेतलेल्या माणसापर्यंत पोहोचवतो, असे सांगितले.

एक मिनिटही वाया न घालवता क्राईम ब्रँचचे कर्मचारी तातडीने त्यांच्या जीपमध्ये चढले आणि निघाले. कोल्हापूरपासून सुमारे तेरा किलोमीटर अंतरावर असलेल्या शिरोळ या छोट्याशा गावात जाधव त्यांना घेऊन गेला. तिथे एका कारखान्यापाशी शेवटी ते थांबले. त्याने त्या कारखान्याचा मालक राजेंद्र जवानमल गांधी याची त्या अधिकाऱ्यांशी ओळख करून दिली. तिशीच्या मध्यात असलेला राजेंद्र गांधी कोल्हापुरातील प्रतिष्ठित कुटुंबातील होता.

गांधीच्या आकर्षक कारखान्याच्या कार्यालयात बसायला जागा करून घेत इन्स्पेक्टर चव्हाण यांनी प्रश्नांची तोफ डागायला सुरुवात केली. त्यासाठीच ते ओळखले जायचे. 'तुमचा ड्रायव्हर कोण आहे?', 'तो कुठून आलाय?', 'तो आज सकाळी कुठे होता माहीत आहे का?', 'आणि आज सकाळी तुमची गाडी कुठे होती?' इत्यादी... गांधी त्याच्या ड्रायव्हरला बोलावून घेत वाट पाहत असतानाच इन्स्पेक्टरच्या लक्षात आले की, तो घाबरलेला आहे. दुसरीकडे जाधव हा स्वतःच बोलका होता. त्यामुळे त्याने गांधीच्या ड्रायव्हरचे नावही सांगितले. इन्स्पेक्टर चव्हाण यांनी चालकाला त्याचा सकाळचा ठावठिकाणा विचारला.

यावर ड्रायव्हरने उत्तर दिले की, गांधीच्या घरी कामावर जाण्यासाठी तो सकाळी साधारण ९ वाजण्याच्या सुमारास घरातून बाहेर पडला. साडेदहाच्या सुमारास त्याने त्याच्या बॉसला कारखान्याकडे नेले. त्याआधी त्याने कार चालवली नव्हती. त्या वेळी गांधींच्या घरीच कार पार्क केलेली होती. सकाळी नऊच्या सुमारास गाडी कुठे होती, याची त्याला कल्पना नव्हती. मला सांगण्यात आले की, हे बोलताना ड्रायव्हर अक्षरशः थरथरत होता. चव्हाण यांचा प्रभावच तसा होता.

हे सगळे सुरू असताना, चतुर इन्स्पेक्टरच्या लक्षात आले की, गांधीला खूप घाम फुटला आहे. आपल्याला गांधीशी एकांतात बोलायचे असल्याचे त्यांनी जाधव आणि ड्रायव्हरला सांगितले. ते खोलीतून बाहेर पडल्यानंतर 'सकाळी आठ ते नऊच्या दरम्यान तुम्ही कुठे होतात,' हे त्यांनी गांधीला विचारले. गांधीनी त्या वेळी आपण कारखान्यात असल्याचा दावा केला. म्हणून इन्स्पेक्टरनी ड्रायव्हरचा जबाब तपासला. साडेदहाच्या सुमारास त्याने त्याच्या बॉसला कारखान्याकडे नेले, असे त्याने सांगितले होते. त्यांच्या आणखी काही प्रश्नांचीही गांधीने असमाधानकारक उत्तरे दिली आणि मग चव्हाण यांची खात्रीच पटली की, या 'तथाकथित आदरणीय गृहस्था'मध्येच काहीतरी भयंकर गडबड आहे. त्यांनी गांधीला पोलीस जीपमध्ये बसण्यास सांगितले आणि ते शाहूपुरी पोलीस स्टेशनला निघाले. गांधीच्या ड्रायव्हरला परशुराम जाधवला सोबत घेऊन मारुती कार घेऊन येण्यास सांगितले.

कडक चौकशीला सुरुवात झाली. गांधीच्या सकाळपासूनच्या मिनिटा-मिनिटांच्या हालचालींची चौकशी झाली आणि सोबतच त्याची खातरजमाही करण्यात येत होती. इन्स्पेक्टर कातंबळे आणि चव्हाण यांनी त्याची चांगलीच खडसावून उलटतपासणी घेतली आणि अखेरीस त्याने स्वतःकडून घडलेल्या गंभीर गुन्ह्याची कबुली दिली. त्याला त्याच दिवशी २४ सप्टेंबर १९८६ रोजी संध्याकाळी अटक करण्यात आली आणि बलात्काराच्या प्रकरणात अनिवार्य असलेल्या वैद्यकीय तपासणीसाठी नेण्यात आले.

दुसऱ्या दिवशी सकाळी आठ वर्षांच्या मुलीवर मारुती कारमध्ये बलात्कार झाल्याची बातमी स्थानिक आणि राज्य वृत्तपत्रांच्या पहिल्या पानावर आली आणि शहरात प्रचंड खळबळ उडाली. 'संतप्त नागरिक रस्त्यावर आंदोलन करत आहेत, तर काहींनी आधीच शाहूपुरी पोलीस ठाणे गाठले आहे,' असे पोलीस नियंत्रण कक्षाने मला कळवले.

माझा संपूर्ण दिवस स्थानिक नागरिकांच्या शिष्टमंडळांना भेटण्यात गेला - विशेषतः महिलांना भेटण्यात - आपल्या मुलींना शाळेत आणि शिकवणी वर्गांना

पाठवायची भीती वाटते, असे त्या अखंड, वारंवार सांगत होत्या. राजेंद्र गांधीच्या अटकेची बातमी प्रसारमाध्यमांनी अद्याप दिली नसल्यामुळे, आरोपीला आधीच पकडण्यात आले आहे आणि त्यांना घाबरण्याची गरज नाही, हे त्यांना पटवून देण्यात माझी सर्व शक्ती खर्ची झाली; परंतु आंदोलन सुरूच राहिले आणि संतप्त जमावावर नियंत्रण ठेवण्यासाठी आम्हाला पोलीस मुख्यालयातून राखीव कर्मचारी तैनात करावे लागले.

दरम्यानच्या काळात, इन्स्पेक्टर कातंबळे यांचा तपास, साक्षीदारांचा मागोवा घेणे आणि त्यांचे जबाब नोंदवणे सुरूच होते. आम्हाला अजून पीडित मुलीचा वैद्यकीय तपासणी अहवाल मिळाला नव्हता. आश्चर्याची गोष्ट म्हणजे, सिव्हिल हॉस्पिटलमधील सरकारी डॉक्टरने पीडितेच्या वडिलांना भेटायला बोलावले. त्यावर वडिलांनी माझा सल्ला विचारला. वैद्यकीय अधिकाऱ्याचे वागणे मला अतिशय संशयास्पद वाटल्याने मी त्यांना डॉक्टरांना भेटू नका, असे स्पष्टपणे सांगितले.

अशा संवेदनशील केसच्या बाबतीत वैद्यकीय प्रमाणपत्र लगेच दिले जाते. त्यामुळे या केससंदर्भात होणारा विलंब मला खूपच विचित्र वाटला. घटनेनंतर तिसऱ्या दिवशी नागरिकांनी सिव्हिल हॉस्पिटलच्या बाहेर मोठा मोर्चा काढला. वैद्यकीय अहवालाची मागणी केली आणि अतिरिक्त पोलीस अधीक्षकांकडे, म्हणजेच माझ्याकडे तो सुपुर्द करण्याचा आग्रह धरला. पोलीस नियंत्रण कक्ष आंदोलनावर लक्ष ठेवून होते आणि मला वेळोवेळी माहिती देत होते. मी सिव्हिल हॉस्पिटलमध्ये जाण्याचा निर्णय घेतला; कारण लोकांच्या भावनांचा उद्रेक व्हायला लागला होता आणि त्यामुळे सार्वजनिक कायदा आणि सुव्यवस्थेची गंभीर परिस्थिती निर्माण होऊ शकली असती.

मी तिथे पोहोचल्यावर आंदोलकांनी मला घेराव घातला आणि 'डॉक्टरांनी वैद्यकीय अहवाल अजून का सादर केला नाही आणि पोलीस त्याबाबत काय करत आहेत,' याची विचारणा करायला सुरुवात केली. हॉस्पिटलचे प्रमुख सिव्हिल सर्जन यांनी माझ्याकडे अहवाल देण्याचे कबूल केल्यावरच ते शांत झाले. घटनास्थळीच वैद्यकीय अहवाल उघडून तो जाहीर वाचावा, असा आंदोलकांचा आग्रह असूनही मी तसे करण्यास नकार दिला.

मोठ्या प्रयासाने मी हॉस्पिटलमधून बाहेर पडले आणि माझ्या ताब्यात देण्यात आलेला सीलबंद लिफाफा घेऊन माझ्या कार्यालयात परतले.

वैद्यकीय प्रमाणपत्र पाहिल्यावर मला आश्चर्याचा धक्का बसला. काही किरकोळ दुखापतींचे वर्णन त्यात होते; परंतु मुलीवर बलात्कार झाल्याचा उल्लेख नव्हता.

वैद्यकीय अधिकाऱ्याला पीडितेच्या वडिलांना का भेटायचे होते, हे मला लगेच समजले. श्रीमंत आणि बडे प्रस्थ असलेला आरोपी, कोणत्या ना कोणत्या पद्धतीने पोलिसांच्या आधी त्या डॉक्टरपर्यंत पोहोचला असणार, हे नक्की होते. डॉक्टरांचे वर्तन आणि अहवालास विलंब झाल्यामुळे आम्ही त्रस्त झालो होतो. पीडितेची पुन्हा तपासणी करण्यासाठी डॉक्टरांचे शिष्टमंडळ नेमण्याचा निर्णय आम्ही घेतला. असे शक्यतो केले जात नाही; पण या केसमध्ये असे करण्याची आवश्यकता आहे, असे मला वाटले. आठ वर्षांची मुलगी मुद्दामहून खोटे बोलेल, चुकीच्या पद्धतीने कोणाला अडकवेल, ही शक्यता नव्हती. उलटपक्षी, वैद्यकीय अहवालाच्या खरेपणाबद्दलच मला गंभीर शंका होती. मला या गोष्टीचीदेखील जाणीव होती की, ढवळाढवळ करण्यात आलेला वैद्यकीय अहवाल आणि तो सादर करण्यास झालेला उशीर यांमुळे नागरिकांच्या उद्रेकात भरच पडणार आहे. लोक सतत आंदोलन करत होते. सिव्हिल हॉस्पिटलमध्ये मी स्वत: त्यांच्या रागाचा प्रत्यक्ष अनुभव घेतला होता. सिव्हिल सर्जनच्या मदतीने, आम्ही पॅनेलसाठी तीन डॉक्टर्सची निवड केली : स्त्रीरोगतज्ज्ञ डॉ. नागनोणकर; डॉ. कुडाकार आणि डॉ. सौ. मालाडकर.

दुसऱ्या दिवशी वर्तमानपत्रांनी नकारात्मक वैद्यकीय अहवालाचे आणि त्यानंतरच्या डॉक्टरांच्या नवीन पॅनेलच्या निर्मितीचे वृत्त ठळकपणे दिले. लोकांची आंदोलने सुरूच होती. या प्रसंगाने कोल्हापुरात लोकांच्या ज्या तीव्र प्रतिक्रिया उमटल्या होत्या, तसा प्रकार मी क्वचितच पाहिला होता. शेवटी महाराष्ट्र सरकारच्या आरोग्य विभागाने आक्षेपार्ह वर्तन करणारे वैद्यकीय अधिकारी, तसेच हॉस्पिटलचे प्रमुख सिव्हिल सर्जन यांना निलंबित केले.

त्याच वेळी डॉक्टरांच्या पॅनेलने पीडित मुलीची पुन्हा तपासणी केली आणि 'tear of hymen at 3 o'clock position' आणि बलात्कार झाला असल्याचे प्रमाणित केले. आश्चर्याची गोष्ट म्हणजे, सुरुवातीला मुलीची तपासणी करून बलात्कार नसल्याचा अहवाल सादर करणारे सरकारी डॉक्टरच आता स्वतःचे सुधारित मत घेऊन पुढे आले आणि त्या छोट्या मुलीवर बलात्कारच झाला होता, हे मान्य केले.

बलात्काराची प्रकरणे बऱ्याच मोठ्या प्रमाणात तक्रारीच्या सत्यतेवर आणि वैद्यकीय प्रमाणपत्रावर अवलंबून असतात. या प्रकरणात मुलीच्या विधानावर कोणीही प्रश्न उपस्थित केला नाही; परंतु परस्परविरोधी वैद्यकीय मतांमुळे केसचे कधीही भरून न येणारे नुकसान होऊ शकते.

कोल्हापूर पोलीस अधिकाऱ्यांच्या जलद हालचाली आणि राजेंद्र गांधीला अटक केल्यामुळे आम्ही नागरिकांचा, तसेच पीडितेच्या पालकांचा विश्वास परत मिळवू शकलो. जेव्हा मुलीने आरोपीला मॅजिस्ट्रेटसमोर ओळख पटवण्याच्या चाचणी (TIP)दरम्यान ओळखले, तेव्हा आमचा तपास आणखी मजबूत झाला. तोपर्यंत गांधी कुटुंबाच्या प्रतिष्ठेमुळे काही लोक ही गोष्ट खरी मानायला तयार नव्हते आणि विचार करायला लावणारी आणखी एक बाब म्हणजे, आरोपीची स्वतःची मुलगी पीडित मुलीच्या वयाचीच होती!

तपासादरम्यान इन्स्पेक्टर कातंबळे यांनी आरोपी आणि पीडितेचे कपडे जमा करून फॉरेन्सिक तपासणीसाठी पाठवले होते. तज्ज्ञांच्या मदतीने त्यांनी गाडीच्या सीटवरील वीर्याचे डागही उचलले होते. आम्हाला मिळालेल्या फॉरेन्सिक अहवालात मुलीच्या अंतर्वस्त्रावर, ड्रेसवर, कारच्या सीटवर आणि आरोपीच्या पँटवर मिळालेले वीर्य राजेंद्र गांधीचेच असल्याचे दिसून आले होते. त्यामुळे आमच्या केसला खूप बळकटी मिळाली. इन्स्पेक्टर चव्हाण यांनी असे काही साक्षीदारही शोधले, ज्यांनी घटनास्थळी मारुती कार आणि आरोपी दोघांनाही पाहिले होते. तपास पूर्ण केल्यानंतर कातंबळे यांनी भारतीय दंड संहिता कलम ३७६ आणि ३४२ अंतर्गत दंडनीय गुन्ह्यासाठी २४ ऑक्टोबर १९८६ रोजी आरोपीविरुद्ध न्यायालयात आरोपपत्र दाखल केले.

राजेंद्र गांधी हा श्रीमंत व्यापारी असल्याने त्याने एक चांगला वकील नियुक्त केला आणि जामिनासाठी अर्ज केला. सुरुवातीला अतिरिक्त सत्र न्यायाधीशांनी त्याचा जामीन फेटाळला; मात्र चार दिवसांनंतर त्याची जामिनावर सुटका झाली. त्याला जामीन मंजूर करताना न्यायालयाने त्याला पंचवीस दिवसांच्या कालावधीसाठी कोल्हापूर आणि शिरोली या त्याच्या कारखान्याच्या हद्दीतून बाहेर राहण्याचे निर्देश दिले होते. त्याने तपासात व्यत्यय आणू नये, यासाठी हा आदेश देण्यात आला होता; शिवाय त्याच्या विरोधात जनमत अजूनही प्रक्षुब्ध असल्यामुळे शांततेचा भंग होण्याचीही शक्यता होती.

अखेर ३ जानेवारी १९८७ रोजी कोल्हापूर येथील सत्र न्यायालयात हा खटला उभा राहिला.

२ फेब्रुवारी रोजी राजेंद्र गांधी याने त्याची केस कोल्हापुरातून मुंबई उच्च न्यायालयात स्थलांतरित करण्यासाठी फौजदारी अर्ज दाखल केला. कोल्हापूरचे नागरिक त्याच्या विरोधात असल्याने येथे न्याय मिळणे अशक्य आहे, असे त्याचे म्हणणे होते. प्रदीर्घ विलंबानंतर ३० नोव्हेंबर रोजी तो अर्ज फेटाळण्यात आला;

पण त्याने आपली पूर्वीची याचिका फेटाळण्याच्या मुंबई उच्च न्यायालयाच्या आदेशाविरुद्ध ११ डिसेंबर रोजी सर्वोच्च न्यायालयात धाव घेतली. ही याचिकाही १ एप्रिल १९८८ रोजी सर्वोच्च न्यायालयाने फेटाळली.

त्यानंतर गांधीने मुंबईतील एक अनुभवी वकील आर. डी. ओवळेकर यांची स्वतःच्या बचावासाठी म्हणून नियुक्ती केली. आयपीसीच्या कलम ३७६अन्वये राजेंद्र याच्या विरोधात १४ जुलै रोजी कोर्टात चार्ज फ्रेम करण्यात आला आणि त्याची दोषी नसल्याची याचिका नोंदवण्यात आली. त्यानंतर १४ सप्टेंबरपर्यंत खटला सुनावणीसाठी तहकूब करण्यात आला.

ओवळेकर यांनी ऑगस्टच्या पहिल्याच आठवड्यात या खटल्यासाठी हजर राहण्याकरता नाखुशी व्यक्त केली. त्यांना काही धमक्या मिळाल्या होत्या. गांधी त्याची केस घेऊन इतर काही वकिलांकडे गेला; पण कोणीच त्याचा खटला स्वीकारण्यास तयार होईना.[1] आता पुन्हा एकदा तो हा खटला कोल्हापुरातून दुसरीकडे वर्ग करावा, यासाठी मुंबई उच्च न्यायालयात गेला.

> *कोल्हापुरात या केससंदर्भात खूप आंदोलने झाली. आरोपी कोठडीत असताना कोल्हापुरातील त्याच्या घराचीही मोठ्या संख्येने आलेल्या जमावाने तोडफोड केली. तसेच, कोल्हापुरातील सिव्हिल हॉस्पिटल आणि गांधीला जामीन मिळवून देण्यासाठी हजर झालेले कोल्हापुरातील वकील श्री. जे. जे. बारदेस्कर यांच्या कार्यालयावर मोर्चा नेण्यात आला. जिल्हा न्यायालय, कोल्हापूर येथील बार असोसिएशनवरही मोर्चा नेण्यात आला... या सर्व आंदोलनांच्या बातम्या त्या त्या वेळी वर्तमानपत्रांत छापून आल्या.*[2]

दरम्यान, नागरिकांनी 'नागरिक कृती समिती' या सामाजिक कृतिगटाची स्थापना केली होती आणि हे प्रकरण सर्वोच्च न्यायालयात पोहोचेपर्यंत ही समिती या केसचा पाठपुरावा करून त्यावर देखरेख ठेवणार होती. सामाजिक कार्यकर्ते पी. डी. हंकारे यांनी या चळवळीचे नेतृत्व केले आणि अनेकदा त्यासाठी स्वतःच्या खिशातून पैसे खर्च केले.

जनआंदोलनाची दखल घेत मुंबई उच्च न्यायालयाने असे घोषित केले : 'भारतीय राज्यघटनेच्या कलम २२ (१)अन्वये याचिकाकर्त्याला त्याच्या पसंतीचे वकील बचावासाठी मिळणे, हा त्याचा मूलभूत अधिकार आहे... आणि त्यामुळे हा खटला, न्याय मिळण्यासाठी कोल्हापूरच्या सत्र न्यायालयातून ग्रेटर बॉम्बे येथील सत्र न्यायालयात

हस्तांतरित करण्यात येत आहे.' विशेष सरकारी वकील या हस्तांतरणाला सर्वोच्च न्यायालयात आव्हान देऊ इच्छित होते; परंतु उच्च न्यायालयाने कुठलाही नवीन कायदेशीर युक्तिवाद नसल्यामुळे तसे करण्यास परवानगी नाकारली.[३]

नागरिक कृती समितीने मात्र सर्वोच्च न्यायालयात जनहित याचिका दाखल केली. महाराष्ट्र सरकारनेही हा फौजदारी खटला मुंबईला हस्तांतरित करण्यास विरोध केला. त्यांचे म्हणणे असे होते की, त्यामुळे बलात्कार पीडितांपर्यंत चुकीचा संदेश जाईल. एकतर बलात्कारासारख्या गुन्ह्यात पीडिता क्वचितच तक्रार दाखल करण्यासाठी येतात आणि साक्षीदारांना न्यायालयीन सुनावणीसाठी मुंबईला जाणेही कठीण होते. २८ फेब्रुवारी १९८९ रोजी सर्वोच्च न्यायालयाने शेजारच्या सातारा जिल्हा सत्र न्यायालयात खटला हस्तांतरण करण्यास मान्यता दिली. खटला सुरू करण्यासाठी दोन्ही बाजूच्या वकिलांना १७ मार्चला उपस्थित राहण्याचा आदेश देण्यात आला. अखेरीस बलात्काराच्या घटनेनंतर अडीच वर्षांनी ५ मे १९८९ रोजी खटला सुरू झाला.

या खटल्याची संवेदनशीलता लक्षात घेऊन आम्ही विशेष सरकारी वकील नेमण्याची मागणी केली होती. महाराष्ट्र सरकारच्या गृह विभागाने हे मान्य केले आणि पुण्यातील अनुभवी वकील उदयसिंह ए. जाधवराव यांची नियुक्ती करण्यात आली. खटल्यादरम्यान, पीडित मुलगी न्यायालयात गुन्हेगाराला ओळखू शकली नाही. त्यामुळे फिर्यादी पक्षाला मोठा धक्का बसला

बलात्कार झालेल्या घटनेला दोन वर्षे उलटून गेली होती. गुन्हा करतानाच्या वेळी दाढी नसलेल्या राजेंद्र गांधीने मुलीला न्यायालयात गोंधळवून टाकण्यासाठी आता दाढी वाढवली होती. वेगवेगळ्या वैद्यकीय अहवालांमुळेही फिर्यादीची केस आणखी कमकुवत झाली.

दरम्यान, माझी बदली पोलीस उपायुक्त म्हणून मुंबईला झाली होती. त्यामुळे खटल्यातील ताज्या घडामोडींबद्दल माहिती नसताना, विशेष सरकारी वकिलाकडून फोन आल्याने मला आश्चर्य वाटले. त्यांना मी न्यायालयात साक्षीसाठी यावे असे वाटत होते; कारण पीडितेच्या वडिलांनी बलात्काराची माहिती मिळताच सर्वांत प्रथम माझ्याशी संपर्क साधला होता. कमकुवत झालेल्या या प्रकरणात माझी साक्ष या केसच्या सत्यतेला बळकटी देईल, असे विशेष सरकारी वकिलांना वाटत होते.

ज्या दिवशी मला न्यायालयात जायचे होते, तो दिवस माझ्या मोठ्या मुलाचा शाळेतला पहिला दिवस होता. माझ्यासमोर हे खरेखुरे धर्मसंकट उभे राहिले होते. कशाला प्राधान्य द्यायचे, हे मला कळत नव्हते. आठवडाभर मी त्याबाबत

विचार करत होते. सरतेशेवटी पीडितेला न्याय मिळावा, ही माझी तीव्र इच्छा यात जिंकली. न्यायालयात हजर राहण्यासाठी मी मुंबई ते सातारा असा प्रवास करत असताना माझे पती माझ्यामागे भक्कमपणे उभे राहिले आणि आमच्या रडणाऱ्या मुलाला शाळेत सोडायला गेले.

अनुभवी पोलीस अधिकारी आणि भक्कम पुरावे जमा करण्यावर भर देणाऱ्या इन्स्पेक्टर कातंबळे यांनी सखोल तपास केला होता. विशेष सरकारी वकील उदयसिंग ए. जाधवराव यांनी तितक्याच सक्षमपणे तो न्यायालयात सादर केला होता. सातारा सत्र न्यायाधीशांनी ६ ऑक्टोबर १९८९ रोजी राजेंद्र गांधीला दोषी ठरवले. आयपीसीच्या कलम ३७६ अन्वये ५,००० रुपये दंड, ७ वर्षांच्या सश्रम कारावासाची शिक्षा आणि बॉम्बे चिल्ड्रन ॲक्ट अंतर्गत ५०० रुपये दंड आणि सहा महिन्यांच्या सश्रम कारावासाची शिक्षा ठोठावण्यात आली. मारुती कार जप्त करून सरकारकडे जमा करण्याचे आदेश देण्यात आले.[४]

या घटनेच्या बऱ्याच वर्षांनंतर 'डेक्कन क्वीन'ने मुंबई - पुणे असा प्रवास करताना मला माझ्या शेजारच्या सीटवर राजेंद्र गांधीला ज्यांनी दोषी ठरवले होते, ते जिल्हा आणि सत्र न्यायाधीश भेटले.

त्यांनी मला ओळखले. या केसच्या बाबतीत एका गोष्टीने मला नेहमीच बुचकळ्यात पाडले होते. तीच गोष्ट थोड्या संकोचाने मी त्यांना विचारली, 'मुलीने राजेंद्र गांधीला कोर्टात ओळखले नव्हते. तरी न्यायालयात त्याला दोषी कसे ठरवले?' त्यावर त्यांचे उत्तर अगदी स्पष्ट आणि सोपे होते, 'मुलीची साक्ष अतिशय नैसर्गिक होती. तिने आरोपीला जवळपास तीन वर्षांनी ओळखले असते, तरच उलट मी असा निष्कर्ष काढला असता की, तिला पोलीस आणि वकिलांनी पढवले आहे.'

उच्च न्यायालयाने मात्र अपील केल्यानंतर बलात्काराचा गुन्हा काढून घेतला; पण बॉम्बे चिल्ड्रेन ॲक्टच्या अंतर्गत दोषी ठरविले आणि दंडाची रक्कम ४०,००० रुपयांपर्यंत वाढवली. आरोपीला शेवटी अल्पवयीन मुलीविरोधात गुन्ह्यासाठी आयपीसीच्या कलम ३५४अंतर्गत दोषी ठरविण्यात आले. म्हणजेच, 'महिलेचे शिलभंग करणारा गुन्हा.' आणि यासाठी त्याला तेहतीस दिवसांच्या कारावासाची शिक्षा ठोठावण्यात आली; पण ती त्याची आधीच भोगून झाली होती. लैंगिक शोषणापासून मुलांचे संरक्षण करणारा पोक्सो कायदा बऱ्याच उशिरा म्हणजे, २०१२मध्ये लागू झाला.

शिक्षेमध्ये झालेली कपात आणि बलात्काराचा गुन्हा रद्दबातल ठरविल्यामुळे कोल्हापुरातील नागरिकांच्या संतापाचा पुन्हा एकदा भडका उडाला. नागरिक कृती समिती या प्रकरणाचा मुंबई उच्च न्यायालयात बारकाईने मागोवा घेत होती. समितीचे निमंत्रक पी. डी. हंकारे यांनी मुंबईत मला भेटून त्यांची व्यथा सांगितली. त्यांनी राज्य सरकारला सर्वोच्च न्यायालयात अपील करण्याची विनंती केली. मी कायदा आणि न्याय विभागाकडे यासंदर्भात चौकशी केली आणि 'आगामी काळात' असे अपील करता येईल, असे मला कळविण्यात आले. उच्च न्यायालयातील सरकारी वकिलांचे म्हणणे मात्र, हे प्रकरण 'अपीलासाठी योग्य नाही' असे होते. हे ऐकून मला धक्काच बसला; परंतु विभागाने लवकरात लवकर सर्वोच्च न्यायालयात जावे, यासाठी मी सतत विभागाशी पाठपुरावा करत राहिले. 'पीडितेच्या कुटुंबालापण आता हा खटला लढण्यात स्वारस्य उरलेले नाही,' असे हंकारे यांच्याकडून ऐकल्यावर मी पण खूप अस्वस्थ झाले. चौकशी केली असता मला सांगण्यात आले की, राजेंद्र गांधी याने न्यायालयाच्या आदेशानुसार ४० हजार रुपयांचा दंड जमा केला होता आणि पीडितेच्या वडिलांनी त्यातले २५ हजार रुपये आधीच काढून घेतले होते.

याच सुमारास हंकारे यांनी मुंबई उच्च न्यायालयाने शिक्षा कमी केल्याच्या विरोधात सर्वोच्च न्यायालयात जनहित याचिका दाखल केली. ती दाखल करून घेताना न्यायालयाने महाराष्ट्र सरकारला अपील दाखल न करण्याचे कारण विचारले. सार्वजनिक पातळीवर नाचक्की झाल्यावर सरकारने २९ एप्रिल १९९७ रोजी अपील केले, तर राजेंद्र गांधी यानेही अपील केले. मुंबई उच्च न्यायालयाने कलम ३५४अन्वये त्याला जे दोषी ठरवलेले होते, ते रद्द करावे, अशी त्याची मागणी होती.

अखेरीस, अकरा वर्षांनंतर हे प्रकरण सर्वोच्च न्यायालयात सुनावणीसाठी आले आणि त्यांनी उच्च न्यायालयाचा निकाल रद्द ठरवला.

सर्वोच्च न्यायालयाने सरकारची याचिका मान्य केली आणि राजेंद्र जवानमल गांधीवरील कलम ३५४अंतर्गत असलेले आरोप बदलून कलम ३७६/५११ (बलात्काराचा प्रयत्न) अंतर्गत दोषी ठरवले. ११ सप्टेंबर रोजी त्याला पाच वर्षांच्या तुरुंगवासाची शिक्षा सुनावली. आरोपीला बॉम्बे चिल्ड्रेन ॲक्टच्या कलम ५७अंतर्गतही शिक्षा मिळाली आणि ४०,००० रुपये दंड ठोठावला. या सगळ्या प्रक्रियेला लांबलचक अशी अकरा वर्षे लागली; परंतु त्या छोट्या मुलीला अखेर न्याय मिळाला.

सर्वोच्च न्यायालयाने आपला निकाल सुनावताना नागरिक कृती समिती प्रणीत नागरिकांच्या आंदोलनांबाबतही पुढील नकारात्मक निरीक्षणे नोंदवली :

अनावश्यक प्रसिद्धी आणि नागरिकांकडून काढण्यात आलेला मोर्चा यांमुळे मुलीचे मोठे नुकसान झाले आहे, या उच्च न्यायालयाच्या विधानाशी आम्ही सहमत आहोत... वृत्तपत्रे, इलेक्ट्रॉनिक मीडिया किंवा जन आंदोलनांद्वारे खटला चालवणे हे कायद्याच्या, (Rule of Law)च्या अत्यंत विरोधी आहे. त्यामुळे न्यायाचा गळा घोटला जाऊ शकतो.[५]

न्यायालयाच्या या निरीक्षणावर नंतर कायदातज्ज्ञ उपेंद्र बक्षी यांनी टीका केली आणि समितीच्या प्रयत्नांचे कौतुक केले :

... एक सामाजिक कृती गट, ज्याच्या तीव्र प्रयत्नांमुळेच सरकारला उच्च न्यायालयाच्या निकालाविरुद्ध अपील करावे लागले. बलात्काराविरुद्धच्या गुन्ह्याचे जनआंदोलनाचे यश सर्वोच्च न्यायालयाने अपयशी ठरवले! ... जर, खरोखरच बलात्काराचा गुन्हा म्हणजे, 'संपूर्ण समाजाविरुद्धचा गुन्हा' आहे, असे न्यायालय ठामपणे म्हणत असेल, तर मग ज्यामुळे शक्ती आणि जबाबदारी वाढते, अशा फौजदारी न्यायाच्या प्रशासनात लोकसहभागाला परवानगी नाकारण्याचे कोणतेही न्याय्य कारण दिसत नाही.[६]

काही शतकांपूर्वी, जगाच्या दुसऱ्या भागात, बेंजामिन फ्रँकलिन म्हणाले होते, 'ज्यांच्यावर काही परिणाम झालेला नसतो, असे लोकही जोवर ज्यांच्यावर अन्याय झाला आहे, त्यांच्याप्रमाणे पेटून उठत नाहीत, तोवर न्याय मिळणार नाही.'

ही एक न्यायासाठीची दीर्घ आणि कठीण कायदेशीर लढाई होती आणि भारताचे सर्वोच्च न्यायालय त्याबाबत जागरूक होते. राजेंद्र गांधीला ११ सप्टेंबर १९९७ रोजी शिक्षा सुनावताना त्यांनी आपल्या अंतिम आदेशात असे म्हटले होते :

गुन्ह्याला ११ वर्षे उलटून गेल्यानंतर शिक्षा ठोठावण्याचा प्रश्न आमच्या मनाला खूप अस्वस्थ करणारा आहे...

हा संदेश ठळक आणि स्पष्ट आहे की, जी व्यक्ती बलात्कार करेल वा करायचा प्रयत्न करेल, त्याची शिक्षेपासून सुटका होणार नाही.

❏❏❏

१

मुंबई बंदरावरील चोऱ्या

जेव्हा सर्व काही तुमच्या विरोधात जात आहे असे दिसते, तेव्हा लक्षात ठेवा, वाहणाऱ्या वाऱ्याच्या विरुद्ध विमानाने उड्डाण केलेले आहे.

- हेन्री फोर्ड

'**बंदरावरील चोरांइतकेच कार्गो** चोरपण नियंत्रणाच्या बाहेर गेले आहेत. तुम्हाला कशी काय ही जबाबदारी देण्यात आली, याचे मला खरेच आश्चर्य वाटत आहे,' महाराष्ट्राचे लाचलुचपत प्रतिबंधक विभागाचे वरिष्ठ प्रमुख अधिकारी मला म्हणाले. मी नुकताच मुंबई पोर्ट्स उपायुक्त म्हणून पदभार स्वीकारला असल्यामुळे मी त्यांना भेटायला (call on) गेले होते.

त्यादिवशी सकाळीच मला मुंबई पोलीस नियंत्रण कक्षाच्या अधिकाऱ्याचा फोन आला होता. 'डीसीपी पोर्ट झोन' कामावर रुजू झाल्या का, हे बघण्यासाठीचा तो कॉल होता. होकारार्थी उत्तर मिळाल्यावर त्यांनी मला त्या रात्री शहरात नाईट राउंडला जायची माझी जबाबदारी असल्याची माहिती दिली. तो १९८७चा जानेवारी महिना आणि महानगरातील कामाचा माझा पहिला दिवस होता.

कोल्हापूरच्या गार ग्रामीण वातावरणातून माझी मुंबईच्या कॉंक्रीटच्या जंगलात बदली झाली होती. या बदलीच्या विरोधात काही ठरावीक स्थानिकांनी आवाज उठवला होता.

पण माझे डी. आय. जी. पी. एस. नारायणस्वामी यांनी मला तिकडे लक्ष न देण्याचा आणि त्याऐवजी माझ्यासाठी वैयक्तिकरीत्या गैरसोयीचे असले तरी मुंबईचा पदभार स्वीकारावा, असा चाणाक्ष सल्ला दिला होता.

रात्रीची पहिली फेरी शांततेत पार पडली, हे माझे नशीब. माझे नवीन ड्रायव्हर चिंतामण जाधव आणि पुढच्या पॅसेंजर सीटवर त्यांच्या शेजारी बसलेले वायरलेस ऑपरेटर रावसाहेब आर. पांडे हे दोघेही माझ्यासाठी तेव्हा अनोळखी असले, तरी पोलीस संस्कृतीची मला चांगली ओळख होती. अनोळखी परिस्थितीतही अस्वस्थ न होता व्यवस्थित कसे राहायचे, हे मला माहीत होते. वायरलेसवर नियंत्रण कक्षातील सूचना अधिकाऱ्यांचे बोलणे मी ऐकत राहिले. मुंबईतील सुंदर रस्त्यांचे खूप कौतुक वाटत होते. रात्रीच्या वेळी तर हे रस्ते खूपच विस्तीर्ण दिसतात. देशाच्या आघाडीच्या बंदरावर माझे असे स्वागत झाले.

शतकानुशतके जुने बॉम्बे बंदर १६६८मध्ये रॉयल चार्टरकडून ईस्ट इंडिया कंपनीकडे हस्तांतरित झाल्यावर या बंदराच्या विकासाला सुरुवात झाली. १८६९ मध्ये सुएझ कालव्याचे उद्घाटन झाल्यावर शहराच्या सागरी व्यापारात क्रांती झाली. त्यामुळे आयात - निर्यात व्यापार भारताच्या पूर्व किनारपट्टीवरून पश्चिम किनाऱ्यावर स्थलांतरित झाला आणि मुंबई बंदर हे प्रमुख 'गेटवे ऑफ इंडिया' बनले. व्यवहाराच्या प्रशासनासाठी सध्याच्या स्वायत्त बॉम्बे पोर्ट ट्रस्ट (BPT)ची स्थापना १८७३मध्ये करण्यात आली.[१] इतर सुविधांमध्ये कस्टम हाऊसचे बांधकाम, गोदामे, ड्राय डॉक्स त्यानंतर सुरू झाले आणि वर्षानुवर्षे जेट्टी आणि अधिक गोदामांची त्यात भर पडत आहे.

१९८०च्या दशकाच्या उत्तरार्धात, बॉम्बे पोर्ट टर्मिनल्स, ट्रान्झीट शेड, जेट्टी, गोदामे आणि आधारभूत सुविधा यांनी गजबजलेले असायचे. शहराचा अविभाज्य भाग असल्याने अनेक बॉलिवूड चित्रपट बंदर, तेथील पोर्टर्स, गुन्हे आणि भ्रष्टाचार यांच्यावर आधारित असायचे. छोटे, साधे असे बंदर परिसरातील अनेक गुन्हेगार नंतर भयानक 'डॉन' बनले. त्यांच्यावरील विविध कथा प्रसिद्ध आहेत – काहींच्या खऱ्या; तर काही नुसत्याच आख्यायिका बनून राहिलेल्या.

बंदरावरील अंधाऱ्या विश्वात कार्यरत असलेल्या, बेकायदेशीरपणे होणाऱ्या चोऱ्यांचे नियोजन यांतून संघटित गुन्हेगारी टोळ्यांची व्यापक शक्ती आणि प्रभाव समजून घेण्यासाठी मला थोडा वेळ लागला.

मला दिसत होते, ते प्रचंड कंटेनर आणि सर्वत्र पसरलेला अवाढव्य माल. माझ्या नाकात फक्त हवेतील रसायनांचा उग्र, तीक्ष्ण वास जायचा. हा वास रात्री

अधिक प्रकर्षाने जाणवायचा. माझ्या रात्रीच्या गस्तीशी या वासाचे नाते जोडले गेले होते. या वासाविषयी माझ्यामध्ये एक विचित्र आवड निर्माण झाल्याचे मला जाणवायचे. हा वास मला माझ्या कष्टाची आणि तरुणपणातील ऊर्जेची आठवण करून देत असे. १९८०च्या सुमारास माझ्यात अशी खूप ऊर्जा होती.

त्या काळात या बंदरातून सुमारे पन्नास दशलक्ष टन मालाची वाहतूक होत असे. शेवटी आयात आणि निर्यात व्यापाराचा ओघ इतका प्रचंड वाढला की, केंद्र सरकारला नवी मुंबईत न्हावा शेवा बंदराचे बांधकाम सुरू करावे लागले. १९८९ मध्ये ते सुरू झाले. त्यामुळे बहुतांश कंटेनर वाहतूक जवाहरलाल नेहरू पोर्ट ट्रस्ट (जेएनपीटी, न्हावा शेवा)वरून होत असताना आधीचे गजबजलेले, खचाखच सामानाने भरलेले बॉम्बे पोर्ट आता उदास, निर्जन दिसते.

मला लवकरच या गोष्टीची जाणीव झाली की, बंदर कार्यालयातील अधिकारी, सुरक्षा कर्मचारी, स्थानिक पोलीस, कस्टम अधिकारी आणि विमा कंपन्या या सगळ्यांमध्येच एक दुष्ट साटेलोटे (Nexus) आहे. सुरुवातीला मी पोलीस कर्मचाऱ्यांशी ओळख करून घेण्यात आणि एकूणच त्या प्रदेशाची भौगोलिकता समजून घेण्यात व्यस्त होते. त्यामुळे त्यांनी कोणीच मला गांभीर्याने घेतले नाही. पोर्टच्या हद्दीत यलो गेट, शेवडी आणि वडाळा अशी तीन पोलीस स्टेशन येतात. संघटित गुन्हेगारीबद्दल मी ऐकून होते, वाचलेले होते; पण इथे मी कोट्यवधींच्या चोरीच्या संघटित गुन्हेगारीचा सामना केला. ऐंशीच्या दशकाच्या उत्तरार्धात बॉम्बे पोर्टमध्ये स्वतःचे वेगळे नियम आणि कायदे असलेलं अत्यंत घातक आणि बेकायदेशीर असं समांतर सरकारच कार्यरत होतं. रात्रीच्या वेळी जेव्हा मला धमकीचे फोन यायला लागले, पाठीमागून चित्रविचित्र आवाज येणारे मिस्ड कॉल यायला लागले, तेव्हा मी प्रत्यक्ष या गोष्टीचा अनुभव घेतला.

या माफियांनी माझ्या डीसीपी कार्यकाळाच्या अगदी सुरुवातीला बंदरातील चोरींवर नियंत्रण ठेवण्याच्या कामात मी अयशस्वी झाले, अशी बातमी एका स्थानिक इंग्रजी दैनिकात पहिल्या पानावर छापून आणली होती. खास या कामासाठी मला कोल्हापुरातून पाचारण करण्यात आले होते, असेही त्यात म्हटले होते. ते वाचून मी खूपच व्यथित झाले.

पोलीस आयुक्त डी. एस. सोमण यांना भेटून या चोऱ्यांना आळा घालण्यासाठी मी करत असलेले प्रयत्न त्यांना समजावून देण्याचे मी ठरवले.

वरिष्ठांकडून बोलणी खावी लागणार, या भावनेने हताश होऊन मी क्रॉफर्ड मार्केटमधील पोलीस आयुक्तांचे कार्यालय असलेल्या प्रभावी, शाही इमारतीत

पोहोचले. श्री. सोमण अगदी मितभाषी आणि राज्य पोलिसांच्या क्षेत्रात आता हळूहळू शिरलेल्या भ्रष्ट पद्धतींबद्दल अत्यंत तिटकारा असलेले अधिकारी म्हणून ओळखले जायचे. एक फाईल वाचता वाचताच त्यांनी मला बसायला सांगितलं व शेजारी ठेवलेलं वृत्तपत्र उचलून ठाम स्वरात म्हणाले, 'मी जेव्हा ही बातमी वाचली, तेव्हा या तरुण बाईने खऱ्या अर्थाने कामाला सुरुवात केली आहे, असा मी माझ्याशीच विचार केला.' ती बातमी मुद्दामहून माझ्याविरुद्ध देण्यात आल्याचे आयुक्तांना स्पष्टपणे समजले होते. एका तरुण अधिकाऱ्याला आव्हानात्मक परिस्थितीत असा खंबीर पाठिंबा देणारा बॉस मिळणे, यापेक्षा अधिक प्रेरणादायी काय असू शकते? मी आनंदाने आणि उत्साहाने आयुक्तांच्या कार्यालयातून बाहेर पडले.

बॉम्बे पोर्ट ट्रस्टचे मुख्य दक्षता अधिकारी एस. एस. पुरी हे भारतीय पोलीस सेवेतील महाराष्ट्र कॅडरचे अधिकारी होते. पोर्ट माफियांचे काम कशा प्रकारे चालते, हे त्यांनी मला खूप छान पद्धतीने समजावून सांगितले. हे साटेलोटे कसे तोडायचे, याबद्दलच्या सूचनाही दिल्या. नंतर ते त्यांच्या कारकिर्दीत विशेष तपास पथकाचे (एसआयटी) प्रमुख बनले. आंतरराष्ट्रीय स्तरावर गाजलेल्या तेलगी स्टॅम्प पेपर घोटाळ्याचा शोध त्यांनी लावला. श्री. पुरी हे नैतिकतेचा परिपाठ होते. जुनी आदर्श विचारपद्धती मानणाऱ्या पुरी यांचा सचोटीवर ठाम विश्वास होता. प्रामाणिकताच सर्वांत महत्त्वाची आहे आणि त्यात कोणतीही तडजोड होऊच शकत नाही, असे त्यांचे म्हणणे असे. नियमांना धरून चालणाऱ्या माझ्यासकट पोर्ट ट्रस्ट वरील सर्व अधिकाऱ्यांना त्यांचा दरारा वाटत असे.

माझी नवीन नियुक्ती झाल्यानंतर काही महिन्यांनी मला कळाले की, यलो गेट पोलीस ठाण्यातील गुन्हे निरीक्षक बंदरावरील एका मोठ्या चोरीमध्ये सामील होता. त्याने त्या प्रकरणाचा छडा लावला, गुन्हेगारांची ओळख पटवली; परंतु केस पेपर तपासातून असे दिसून आले की, त्यानंतर तपास अचानक थांबवला होता. त्यामुळे चोरीला गेलेला माल परत मिळाला नव्हता. माझ्या प्रश्नांना त्याच्याकडे उत्तर नव्हते. त्याच्या बेजबाबदार गैरवर्तनाने मी हादरले आणि लेखी अहवालासह पोलीस आयुक्तांशी संपर्क साधला. त्याचा अभ्यास करून त्यांनी त्या अधिकाऱ्याला निलंबित केले. यामुळे पोर्ट ट्रस्ट आणि पोलिसांना धक्काच बसला. मुंबईत, पोलीस स्टेशनच्या प्रमुख वरिष्ठ इन्स्पेक्टरपेक्षाही कधीकधी क्राईम इन्स्पेक्टर अधिक शक्तिशाली असतात. माझ्या या एका कृतीने पोलीस अधिकाऱ्यांना माझ्या मध्ये किती सामर्थ्य आहे, हे कळून चुकले.

बीपीटीच्या मुख्य सुरक्षा अधिकाऱ्यांनी त्यांच्या कर्मचाऱ्यांमधून 'गुन्हेगार' बाहेर काढायला खूप मदत केली. द पोर्ट युजर्स फोरम सक्रिय व्हायला सुरुवात झाली आणि ते माहिती द्यायला लागले. सुमारे एक वर्षाच्या कालावधीत बंदरावरील चोऱ्यांचे प्रमाण बऱ्यापैकी कमी झाले. उलट, त्यामुळे पोलीस स्टेशनमध्ये 'गुन्हा नोंदवून घेण्यात कुचराई तर होत नाही ना,' असा विचार माझ्या मनात डोकावला. त्यामुळे मी वरचेवर माझ्या रात्रीच्या गस्ती फेऱ्या आणि अचानक तपासणी मोहिमा चालू ठेवल्या. अशाच एका फेरीत मला यलो गेट पोलीस स्टेशनचे कर्मचारी भेटले. अमली पदार्थांचे सेवन करणाऱ्या व्यसनी माणसाला त्यांनी अटक केली असताना त्याने तुरुंगात विजेचा बल्ब फोडून खाल्ला होता. अमली पदार्थ न मिळाल्यामुळे त्याला सहन होईना, म्हणून.

आणखी एका प्रसंगी, बंदराच्या परिसरातून जात असताना, चोरीचा माल असलेली बॅग घेऊन जात असलेल्या चोराच्या वाटेत आम्ही आलो. मी आणि माझे वायरलेस ऑपरेटर पांडे यांनी गाडीतून खाली उतरून त्याचा पाठलाग केला. दोन गणवेशधारी अधिकारी आपल्या मागावर असल्याचे बघून तो घाबरला आणि त्याने खाली जेटीवर उडी मारली. शेजारीच उभ्या असलेल्या एका पोलीस हवालदाराने प्रसंगावधान दाखविले आणि त्याला वाचवण्यासाठी पूर्ण वर्दीत चोराच्या मागे उडी मारली. त्याला परत आणल्यावर मी सुटकेचा निःश्वास सोडला. आधी उल्लेख केलेला व्यसनी माणूस किंवा हा पोर्टवरील तरुण चोर हे जर मरण पावले असते, तर त्यांच्या मृत्यूला नक्कीच आम्हाला जबाबदार धरण्यात आले असते.

याच सुमारास, एका स्थानिक औषधनिर्माण कंपनीने पोर्ट शेडमध्ये साठवलेल्या दोन किमती आयात केलेल्या मालांची चोरी झाल्याची तक्रार नोंदवली. आम्ही आमच्या खबऱ्यांकडे आणि चोरीच्या वस्तूंच्या व्यापारासाठी ओळखल्या जाणाऱ्या भागातही तपासले. 'चोर बाजार' म्हणून ओळखल्या जाणाऱ्या या ठिकाणी पोलीस गुन्हे प्रतिबंधक कर्मचारी नियमितपणे भेट देत. खरं तर, आम्ही तिथे खबरे तयार केले होते. ते बाजाराचा अभ्यास करायचे आणि विशिष्ट वस्तूंची - जसे की, बॉल बेअरिंग इत्यादींची टंचाई निर्माण झाल्याची आणि त्यामुळे त्यांच्या संभाव्य नियोजित चोरीबद्दल आम्हाला माहिती द्यायचे. त्यानंतर आम्ही त्या दुर्मीळ वस्तूंची आयात करणाऱ्या कंटेनरवर विशेष पाळत ठेवू शकायचो. मात्र, या दोन्ही प्रकरणांत काही वेळातच या मालाची चोरी झाली होती. यलो गेट पोलीस स्टेशनने हे आव्हान म्हणून स्वीकारले आणि एक केस लवकरच इन्स्पेक्टर सुरेश वालीशेट्टी यांनी शोधून काढली. हे पोलीस इन्स्पेक्टर त्यांच्या गुप्तहेर कौशल्यासाठी नावाजलेले होते.

दुसऱ्या चोरीच्या मालाच्या ठावठिकाणाविषयीची माहिती कंपनीच्या मालकानेच आम्हाला दिली. छापा टाकून आम्ही तो माल पकडला. चोरलेल्या मालाची किंमत करोडोंची होती.

आणखी एका प्रकरणाचा तपास करत असताना मला खूप त्रास झाला. माझ्या कार्यालयातील कॉन्स्टेबल कंटेनर चोरीमध्ये सामील होता. प्रत्येक कंटेनरला विशिष्ट क्रमांकाचे सील असते. या घटनेत आणि अशा बऱ्याच प्रकरणांत बंदरावरील चोर वेगवेगळ्या शेडकडे जाताना कंटेनर उघडतात, महागड्या वस्तू बाहेर काढतात आणि सील बदलतात. कंटेनर त्याच्या मुक्कामी पोहोचल्यावर उघडून बघितला जातो, तेव्हा चोरी होऊन खूप दिवस उलटून गेलेले असतात. परिणामी, ही फसवणुकीची प्रकरणे आहेत, की आंतरराष्ट्रीय निर्यातदारांकडून कमी माल आला होता, की जहाजावर किंवा बॉम्बे पोर्टवर चोरी झाली, हे निश्चित करणे कठीण होते. बंदरातील गुन्हेगारी टोळ्या या पळवाटांचा पुरेपूर फायदा घेत होत्या आणि या वेळी तर माझ्या तरुण ऑफिस कॉन्स्टेबलने त्यांच्याशी हातमिळवणी केलेली होती. मात्र, तोपर्यंत संघटित गुन्हेगारी सिंडिकेट निष्फळ करण्यासाठी माहिती देणाऱ्या आमच्या खबऱ्यांची चांगली यंत्रणा परिणाम दाखवू लागली होती. क्राईम इन्स्पेक्टरच्या पाठोपाठ आमच्या खात्यातला हा दुसरा 'बळी' पडला होता.

प्रसारमाध्यमांनी माझ्या विरुद्ध मोहीम उघडलेली असताना ज्या पोलीस आयुक्तांनी मला पाठिंबा दिला होता, त्यांनी या कॉन्स्टेबलचे प्रोबेशनही अद्याप संपलेले नसताना त्याला ताबडतोब बडतर्फ केले. अशा जलद शिस्तबद्ध कृतींचे चांगले परिणाम दिसून येतात.

तत्त्वांबद्दल बोलायचे तर, हे लक्षात घेतले पाहिजे की, गुन्हेगारांचेही स्वतःचे एक तत्त्व असते. एके दिवशी सकाळी सकाळी मला माफिया गँगस्टर वरदराजन मुडलीयारचा उजवा हात असलेल्या माणसाने फोन केला. त्याने मला स्वत:ची ओळख कुकू म्हणून सांगितली. माझ्या पोलीस कारच्या चालकाने त्याच्याकडे दोन हजार रुपयांची मागणी केल्याचे त्याने मला सांगितले आणि 'आता मी काय करू?' असे विचारले. अवाक होऊन, 'तुझ्या जोड्याने त्याला मार,' असे मी त्याला उत्तर दिले. 'मला तुमच्याकडून हेच उत्तर अपेक्षित होते,' असे तो म्हणाला आणि त्याने फोन ठेवून दिला.

मी ताबडतोब मुंबई पोलिसांच्या मोटार वाहतूक (एमटी) विभागाचे प्रमुख असलेल्या अधिकाऱ्यांकडे चौकशी केली. माझे नेहमीचे वाहनचालक जाधव यांना तातडीची रजा मंजूर करण्यात आली होती आणि तात्पुरती व्यवस्था म्हणून

माझ्या कारसाठी नवीन ड्रायव्हरची नेमणूक करण्यात आली होती. एक दिवसही त्याने माझ्या पोलीस गाडीवर चालक म्हणून काम केले नव्हते आणि त्याआधीच तो स्वतःचा फायदा कसा काढता येईल, याची संधी शोधत होता. दुर्दैवाने, गणवेशातील अशा गुन्हेगारांची संख्या वाढत आहे आणि त्यामुळे आपल्या पोलीस दलाचे नाव बदनाम होत आहे.

नंतर एका सकाळी मला बीपीटीचे अध्यक्ष एस. राममूर्ती यांचा फोन आला. त्यांना मला भेटायचे होते. आतापर्यंत पोर्ट ट्रस्टच्या कॉन्फरन्स हॉलमध्ये काही बैठकांमध्ये मी त्यांना पाहिले होते. बॅलार्ड पिअर येथील त्यांच्या कार्यालयात ही माझी पहिली भेट असणार होती. त्यांचे कार्यालय प्रचंड मोठे आणि अवाक करणारे होते! गतकाळाची आठवण करून देणाऱ्या पूर्व अध्यक्षांच्या आणि इतर दिग्गजांच्या लाकडी चौकटीमधल्या तसबिरी मागे भिंतीवर होत्या. श्री. राममूर्ती यांनी माझे मन:पूर्वक स्वागत केले आणि बंदरातील चोऱ्यांवर अंकुश मिळविल्याबद्दल माझे अभिनंदन केले.

जेव्हा त्यांनी यापूर्वीच्या काळात झालेल्या चोऱ्यांची आकडेवारी उद्धृत केली आणि त्यांची अलीकडील संख्येशी तुलना केली, तेव्हा मला आनंदमिश्रित आश्चर्य वाटले; पण त्यांच्या पुढच्या प्रश्नाने मला पूर्ण गोंधळात टाकले. 'आम्ही तुमच्यासाठी काय करू शकतो?' असे त्यांनी मला अगदी प्रामाणिकपणे विचारले. त्यांनी केलेल्या कौतुकाबद्दल त्यांचे आभार मानून मी त्यांच्या त्या अनपेक्षित सौहार्दपूर्ण ऑफरला उत्तर देण्यासाठी वेळ मागितला. त्यांनी छानसे स्मित करून त्यावर विचार करण्यासाठी वेळ दिला. अत्यंत आनंदाने मी त्यांच्या कार्यालयातून बाहेर पडले.

त्यांच्याकडे काय मागायचे, याचा विचार करत मी सिव्हीओ श्री. पुरी यांना भेटायला गेले. माझ्या प्रतिक्रियेची त्यांना मजाच वाटली. त्यांनी माझ्या लक्षात आणून दिले की, डीसीपी पोर्ट हे जरी बीपीटीच्या विभागाचे पदसिद्ध प्रमुख असले, तरी डीसीपीचा अधिकृत कक्ष मात्र काही त्या पदाला न्याय देईल, असा साजेसा नाही. मुख्य बीपीटी इमारतीच्या चौथ्या मजल्यावरील लिफ्टच्या शेजारी एक छोटी खोली म्हणजे हे कार्यालय होते. त्यापासून सुमारे शंभर मीटर अंतरावरील एका हॉलमध्ये कार्यालयीन कर्मचारी बसून काम करायचे. मी आत्यंतिक उत्साहाने हा सुवर्ण प्रस्ताव स्वीकारला.

एक चांगला कक्ष मिळावा, ही माझी इच्छा अध्यक्षांना कळवण्यात आली आणि लवकरच मला आणि माझ्या कर्मचाऱ्यांना पोर्ट ट्रस्टमधील इतर विभागप्रमुखांच्या

कार्यालयांच्या बरोबरीने एक सुसज्ज, पूर्ण वातानुकूलित जागा कार्यालयासाठी मिळाली. कनिष्ठ अधिकाऱ्याला त्याच्या वरिष्ठांनी कौतुकाने आणि भरीव कृतीने प्रेरित करण्याचे हे उत्कृष्ट उदाहरण होते.

बॅलार्ड पिअरमधील माझ्या नव्याने रंगवलेल्या कार्यालयात मी शिफ्ट झाले. माझा माझ्या नशिबावर विश्वास बसत नसतानाच ऑफिसच्या कर्मचाऱ्यांनी लवकरच सांगायला सुरुवात केली की, 'एसीमुळे त्यांना सर्दी होते आणि त्यांचे सांधे दुखतात!' ते उदारीकरणापूर्वीचे दिवस होते. जीवन तुलनेने खरोखरच साधे-सोपे होते आणि आर्थिक राजधानीला एअर कंडिशनरसारख्या आधुनिक तंत्रज्ञानाची अजून आवड निर्माण व्हायची होती. शहराच्या आर्द्रतेपासून वाचविणाऱ्या थंड खोलीत बसून मला वाटले की, माझी प्रोडक्टीव्हिटी वाढली आहे. असे असले तरी, मी हे मान्य करते की, बंदरावर उसळलेली गर्दी आणि तिथला रसायनांचा वास यांमुळे मला खरी खरी ऊर्जा मिळाली.

नंतर मला असे समजले की, माझ्या तासन्‌तास असंख्य गस्ती फेऱ्यांमुळे गोदीवरील चोर आणि पोलीस या दोघांमध्येही एक अफवा पसरली होती की, मी माझ्या दोन वर्षांच्या मुलाला पाठीला पट्टा बांधून बरोबर घेऊन रात्रीच्या वेळी मोटरसायकलवरून बंदरावर गस्त घालते!

❑❑❑

१०

माझी जळालेली कार

तुम्ही जवळपास कोणत्याही भीतीवर विजय मिळवू शकता. त्यासाठी फक्त तुम्हाला तुमच्या मनातली भीती काढून टाकावी लागते. लक्षात ठेवा, भीती फक्त मनात असते, दुसरीकडे कुठेही नाही.

- डेल कार्नेगी

त्या दिवशी दसरा होता आणि सगळीकडे उत्सवाची धामधूम सुरू होती. भायखळा येथील माझ्या सरकारी निवासस्थानाच्या समोरच्या दारासाठी आम्ही झेंडूचे तोरण बनवले होते. माझे पोलीस चालक दिलीप वीरकर आणि चिंतामण जाधव यांनी फुले, मिठाई आणि नारळ आणला होता. महाराष्ट्र पोलिसांच्या परंपरेनुसार, आम्ही माझ्या कारची आणि शस्त्राची (नायगाव पोलीस मुख्यालयाने मला दिलेली ९ मिमी पिस्तूल) पूजा केली. नारळ फोडून सर्वांना प्रसाद वाटण्यात आला. तो एक छान सोहळा होता. मुंबईत दसरा शांततेत साजरा होत असला, तरी त्या दिवशी पोलिसांची गस्त वाढवण्यात येते. त्यामुळे पूजा झाल्यावर लगेचच आम्ही रस्त्यावर उतरलो.

शिवाजी पार्क, दादर येथे महाराष्ट्रातील मोठा प्रादेशिक राजकीय पक्ष, शिवसेनेच्या नेतृत्वाखाली संध्याकाळची रॅली, हा मुंबईतील एक प्रमुख कार्यक्रम असतो.

पक्षाचे संस्थापक, बाळासाहेब ठाकरे यांचे श्रोत्यांना मंत्रमुग्ध करणारे, धडाकेबाज, उपहासात्मक, नर्मविनोदी शैलीतील भाषण ऐकण्यासाठी या दसरा

मेळाव्याला प्रचंड गर्दी होत असते. हा दसरा मेळावा म्हणजे शिवसेनेची ताकद दाखवून देणारा कार्यक्रम असतो. बाळासाहेब ठाकरे यांच्या पश्चातही दसऱ्याला होणाऱ्या या कार्यक्रमाची परंपरा सुरू आहे.

दरम्यान, वरिष्ठ पातळीवर अधिकारी बदलून नवीन आयुक्तांनी पदभार स्वीकारला होता. मी मुंबईत येऊन आता एक वर्षाहून अधिक काळ झाला होता. हिंसक कायदा आणि सुव्यवस्थेची परिस्थिती मी कशी हाताळू शकेन, असा विचार अनेकदा माझ्या मनात यायचा. पोर्टला संघटित गुन्हेगारीने वेढलेले होते; पण तिथे कधी निषेध मोर्चे, आंदोलने झाली नव्हती. इतर उपायुक्तांच्या तुलनेत मी लहान आणि बारीक होते. याउलट, एकदम टापटीप, चांगल्या गणवेशांत ते एकदम प्रभावी आणि धडाकेबाज दिसायचे आणि योग्य वेळी तितकेच कठोरसुद्धा.

माझा कस बघणारी वेळ अशी समोर येऊन ठेपली होती, याची मला जाणीव नव्हती. दसऱ्याच्या दिवशी सकाळी साधारण ९-१०च्या सुमारास गस्त घालत असताना मला अचानक पोलीस नियंत्रण कक्षातून पोलीस व्हॅन्सना कामाठीपुराच्या दिशेने जाण्याच्या सूचना ऐकायला मिळाल्या. तिथे मोठा दंगा उसळला होता. मी माझ्या कारमध्ये वायरलेस नेटवर्क ऐकत होते. झोन २च्या डीसीपींनी नियंत्रण कक्ष अधिकाऱ्याला कळवले की, ते त्यांचे कार्यक्षेत्र असल्याने ते घटनास्थळी पोहोचले आहेत. लवकरच नियंत्रण कक्षाने आणखी हिंसाचार होत असल्याची आणि पोलिसांनी गोळीबार केल्याची माहिती दिली. त्यानंतर थोड्याच वेळाने वायरलेस ब्रॉडकास्टने बातमी दिली की, अलीकडेच रुजू झालेल्या पोलीस आयुक्तांना स्थानिक नागरिकांनी घेराव घातला आहे. त्यानंतर नियंत्रण कक्षाच्या अधिकाऱ्याने परिस्थिती नियंत्रणाबाहेर गेल्याने जवळपासच्या परिसरातील सर्व पोलीस अधिकाऱ्यांना कामाठीपुरा येथे जाण्याचे निर्देश दिले. मी ताबडतोब तिकडे जाण्यासाठी निघाले.

वाटेत, मोहम्मद अली रोडवर गाडी असताना काही वाहतूक शाखेचे अधिकारी मला कर्तव्य बजावत असताना दिसले. 'कामाठीपुरा येथील दंगलीची माहिती कळाली का,' याची मी त्यांच्याकडे चौकशी केली. त्यावर त्यांचे उत्तर नकारार्थी होते. वाहतूक वायरलेस चॅनेल विभागीयपेक्षा वेगळा असतो. आयुक्त एका हिंसक जमावाचा सामना करत असल्याची माहिती मी त्यांना दिली आणि माझ्या कारच्या मागे त्यांच्या जीपमधून यायला सांगितलं.

कामाठीपुरामध्ये प्रवेश करताच रस्त्याच्या दोन्ही बाजूला आम्हाला मोठी गर्दी दिसली. माझी लाल दिव्याची गाडी पाहून अनेक नागरिक आमच्या दिशेने धावले.

मी माझ्या गाडीतून खाली उतरले. संतप्त जमावाने मला सांगितले की, 'काळा चश्मा घातलेला एक पोलीस अधिकारी त्याच्या कारमधून या आधी घटनास्थळी आला होता आणि त्याने आपल्या रिव्हॉल्व्हरमधून गोळीबार केला. त्यात एका तरुण हिंदू मुलाचा जागीच मृत्यू झाला.' तो अधिकारी गाडीतून खालीही उतरला नाही आणि त्याने वाहनाच्या खिडकीतून गोळीबार केला, असा त्यांचा आरोप होता. यामुळे अर्थातच लोकांचा राग अनावर झाला होता. ते अस्वस्थ आणि आक्रमक झाल्याचे मला कळत होते. त्यांच्यापैकी एकाने माझ्या गणवेशावरील नेमप्लेटवर माझे नाव वाचले आणि ओरडला, 'बोरवणकर, गेल्या वर्षी या रस्त्यावर प्रशिक्षणार्थी उपनिरीक्षक गोखले यांची हत्या झाली, तेव्हा तुम्ही कुठे होतात? आता आणखी एक तरुण हिंदू मुलगा मारला गेला, याबाबत तुम्ही काय करणार आहात?' माझ्या लक्षात आले की, या दंगलीला जातीय स्वरूप प्राप्त झाले आहे आणि ज्या अधिकाऱ्याने मुलावर गोळीबार केला, तो झोन २चा डीसीपी अधिकारी एक मुस्लीम होता.

माझ्या सभोवतालच्या सर्वांना शांत करण्याच्या प्रयत्नात या घटनेची सरकारी चौकशी केली जाईल, असे मी त्यांना आश्वासन दिले. आमची ही वीस मिनिटांची चर्चा मला अनेक तासांसारखी प्रदीर्घ वाटली. आम्ही तेथून हलूच शकत नव्हतो. उलट जमाव अधिकाधिक आक्रमक होत होता. माझ्या मागे आलेले वाहतूक शाखेचे अधिकारी कुठे आजूबाजूला दिसत आहेत का, हे मी पाहिले; पण त्यांपैकी एकही जण दृष्टिक्षेपात नव्हता. माझ्या शेजारी उभा असलेला आमचा एकमेव माणूस म्हणजे माझा अंगरक्षक होता आणि तो खूपच काळजीत दिसत होता.

आक्रमक जमावाच्या गर्दीत उभं राहताना मला जाणवत होतं की, आपण एका अनिश्चित, धोकादायक परिस्थितीत आहोत. ही सगळी चर्चा पोलीस आयुक्तांपर्यंत पोहोचण्याच्या मार्गावर चालू होती; कारण त्या ठिकाणाच्या दुसऱ्या टोकाला त्यांना घेराव घालण्यात आला होता. नागरिकांनी मला त्यांच्यापर्यंत पोहोचू दिलं पाहिजे, असं मी त्यांना सांगत होते; तरी गर्दी कमी होत नव्हती. 'आम्हाला इथे आणि आत्ताच उत्तर द्या,' असा त्यांचा हेका चालू होता. एका वर्षापूर्वी याच भागात गोळ्या घालून ठार झालेल्या तरुण अधिकाऱ्याची मला माहिती होती आणि त्यासंदर्भात फौजदारी गुन्हाही दाखल झाला होता; पण जमावाला आता त्या खटल्याच्या प्रगतीबद्दल जाणून घ्यायचे होते आणि ती माहिती माझ्याकडे नव्हती. वातावरण मिनिटा मिनिटाला तीव्र होत होते. तेवढ्यात गर्दीतले काही जण अचानक मला आयुक्तांपर्यंत पोहोचू द्या, असे ओरडले.

मी प्रचंड सावध होते; कारण आता तेथे आम्ही केवळ दोनच पोलीस होतो. वाहतूक अधिकारी केव्हाच गायब झाल्याचे दिसत होते. मला असे वाटले की, पुढे जाणे धोकादायक असू शकते. माझ्या होल्स्टरमधील ९ एमएम पिस्तुलाबाबतही मी सावध होते; कारण मी गर्दीतून जात असताना कोणीतरी ते हिसकावून घेण्याची शक्यताही होती. त्यामुळे त्यांचे म्हणणे स्वीकारण्याऐवजी मी तिथेच खंबीरपणे उभी राहिले. माझ्या आत जो गोंधळ उडाला होता, त्याला दाबून टाकत मी ठामपणे सांगितले की, 'जोपर्यंत जमाव माझ्यासाठी मार्ग मोकळा करून देत नाही, तोपर्यंत मी पुढे जाणार नाही.' काही मोजक्या लोकांना 'अधिकाऱ्यांना' पुढे जाऊ द्यावे, असे वाटत होते; पण इतर अनेकांचा त्याला विरोध होता. संतप्त नागरिकांचा हा एकत्र आलेला जमाव होता आणि त्यात कोणी एक असा नेता नव्हता, हे मला कळत होते. पुढे नक्की काय करायचं, याबाबत त्यांची जोरजोरात दहा मिनिटे चर्चा चालली आणि त्यानंतर सुदैवाने मला आयुक्तांकडे जाऊ देण्यावर सर्वांचे एकमत झाले.

जमाव बाजूला झाला, तरीही चिडलेलाच होता. मी रस्त्याने सुमारे ५०० मीटर चालत गेले आणि माझ्या डावीकडे असलेल्या एका गल्लीत आयुक्तांच्या समोर आले. आयुक्त आणि अतिरिक्त आयुक्त एका पोलीस व्हॅनजवळ उभे होते आणि त्यांना संतप्त जमावाने घेरलेले होते. मी त्यांच्यापाशी पोहोचल्यावर नवीन पोलीस आयुक्तांनी मला अत्यंत चिडलेल्या स्वरात विचारले, 'त्यांनी तुम्हाला आमच्या मदतीसाठी पाठवले आहे का?' त्यांच्या प्रतिक्रियेने मी चक्रावून गेले आणि मला खूपच खजील झाल्यासारखे वाटले. अतिरिक्त आयुक्तांच्या ही बाब लक्षात आल्याने त्यांनी तातडीने विषय बदलला आणि मला त्यांच्या वाहनातील वायरलेसवरून त्वरित नियंत्रण कक्षाकडून अधिक कुमक मागवून घेण्यास सांगितले.

मी त्यांच्या गाडीकडे जात असताना मला पोलिसांच्या सायरनचा मोठा आवाज ऐकू आला. आमच्यापैकी अनेकांनी मुख्य रस्त्यावर धाव घेतली. संतप्त जमावाने ड्रायव्हरला बळजबरीने बाहेर काढून माझी पोलीस गाडी उलटी करून पेटवून दिली होती आणि माझ्याच पोलीस गाडीचा सायरन जोरजोरात वाजत होता.

माझ्या गाडीचा घाबरलेला ड्रायव्हर शेजारी असाहाय्यपणे उभा होता. याच गाडीची आम्ही सकाळी पूजा केली होती. मी या धक्क्याने अक्षरशः सुन्न झाले.

माझ्या ब्रीफकेससह विविध वस्तू कारमधून बाहेर फेकल्या गेल्या होत्या. त्यातील काही अर्धवट जळाल्या होत्या. मी त्या वस्तू उचलल्या, माझ्या अंगरक्षकाकडे दिल्या आणि पोलीस नियंत्रण कक्षाकडून अधिक मनुष्यबळ मागायला गेले.

पोलिसांची जादा कुमक लवकरच आली. मला वायरलेस सेटवर ऐकू येत होते की, कंट्रोल रूम ऑफिसर मुंबई पोलिसांच्या मोटार ट्रान्सपोर्ट डिव्हिजनला माहिती देत होते, 'जमावाने पोर्ट मॅडमची गाडी जाळली आहे. कृपया, त्यांच्यासाठी एक गाडी पाठवा.' परिस्थिती नियंत्रणात येईपर्यंत माझ्यासाठी दुसरी गाडी मागविण्यात आली.

दिवसभराच्या घटनांमुळे मी हादरून गेले होते. विशेषत: माझी गाडी जळून खाक झाली होती. आयुक्तांची निंदनीय टिप्पणी, दंगलीच्या टीकेबद्दल तर बोलायलाच नको. संतप्त जमावाचा उद्रेक होत असताना वाहतूक पोलीस अधिकारी गायब झाले, हे दुःखदायक होते. खरे तर ते उंच, धडाडीचे आणि अतिशय प्रभावी दिसणारे मॉडेल पुरुष - पोलीस अधिकारी होते; पण प्रत्यक्षात पाच फूट चार इंच व्यक्तिमत्त्वाची मी ठामपणे जमिनीवर उभी राहून माझ्या क्षमतेनुसार संतप्त जमावाचा सामना केला होता. या प्रसंगामुळे माझ्या उंचीबद्दलचा मला वाटणारा न्यूनगंड हा एक निरर्थक मानसिक अडथळा आहे, हे माझ्या लक्षात आले. या दुर्दैवी हिंसक घटनेमुळे मी अखेरीस या मानसिक समस्येवर मात केली. मला हेदेखील जाणवले की, हिंसक आणि संवेदनशील सार्वजनिक सुव्यवस्थेचा प्रश्न हाताळण्यासाठी केवळ भारदस्त व्यक्तिमत्त्व पुरेसे नसते.

भयंकर घडामोडींनी भरलेल्या त्या दसऱ्याच्या रात्री मी घरी पोहोचले, तोपर्यंत खूप उशीर झाला होता. माझ्या शरीरातील कण न् कण थकला होता. मी माझी अर्धी जळालेली ब्रीफकेस उघडली. माझ्या तीन वर्षांच्या मुलाच्या फोटोला आगीची झळही लागली नव्हती.

नंतर सरकारी चौकशीदरम्यान त्या वाहतूक पोलीस अधिकाऱ्यांनी घटनास्थळावरून पळून गेल्याचे नाकारले. चौकशी अधिकारी रवी बुद्धिराज यांनी मला त्यांच्या कार्यालयात बोलावून घेतले, तेव्हा मला ते बाहेर वाट बघत थांबल्याचे दिसले.

मी माझे म्हणणे नोंदवायला त्यांच्या कार्यालयात प्रवेश करण्यापूर्वीच त्यातील एक अधिकारी पुढे आला आणि म्हणाला, 'मॅडम, आम्ही कसे तुम्हाला सोडून जाऊ; तुम्ही तर आम्हाला आमच्या बहिणीसारख्या आहात!'

□□□

११

भरती ओहोटी

वेळ आणि भरतीची लाट कोणासाठीच थांबत नाही.

- जेफ्री चॉसर

एकदा इतर मुंबई पोलीस अधिकाऱ्यांबरोबर मी सार्वजनिक सुव्यवस्थेसाठीच्या बंदोबस्तावर होते. तेवढ्यात अचानक पोलीस वायरलेस नेटवर्कवर वरिष्ठ पोलीस अधिकाऱ्यांच्या बदल्यांची घोषणा झाली. साधारणपणे, असे आदेश 'पोलीस नोटीस' नावाच्या अंतर्गत दैनिक बुलेटिनद्वारे जारी केले जातात किंवा फॅक्सद्वारे किंवा वैयक्तिक पत्रांच्या स्वरूपात पाठवले जातात. माझ्या शेजारी उभ्या असलेल्या झोन १च्या डीसीपीने वर पाहिले आणि मोठ्याने विचारले, "त्यांनी तुम्हाला झोन ४ दिला आहे?" त्याच्या या टिप्पणीने मी सर्दच झाले आणि ताबडतोब तितक्याच सहजपणे उत्तर दिले, "का नाही?" खरे सांगायचे तर, मलाही तितकेच आश्चर्य वाटले होते; कारण १९८०च्या दशकात झोन ४ हा मुंबईतील सर्वांत कठीण विभाग होता. हिंसक संघटित गुन्हेगारी टोळ्यांनी थैमान घातले होते. प्लॅनिंग करून करण्यात येणाऱ्या खुनांसाठी त्या कुप्रसिद्ध होत्या. आशियातील सर्वांत मोठी झोपडपट्टी धारावीचाही यात समावेश होता. याशिवाय, अलीकडेच तिथे नियुक्त करण्यात आलेल्या आयपीएस अधिकाऱ्याचा कार्यकाळही अजून पूर्ण झाला नव्हता. त्यामुळे माझी बदली झाल्याची बातमी अचानक आणि आश्चर्यकारक होती.

दु:खी अंत:करणाने मी पोर्टचा निरोप घेतला आणि नवीन झोनचे काम बघायला तयार झाले. पोर्टमध्ये काम करताना मला खूप गोष्टी शिकायला मिळाल्या होत्या.

माझ्या नवीन कारकिर्दीत प्रथमच मी संघटित गुन्हेगारीशी लढा दिला होता. अगदी आजही बंदराच्या परिसरातील माझ्या रात्रीच्या फेऱ्यांची मला आठवण येते. शेड आणि गोदामांमध्ये रचून ठेवलेले फार्मास्युटिकल्स आणि इतर वस्तूंचे परिचित वास आले की, आजही नॉस्टॅल्जिक वाटते.

दाट लोकवस्तीच्या झोपडपट्ट्यांमध्ये कष्ट करणाऱ्या स्त्री-पुरुषांच्या घामाशिवाय झोन ४ला असा काही विशिष्ट वास नव्हता. दरम्यान, मी नऊ पोलीस ठाण्यांच्या अखत्यारीतील भागात राऊंड मारायला गेले. त्यांची वेगवेगळी वैशिष्ट्ये टिपली. धारावी, देवनार आणि गोवंडीमध्ये विविध धर्मांची मिश्र लोकसंख्या (बहुतेक दारिद्र्यरेषेखालील रहिवासी) होती. माटुंगा प्रामुख्याने तमिळ, दादर महाराष्ट्रीय आणि माहिममध्ये लक्षणीय मुस्लीम लोकसंख्या होती. फाळणीनंतर निर्वासितांची वस्ती असलेले चेंबूर आता हिंदू, मुस्लीम, सिंधी आणि बौद्ध यांच्या मिश्र लोकवस्तीचे ठिकाण होते. अँटॉप हिलमध्ये पुनर्वसन शिबिरे आणि एक मोठी सरकारी निवासी वसाहत होती. राष्ट्रीय केमिकल्स अँड फर्टिलायझर्स (आरसीएफ) आणि भाभा अणु संशोधन केंद्र (बीएआरसी) पोलीस ठाणी संबंधित संस्था आणि त्यांच्या निवासी वसाहतींच्या सेवेसाठी होती.

गुन्हेगारीचे प्रमाण जास्त असण्यासोबतच, या झोनमध्ये सायन हॉस्पिटल, म्हणजेच अधिकृतपणे लोकमान्य टिळक म्युनिसिपल जनरल हॉस्पिटल म्हणून ओळखल्या जाणाऱ्या रुग्णालयामुळे पोलिसांना कराव्या लागणाऱ्या हस्तक्षेपाचे प्रमाण मोठे होते. याचे कारण, मुंबईतील काही मोजक्याच सरकारी रुग्णालयांमध्ये शवविच्छेदन केले जायचे. त्यामुळे अनैसर्गिक मृत्यूंची बहुतांश प्रकरणे याच रुग्णालयात यायची. सामान्यतः नागरिकांना तपासासाठी आवश्यक असलेल्या कागदपत्रांची माहिती असली तरी, कायद्यानुसार, पोलिसांना अपघात आणि अनैसर्गिक मृत्यूची चौकशी करावी लागते आणि त्यात मोठ्या प्रमाणात कागदपत्रे लागतात. याविषयी नागरिक बहुतांशी अनभिज्ञ असतात. अनैसर्गिक किंवा अपघाती मृत्यूंच्या घटनांमध्ये उपनिरीक्षक आणि हेड कॉन्स्टेबल मृत व्यक्तीच्या ओळखीच्या किंवा त्या व्यक्तीसोबत शेवटच्या वेळी दिसलेल्या व्यक्तींचे जबाब नोंदवतात. एखाद्या गुन्ह्यामुळे त्या व्यक्तीचा मृत्यू झाला असण्याची शक्यता असल्याने ही कायदेशीर गरज असते.

तिथे स्थिरस्थावर झाल्यानंतर काही महिन्यांनी गुन्ह्यांच्या आकडेवारीचा आढावा घेतल्यानंतर, अधिकाऱ्यांशी चर्चा केल्यावर आणि पोलीस ठाण्यांना वारंवार भेटी दिल्यानंतर मला जाणवले की, मला वाटत होते, तेवढे धारावीला गुन्हेगारीने

वेढलेले नव्हते. तिथल्या राहणीमानाची परिस्थिती मात्र इतकी भयावह होती की, झोपडपट्टीतल्या गुन्हा घडलेल्या प्रत्येक ठिकाणी जाऊन आल्यानंतर मी नरकाची नवी व्याख्या करू शकत होते. सर्वत्र गटारात खेळणारी मुलं, मोकाट फिरत असलेली डुकरं, छोट्या छोट्या झोपड्यांमध्ये दाटीवाटीने कुढत राहणारे स्त्री-पुरुष असे दृश्य दिसायचे. त्यातील काही घरे दोन मजली होती. स्थानिक इन्स्पेक्टर शिवाजीराव बाबर आणि त्यांची टीम त्यांच्या कामात उत्कृष्ट होती. गंभीर गुन्ह्यांपेक्षा क्षुल्लक वाद, ज्यांना नॉन-कॉग्निझेबल केसेस म्हणतात, त्यांचा आणि तक्रारींच्या चौकशीचाच जास्त भार त्यांच्यावर होता, हे माझ्या लक्षात आले. अशा प्रकरणांमध्ये – पाण्यावरून असलेले भांडण, शेजाऱ्यांशी भांडणे, प्रौढांमधील बाचाबाची, लहान मुलांमधील मारामारी अशा घटना असायच्या. त्यात पोलिसांच्या हस्तक्षेपाची नेमकी आवश्यकता नसते. म्हणून मग मी 'निर्मला निकेतन' आणि 'टाटा इन्स्टिट्यूट ऑफ सोशल सायन्सेस' या दोन नामांकित सामाजिक सेवा संस्थांना यामध्ये आणण्याचे ठरवले. त्यानुसार त्यांच्या वरिष्ठ विद्यार्थ्यांना येथे इंटर्न म्हणून ठेवण्यात आले. ते स्थानिक पोलीस अधिकाऱ्यांच्या मार्गदर्शनाखाली या किरकोळ समस्यांचे निराकरण करू शकत होते. शिक्षक नियमितपणे त्यांच्या कामावर, प्रामुख्याने नागरिक आणि पोलीस यांच्यातील समन्वयावर देखरेख ठेवायचे. आश्चर्याची गोष्ट म्हणजे, यातून असे लक्षात आले की, नागरिकांपेक्षासुद्धा पोलीस कर्मचारीच शिक्षक आणि विद्यार्थ्यांशी बोलण्यास अधिक उत्सुक होते. या संधीचा उपयोग करून घेत त्यांना त्यांच्या कौटुंबिक समस्यांवर, ताणतणावांवर चर्चा करायला मिळत होती. अलीकडील अभ्यासातून असे दिसून आले आहे की, पोलीस अधिकाऱ्यांना गंभीर शारीरिक, भावनिक आणि मानसिक आरोग्य समस्या भेडसावत आहेत – हे अगदीच समजण्यासारखे आहे; कारण त्यांच्या रोजच्या कामाचा कालावधी चौदा तासांपर्यंत वाढत जातो.

माझ्या उपायुक्तपदाच्या कार्यकाळात नेहमीच माहिम पोलीस स्टेशन परिसरात हिंदू-मुस्लीम तणावाचे वातावरण होते. रस्त्यावर एकमेकांना भिडलेल्या समुदायांना पांगवण्यासाठी आम्हाला तीनदा गोळीबार करावा लागला होता. स्थानिक नगरसेवकाने या तणावाला चिथावणी दिल्याचे सांगितले जात असले, तरी त्याचे माझ्याबरोबरचे वागणे अगदी मधाळ होते.

आम्ही ज्या वेळी सतत हिंसक सार्वजनिक सुव्यवस्थेच्या समस्यांना तोंड देत होतो, त्या वेळी एका मोठ्या प्रमाणावर वितरित होणाऱ्या स्थानिक वृत्तपत्राने अचानक पहिल्या पानावर एक बातमी छापली. माहिम खाडीजवळ एक अनधिकृत

धार्मिक वास्तू तयार होत आहे आणि पोलीस त्याकडे डोळेझाक करत आहेत, अशी ती बातमी होती.

अतिरिक्त पोलीस आयुक्तांनी त्याच दिवशी मला त्यांच्या दालनात बोलावून घेतले. 'ताबडतोब हे बांधकाम थांबवावे आणि मुंबई महानगरपालिकेतर्फे बेकायदा बांधकाम पाडले जात असताना पोलीस बंदोबस्त पुरविला जावा,' असे आयुक्तांचे निर्देश असल्याचे मला सांगितले. महानगरपालिकेच्या अधिकाऱ्यांच्या बरोबर हे काम करण्याचा सल्ला मला देण्यात आला. हे काम खूपच तातडीचे होते. 'अतिरिक्त मनुष्यबळ पुरविण्याचे आश्वासन द्या; परंतु संपूर्ण गोपनीयता पाळा,' असा सल्ला मला अतिरिक्त पोलीस आयुक्तांनी दिला. ते एक आनंदी आणि नेहमी प्रेरणा, प्रोत्साहन देणारे व्यक्ती होते; पण त्या दिवशी मात्र ते खूपच त्रस्त दिसत होते. माझ्या कार्यालयात परत आल्यावर, मी माहिम विभागाचे एसीपी, वरिष्ठ इन्स्पेक्टर आणि माहिम पोलीस स्टेशनचे इन्स्पेक्टर (गुन्हे) यांना बोलावून घेतले आणि त्यांना आयुक्तांच्या आदेशाची माहिती दिली. दुसऱ्या दिवशी आम्ही बृहन्मुंबई महानगरपालिकेच्या वरिष्ठ अधिकाऱ्यांना बोलावून या विषयावर चर्चा केली. बेकायदा बांधकाम पाडण्याच्या सूचना त्यांना त्यांच्या वरिष्ठांकडून आधीच मिळाल्या होत्या.

हे काम यशस्वीपणे पार पाडले जाईल, याची आम्हाला खात्री होती; पण हे काम गोपनीय ठेवणे, हेच सर्वांत मोठे आव्हान होते. मी ती बांधकाम केलेली वास्तू पाहिली नव्हती. त्यामुळे ती बघून घेण्याचे मी ठरवले; पण माझी भेट लोकांना आणि पोलिसांना सावध करू शकत असल्याने, मी तिथे गणवेशात नाही, तर सलवार-कमीज घालून, डोक्याचा आणि चेहऱ्याचा काही भाग दुपट्ट्याने झाकून गेले. मी माझी लाल दिव्याची पोलीस गाडी न घेता त्याऐवजी गुन्हे विभागातील इन्स्पेक्टरच्या स्कूटरवरून जाण्याचा निर्णय घेतला. ओहोटीच्या वेळी बेकायदेशीर वास्तूचे बांधकाम दिसत होते, तर भरतीच्या वेळी दिसत नसल्याचे आमच्या लक्षात आले. बीएमसी अधिकाऱ्यांशी या विषयावर तपशीलवार चर्चा करण्यात आली. त्यांनी बांधकाम पाडण्यात येणाऱ्या दिवसातील ओहोटीच्या वेळेचे मोजमाप केले.

सकाळची लवकरची वेळ असल्याने मोठा दिलासा होता. त्यांनी संपूर्ण गोपनीयतेचे वचन दिले होते. 'आसपासच्या लोकांना जाग येण्याआधी आणि असे काही काम सुरू असल्याची जाणीव होण्याआधी ते पूर्ण करण्यासाठी आपण आपल्या सर्वोत्तम टीमला घेऊन येऊ,' असे त्यांनी सांगितले.

अवैध बांधकाम पाडण्याच्या वेळी चोख बंदोबस्त आहे ना, हे बघण्यासाठी मी तीन वेळा वेश बदलून त्या परिसरात जाऊन आले. बाहेरील आणि आतील संरक्षण साखळी तयार करणे, प्रतिबंधात्मक अटक करणे इत्यादी गोष्टी झाल्या; परंतु कर्मचाऱ्यांशी थेट संवाद या गोष्टीवर जो माझा ठाम विश्वास होता, ते या वेळी संभव नव्हते. आम्ही ही संवेदनशील माहिती शक्य तितक्या कमी लोकांसोबत शेअर केली.

'हिंदुजा रुग्णालयाजवळील झोपड्या हटविण्यासाठी' अतिरिक्त मनुष्यबळाची मागणी करणारा औपचारिक गोपनीय अहवाल पोलीस आयुक्तांना पाठवण्यात आला होता. प्रत्यक्ष ऑपरेशनची जाणीव असल्याने, त्यांनी आमच्या या विनंतीवर किंवा आमच्याकडून मागणी करण्यात आलेल्या अधिकाऱ्यांच्या जादा संख्येबाबत भुवया उंचावल्या नाहीत. डी डे (D-day)च्या दिवशी, बीएमसीची सुसज्ज अशी अवैध बांधकाम पाडणारी टीम माटुंगा पोलीस स्टेशनच्या वर असलेल्या माझ्या कार्यालयात पोहोचली. इतर झोनमधील अधिकारी आणि कर्मचारीही आले होते. माझ्या झोनमधील सर्वोत्तम अधिकारी माहिमच्या संवेदनशील भागात तैनात करण्यात आले होते. त्यांपैकी बहुतेक जण साध्या कपड्यात होते; कारण आम्हाला कोणालाही सावध करायचे नव्हते. कर्फ्यू, म्हणजेच संचारबंदीची घोषणा न करता, आम्ही अनौपचारिकपणे स्थानिक लोकांना एका ठिकाणी जमण्यापासून रोखले होते.

या परिश्रमपूर्वक तयारीनंतर, हादरवून टाकणारी गोष्ट म्हणजे, आम्हाला कळले की, महानगरपालिकेने ओहोटीची वेळ चुकीची धरली होती. भरतीच सुरू होती आणि त्यामुळे अनधिकृत बांधकाम दिसत नव्हते. असं कसं होऊ शकतं? माझा विश्वासच बसत नव्हता; कारण माझ्या डोळ्यांना पहाटेच्या त्या अंधूक प्रकाशात फक्त पाणी दिसत होते. आम्ही सर्व जण खूपच तणावात होतो; परंतु जोपर्यंत समुद्राची भरती कमी होत नाही, तोपर्यंत आम्ही कर्मचारी आणि अधिकारी माहिमला न हलवण्याचा निर्णय घेतला. माटुंग्याचे उत्साही वरिष्ठ इन्स्पेक्टर आणि सहायक आयुक्त यांनी प्रत्येकासाठी नाश्ता आणला. एवढेच नाही तर, आपल्याला काम पार पाडायला उशीर होण्याच्या कारणांबद्दल कुणी अंदाज लावू नये, यासाठी कर्मचाऱ्यांना पत्ते खेळायला प्रोत्साहन दिले.

कर्तव्य बजावत असताना पूर्ण गणवेशातील पोलीस अधिकारी पत्ते खेळत होते आणि तेही मी समक्ष तिथे असताना. हे दृश्य असह्य होते; पण माझ्याकडे पर्याय नव्हता.

अवैध बांधकाम दिसू लागताच बीएमसीच्या पथकाने कारवाई करत ते जमीनदोस्त केले. दरम्यानच्या काळात बंदोबस्त कर्मचारी माहिमला आणण्यात आले होते आणि त्यांना पद्धतशीरपणे वेगवेगळ्या ठिकाणी तैनात करण्यात आले होते. स्थानिक रहिवाशांना वेगळी वाटेल अशी पोलिसांची उपस्थिती लक्षात येईपर्यंत काम फत्ते झाले होते. आदल्या रात्री केलेल्या प्रतिबंधात्मक अटकेमुळे जे समाजकंटक समस्या निर्माण करू शकत होते, ते रस्त्यावर नव्हते, तर पोलिसांच्या ताब्यात होते.

बांधकाम बेकायदेशीर असल्याने ते पाडण्याबाबत नागरिकांना प्रश्न उपस्थित करता आला नाही. बांधकाम आधीच पूर्ण झाले असते, तर बेकायदेशीर दर्जा असूनही ते पाडणे फार कठीण झाले असते. आपल्या देशात अशी बेकायदा बांधकामे सर्वत्र आहेत. त्यांना हटवण्याची मागणी करण्याऐवजी प्रशासनाने ते पाडण्याचा प्रयत्न केल्यास लोक रस्त्यावर उतरतात.

म्हणतात ना, एखादी समस्या ताबडतोब सोडवल्याने तुमचे नंतरचे बरेच जादा काम वाचू शकते. आमच्या या केसच्या बाबतीत असेच झाले. अनधिकृत बांधकामाबाबत स्थानिक प्रसारमाध्यमाने वार्तांकन केल्यामुळे पोलीस आयुक्तांनी ठोस निर्णय घेतला आणि बीएमसी टीमने हे काम यशस्वीपणे पूर्ण केल्यामुळे अनेक संभाव्य संघर्ष आणि दंगलींना आळा बसला. यामुळे बेकायदेशीर बांधकाम पाडल्याबद्दल अपरिहार्यपणे दाखल होणारे भविष्यातील अनेक खटलेदेखील टळले. या प्रकरणाने मला आणखी एक महत्त्वाचा धडा शिकवला : भरतीच्या वेळेची अचूक गणना करणे खूप महत्त्वाचे आहे! तेव्हापासून मी हॅरिएट बीचर स्टोवचे शब्द बारकाईने लक्षात ठेवले आहेत : 'कधीही हार मानू नका; कारण काही वेळात समुद्राची भरती बदलणारच!'

❑❑❑

१२

काळोखी आणि हिंसक रात्र

अहिंसा हे सर्वोच्च कर्तव्य आहे. जरी आपण त्याचा पूर्णपणे अंगीकार करू शकत नसलो, तरीही आपण त्याचा अर्थ समजून घेण्याचा प्रयत्न करायलाच हवा आणि जितके शक्य होईल, तितका हिंसेपासून स्वतःला आवर घालायला हवा.

- महात्मा गांधी

दोन वर्षांनंतर, दसऱ्याच्या दिवशी आम्ही पुन्हा एकदा बंदोबस्ताच्या ड्युटीवर होतो. वार्षिक शिवसेना मेळावा दादरला शिवाजी पार्कवर भरतो. हा भाग म्हणजेच झोन ४ हे माझे कार्यक्षेत्र. अगदी आजपर्यंत हा मेळावा मुंबईतील सर्वांत संवेदनशील कार्यक्रमांपैकी एक मानला जातो; कारण या कार्यक्रमाला मोठ्या प्रमाणात गर्दी होते. हिंसाचार आणि सार्वजनिक कायदा आणि सुव्यवस्थेची परिस्थिती हाताळण्याच्या बाबतीत आता मला थोडा अधिक आत्मविश्वास आला होता; पण या वेळी मात्र माझ्या कार्यक्षेत्राच्या भागातच एक दंगल उसळली होती. ती निश्चितच एकदम वेगळी होती.

आम्ही काळजीपूर्वक शिवाजी पार्क येथे पोलीस अधिकारी तैनात करण्याचे नियोजन केले होते. स्थानिक पातळीवरील समाजकंटकांना आदल्या रात्रीच पकडले होते. स्पेशल ब्रांच (विशेष शाखा) परिस्थितीवर लक्ष ठेवून होती आणि पोलीस आयुक्तांनी जातीने स्वतः आमच्या तयारीची पाहणी केली होती. पक्षाच्या कार्यकर्त्यांवर त्यांचे नेते बाळासाहेब ठाकरे यांचा करिश्मा खूप मोठा होता.

जोश, प्रखरता आणि उपहास यांनी ओतप्रोत भरलेले त्यांचे भाषण ऐकण्यासाठी शिवसैनिक पूर्ण शक्तीनिशी येणार, हे आम्हाला माहीत होतं.

सकाळच्या ब्रीफिंगदरम्यान, पोलीस नियंत्रण कक्षाने आम्हाला ठाणे परिसरात पहाटे झालेल्या जातीय दंगलीची माहिती दिली. ती काही आम्ही फार गांभीर्याने घेतली नाही आणि तिथेच आम्ही भयंकर चुकलो!

अपेक्षेप्रमाणे शिवाजी पार्कवरील सायंकाळच्या कार्यक्रमाला प्रचंड गर्दी उसळली होती. बाळासाहेबांचे भाषण नेहमीसारखेच ज्वलंत, जोशपूर्ण होते. भारावलेला जनसमुदाय त्यांच्या प्रत्येक शब्दाला दाद देत होता. कार्यक्रमाच्या शेवटच्या टप्प्यात आभारप्रदर्शन चालू असताना मला जवळच माहिममधील एका मुस्लीम वस्तीत चाकूने वार झाल्याची घटना कळली. दादरच्या गर्दीत मुख्यत्वे हिंदूंचा समावेश असल्याने याला जातीय वळण लागू शकते, असे वाटून मी घटनास्थळी धाव घेतली. इतर वरिष्ठ अधिकारी थांबून जमाव पांगवण्यावर देखरेख करत होते. तोपर्यंत बराच उशीर झाला होता.

एवढ्या मोठ्या सार्वजनिक मेळाव्यात, प्रचंड जनसमुदायात पोलीस बंदोबस्त कितीही असला, तरी गर्दीच्या तुलनेत कमीच दिसतो. क़ागदावर मोठ्या प्रमाणात दिसणारी गणवेशधारी पोलिसांची संख्या अशा परिस्थितीत लोकांच्या समुद्रात हरवून जाते. अशा वेळी नागरिक शांततेने वागतील, यावर विश्वास ठेवावा लागतो. आमच्या खात्यात 'परत जाणारा जमाव' धोक्याचा मानला जातो. याचे कारण, तो एका क्षणात हिंसक होऊ शकतो आणि सार्वजनिक मालमत्तेची नासधूस करू शकतो. जमावाची मोठी संख्या त्यांना सुरक्षिततेची आणि एकत्र असल्याची निखळ खोटी भावना देते. अनेकांना मग अशा वेळी कोणत्याच गोष्टीचं भान राहत नाही. जेव्हा जेव्हा मुंबईत असे मोठे कार्यक्रम आयोजित केले जायचे, तेव्हा तेव्हा आमचे एक वरिष्ठ अधिकारी ज्योतिषांचा सल्ला घेत असत!

माहिमला असताना मला पोलिसांच्या वायरलेस नेटवर्कवरून माहिती मिळाली की, चेंबूरमध्ये गंभीर दंगल उसळली आहे. तो भागदेखील माझ्याच अखत्यारीत येत होता. मी त्या दिशेने पुढे जाण्याचा निर्णय घेतला आणि माहीम आणि माटुंगा या दोन्ही विभागांच्या सहायक आयुक्तांना थेट चेंबूरला जाण्याचे निर्देश दिले.

वाटेत असतानाच वायरलेस चॅनलवरील एक कॉन्स्टेबल ओरडताना मला ऐकू आले. 'झोन ४च्या मॅडमना लवकर पाठवा. इथे फायरिंग सुरू झाले आहे.' ते पुन्हा तेच वाक्य म्हणाले. दुसऱ्या वेळेला तर ते अक्षरशः मोठ्याने ओरडत होते. नियंत्रण कक्ष काही पोलीस व्हॅन घटनास्थळी पाठवत असल्याचे मी ऐकले.

परिस्थितीचे गांभीर्य लक्षात घेऊन मी आणखी पोलिसांना सोबत घेण्याचे ठरवले आणि सायनमधील मच्छिमार चौकीच्या कर्मचाऱ्यांना त्यांच्या जीपमध्ये बसून माझ्यासोबत येण्यास सांगितले. नेहमीप्रमाणे एक अधिकारी आणि काही हवालदार असलेले माझे एस्कॉर्ट वाहन माझ्या मागे येत होते. शिवाजी पार्कवरून परतणाऱ्या गर्दीने भरलेल्या ट्रक्समुळे इस्टर्न एक्सप्रेस हायवे पूर्णपणे जाम झाला होता. आमच्याकडे पर्यायच नव्हता. आम्ही रॉंग साइडने दंगलीच्या ठिकाणी पोहोचलो.

रात्र झाली होती. दंगलखोर विजेचे खांब निष्क्रिय करण्यात यशस्वी झाल्यामुळे महामार्ग अंधारात बुडाला होता. मोलोटोव्ह कॉकटेल, पेट्रोल आणि गॅसोलीनचे गोळे, दगड, बाटल्यांचा वर्षाव होत होता आणि त्यामुळे आधी घटनास्थळी पोहोचलेले पोलीस त्यांच्या वाहनांच्या आत बसून होते. मी गाडीतून खाली उतरताच मलाही हायवेच्या दूर आगीच्या गोळ्यांच्या कक्षेबाहेर जावे लागले. आपापल्या जीपमध्ये बसून माझ्यामागे आलेल्या एसीपींनी हा रस्ता आपल्या झोनमध्ये येत नाही, असे मला सांगितले. रस्त्याची डावी बाजू आणि महामार्ग हे खरे तर झोन ५ मधील नेहरू नगर पोलीस ठाण्याच्या हद्दीत होते, तर उजवी बाजू चेंबूरचा भाग होती. माहिमचे एसीपी पाटील एक अतिशय अनुभवी अधिकारी होते. त्यांनी याआधी दोनदा गोळीबार केला होता आणि ते अजिबात भिणाऱ्यांमधले नव्हते. त्यांनी त्यांच्या नेहमीच्या आत्मविश्वासपूर्ण स्वरात मला आपण त्वरित ते ठिकाण सोडले पाहिजे, असे सांगितले.

पण मला जागा सोडणे शक्यच नव्हते. मी तसे करायला नकार दिला. माझ्या लाल दिव्याच्या गाडीने मी तिथे आल्याचे सर्वांना कळलेच होते. परत मागे फिरण्याचा प्रश्नच उद्भवत नव्हता. चहूबाजूंनी असे 'अग्निबाण' उडत असल्याने, काय करायचे याचा विचार करत असतानाच एका ट्रकमधून शिवसेनेचे नेते माझ्यापाशी आले.

त्यांची उपस्थिती भारदस्त होती आणि त्यांच्याभोवती तरुणांचा मोठा घोळका होता. ते आल्या आल्या पहिल्यांदा मला म्हणाले, 'मॅडम, आपल्या पोलिसांना बांगड्या द्या. बघा, कसे जाऊन बसले आहेत गाड्यांमध्ये.'

ठाण्यातील सकाळच्या जातीय दंगलीचे लोण मुंबईपर्यंत पोहोचले होते आणि त्यामुळे हा हिंसाचार उसळला होता, हे लवकरच आमच्या लक्षात आले. रस्त्याच्या दुतर्फा असलेले काही झोपडीवासीय विशिष्ट जातीचे होते आणि त्यांनी ठाणे दंगलीत दुसऱ्या जातीचे प्रतिनिधित्व करणाऱ्या शिवसैनिकांना घेऊन जाणाऱ्या ट्रकवर

दगडफेक केली होती. तसेच त्यांना पुन्हा ठाण्याकडे जाण्यापासून रोखण्यासाठी त्यांनी रस्त्यावर मोठे अडथळेही टाकले होते. ट्रक्सना थांबण्याशिवाय पर्यायच नव्हता. त्यामुळे शिवसैनिक प्रत्युत्तर देण्यासाठी खाली उतरले. त्याचे पर्यवसन म्हणजे दंगल आणखी उफाळली.

शिवसेनेचे ते नेते म्हणजे, ठाण्यातील फायरब्रँड आनंद दिघे होते, हे मला नंतर कळले. मी त्यांना त्यांच्या कार्यकर्त्यांवर नियंत्रण ठेवायला सांगितले आणि स्वत: पोलीस कर्मचाऱ्यांना व्हॅनमधून बाहेर काढू लागले. दरम्यान, एसीपी चेंबूर आणि नेहरू नगर पोलीस स्टेशनचे वरिष्ठ अधिकारी आपापल्या भागात पोहोचले आहेत आणि महामार्गावर दगडफेक आणि आगीचे गोळे फेकणाऱ्या झोपडपट्टीवासीयांवर नियंत्रण ठेवण्याचा प्रयत्न करीत असल्याचे नियंत्रण कक्षाकडून समजले. माझ्या अधिकृत दंडुक्याने पोलीस व्हॅन्सच्या दारांवर वाजवत मी पोलिसांना बाहेर येण्यास सांगत होते. माझा वैयक्तिक सुरक्षा कर्मचारी माझ्यासोबत होता. डोक्यावर हेल्मेट आणि हातात मेगाफोन घेऊन आम्ही एका पोलीस व्हॅनमधून दुसऱ्या पोलीस व्हॅनपाशी जात होतो. हळूहळू आणि संकोचत पोलीस खाली उतरू लागले.

अचानक मला एक अतिशय हाडकुळा हवालदार माझ्या समोर जमिनीवर घेरी येऊन पडलेला दिसला. मला धक्का बसला; पण त्या वेळी माझ्या डोक्यात प्रचंड प्रश्न होते. त्यामुळे तेथे क्षणभरही थांबणे शक्य नव्हते. काही पोलिसांनी त्याला तातडीने रुग्णालयात नेले. नंतर आम्हाला असे कळले की, हिंसक जमावाला बघून त्याने त्याच्या रायफलमधून हवेत सोळा राउंड्स झाडल्या होत्या. आता तो तणावामुळे आणि थकव्यामुळे बेशुद्ध पडला, का त्यानं नुसताच चक्कर आल्याचा बनाव केला, हे मला माहीत नाही.

आमच्यापासून काही मीटर अंतरावर इतर अधिकारी त्यांचे मेगाफोन वापरून झोपडीवासीयांना दगडफेक आणि आगीचे गोळे थांबवण्याचा आदेश देत होते. माझ्या मेगाफोनद्वारे इशारा देऊनही काही उपयोग होत नसल्यामुळे मी माझ्या कर्मचाऱ्यांना दंगलखोरांच्या दिशेने अश्रुधुराचा मारा करण्याचे आदेश दिले. हिंसक जमाव दूर आणि विखुरलेला असल्याने अश्रुधुराचा मारा प्रभावी होणार नाही, हे मला माहीत होते; पण तरीही मला गर्दीच्या नियंत्रणासाठी प्रोटोकॉलचे पालन करायचे होते. गडद अंधारात आम्हाला अश्रुधुराचा धूर पसरलेला दिसत होता; परंतु परिसर मोठा आणि मोकळा असल्याने ग्रेनेड्सचा फारसा उपयोग होत नव्हता. गॅस गनने मात्र मोठा प्रभावी आवाज काढला. थोड्या वेळच्या शांततेनंतर पुन्हा दगडफेक सुरू झाली. मेगाफोनवर आणखी एक इशारा देऊन शेवटी मी

गोळीबाराचा आदेश दिला. 'दगडफेक थांबली नाही, तर आम्ही गोळीबार सुरूच ठेवू,' असा इशारा माझा गनर आणि इतर अधिकारी त्यांच्या मेगाफोनवरून देत राहिले.

मी शिवसेना नेत्यांनाही ट्रक हलवण्याची विनंती केली; पण त्यांनी तसे करण्यास स्पष्ट नकार दिला. 'वाटेत' टाकलेले दगड ज्यांनी ठेवले, ते जोवर ते दगड उचलून बाजूला करत नाहीत, तोवर ट्रक हालणार नाहीत, अशी त्यांची भूमिका होती. तोपर्यंत शेकडो शिवसैनिक महामार्गावर जमा झाले होते. दंगेखोर झोपडपट्टीवासीयांना जन्माचा धडा शिकवण्यासाठी ते आतूर झाले होते. मी त्यांना परावृत्त करण्याचा सर्वतोपरी प्रयत्न केला; पण काही उपयोग झाला नाही. दोन एसीपींना मात्र तोवर दगडफेक थांबवण्यात यश आले. वीज अजूनही पूर्ववत झाली नव्हती. त्यामुळे आम्ही आमच्या वाहनांच्या हेडलाइट्समधून निघणाऱ्या मंद प्रकाशातच काम करत होतो.

आणखी एक झोनल डीसीपी, के. पी. रघुवंशी यांना नियंत्रण कक्षाने घटनास्थळी पाठवल्यावर मला मोठा दिलासा मिळाला. त्यांनी यापूर्वी ठाण्यात काम केलेले असल्यामुळे ते आनंद दिघे यांना ओळखत होते. त्यामुळे ते त्यांचे आणि त्यांच्या कार्यकर्त्यांचे ट्रक बाजूला करण्यासाठी मन वळवू शकले. शेवटी पोलीस कर्मचारी आणि शिवसैनिकांनी एकत्रितपणे दगड उचलून महामार्ग मोकळा केला.

ते घोषणा देत निघून गेल्यावर, आम्ही पुन्हा आमचे मेगाफोन उचलले. 'जखमी लोकांनी वस्तीतून बाहेर पडावं,' असं आम्ही आवाहन केलं. जेणेकरून आम्ही त्यांना रुग्णालयामध्ये नेऊ शकू. सुरुवातीला काहीच प्रतिसाद मिळाला नाही; पण हळूहळू काही महिलांसह झोपडीवासी पुढे आले आणि त्यांना पोलीस व्हॅनमधून जवळच्या रुग्णालयामध्ये नेण्यात आले.

मध्यरात्रीनंतर प्रमुख अतिरिक्त आयुक्त घटनास्थळी आले, तेव्हा परिस्थिती बरीच नियंत्रणात आली होती. माझ्याकडे बघत त्यांनी विचारले, 'झोन ५चे डीसीपी कुठे आहेत?' आणि खाडकन माझ्या लक्षात आले की, एवढा वेळ मी माझ्या स्वतःच्या झोनमध्ये नव्हतेच. खरं तर मी हायवेवर उभा राहून अश्रुधुराचा आणि गोळीबाराचा आदेश दिला होता. अर्थात, मी काही चुकीचे केले होते, असे मला एका क्षणासाठीही वाटले नाही. परिस्थितीच अशी होती की, क्षणाचाही विलंब न लावता कोणीतरी पुढे येऊन ते काम करायलाच हवे होते आणि जमाव नियंत्रणात आणण्यासाठी नेहमी केल्या जातात, त्या गोष्टी प्रोटोकॉलप्रमाणेच केल्या होत्या. जातीय दंगल ही एक गंभीर घटना होती आणि आम्ही सर्वांनी परिस्थिती

नियंत्रणात आणण्यासाठी आमच्या क्षमतेप्रमाणे सर्वोत्तम काम केले होते. काही अधिकाऱ्यांनी केवळ हिंसक जमावाला नियंत्रणात आणण्यासाठी गोळीबार केला होता. मी स्वत:सुद्धा गोळीबाराची एक फैरी झाडण्याचे आदेश दिले होते. दुर्दैवाने, गोळीबारात वेगवेगळ्या ठिकाणी चार लोक मारले गेले होते. त्यांमध्ये एक सोळा वर्षांची मुलगी होती. तसेच पोलिसांसह अनेक जण जखमी झाले होते. त्यामुळे त्यांना तातडीने रुग्णालयाच्या आपत्कालीन कक्षात दाखल करण्यात आले.

दुसऱ्या दिवशी आयुक्तांनी परिस्थितीचा आढावा घेतला. त्यात दंगलीदरम्यान गोळीबाराच्या सुमारे सत्तर फैरी झाडण्यात आल्याचे दिसून आले व बहुतांश अधिकाऱ्यांनी मी त्यांना गोळीबार करण्याचे आदेश दिल्याचे सांगितले. बऱ्याचदा असेच घडते. आव्हानात्मक परिस्थितीत अधिकारी स्वत: गोळीबार करण्यास सुरुवात करतात आणि नंतर घटनास्थळी उपस्थित वरिष्ठ अधिकाऱ्यांवर जबाबदारी टाकण्याचा प्रयत्न करतात. हे ऐकून आयुक्त चिडल्याचे मला नंतर समजले. त्यांनी प्रत्येक अधिकाऱ्याला 'गोळीबाराची जबाबदारी घेण्यास सांगितले. झोन ४ची डीसीपी एक किलोमीटरच्या पट्ट्यात एकाच वेळी इतक्या ठिकाणी असूच शकत नाही,' अशी आयुक्तांची भूमिका होती.

नेहरू नगरचे वरिष्ठ इन्स्पेक्टर हे एकमेव असे अधिकारी होते, ज्यांनी संपूर्ण जबाबदारी घेतली, असे मला समजले. इतरांनी स्वसंरक्षणार्थ गोळीबार केला असेल किंवा माझ्या समोर बेशुद्ध पडलेल्या पोलिसाप्रमाणे घाबरलेल्या स्थितीत केला असेल; पण कोणालाही जबाबदारी स्वीकारण्याची इच्छा नव्हती. मात्र, आयुक्त व्ही. के. सराफ आणि अतिरिक्त आयुक्त जी. एन. उबाळे यांनी त्यांना जबाबदारी घ्यायला भाग पाडले.

झोन ४ आणि ५मधील अधिकारी दंगल रोखण्यासाठी कर्तव्य बजावत होते; पण झोन ५चे डीसीपी मात्र गायबच होते. त्यांच्या अशा वागण्यामुळे आयुक्त अत्यंत नाराज झाले. त्यांच्या अनुपस्थितीचे स्पष्टीकरण देण्यास सांगितल्यावर त्या सहा फूट उंच डीसीपीने सरळ असं उत्तर दिलं की, 'दंगलीची नेमकी जागा त्यांना सापडली नाही.' दुसऱ्याच दिवशी त्यांची मुंबईबाहेर बदली करण्यात आली.

एका अधिकाऱ्याने तर दंगलीनंतर आठवड्याने काही रिकाम्या फैरी आणल्या. झालेल्या प्रकाराचा त्याला खूपच त्रास झाला होता आणि त्यामुळे त्यानेही गोळीबार केला होता, पण त्याला हे आधी सांगायला जमलं नाही, असं त्याचं म्हणणं होतं.

सरकारकडून न्यायालयीन चौकशीचे आदेश देण्यात आले होते. आवश्यक कागदपत्रे तयार करण्यात आम्ही दिवसरात्र घालवली. त्या चार मृत्यूंमुळे चेंबूरमध्ये

अजूनही संतापाचे वातावरण होते. ते खूप वाईट दिवस होते. मृतांवर अंत्यसंस्कार करण्याच्या वेळी कायदा आणि सुव्यवस्थेच्या प्रश्नाचे मोठे आव्हान होते. प्रत्येक मृतदेहासोबत प्रचंड जनसमुदाय येत होता; परंतु अधिकारी व कर्मचारी यांनी क्षणभरही विश्रांती न घेता, प्रसंगावधान राखून आठवडाभर अविरतपणे काम केले. परिस्थिती स्थिरस्थावर होईपर्यंत मी राष्ट्रीय केमिकल अँड फर्टिलायझर कॉलनीच्या गेस्ट हाऊसमध्येच राहिले.

मुंबई पोलिसांच्या विशेष शाखेने एक आश्चर्यकारक आणि समर्पक निरीक्षण नोंदविले होते. ते म्हणजे, चेंबूर विभागाचे एसीपी दंगलीच्या अगदी अर्धा तास आधी त्या झोपडपट्टीवासीयांपाशी होते. मग त्या वेळी ते झोपडपट्टीवासीयांच्या मनःस्थितीची आणि हिंसाचाराची शक्यता यांचा अंदाज का लावू शकले नाहीत? दंगल सुरू व्हायच्या आधी दहा मिनिटांपूर्वीच ते त्या परिसरातून बाहेर का पडले? झोपडपट्टीवासीयांची जी जात होती, त्याच जातीचे ते होते. म्हणजे, नियोजित हिंसाचाराची त्यांना आधीच माहिती होती का आणि त्यांनी मुद्दाम गप्प बसायचे ठरवले होते का? ठाण्यात सकाळी घडलेल्या घटनेत त्यांची जात बळी ठरल्यामुळे आता त्या घटनेचा बदला घेण्यास त्यांनी मूकपणे संमती दिली होती का? त्यांच्या वर्दीवरील निष्ठेपेक्षा त्यांची जातनिष्ठा अधिक मजबूत होती का? या प्रश्नांना तेव्हाही माझ्याकडे उत्तरे नव्हती आणि आजही नाहीत; पण मला हे पक्के माहीत आहे की, धर्म आणि जात पोलीस अधिकाऱ्याच्या कर्तव्यावर मात करत असेल, तर ते आपल्या देशासाठी अत्यंत घातक ठरू शकते. यावर नियंत्रण ठेवण्यासाठी नागरिक आणि प्रसारमाध्यमांनी या गोष्टीमध्ये गांभीर्याने लक्ष घालण्याची गरज आहे.

साधारण एक वर्षानंतर, न्यायालयीन आयोगाने मला माझ्या साक्षीसाठी बोलावले. या दंगलीची चौकशी करणाऱ्या मुंबई उच्च न्यायालयाच्या निवृत्त न्यायमूर्तींसमोर हे काम सुरू होते. तोपर्यंत बहुतांश नागरिक आणि कनिष्ठ अधिकाऱ्यांची तपासणी झाली होती. माझा जबाब आणि त्याची आयोगाने केलेली उलटतपासणी ही लांबलचक बाब ठरत होती. संपूर्ण दंगल एक किलोमीटर पसरलेली होती. माझ्या समोर घडलेल्या घटनांची मला माहिती असली, तरी इस्टर्न एक्स्प्रेस हायवेवर किंवा रस्त्याच्या दुतर्फा असलेल्या झोपड्यांमध्ये घडणाऱ्या घटनांबद्दल मला पूर्ण माहिती नव्हती.

आयोगासमोर अधिकारी एकमेकांच्या विरोधात उलटीसुलटी विधाने करण्याची दाट शक्यता होती. त्यामुळे आम्ही जोरदार तयारी केली होती. मी चेंबूर आणि

नेहरू नगर पोलीस ठाण्यांनी तयार केलेले नकाशे पाहिले होते. त्यात पोलीस गोळीबार नेमक्या कोणत्या ठिकाणी झाला होता, याची माहिती होती. आम्ही त्याचे फोटोही काढले होते. महामार्गावर जागोजागी विखुरलेले, फुटलेले बल्ब, ट्यूबलाइट्स, आगीचे गोळे, मोलोटोव्ह बॉंब, बाटल्या आणि फेकलेले दगड हे जमावाने केलेल्या हिंसाचाराची भीषणता स्पष्टपणे सांगत होते. दुर्दैवाने, दंगलीदरम्यान जवळून गोळीबार करणाऱ्या नेहरू नगरच्या वरिष्ठ इन्स्पेक्टरने याचदरम्यान आत्महत्या केली होती.

मी माझ्यासमोर घडली होती, तशी संपूर्ण घटना आयोगासमोर कथन केली : शिवसैनिक आणि त्यांचे ट्रक महामार्गावरून हलवण्याचा माझा प्रयत्न; दगडफेक आणि आगीचे गोळे झोपडीवासीयांनी फेकू नयेत म्हणून त्यांना इशारा; अश्रुधुराचा आदेश आणि गोळीबाराची एक फैरी झाडण्याचा आदेश अशा सगळ्या गोष्टी मी क्रमशः सांगितल्या. आयोगाने माझे म्हणणे धीराने ऐकून घेतले आणि 'एका महिला पोलीस अधिकाऱ्याने खरोखरच तिच्या मेगाफोनवर आम्हाला इशारा दिला होता. नंतर तिनेच जखमींना बाहेर येण्यास सांगितले आणि त्यांना रुग्णालयात पाठवले,' असे अनेक नागरिकांनी आम्हाला सांगितल्याचे आपल्या प्रतिसादात म्हटले.

त्यानंतर उलटतपासणी झाली. माझ्या माहितीनुसार आणि स्मरणशक्तीनुसार मी घटनांचा क्रम कथन केल्यामुळे, मी स्वतः किंवा इतर पोलीस अधिकाऱ्यांच्या उलट काही विधान केले, असे मला वाटत नाही. विद्युतप्रवाह खंडित केलेल्या त्या अंधाऱ्या रात्री दोन प्रक्षुब्ध जमाव दगड आणि आगींचे गोळे फेकून परिस्थिती चिघळवत असताना पोलीस गोळीबार करण्यावाचून गत्यंतर नव्हते, हे न्यायालयीन आयोगाला पटले आणि त्यामुळे त्यांनी अंतिम अहवालात ती गोष्ट न्याय्य ठरवली.

माझ्या त्या कठीण परीक्षेच्या शेवटच्या दिवशी मी स्टँडमधून बाहेर पडताना न्यायाधीश मला संबोधून म्हणाले, 'ऑफिसर, माझ्याकडे जर एखादे पदक असते, तर ते मी आज तुम्हाला दिले असते.'

□□□

१३

बीडीडी चाळ दंगल

'पण सर, मी पोलिसांना गोळीबार करण्याचे आदेश दिलेच नव्हते,'
मी माझ्या भूमिकेचा पुनरुच्चार केला.

मुंबईची पोलीस उपायुक्त म्हणून काम करत असताना सार्वजनिक कायदा आणि सुव्यवस्थेचा प्रश्न हाताळण्याचे प्रसंग माझ्यावर इतक्या वेळेला आले की, हिंसक जमावाचा सामना करण्याची आणि त्यांना तोंड द्यायची माझी भीती केव्हाच निघून गेली. मला हे समजून चुकले होते की, आम्ही वर्दीतील लोक संख्येने खूप कमी असतो आणि त्यामुळे मोठ्या जमावामध्ये आम्ही दिसून येत नाही. त्यातही जर जमाव बिथरलेला असेल, तर त्यांच्यावर नियंत्रण ठेवणे अत्यंत कठीण असते. त्यात भर म्हणजे, आमचे स्वतःचे खाकी वर्दीतील अधिकारीही त्यांच्या प्रतिसादात काही वेळा अत्यंत बेभरवशाचे असू शकतात. मी अनेकांना आपले सहकारी आणि वरिष्ठांना सोडून हिंसक दंगलीपासून दूर पळून जाताना पाहिले आहे. संतप्त जमावाच्या रोषाबद्दल त्यांना वाटणारी दहशत किंवा काही बाबतीत टोकाची प्रतिक्रियाही मी पाहिली आहे. काही काही वेळा आमचे वरिष्ठ अधिकारी हिंसाचाराच्या ठिकाणी जाण्यापासून टाळण्यासाठी मुद्दाम त्यांचे स्वतःचे ठिकाण चुकीचे देताना पाहिले आहे. पोलिसांची हीच शोकांतिका आहे. मग काही वेळेला जेव्हा गंभीर आणि हिंसक सार्वजनिक सुव्यवस्थेचा प्रश्न निर्माण होतो, तेव्हा ती गोष्ट प्रकर्षाने समोर येते.

बहुतेक प्रसंगी पोलीस अधिकारी परिस्थितीची तर्कशुद्धपणे तपासणी करतात आणि कार्यक्षमपणे प्रतिसाद देतात. त्यांना स्वतःच्या जबाबदारीची जाणीव असते. एक आनंददायक वस्तुस्थिती अशी आहे की, सार्वजनिक कायदा आणि सुव्यवस्थेचे प्रश्न हाताळताना लिंगभेद अवास्तव आहे. स्त्रिया पुरुषांइतकेच धैर्य दाखवतात आणि ठामपणे उभ्या राहतात. वर्दीतील कामचुकार आणि भ्याड कर्मचारी स्त्री-पुरुष दोघांमध्येही असतात.

मुंबईत डीसीपी म्हणून काम करताना मी काही वेळेला माझ्या अधिकार क्षेत्राबाहेरच्या ठिकाणीही सार्वजनिक कायदा आणि सुव्यवस्थेचे प्रश्न हाताळले. वरळीतील 'बॉम्बे डेव्हलपमेंट डिपार्टमेंट' (बीडीडी) चाळींमध्ये झालेली दंगल, ही अशीच एक घटना आहे. या विभागाची स्थापना १९२०मध्ये करण्यात आली होती. घरांसाठी जमीन उपलब्ध करून देणे आणि पुन्हा दावा केलेल्या जमिनींवर सुमारे ५०,००० सदनिकांच्या बांधकामाची जबाबदारी या विभागावर होती. सुमारे २०० बीडीडी चाळींपैकी १२१ चाळी वरळीत आहेत.[१]

एका संध्याकाळी मी नुकतीच घरी पोहोचले होते आणि मला थोडं बरं वाटत नव्हतं. तेवढ्यात माझे वायरलेस ऑपरेटर मुंडे यांनी मला वरळीच्या बीडीडी चाळींमध्ये दंगल उसळल्याची माहिती दिली. नियंत्रण कक्ष अधिकाऱ्याने झोन ४च्या डीसीपींना तातडीने घटनास्थळी धाव घेऊन परिस्थिती हाताळण्यास सांगितल्याचे ते म्हणाले. तो भाग झोन ३च्या डीसीपींच्या कार्यक्षेत्रात येत असल्यामुळे ते घटनास्थळी पोहोचले आहेत का, हे मी त्यांना नियंत्रण कक्षाला विचारून घेण्यास सांगितले. यावर त्यांचे उत्तर होकारार्थी होते. त्यानंतर मी रात्रीची गस्तफेरी घालणारे डीसीपी कुठे आहेत हे पाहिले आणि तेही चाळींमध्ये पोहोचल्याचे मला कळले. मला थोडं बरं वाटत नसल्यामुळे मी वायरलेस ऑपरेटरला कंट्रोल रूमच्या अधिकाऱ्याकडे मला दंगलीच्या ठिकाणी जाण्याची सूचना कोणी दिली, याची चौकशी करायला सांगितलं; कारण तो भाग माझ्या परिमंडळ कार्यक्षेत्रात नव्हता. त्यावर 'वरिष्ठांचे आदेश आहेत' एवढेच त्याचे उत्तर होते. आता यापुढे आणखी प्रश्न विचारणे, म्हणजे आदेश झुगारण्यासारखे झाले असते. हे सर्व वायरलेस संभाषण चॅनलवर असलेल्या प्रत्येकाला ऐकता येते. त्यामुळे मी पुन्हा खाकी वर्दी अंगावर चढवली आणि वरळीला निघाले.

चेंबूरच्या दंगलींप्रमाणेच बीडीडी चाळीही अंधारात बुडालेल्या होत्या. दंगलखोरांनी वीज तोडली होती. ही त्यांची कामाची पद्धतच बनली होती. थोड्या अंतरावरून अस्पष्ट दिसत होतं की, काही तरुण छतांवरून एकमेकांवर आगीचे

गोळे फेकत होते. समोरच्या इमारतींवर जाण्याऐवजी त्यांतील बहुतेक दगड आणि बाटल्या मध्ये खाली जमिनीवर पडत होत्या आणि त्यामुळे त्यांचा मोठा आवाज येत होता.

माझ्याकडे त्या परिसराची भौगोलिक रचना किंवा चाळीतल्या इमारतींचा आराखडा असे काहीच नव्हते. काही पोलीस व्हॅन तेथे आधीच पोहोचल्या होत्या आणि कर्मचारी खाली उतरलेले होते. त्यांत काही अधिकारीही होते; पण तेही माझ्यासारखेच अनभिज्ञ वाटत होते. एकमेकांशी वैर असलेले काही गट 'चाळीं'च्या वर आले होते आणि त्यांच्या भांडणाने हिंसक वळण घेतले, एवढेच आम्हाला कळू शकत होते.

पोलिसांशी जागेवर चर्चा केल्यावर असे दिसून आले की, आमच्यापैकी कुणीच या भागाशी फारसे परिचित नव्हते. सगळ्यांनाच जवळच्या ठिकाणांहून पोलीस नियंत्रण कक्षाने पाठवले होते. त्यामुळे मग आता आमच्या प्रशिक्षणादरम्यान आम्हाला शिकवलेल्या अशा परिस्थितीत राबविल्या जाणाऱ्या कार्यपद्धतीचा (SOP) अवलंब करायचे मी ठरविले. आम्ही आमच्या मेगाफोनवरून त्या दंगलखोर मुलांना दगडफेक थांबवण्याचा इशारा द्यायला सुरुवात केली. थोडा वेळ ते शांत बसले; पण परत लगेचच त्यांनी एकमेकांवर आगीचे गोळे फेकायला सुरुवात केली. सर्वत्र गुडूप अंधार होता आणि छतावर आम्हाला अंधूक आकृत्या हलताना दिसत होत्या. आम्ही आमच्या गणवेशात खाली जमिनीवर होतो आणि आता पुढे काय करायचे, याच्या विचारात होतो. मी पोलीस व्हॅन्स अशा प्रकारे उभ्या करायला सांगितल्या की, त्यांच्या हेडलाइट्सचा प्रकाश चाळींच्या दिशेने पडेल आणि आम्हाला थोडे तरी दिसू शकेल. कर्मचाऱ्यांनी त्यांचे सर्च लाईटही बाहेर काढले.

दरम्यान, इतर अनेक चाळींमध्येही मोठ्या प्रमाणावर दंगल सुरू झाल्याची माहिती आम्हाला नियंत्रण कक्षाने दिली. थोड्याच वेळात आम्हाला कळले की, ड्युटी संपवून आपल्या जीपमधून जात असलेल्या वाहतूक इन्स्पेक्टरला दगड लागला होता आणि त्याला तातडीने रुग्णालयात दाखल करण्यात आले होते.

दंगलखोर मुलांना खाली जमिनीवर आणण्याचे आमचे प्रयत्न अयशस्वी झाले. त्यामुळे 'पोलीस व्हॅनमध्ये अश्रुधुरांच्या नळकांड्या आहेत ना,' हे मी विचारून घेतले आणि त्या गाडीत बरोबरच असल्याची माहिती मला मिळाली. अशा व्हॅन नियंत्रण कक्षाच्या निर्देशानुसार काम करतात. सार्वजनिक सुव्यवस्थेचा प्रश्न निर्माण झाल्यास प्रतिसाद देणारे ते पहिले असल्यामुळे अशा पोलीस व्हॅनमधील पोलिसांकडे बहुतांश वेळेला हेल्मेट, लाठ्या, अश्रुधुरांच्या नळकांड्या आणि ग्रेनेड्स,

रायफल आणि मेगाफोन्स या गोष्टी असतातच. मी अश्रुधुराचा वापर करणाऱ्या गनरची विचारणा केली आणि त्यांच्यापैकी एक जण पुढे आला. या कामाचे त्यांना चांगले प्रशिक्षण दिलेले असते. भडकलेली मुलं प्रतिसाद देत नसल्यामुळे मी अश्रुधुराचा वापर करायचा विचार करत असल्याचं मी त्या कर्मचाऱ्याला सांगितलं.

पण त्याच वेळी, 'मी माझ्या मेगाफोनद्वारे मात्र गोळीबाराचा आदेश देईन, अश्रुधुराचा नाही,' हे बजावून सांगितलं. त्या तरुणांवर वचक बसावा, हाच त्यामागचा मुख्य हेतू होता. त्याला बरोबर समजले. मी व्हॅनमधील कर्मचाऱ्यांना रांगेत उभे राहण्यास सांगितले आणि तातडीने समजावून सांगितले की, 'मी 'फायर!' असे ओरडीन; पण कुणीही आपल्या रायफलला हातसुद्धा लावायचा नाही. त्याऐवजी, फक्त माझ्या शेजारी उभा असलेला कर्मचारी अश्रुधुराची नळकांडी फोडेल.' मी लगेच त्या कर्मचाऱ्याला स्वतःची ओळख करून देण्यासाठी हात वर करायला सांगितले. या पोलिसांना मी ओळखत नसल्यामुळे, कोणताही गोंधळ होऊ नये म्हणून मी त्यांना माझ्या सगळ्या सूचना पुन्हा सांगायला लावल्या. मी अधिकाऱ्यांनाही त्यांच्या पोलीस कर्मचाऱ्यांना स्पष्ट आणि व्यवस्थित मराठीत आदेश पुन्हा समजावण्याबाबत सूचना दिल्या. आम्ही सर्वच जण तणावात होतो. त्यामुळे एखाद्याला नीट सूचना कळली नाही, म्हणून चुकून, अपघातानेही रायफलचा गोळीबार व्हायला नको होता. हे सगळं सुरू असताना ती दंगलखोर मुलं आम्हाला छतावरून पाहतच होती. नशिबाने आमचे बोलणे त्यांना ऐकू जात नव्हते.

रांगेत उभ्या असलेल्या पोलीस व्हॅन कर्मचाऱ्यांचा वचक मोठा दिसत असला, तरी हिंसाचार अजून थांबला नव्हता. एकमेकांवर हवेतून आगीच्या गोळ्यांचा मारा सुरूच होता. 'विध्वंसक मुलं छतावरून खाली न आल्यास मी गोळीबार करण्याचे आदेश देईन,' असा इशारा मी पुन्हा एकदा दिला. मात्र, तरीही काही फरक पडत नसल्यामुळे अखेरीस मी मोठ्या आणि खड्या स्पष्ट आवाजात 'वन राउंड फायर!' म्हणजेच, गोळीबाराचा आदेश दिला. गॅस गनरने अश्रुधुराचे नळकांडे फोडले. मोठा आवाज झाला आणि दंगलखोर मुले घाबरून पळू लागली.

अजिबात वेळ वाया न घालवता मी पोलिसांना माझ्याबरोबर चाळींकडे येण्याचा आदेश दिला. त्याबरोबर प्रवेश करताना दणदणाटी फौजी आवाज करत यायला सांगितले. पोलीस कर्मचारी जरा गोंधळल्यासारखे वाटल्याने मी त्यांना 'हो! हो! हो! हो!' असं प्रात्यक्षिक करून दाखवलं. जमावावर नियंत्रण ठेवण्याचे आणि परेडला आदेश देण्याचे यादव उस्तादांचे प्रशिक्षण त्यादिवशी माझ्या कामी आले. अधिकारी आणि पोलीस कर्मचारी माझ्या कृतीने प्रोत्साहित झाले असले, तरी

त्यांनी तसे दाखवले नाही. त्यांनीदेखील जमावावर नियंत्रण मिळविण्याचे अशाच प्रकारचे प्रशिक्षण घेतलेले होते आणि म्हणूनच माझे म्हणणे त्यांना लगेच समजले आणि त्यांनी तत्काळ प्रतिसाद दिला.

एका मागोमाग दुसऱ्या चाळीत असे आम्ही घुसलो आणि छतांवर चढलो. अपेक्षेप्रमाणे हुल्लडबाजी करणारी मुलं चाळींमधल्या आपापल्या खोल्यांमध्ये लपली होती. काचेच्या फुटलेल्या बाटल्या आणि सगळीकडे पसरलेले दगड यांशिवाय आम्हाला दुसरे काहीही सापडले नाही.

आम्ही पुन्हा आमच्या आधीच्या ठिकाणी परतलो आणि नियंत्रण कक्षाच्या सूचनांची वाट पाहत थांबलो. इतर चाळींमधील परिस्थितीही नियंत्रणात आणली गेली आहे. तसेच पोलिसांच्या पथकाने गोळीबार केल्याची माहितीही आम्हाला नियंत्रण कक्षाकडून कळली. अतिरिक्त आयुक्त जी. एन. उबाळे हे वरळी पोलीस ठाण्यात पोहोचल्याचेही सांगण्यात आले.

काही वेळाने स्थानिक झोन ३चे सहायक आयुक्त आमच्याकडे आले. 'अतिरिक्त आयुक्तांनी आपल्याला वरळी पोलीस ठाण्यात बोलावले आहे,' असे सांगून त्यांनी घटनास्थळावरून मला मोकळे केले. माझ्या नेहमीपेक्षा वेगळ्या कारवाई पद्धतींना प्रतिसाद देणाऱ्या पोलिसांचे आभार मानून मी तेथून निघाले.

वरळीच्या सीनिअर इन्स्पेक्टरच्या चेंबरमध्ये गेल्यावर अतिरिक्त आयुक्तांना इतर पोलीस अधिकारी माहिती देत असल्याचे मी पाहिले. आजूबाजूला सगळीकडे तणाव जाणवत होता. एकटे असताना त्यांनी मला विचारले, 'मीरा, तू गोळीबार का केलास?' मी लगेचच त्यांना, 'मी गोळीबार केला नाही,' असे उत्तर दिले. 'कसं शक्य आहे - नियंत्रण कक्षानेच मला ही माहिती दिली आहे,' असे ते कठोरपणे म्हणाले. तेव्हा माझ्या लक्षात आले की, जेव्हा मी 'वन राउंड फायर' असा आदेश देऊन अश्रुधुराची नळकांडी फोडण्यास सांगितले होते, तेव्हा बीडीडी चाळींमधून कोणीतरी नियंत्रण कक्षाला कळवले असावे की, पोलिसांनी गोळीबार केला. 'पण असे करताना मी घटनास्थळी असलेल्या पोलिसांना विश्वासात घेतले होते आणि त्यांच्यापैकी एकानेही त्यांच्या रायफलला हातही लावला नव्हता,' हे सगळं मी त्यांना सांगितलं. त्या वरिष्ठ अधिकाऱ्याने माझे म्हणणे धीराने ऐकले; पण त्यांच्या चेहऱ्यावर कोणतेही भाव नव्हते. साधारण पहाटेच्या सुमारास मला परत जाण्याची सूचना मिळाली आणि मी प्रचंड थकून घरी परतले.

दुसऱ्या दिवशी दुपारी मला पोलीस आयुक्तांच्या कार्यालयात हजर होण्याबाबत फोन आला. तिथे पोहोचल्यावर मला जी. एन. उबाळे हे आयुक्त व्ही. के. सराफ

यांच्या शेजारी बसलेले दिसले. दोन्ही वरिष्ठ अधिकाऱ्यांचे चेहरे गंभीर होते. मी बसल्यावर श्री. उबाळे यांनी मला आयुक्तांना संपूर्ण घटनाक्रम पुन्हा ऐकवण्यास सांगितले. मी सांगितल्याप्रमाणे केले. माझे बोलणे संपले, तेव्हा ते एकमेकांकडे पाहत असल्याचे माझ्या लक्षात आले. नंतर आयुक्तांनी मला विचारले, 'तुमचा तो झोन नसताना तुम्ही तिथे का गेला होतात?'

कंट्रोल रूमच्या अधिकाऱ्यानेच मला तशी सूचना दिल्याचे मी त्यांना सांगितले आणि हेही नमूद केले की, 'जेव्हा मी सीआरओ (Control Room Officer)ला मला घटनास्थळी जाण्याचा आदेश कुणी दिला आहे हे विचारले, तेव्हा 'वरिष्ठांचे आदेश' असल्याचे उत्तर त्यांच्याकडून मिळाले.'

आयुक्तांनी त्यांच्यासमोर ठेवलेल्या नियंत्रण कक्षाचे लॉगबुक पाहिले आणि अशी कोणतीही नोंद त्यात नसल्याचे उत्तर दिले. सीआरओनेही त्याने मला बीडीडी चाळींमध्ये पाठवल्याचे नाकारल्याचे मला सांगण्यात आले. मला धक्काच बसला. मी त्यांना समजावण्याचा प्रयत्न केला; पण आयुक्तांनी माझे बोलणे मध्येच तोडले; आणि हे सगळं मी विसरून जाण्याचा आणि 'चांगले काम' असेच सुरू ठेवण्याचा सल्ला दिला.

दुर्दैवाने, दंगलग्रस्त चाळींमधून जात असताना दगड लागलेल्या त्या वाहतूक इन्स्पेक्टरच्या डोक्याला गंभीर दुखापत झाल्याने काही दिवसांनी त्याचा मृत्यू झाला. मात्र, कुणाच्या सांगण्यावरून मला चाळीत पाठवण्यात आले व मला तिथे पाठवण्याबाबत सीआरओने का नकार दिला, हे मला आजतागायत कळू शकलेले नाही. तसेच याबाबत त्यांच्यावर कोणतीही शिस्तभंगाची कारवाई झाल्याचेही माझ्या कानावर आले नाही.

आजकाल भारतातील बहुतेक पोलीस नियंत्रण कक्षात ऑडिओ रेकॉर्डिंग सुविधा आहे. त्यामुळे सीआरओकडून पोलीस अधिकाऱ्यांना जात असलेल्या सूचना, तसेच नागरिक आणि नियंत्रण कक्षातील कर्मचारी यांच्यामधील संवाद या सगळ्यांची नोंद होते. त्यानंतर त्यांची पडताळणीही केली जाऊ शकते. ऐंशीच्या दशकाच्या उत्तरार्धात मुंबई नियंत्रण कक्षाकडे जर अशी काही सुविधा असती, तर वरळीमधल्या त्या अंधाऱ्या रात्री उसळलेल्या दंगलीच्या प्रसंगात मी तिथे का होते, हे सांगायला मला धडपडायला लागलं नसतं. मी त्या अवघडवून टाकणाऱ्या विचित्र परिस्थितीत अडकले नसते.

❏❏❏

१४

महाराष्ट्राची पहिली महिला जिल्हा पोलीस प्रमुख

स्त्रीला दुबळी, कमकुवत व्यक्ती म्हणणे म्हणजे तिची मानहानी केल्यासारखे आहे. हा पुरुषांनी स्त्रीवर केलेला अन्याय आहे. जर शक्तीचा अर्थ नैतिक शक्ती असेल, तर स्त्री ही पुरुषापेक्षा अतुलनीय, श्रेष्ठ आहे.

- महात्मा गांधी

एका सकाळी मला महाराष्ट्राचे पोलीस महासंचालक (डीजी) व्ही. के. सराफ यांच्या कार्यालयातून फोन आला. त्यांनी मला त्यांच्या कार्यालयात बोलावले होते. ही सर्वसाधारण गोष्ट नव्हती. गुन्हे शाखेच्या प्रतिबंधात्मक आणि सामाजिक सुरक्षा विभागाची उपायुक्त या नात्याने मी मुंबई पोलीस आयुक्तांना रिपोर्टिंग करायचे. मुख्य म्हणजे, पोलीस महासंचालकांच्या कार्यालयातून सामान्यतः मुंबई पोलिसांच्या अधिकाऱ्यांशी थेट संवाद साधला जायचा नाही. महाराष्ट्रातली ही आजवरची परंपरा आहे.

मी एकदम कडक वर्दीत पूर्ण तयार होऊन डीजींच्या कार्यालयात गेले. मला थोडी धास्ती वाटत होती. याचं कारण, मी मुंबईत जवळपास पाच वर्षे पूर्ण केली होती आणि आता स्वतंत्र जिल्ह्यात जिल्हा पोलीस प्रमुख म्हणून बदलीसाठी मागणी केली होती.

काही राज्यांमध्ये या पदाला पोलीस अधीक्षक, तर काही ठिकाणी वरिष्ठ अधीक्षक म्हणतात. माझा मुलगा आता सहा वर्षांचा झाला होता. त्यामुळे आता मला जिल्हा पोलीस दलाचे नेतृत्व आणि त्याच वेळी त्याचे संगोपन करण्याबद्दल आत्मविश्वास वाटत होता. राज्यभरात विविध पदांसाठी महासंचालकांनी अधिकाऱ्यांची शिफारस सरकारकडे करण्याची प्रथा होती. खेदाची गोष्ट म्हणजे, आता ती जागा राजकारण्यांनी बळकावली आहे आणि गुणवत्तेचा फारसा आदर न करता, त्यांच्या पसंतीच्या अधिकाऱ्यांचे नाव सुचविण्यासाठी 'आस्थापना मंडळां'वर वर्चस्व गाजवले आहे.

डीजींच्या चेंबरच्या बाहेर मी माझ्या नियुक्तीबाबत त्यांचा निर्णय काय असेल, याबद्दल विचार करत बसले होते. तेवढ्यात एक चुणचुणीत हवालदार बाहेर आला आणि मला आत घेऊन गेला. मी लाकडी चौकटीच्या सुंदर कार्यालयात स्थानापन्न झाले आणि डीजींनी वर पाहिलं. 'मग, यंग लेडी, तुम्ही मुंबईतच डीसीपी म्हणून राहण्यासाठी मुख्यमंत्री कार्यालयाशी संपर्क साधला होतात का?' त्यांनी मोठ्याने विचारलं. मी एक क्षण गडबडले; पण लगेच स्वतःला सावरून शांतपणे त्यांना याच्या उलट असल्याचे सांगितले. नम्रपणे मी त्यांना या गोष्टीची आठवण करून दिली की, मी याआधी त्यांच्याकडे जिल्ह्यात नियुक्ती करण्याबाबत बोलले होते. 'हो, बरोबर आहे आणि म्हणूनच तुमच्यासाठी स्वतंत्र जिल्ह्याची शिफारस करत मी तुमची फाईल दोनदा मुख्यमंत्र्यांच्या कार्यालयात पाठवली होती. आमच्या सर्व प्रस्तावांवर एकमत झाले असताना, तुमची फाईल मात्र दोन्ही वेळा स्वाक्षरीशिवाय परत आली आहे,' असे डीजी मला म्हणाले. यात माझाच काही डाव तर नाही ना, असा विचार बहुधा ते करत असावेत. त्यांच्या कार्यालयाकडे मी जिल्ह्यासाठी विचारणा केली आणि त्याच वेळी मुख्यमंत्र्यांच्या कार्यालयाला मात्र मला त्यात रस नसल्याचे कळविले, असे तर काही नाही ना, अशी बहुधा त्यांना शंका होती. हा खरेतर पूर्णपणे चुकीचा विचार होता आणि यात अजिबात तथ्य नव्हते. मी शक्य तितक्या आदराने त्यांना सांगितले की, 'मला खरोखरच स्वतंत्र जिल्ह्याची प्रमुख बनण्याची खूप इच्छा आहे.'

यावर त्यांनी मला सांगितले की, या विषयाबाबत तत्कालीन मुख्यमंत्री शरद पवार यांच्याशी ते बोलले, तेव्हा मुख्यमंत्री त्यांना म्हणाले, 'त्या मुंबईत चांगले काम करत आहेत; मग कशाला तुम्हाला त्यांना दुसरीकडे हलवायचे आहे?' दुसऱ्या वेळेला जेव्हा परत त्यांनी हा विषय मांडला, तेव्हा मला असं कळलं की, वरिष्ठ पातळीवर चर्चा झाली की, 'मुंबईत जर काहीही बरेवाईट झाले, तर आपण

इथे त्यांच्या मदतीसाठी आहोत; पण लांब कुठल्या जिल्ह्यात असेल, तर आपण काय करू शकणार?'

तोपर्यंत महाराष्ट्रात एकही महिला जिल्हा पोलीस प्रमुख बनली नव्हती आणि मुख्यमंत्र्यांनाही मला ती भूमिका देणे सोयीचे वाटत नव्हते, हे स्पष्ट होते. मी डीजींना हे पटवून देण्याचा प्रयत्न केला की, 'मला कोणत्याही मदतीची गरज नाही. पोलीस दलातील अकरा वर्षांच्या सेवेमुळे मला पुरेसा आत्मविश्वास, ज्ञान आणि कौशल्ये मिळाली आहेत की, मी स्वतःची काळजी घेऊ शकेन.' मुंबईचे पोलीस आयुक्त या नात्याने त्यांनी स्वतः माझे काम जवळून पाहिले होते. मला खात्री होती की, ते मुख्यमंत्र्यांचे मन वळवू शकतील.

एका संध्याकाळी मुंबई सामाजिक सुरक्षा शाखेच्या एका इन्स्पेक्टरने मला फोन केला. त्याचे बोलणे ऐकून मी चकितच झाले. त्यांनी अशी माहिती दिली की, माझी बदली औरंगाबादला (अलीकडेच याचे छत्रपती संभाजीनगर असे नामकरण करण्यात आले आहे.) करण्यात आली आहे. धार्मिक, जातीय ताणतणावांमुळे काम करण्याच्या दृष्टीने हा एक अतिशय कठीण जिल्हा होता. मी ही नियुक्ती नाकारावी, असा सल्ला त्या इन्स्पेक्टरने मला दिला. त्याच वेळी माझी बदली रद्द करून घेण्याची ऑफरही दिली. तो एक चांगला माणूस होता; परंतु आपले इन्स्पेक्टर किती शक्तिशाली असतात, हे यावरून दिसून येते. त्यांचे नेटवर्क जबरदस्त असते आणि बदलीचे आदेश जारी होण्यापूर्वीच त्यांना याबद्दलची सगळी माहिती असते. ते वरिष्ठ अधिकाऱ्यांची बदली करून घेऊ शकतात किंवा त्यांच्या बदल्या रद्द करू शकतात! पोलीस इन्स्पेक्टर हे राजकारण्यांच्या जास्त जवळ असतात, हे वास्तव आहे आणि म्हणूनच भारतीय पोलीस सेवेतील बहुतांश अधिकाऱ्यांपेक्षा त्यांचे शंकास्पद आदेश पालन करायची त्यांची तयारी असते. दुर्दैवाने, आता आयपीएस अधिकारीदेखील या जाळ्यात अडकू लागले आहेत.

राजकारणी - नोकरशहा - गुन्हेगार यांचे साटेलोटे सर्वश्रुत आहे आणि ते आपल्या राष्ट्रासाठी आणि नागरिकांसाठी अत्यंत हानिकारक आहे, यात शंका नाही. १९९३च्या वोहरा (समिती) अहवालाने यावर प्रकाश टाकला होता. जागरूक नागरिक आणि सजग स्वतंत्र प्रसारमाध्यमांनी या समस्येच्या विरोधात सातत्यपूर्ण पद्धतीने काम केले पाहिजे. आता उदारीकरणासह व्यवसाय लॉबीदेखील या साखळीत सामील झाल्यामुळे परिस्थिती आणखी बिकट झाली आहे. सर्वसामान्यांच्या हिताला प्राधान्य न देता या लॉबींच्या हिताचे अनेक प्रतिकूल निर्णय घेतले जातात.

औरंगाबादला झालेली बदली रद्द करून घेण्याची इन्स्पेक्टरची उदार ऑफर नाकारल्यानंतर मी बदलीचे सरकारी आदेश आल्यावर ते सहजी स्वीकारले. मला मुंबई आवडली होती आणि दोन झोनचे उपायुक्त आणि गुन्हे (प्रतिबंधक) शाखेची डीसीपी म्हणून काम करताना खूप काही शिकायलाही मिळाले होते; पण एक साचलेपण यायला सुरुवात झाली होती.

माझे सर्व सामान आणि माझ्या सहा वर्षांच्या मुलाला घेऊन मी लवकरच औरंगाबादमध्ये दाखल झाले.

औरंगाबाद जिल्ह्याचा बहुतांश भाग गोदावरी नदीच्या खोऱ्यात आहे. पूर्णा, शिवना आणि खाम या इतर काही प्रमुख नद्या या परिसरातून वाहतात. अजिंठा आणि वेरूळच्या लेण्या ही दोन युनेस्को जागतिक वारसा स्मारके, तसेच ऐतिहासिकदृष्ट्या महत्त्वपूर्ण 'दौलताबादचा किल्ला' आणि 'बीबी का मकबरा' जिल्ह्याची शोभा वाढवतात. भारतातील पर्यटन जिल्हा म्हणून ओळखला जात असल्यामुळे औरंगाबाद जगभरातील पर्यटकांना आकर्षित करते. त्याचप्रमाणे औरंगाबाद जवळचे पैठण हे गाव रंगीबेरंगी पैठणी सिल्क साड्यांसाठी प्रसिद्ध आहे. त्याच वेळी, हा भाग तीव्र सामाजिक, राजकीय घडामोडींचेही केंद्र बनला आहे.[१]

मी औरंगाबादला पोलीस प्रमुख म्हणून रुजू झाले, तेव्हा गणेशोत्सव अगदी जवळ आला होता. त्यामुळे लगेचच मला त्या दृष्टीने आवश्यक तयारीला सुरुवात करायला लागली. महाराष्ट्रात अकरा दिवसांचा हा प्रदीर्घ उत्सव घरगुती आणि सार्वजनिक अशा दोन्ही प्रकारे मोठ्या उत्साहात साजरा केला जातो. सकाळी आणि संध्याकाळी गणपतीच्या आरतीच्या वेळी गणपती बाप्पांना नैवेद्य दाखवून फुले आणि दुर्वा वाहून त्यांची पूजा केली जाते. रस्त्यावर मोठमोठाले मांडव उभारून भव्य गणेशमूर्तींची प्रतिष्ठापना केली जाते. गणपतीच्या आरतीसाठी आणि सुंदर देखावे बघण्यासाठी लोक मोठ्या संख्येने बाहेर पडतात.

मला जिल्ह्यातील हिंदू - मुस्लीम संघर्षांच्या इतिहासाची कल्पना होती. मी तिथे पोहोचल्यावर स्थानिक अधिकाऱ्यांनीही मला त्याबद्दल अधिक तपशीलवार माहिती दिली. ती एक मजबूत आणि आत्मविश्वासपूर्ण टीम होती आणि त्यांपैकी अनेक अधिकाऱ्यांनी याआधी औरंगाबादमध्ये झालेल्या गंभीर दंगली हाताळल्या होत्या. जिल्ह्याच्या प्रदीर्घ दौऱ्यांनंतर आणि पोलीस स्टेशन्स आणि त्यांच्या संबंधित अधिकाऱ्यांशी ओळख करून घेतल्यानंतर मी जरा थांबण्याचा निर्णय घेतला आणि त्याच वेळी ती घटना घडली.

सामान्य ज्ञान आणि प्रसंगावधान ठेवून सामोरे जावे लागते. मूलभूत पोलीस प्रशिक्षण कार्यक्रमात समुपदेशन हा विषय म्हणून समाविष्ट केल्यास असे प्रसंग हाताळण्यास मदत होईल.

माझ्या पोलिसांच्या सरकारी गाडीच्या पुढे पायलट पोलीस जीप आणि पाठीमागे एस्कॉर्ट वाहन का नाही, असा प्रश्न मला औरंगाबादमध्ये वारंवार विचारला जायचा. स्थानिकांनी मला सांगितले होते की, माझ्या आधीचे अधिकारी पोलीस वाहनांच्या ताफ्यासह फिरायचे. त्यावर माझे उत्तर ठरलेले होते, 'औरंगाबादमध्ये शांतता आणि सामान्य स्थिती परत आली आहे आणि त्यामुळे मला माझ्या आजूबाजूला एवढ्या वाहनांची गरज वाटत नाही.' पण, या उत्तराने त्यांचे समाधान व्हायचे नाही. स्वत:भोवती शक्तीची प्रतीके घेऊन फिरणाऱ्या लोकांमुळे आपण इतके भारावून का जातो, हा प्रश्न मला अनेकदा पडतो.

त्या वर्षी औरंगाबादमध्ये अकरा दिवसांचा गणेशोत्सव सुरळीतपणे पार पडला. आम्ही सर्व संवेदनशील भागांत शांतता समितीच्या बैठका घेतल्या. त्यात नागरिकांनी उत्साहाने सहभाग घेतला. जिल्हा दंडाधिकारी प्रमोद माने हे एक अनुभवी अधिकारी होते. त्यांनी मला वेळोवेळी मार्गदर्शन केले. माझी नियुक्ती होण्यापूर्वीपासून ते औरंगाबाद येथे कार्यरत होते. जिल्ह्याशी त्यांची चांगली ओळख होती. त्यांच्याशी सल्लामसलत करून आम्ही उग्र जातीयवादी घटकांना CrPCच्या विविध प्रतिबंधात्मक कलमांतर्गत ताब्यात घेतले आणि प्रशासनाला पूर्वीप्रमाणे हिंसक हिंदू-मुस्लीम दंगलींची पुनरावृत्ती नको आहे, असा स्पष्ट संदेश दिला. त्याचा चांगला परिणाम दिसून आला.

शेवटच्या दिवशीची गणपती विसर्जन मिरवणूक दुसऱ्या दिवशी पहाटे साडेचार वाजेपर्यंत सुरू होती व सर्व जिल्हा पोलीस अधिकारी ठामपणे कर्तव्य बजावत उभे होते.

अखेरच्या गणेशमूर्तीचे विसर्जन झाल्यानंतर पहाटे पाच वाजता पोलिसांच्या रीक्रिएशन हॉलमध्ये बॅडमिंटन खेळून आम्ही शांततामय सोहळ्याचा आनंद साजरा केला. मी काही वेगवान स्ट्रोक मारले. औरंगाबाद 'जळले नाही' म्हणून राजकीय आणि पोलीस नेतृत्व दोघांनाही हायसे वाटले असणार. महाराष्ट्रात, जर तुम्ही जातीयवादाने होरपळत असलेल्या जिल्ह्यात शांततेत गणेशोत्सव साजरा करू शकत असाल, तर तुम्ही खरोखरच परीक्षेत उत्तीर्ण झाला आहात. मला वाटते, मी पण त्या परीक्षेत उत्तीर्ण झाले!

□□□

१५

भ्रष्टाचारावर थेट आसूड

सत्ता कधी कुणाला भ्रष्टाचारी बनवत नाही; तर
सत्तेत उच्चपदावर बसणारे मूर्ख त्या सत्तेला भ्रष्ट करत असतात.

- जॉर्ज बर्नार्ड शॉ

औरंगाबाद हे महाराष्ट्राच्या मराठवाडा प्रांताचे विभागीय मुख्यालय असल्याने त्याची देखभाल ठेवण्याचे काम विभागीय आयुक्तांच्या पदावर कार्यरत असणारे वरिष्ठ आयएएस अधिकारी करतात, तर पोलीस उपमहानिरीक्षक (डीआयजी) हे या विभागातील पोलीस कामकाजाचे प्रमुख असतात. कालांतराने, या पदाला पोलीस महानिरीक्षक (आयजी) म्हणून पदोन्नती देऊन श्रेणीसुधारित करण्यात आले. मी पोलीस प्रमुखपदाचा पदभार स्वीकारल्यानंतर सुमारे आठ महिन्यांनी या जिल्ह्याचे विभाजन झाले : औरंगाबाद शहराचे आयुक्तालयात रूपांतर झाले आणि उर्वरित जिल्हा औरंगाबाद (ग्रामीण) झाला – ही विभागणी आजही कायम आहे.

एके दिवशी पोलीस प्रशासनावर देखरेख करणाऱ्या डीआयजींनी ते माझ्या कार्यालयाला भेट देण्यासाठी येणार असल्याची नोटिस पाठवली. ते एक वरिष्ठ आयपीएस अधिकारी होते आणि पूर्वी काही कारणाने ते वादग्रस्त ठरले होते. यापूर्वी त्यांच्याशी भेट झाली होती, तेव्हा मला ते जरासे अस्वस्थ, चंचल स्वभावाचे; परंतु तरीही सौहार्दपूर्ण वाटले होते. एकदा त्यांचा आपल्या पत्नीशी जोरदार वाद झाला. रागाच्या भरात त्यांनी कुठल्याशा औषधाचे अतिप्रमाणात सेवन केले आणि त्यामुळे ते बेशुद्ध पडले.

त्यांच्या पत्नीने मला फोन करून तातडीच्या वैद्यकीय मदतीची विनंती केली; परंतु त्याच वेळी ही बातमी बाहेर कुणाला कळेल की काय, याची तिला अतिशय भीती वाटत होती. स्थानिक डॉक्टर त्वरित त्यांना तपासायला आणि उपचार करायला घरी पोहोचतील हे निश्चित करतानाच, या प्रकरणाबद्दल प्रसारमाध्यमांना अजिबात कुणकुण लागता कामा नये, याचीही आम्हाला दक्षता घ्यावी लागणार होती; कारण ती एक केवळ अप्रिय घरगुती समस्या होती आणि आम्हीही ती तशाच प्रकारे हाताळली.

'डीआयजीं'च्या भेटीमध्ये सहसा जिल्हा पोलिसांच्या कार्याचा आढावा घेतला जात असल्याने, ते येणार म्हटल्यावर आम्ही लगेच आमच्याकडील गुन्हे नोंदी अद्ययावत करण्यात आणि आमच्या अलीकडील सर्व उपक्रमांची, कामकाजांची यादी करण्यात गर्क होऊन गेलो. त्यासाठी सगळ्यांनी मिळून पंधरवडाभर जोरदार काम केले. डीआयजी आले, तेव्हा सर्व स्थानिक अधिकारी त्यांच्या कडक इस्त्रीच्या गणवेशात माझ्या कार्यालयात उपस्थित होते. आगतस्वागत झाल्यानंतर ते माझ्या चेंबरमध्ये येऊन बसले. प्रथेनुसार, एक एक करून स्थानिक पोलीस अधिकाऱ्यांनी, त्या भेट द्यायला आलेल्या पर्यवेक्षकांना आपापल्या कामकाजाची आणि कर्तृत्वाची माहिती द्यायला सुरुवात केली. अशातच डीआयजींनी त्यांपैकी एका अधिकाऱ्याकडे 'तुझा चुलत भाऊ खूप दिवसांपासून मला भेटायला आला नाही...' असे म्हणत उघड-उघड चक्क पैशांची मागणी केली. मी डीआयजींच्या शेजारी बसून होते आणि त्यांच्यातील ते संभाषण तुकड्या-तुकड्यात समजून घेण्याचा प्रयत्न करत होते. बोलता बोलता त्यांच्यातील संभाषणाचे जोरदार वादावादीत रूपांतर झाले. शेवटी तो अधिकारी ओरडला, 'तुम्हाला पैसे देण्यासाठी मी माझ्या पत्नीचे मंगळसूत्रसुद्धा विकले आहे आणि तरीही तुमचे समाधान होत नाही...'

आता मात्र हद्द झाली होती. योग्यतेच्या सर्व मर्यादा ओलांडल्या गेल्या होत्या. मग मात्र मी मध्ये पडले आणि त्या डीआयजीला जे काय सुरू होते, त्याचा जाब विचारला. त्यावर त्याने अतिशय थंडपणे उत्तर दिले, 'अहो, हे सगळीकडे असेच घडते. फक्त तुमच्या समोर आजवर कधी झाले नाही.' हे उत्तर ऐकून मी अवाक झाले. ऐंशीच्या दशकाच्या उत्तरार्धात वरिष्ठ पोलीस अधिकाऱ्यांमध्ये भ्रष्टाचार सामान्य झाला असल्याचे मी ऐकून होते; पण मला माहिती नव्हते की, हा प्रकार इतक्या उघडपणे चालतो. मी रागाने लालबुंद झाले. डीआयजी तिरीमिरीतच माझ्या कार्यालयातून निघून गेले.

ते गेल्यानंतर लगेचच, मी संपूर्ण घटनेचे वर्णन करणारे एक गोपनीय पत्र लिहून एका हवालदारामार्फत पोलीस महासंचालकांना पाठवले. दुसऱ्या दिवशी सकाळी 'डीजीं'नी मला फोन करून विचारले की, ''डीआयजी' जे काही बोलले, ते चेष्टामस्करीत होते का? कदाचित, तो विनोद करत होता आणि तुम्हाला तो कळला नाही, असे असेल का?' डीजी सूचक पद्धतीने म्हणाले; परंतु मला असा कोणताही भ्रम झालेला नव्हता. त्यामुळे मी 'डीजीं'ना स्पष्ट सुनावले की, 'एक वरिष्ठ अधिकारी माझ्या उपस्थितीत, खुशाल माझ्या एका अधिकाऱ्याकडे पैसे मागत होता. आपल्या डोळ्यांदेखत असा प्रसंग घडणे, ही माझ्या दृष्टीने खूप अपमानास्पद बाब आहे आणि त्यांच्यावर कठोर कारवाई व्हावी, असे मला वाटते.'

दुसऱ्या दिवशी, एक वरिष्ठ पोलीस अधिकारी प्राथमिक चौकशीसाठी औरंगाबादला आले आणि त्यांनी माझ्या पत्राची पुष्टी करणारा अहवाल सादर केला. काही वर्षांनंतर त्यांनी मला सांगितले की, 'डीआयजीं'नी ज्या सब-इन्स्पेक्टरकडे पैसे मागितले होते, त्याला एक कनिष्ठ अधिकारी म्हणून तीन आयपीएस अधिकाऱ्यांकडून बळीचा बकरा बनवले जात आहे का, असा प्रश्न त्यांना पडला होता! चौकशी अधिकारी, डीआयजी आणि मी सर्वच जण उच्चवरिष्ठ सेवेतील होतो.

पुढे जोपर्यंत त्यांची औरंगाबाद बाहेर बदली झाली नाही, तोपर्यंत हे डीआयजी छोट्या छोट्या संधी साधून मला त्रास देत राहिले. अकारण मेमो जारी करून, रोज काही ना काही कारण काढून माझ्याकडून खुलासा मागत असत. इथे कृतज्ञतापूर्वक नमूद करावेसे वाटते की, त्या काळात महाराष्ट्र पोलिसांचे सर्वोच्च नेतृत्व अत्यंत प्रामाणिक होते; त्यामुळे मला माहीत होते की, 'मला कुणाला घाबरण्याचे काहीच कारण नाही. मी त्या प्रत्येक मेमोला उत्तर दिले. माझ्या वैयक्तिक साहाय्यकाला माझी अशी सूचना होती की, मेमो मला फक्त सकाळच्या वेळेत दाखवले जावेत आणि त्यांना त्याच दिवशी उत्तर दिले जावे.' कारण, मला ते संध्याकाळी वाचून माझी रात्रीची शांतता खराब करून घ्यायची नव्हती. अशा प्रकारे, त्या काळात मी माझा विवेक शाबूत ठेवला; कारण मला घरी गेल्यावर माझ्या मुलासोबतचा वेळ शांत आणि आनंददायी असायला हवा होता.

प्राथमिक चौकशी अहवालाच्या आधारे त्या 'डीआयजी'च्या बदलीनंतर लाचलुचपत प्रतिबंधक विभागाने सगळ्या प्रकरणाची सविस्तर चौकशी डीआयजीच्या एका सहाध्यायी (batchmate)मार्फत केली. नक्की काय झाले, हे

मला माहीत नाही; परंतु त्या अधिकाऱ्याच्या कारकिर्दीने पुढे कधीच बढती, यशाची चढती कमान पाहिली नाही, हे मात्र खरे!

मी 'डीआयजी'नी केलेल्या पैशांच्या मागणीबद्दल 'डीजीं'ना पत्र लिहिले होते, हे कळल्यानंतर लगेचच एके दिवशी एका भ्रष्ट वरिष्ठ पोलीस अधिकाऱ्याने मला फोन केला. त्यांनी मला 'झाशीची राणी' म्हणत माझे खूप अभिनंदन केले. काही प्रामाणिक अधिकाऱ्यांनी असे सुचवले की, 'मी हे पत्र लिहायला नको होते; कारण ते मला अडचणीत आणू शकते.' बहुतांश पोलीस अधिकाऱ्यांनी मात्र याबाबत मौन बाळगणेच पसंत केले.

❑❑❑

१६

जळगाव सेक्स स्कँडल

आवाज उठविणारी स्त्री ही एक मजबूत स्त्री असते;
पण प्रत्यक्षात तो आवाज शोधणे मात्र फारच कठीण असते.

- मेलिंडा गेट्स

तेव्हा मी पुण्यात गुन्हे अन्वेषण विभागात (सीआयडी) अधीक्षक म्हणून काम करत होते. एके दुपारी मला पोलीस महासंचालक शिवाजीराव बारावकर यांचा फोन आला. मी औरंगाबादहून बदली झाल्यावर आणि प्रसूती रजा संपल्यानंतर नुकतीच पुन्हा सेवेत रुजू झाले होते. राज्यातील सर्वोच्च पोलीस अधिकाऱ्यांनी माझ्याशी थेट संपर्क साधण्याच्या दृष्टीने तशी मी खूप कनिष्ठ होते; त्यामुळे त्यांचा फोन आला म्हटल्यावर मला आश्चर्य वाटले. आमच्या गणवेशधारी क्षेत्रात पदांची श्रेणी आणि अनुक्रम खूप काटेकोर असतात. पुणे मुख्यालयात सीआयडीमधील माझ्यापेक्षा तीन पातळ्या वरच्या स्थानावर विराजमान असलेले अधिकारी होते आणि तरीही त्यांनी त्यात माझ्याशी संपर्क साधला होता.

इकडचे-तिकडचे काहीही न बोलता, थेट मुद्द्याला हात घालून डीजींनी मला ताबडतोब जळगावला जाण्याचा आदेश दिला. अर्थात, आदेश देतानाही त्यांचा स्वर अतिशय सभ्य आणि समतोल होता, हे मी मान्य केले पाहिजे. त्यांनी माझ्या धाकट्या मुलाची चौकशी केली - तेव्हा तो फक्त एक वर्षाचा होता - आणि मी त्याला सोबत घेऊन जावे, असे त्यांनी सुचवले. जर माझ्याकडे मुलाची काळजी

घेणारी दाई असेल, तर तिनेदेखील आमच्यासोबत यावे, अशी पुस्तीदेखील त्यांनी जोडली. थेट डीजींकडून एवढ्या तपशीलवार आणि वैयक्तिक सूचना मिळाव्यात, याबद्दल मला आश्चर्य वाटले.

मला किमान पुढचे एक वर्ष जळगावमध्ये घालवावे लागू शकते, याचा त्यांना अंदाज असावा; परंतु मला त्याची काहीच कल्पना नसल्याने, मी आश्चर्यचकित झाले होते.

जळगाव जिल्हा पूर्वी मध्य भारतातील खानदेश प्रदेशाचा एक भाग होता. काही स्रोतांच्या मते, त्याचे नाव महाभारतातील खांडववनावरून पडले आहे. शेजारील नाशिक आणि अजिंठा येथील दगडी मंदिरे आणि लेण्यांवरून असे दिसून येते की, पहिल्या तीन शतकांमध्ये खानदेशावर बौद्ध धर्माचे पालन करणाऱ्या राज्यकर्त्यांचे राज्य होते. खूप नंतर, अठराव्या शतकात, होळकरांकडून ब्रिटिश सैन्याने ते ताब्यात घेतले. १९६०मध्ये महाराष्ट्राच्या निर्मितीनंतर त्याचा जळगाव जिल्हा झाला.[१] महाराष्ट्राच्या केळी उत्पादनात या प्रदेशाचा वाटा सुमारे दोनतृतीयांश असल्यामुळे याला 'केळींचे शहर' असे टोपणनाव देण्यात आलेले आहे.[२]

जुलै १९९४मध्ये मानवी तस्करी, बलात्कार आणि लैंगिक शोषणाच्या खळबळजनक घटना उघडकीस आल्याने डीजींनी मला तातडीने जळगावला पाठवण्याचा निर्णय घेतला होता. कित्येक अल्पवयीन तरुण मुलींना फसवून, अमली पदार्थ देऊन, त्यांच्यावर अत्याचार आणि बलात्कार केले गेल्याचा आरोप स्थानिक राजकारणी आणि गुन्हेगार यांच्यावर होता. पाच वर्षांत अशाप्रकारे शंभरहून अधिक मुलींचे शोषण झाल्याचा कयास होता.

'जळगाव सेक्स स्कँडल' या नावाने ओळखल्या जाणाऱ्या बलात्कारांच्या या मालिकेने महाराष्ट्राला हादरवून सोडले. लवकरच हे प्रकरण राष्ट्रीय वृत्तपत्रांमध्ये हेडलाइन्स बनले आणि त्याने आंतरराष्ट्रीय माध्यमांचेही लक्ष वेधून घेतले.

मी जळगावला पोहोचेपर्यंत शहरातील वातावरण पार गढूळ झाले होते. विशेषत: महिलांच्या नेतृत्वाखाली आंदोलने व धरणे सुरू झाली होती. महाराष्ट्र सरकारने 'आयएएस' दर्जाच्या दोन वरिष्ठ महिला अधिकाऱ्यांना तिथे पाठवले होते, ज्यांनी त्यांच्या प्राथमिक चौकशीनंतर, माध्यमातून प्रसारित झालेले अहवाल खरोखरच सत्य असल्याचा निष्कर्ष काढला होता. इंडिया टुडेमधील एका लेखात म्हटले गेले होते की, '..... या स्कँडलच्या तपासात मदत करण्यासाठी नाशिकच्या विभागीय आयुक्त लीना मेहेंदळे, महिला आणि बालकल्याण विभाग सचिव चंद्रा अय्यंगार आणि पुणे सीआयडीच्या पोलीस अधीक्षक मीरा बोरवणकर अशा

तीन सदस्यीय समितीच्या नियुक्तीनंतर पीडित महिला अखेरीस त्यांच्या कथा सांगण्यासाठी पुढे येऊ लागल्या आहेत.'[३]

दोन प्रशासकीय महिला अधिकारी त्यांच्या चौकशीनंतर जळगाव सोडून निघून गेल्या असताना, माझ्याकडे तपासावर देखरेख ठेवण्याचे काम सोपवण्यात आले; पण देखरेख करायची काय अन् कशावर? कारण, तेथे कोणतेही एफआयआर दाखल झालेले नव्हते, कोणतेही औपचारिक तक्रारदार नव्हते आणि तरीही सगळे शहर आग लागल्यागत धुमसत होते.

पुण्यातील 'सीआयडी'चे अतिरिक्त महासंचालक अरविंद इनामदार यांनीही जळगावात धाव घेतली होती व अनेक स्थानिक नागरिक आणि पोलीस अधिकाऱ्यांच्या बैठका घेतल्या होत्या. प्रसारमाध्यमांनी मोठा गदारोळ उठवलेला असताना, सगळीकडे जोरदार अफवांचे पीक आलेले असताना, पीडितांना औपचारिक तक्रारींसह समोर आणणे, घरातून बाहेर काढणे अशक्य बनले होते. दरम्यान, मुख्य संशयित फरारी होण्यात यशस्वी झाले होते.

सुभद्रा भोंबे या त्या वेळी जिल्ह्यातील एकमेव महिला सहायक उपनिरीक्षक होत्या आणि त्यांना शहराची पूर्ण माहिती होती. त्यांच्या मदतीनेच मी पीडितांपर्यंत पोहोचण्याचा प्रयत्न करत होते. सुरुवातीचे काही दिवस आम्हाला तक्रारदार सापडत नसल्याने, सुभद्रा महिला हवालदारांसह शहरात फिरत होत्या. त्यांनी शाळा, महाविद्यालये, निवासी वसाहतींमध्ये संपर्क साधला. ज्या मुलींचे शोषण झाल्याचा संशय होता, त्यांच्याशी संपर्क साधून त्यांना पोलिसांत तक्रार नोंदवण्याचा सल्ला दिला. नंतर, मुंबईतील महासंचालक कार्यालयाने शेजारील जिल्ह्यांमधून अधिक महिला पोलीस अधिकाऱ्यांची जळगावला नियुक्ती सुरू केली; जेणेकरून आमच्या टीमला पीडितांची ओळख पटवण्यात आणि नंतर तपासात मदत करण्यासाठी त्यांचा उपयोग होऊ शकेल.

या प्रकरणाची देखरेख करणारे श्री. इनामदार यांनी मला शहरभाग सोडून महाराष्ट्र राज्य विद्युत मंडळाच्या मालकीच्या जुन्या बंगल्यात राहण्याचा सल्ला दिला. मी पोलीस मुख्यालयातील गेस्ट हाऊसमध्ये राहत असल्याने बहुधा पीडित महिला पुढे येत नसतील, असे त्यांना वाटले. मलाही त्यात तथ्य वाटले; कारण अशा प्रकरणांमध्ये पीडितांना त्यांची ओळख सर्वांसमोर उघडी पडण्याची भीती वाटत असते.

त्यामुळे मग मी, माझा धाकटा मुलगा आणि आमचं सगळं सामानसुमान घेऊन शहराच्या बाहेरील एका पडक्या जुन्या घराकडे निघालो. जरासा निर्जन ठिकाणी

असला, तरी तो बंगला मोकळा आणि हवेशीर होता. आजूबाजूला भरपूर झाडं आणि हिरवीगार शेतं होती. मुख्य रस्त्याने तिथपर्यंत सहज पोहोचता येत असे. भिंतींवरील प्लास्टर उखडलेले होते. प्राथमिक अवस्थेतील शौचालयात शेवाळाचे ठिपके जमलेले होते. फरशी थंड आणि फिकट हिरवी होती. खडबडीत लाकडी खिडक्या आणि जुने दरवाजे त्या घराच्या मोडकळीस आलेल्या जीर्ण स्वरूपावर शिक्कामोर्तब करण्याचे काम पार पाडत होते; पण तरीही ते घर राहण्यायोग्य होते आणि मुख्य म्हणजे, मला आशा होती की, या शांत, बिना-वर्दळीच्या ठिकाणी येऊन मला भेटण्यास पीडितांना प्रोत्साहन मिळेल.

माझी ही इच्छा लवकरच फळाला झाली. हळूहळू मुली आमच्या जवळ येऊ लागल्या. त्यांच्या शोषणाची माहिती देताना बहुतेक जणी अगदी हमसून रडायच्या; पण तरी त्या गुन्हे नोंदवण्यास नकार देत असत. त्या तासन्‌तास माझ्या मुलासोबत खेळायच्या, आमच्यासोबत जेवायच्या, कधी अलगद हसायच्या, कधी खूप रडायच्या आणि ब्रहुतेक वेळ अस्वस्थ मनाच्या चौकटीत अडकून पडलेल्या असायच्या. अखेरीस त्यांच्यापैकी काही जणी औपचारिक तक्रार नोंदवायला तयार झाल्या; परंतु त्यांचे कुटुंबीय सहमत नव्हते. मुलींचे भविष्य - विशेषत: त्यांच्या लग्नांमध्ये अडथळे येण्याच्या शक्यतेने पालकांच्या मनावर खूप दडपण आलेले होते – आणि त्यामुळे ते आमचे ऐकण्यास नकार देत होते.

एके दिवशी मला जवळच्याच जालना शहरातील एका मुलीचे पत्र आले. तिने लिहिले होते की, तीदेखील त्या टोळीच्या लैंगिक शोषणाची शिकार झालेली असल्याने तपासादरम्यान पोलिसांना तिचे नग्न फोटो आणि व्हिडिओ नक्कीच मिळतील; परंतु पोलिसांनी चौकशीसाठी येऊन तिला भेटावे, असे तिला अजिबात वाटत नव्हते; कारण एव्हाना तिचे लग्न झाले होते. त्यामुळे आम्ही तिच्याकडे जाऊन याबाबत विचारणा केल्यास आपण आत्महत्या करू, अशी धमकी तिने पत्रातून दिली होती. आपण एका अतिशय नाजूक वाटेवरून चाललो आहोत, याची मला जाणीव झाली.

या वेळी, आम्ही तीन मुख्य आरोपींविरुद्ध एफआयआर नोंदवला होता : जळगावचा विद्यमान नगरसेवक पंडित ओंकार सपकाळे, दुसरा विद्यमान नगरसेवक राजू तडवई आणि महाराष्ट्राच्या माजी आमदारांचा मुलगा संजय पवार. या प्रकरणाचा बोभाटा होताच, त्यांनी रेकॉर्ड केलेले व्हिडिओ नष्ट करण्याची आणि छळ केलेल्या मुलींची नग्न छायाचित्रे जाळून टाकण्याची मोहीम सुरू केली. मात्र, स्थानिक पोलिसांनी दोन मुलींची नग्न छायाचित्रे जप्त केली. आम्ही या मुलींना ओळखले,

शोधून काढले आणि सावधपणे त्यांच्याकडे गेलो. या लोकांनी आपल्याला कसे फसवले आणि ब्लॅकमेल केले, हे त्या मुलींनी आम्हाला सविस्तरपणे सांगितले; पण तक्रार नोंदवण्यास मात्र नकार दिला.

दरम्यान, आरोपींना पकडण्यासाठी विशेष पथके तयार करण्यात आली होती. सीआयडी अधिकारी आणि जिल्हा पोलिसांनी संपूर्ण जळगाव जिल्हा पिंजून काढला आणि जवळपासच्या गावांमध्ये आणि शहरांमधील त्यांच्या लपलेल्या ठिकाणांवरून त्यांना अक्षरशः शोधून काढले; मात्र पंडित सपकाळे पोलिसांच्या हातून निसटण्यात यशस्वी झाला. तो या प्रकरणातील सर्वांत मुख्य सूत्रधार असल्याने, त्याला अटक करण्यात अपयशी ठरल्याबद्दल मीडिया आणि जनता आमच्यावर टीकेचा भडिमार करतील, याची आम्हाला जाणीव होती. सुदैवाने, तो गुजरातमध्ये असल्याची सूचना आम्हाला मिळाली आणि पोलीस अधिकाऱ्यांचे एक पथक तेथे दाखल झाले. सपकाळे बारडोली येथे ट्रेनमध्ये चढणार असतानाच आमच्या पथकाने त्याला रेल्वे स्थानकावरच अटक केली.

महिला आणि विद्यार्थिनींची माहिती काढण्यासाठी स्थानिक महाविद्यालयांमध्ये प्रवेश मिळवायचा आणि त्यांच्याशी संपर्क प्रस्थापित करायचा, ही या टोळीची 'मोडस ऑपरेंडी' होती. श्रीमंत आणि राजकीयदृष्ट्या सामर्थ्यवान असलेले हे तरुण, भोळ्या मुलींना लग्नाचे खोटे आश्वासन देऊन, त्यांच्याशी लैंगिक संबंध प्रस्थापित करायचे; त्यांच्या नकळत, चोरून नग्नावस्थेत फोटो काढायचे किंवा त्यांच्या लैंगिक संबंधांचे व्हिडिओ रेकॉर्ड करायचे. त्यानंतर या साहित्याचा वापर मुलींना ब्लॅकमेल करण्यासाठी केला जायचा. हे व्हिडिओ शेजारील जिल्ह्यात विकले जात असल्याचा संशयही व्यक्त केला जात होता. या टोळीने जळगावच्या तिरुपती हॉटेलमधील २०६ क्रमांकाची खोली दीर्घ मुदतीच्या भाडेतत्त्वावर घेतली होती आणि त्या खोलीत आधीच बसवलेल्या एका छुप्या व्हिडिओ कॅमेऱ्याने सर्व हालचाली रेकॉर्ड केल्या जात होत्या.

एकदा मुलगी या जाळ्यात अडकल्यानंतर आणि आपले फोटो - व्हिडिओ बाहेर येऊ नयेत यासाठी तिने याचना केल्यानंतर तडजोड म्हणून ही टोळी पीडितेला त्यांच्या मित्रांसोबत लैंगिक संबंध ठेवण्यास भाग पाडत असे. आपल्या आई-वडिलांना विश्वासात घ्यायला घाबरणाऱ्या या मुली, अशा प्रकारे या शोषणाच्या दुष्टचक्रात अडकत जात असत.

अखेरीस हे सारे असह्य होऊन तीन महाविद्यालयीन मुलींनी आमच्याकडे तक्रारी नोंदवल्या. टोळीचे सदस्य कसे त्यांना महाविद्यालयात भेटून, महाविद्यालयीन

कार्यक्रमांना प्रमुख पाहुणे म्हणून उपस्थित राहून आणि स्वतःच्या राजकीय तसेंच आर्थिक शक्तीचा दिखावा करून मुलींना प्रभावित करत होते, याचे तपशीलवार वर्णन त्यांनी आम्हाला सांगितले. बऱ्याच तरुण मुलींना आपल्या 'पुरुषी मोहकते'च्या जाळ्यामध्ये अडकवून या लोकांनी मुलींशी शारीरिक संबंध ठेवले, जे मुलींना आता खूप महाग आणि हानिकारक ठरत होते.

शहराच्या प्रशासनात आपल्या ताब्यात असलेल्या शक्तिशाली पदांचाही या टोळीने गैरफायदा घेतला. एका मुलीने तक्रारीत असे म्हटले होते की, सुमारे सहा महिन्यांपूर्वी, तिच्या कुटुंबाला झोपडीत राहूनही जास्त वीजबिल आले होते. ते दुरुस्त करण्यासाठी तिच्या आईने तिला नगरसेवकाकडे पाठवले. मुलगी एकटी असल्याचे पाहून त्याने तिला आपल्या फ्लॅटमध्ये बोलावून तिच्यावर बलात्कार केला.

आईच्या शस्त्रक्रियेसाठी पैशांची गरज असल्याने, आर्थिक मदत करण्याच्या बहाण्याने दोषी नगरसेवकाने बलात्कार केल्याचा आरोप आणखी एका तक्रारदाराने केला. ही महिला घटस्फोटित असल्याने, ती एक सहज तावडीत सापडलेले सावज आहे, तिच्या बाजूने उभे राहणारे कुणी नाही, अशी अटकळ बांधून तो अनेक महिने तिचे शोषण करत राहिला.

भारती कुराडे, संध्या पवार, सविता तुरेकर, स्मिता पाठक, प्रतिभा जोशी, वर्षा घेवारे अशा विविध महिला पोलीस अधिकारी आणि त्यांच्या कर्मचाऱ्यांनी सेक्स रॅकेटमध्ये बळी पडलेल्या मुलींना शोधून आणले आणि त्यांच्याशी संवाद साधला; तर निरीक्षक नारायण एल. शिंदे, ए. बी. रोकडे, मुख्य कॉन्स्टेबल प्रवीण एन. मोरे आणि राज्य सीआयडीच्या इतर अधिकाऱ्यांनी त्यांचे जबाब नोंदवले आणि कागदोपत्री कार्यवाही केली. काही अधिकाऱ्यांचे ठाम मत होते की, या मुली न्यायालयीन खटल्यापुढे तग धरू शकणार नाहीत आणि आमचे प्रयत्न वाया जातील. तरीही, आम्ही आमचे प्रयत्न चालू ठेवले आणि भारतीय दंड संहितेच्या विविध कलमांखाली वीस केसेस नोंदवल्या. त्यांपैकी बारा केसेसमध्ये बलात्काराचा समावेश होता. इतर प्रकरणे साक्षीदारांना धमकावणे, पुरावे नष्ट करणे इत्यादी स्वरूपाची होती.

बलात्काराचे गुन्हे नोंदवण्यास झालेल्या विलंबामुळे तपास करणे कठीण जात होते. हा विलंब सामान्यतः अशा खटल्यासाठी मारक ठरतो; कारण तो होण्यामागची कारणे सहजतेने पटण्याजोगी असणे खूप आवश्यक असते.

या प्रकरणातील बहुतेक पीडित महिला सुशिक्षित होत्या; त्यामुळे घटना स्वतःच्या पालकांपासून लपवून ठेवण्याच्या किंवा त्यानंतर लगेच पोलिसात तक्रार

न करण्याच्या त्यांच्या निर्णयामुळे, आमच्या केसेस कमकुवत झाल्या असल्याची आम्हाला जाणीव होती. सर्वांत अलीकडील बलात्कार हा तक्रार नोंदवली जाण्याच्या सहा महिन्यांपूर्वी झाला होता. इतर प्रकरणे तर त्याहून खूप जुनी होती. त्यातील बहुतेक प्रकरणांमधील वैद्यकीय अहवालांमध्ये 'लैंगिक संबंधांची सवय' अशी टिप्पणी येऊ लागली; त्यामुळे आमच्या तपासणीची धार बोथट राहिली. आम्हाला साक्षीदार शोधणेदेखील कठीण जात होते; कारण ते टोळीच्या राजकीय प्रभावामुळे घाबरले होते. यांशिवाय आरोपींनी गुन्हे करताना पुरेशी खबरदारी घेतलेली होती. बलात्काराची प्रकरणे ही सामान्यत: एकल-साक्षीदार प्रकारची असतात. संपूर्ण घटनेबद्दल कथन करणारी पीडित ही एकमेव व्यक्ती असते. इतर साक्षीदार केवळ परिस्थितिजन्य पुरावे देऊ शकतात. उदाहरणार्थ, गुन्ह्याच्या आधी किंवा नंतर आरोपीला पीडितेसोबत पाहिले आहे. मात्र, अशा साक्षींना न्यायालयात फारसे महत्त्व नसते.

जळगावच्या आमच्या प्रदीर्घ वास्तव्यात माझ्या मुलाला बालदम्याची उबळ येण्याचा अनेकदा त्रास झाला. त्यासाठी त्याला काही होमिओपॅथिक औषधे वारंवार घ्यावी लागत. सुदैवाने, त्या वेळी जिल्ह्यात तैनात एका आयएएस अधिकाऱ्याची पत्नी असलेल्या मीनाक्षी अग्रवाल यांनी ती औषधे उपलब्ध करून देण्यात खूप मोलाची मदत केली. शिवाय, जेव्हा कधी मला एकटेपणाचा खूप त्रास होई, तेव्हा त्या तासन्‌तास माझ्यासोबत घालवत असत. या काळात माझा मोठा मुलगा आणि पती दोघे पुण्यात राहत होते. पुणे ते जळगाव हे अंतर ४५० किलोमीटरपेक्षा जास्त आहे. त्यामुळे मला कुटुंबाला वरचेवर भेटायला जाणे शक्य होत नसे. धाकट्या मुलासोबत जळगावला राहणे, हा एकमेव पर्याय माझ्यापुढे होता.

बलात्काराच्या गुन्ह्यांची नोंद उशिरा झाल्यामुळे फिर्यादी पक्षाची बाजू कमकुवत झाली होती; त्यामुळे आरोपींना जामीन मिळेल; तसेच मुली आणि त्यांच्या कुटुंबीयांना धमक्या सुरू होतील, याची आम्हाला भीती होती. त्यामुळे त्या तिघाही आरोपींना 'सार्वजनिक कायदा व सुव्यवस्था राखण्यासाठी आवश्यक ती पूर्वग्रहित कृती करणे' या राष्ट्रीय सुरक्षा कायद्याच्या (एनएसए), कलम ३(२) नुसार ताब्यात घेण्यात यावे, असा प्रस्ताव ठेवण्यात आला होता.

या कडक कायद्यातील तरतुदीनुसार, ताब्यात घेतलेल्या व्यक्तीला पुनरावलोकनासाठी तीन आठवड्यांच्या आत सल्लागार मंडळासमोर सादर करण्याची आवश्यकता असते.[४] या मंडळाचे सदस्य उच्च न्यायालयाच्या न्यायाधीशांच्या दर्जाचे असतात.

त्यानुसार या मंडळाने आम्हाला पुनरावलोकनासाठी बोलावले. दरम्यान, माझ्या डाव्या पायाला फ्रॅक्चर झाले होते आणि पाय प्लास्टरमध्ये होता. दुखापत झालेली असूनही मला मुंबईला गेले पाहिजे, असे वाटले. मंडळाच्या सदस्यांनी कठोर अशा राष्ट्रीय सुरक्षा कायद्याअंतर्गत बलात्कार करणाऱ्यांना ताब्यात घेण्याचे आमचे समर्थन शांतचित्ताने ऐकले आणि आम्ही सादर केलेल्या कागदपत्रांची छाननी केली. माझ्याकडे पाहून अध्यक्षांनी विचारले, “पण तुम्ही एकच प्रस्ताव का आणलात?” त्यांची आमच्याप्रती अनुकूलता असल्याचे जाणवून मी उत्तर दिले, “सर, इतर प्रस्तावदेखील तयार आहेत.” परिणामी, तिन्ही मुख्य आरोपींविरुद्धचे अटकेचे प्रस्ताव मंडळाने मान्य केले आणि पुढील काही काळासाठी जळगाव हे सुरक्षित ठिकाण बनले.

हा एक कठीण तपास होता. अतिरिक्त महासंचालक श्री. इनामदार यांनी मुंबईतील एका आघाडीच्या वकिलांना आमची तपासाची कागदपत्रे पाहण्यासाठी बोलावले. हे गृहस्थ यापूर्वी सरकारी वकील म्हणून काम करत होते आणि साहेबांचे वैयक्तिक मित्र होते. त्यांनी दस्तऐवजांचा तपशीलवार अभ्यास केला. बलात्काराच्या अहवालास उशीर झाल्याबद्दल ते आमच्याइतकेच नाखूश वाटले; परंतु या केसेस त्यांनी स्वीकारल्या. ते एक कर्तव्यकठोर सद्‌गृहस्थ होते आणि तपास अधिकाऱ्यांशी अधीर होऊन वागत-बोलत होते; कारण तपास करणारे पोलीस अधिकारी त्यांच्यासारखे ‘ब्रिलियंट’ नव्हते. हे त्यांच्या एकंदर प्रतिमेशी जुळणारे नव्हते.

या प्रकरणासाठी महाराष्ट्र सरकारने एक विशेष न्यायालय नियुक्त केले. तेथे महिला न्यायाधीशांसमोर खटले चालवले जातील आणि मृदुला आर. भाटकर संयुक्त जिल्हा आणि अतिरिक्त सत्र न्यायाधीश म्हणून काम करतील, असे ठरले. जळगावातील वातावरण अजूनही तापलेले असल्याने खटला पुण्यातच चालवण्याचा निर्णय घेण्यात आला. यादरम्यान आरोपींच्या कुटुंबीयांनी पीडित तरुणी आणि त्यांच्या कुटुंबीयांना त्रास देण्यास सुरुवात केली होती. ‘आमच्याविरुद्ध न्यायालयात हजर राहिल्यास गंभीर परिणाम भोगावे लागतील,’ अशा प्रकारच्या धमक्या दिल्या होत्या. काही पीडितांनी तात्पुरते पुण्यात किंवा जळगावच्या बाहेरील जवळच्या शहरात स्थलांतर केले. पोलीस तक्रारी नोंदवल्याबद्दल, काही नागरिकांनी त्यांना दोष देण्यास सुरुवात केली होती.

यापुढे जळगावच्या मुलींशी कधीही कुणी लग्न करणार नाही, असा दावाही अनेकांनी केला. काही स्थानिक मुलींचे ठरलेले साखरपुडेही रद्द करण्यात आले

व मुलांच्या कुटुंबीयांनी लग्नाच्या अंगठ्या परत केल्या. सर्व प्रकारच्या अफवांनी शहरात धुमाकूळ घातला होता आणि त्यात भर म्हणून प्रसारमाध्यमांनी या प्रकरणाला सनसनाटी बनवून टाकल्याने वातावरण आणखी बिघडले होते. मात्र, या प्रकरणाला जनमानसातून मोठी सहानुभूतीदेखील मिळत होती. पुण्यातील कित्येक कुटुंबांनी खटल्याच्या वेळी आणि त्याआधीही पीडितांना स्वेच्छेने आणि प्रेमाने आपल्या घरात आश्रय दिला. पोलीस - नागरिकांचे हे एवढे परस्पर सहकार्य मी माझ्या कारकिर्दीत कधीच पाहिले नव्हते. मुलींना आपल्यात सामावून घेण्याव्यतिरिक्त, त्या घरातील यजमान - मध्यम आणि उच्च-मध्यमवर्गीय कुटुंबातील स्त्रियांनी – पीडितांचा मानसिक त्रास कमी व्हावा, या उद्देशाने त्यांचे समुपदेशनदेखील केले. पुणे हे पुरोगामी महिला चळवळींसाठी ओळखले जाते आणि जळगावच्या खटल्यांच्या सुनावणीदरम्यान मला त्याची प्रत्यक्ष चुणूक अनुभवायला मिळाली.

मात्र, पहिला खटला विशेष न्यायालयात सुनावणीसाठी येताच, तपास अधिकाऱ्यांनी विशेष सरकारी वकिलांवर नाराजी व्यक्त करण्यास सुरुवात केली. त्यांना आपल्याशी असलेल्या त्यांच्या वागणुकीबाबत फारशी हरकत नव्हती; पण त्यांनी तक्रार केली की, नियुक्त केलेल्या तरुण न्यायाधीशांसोबतही ते उद्धटपणे आणि वारंवार त्यांना खजील वाटेल, अशा प्रकारे वागत होते. माझ्या एका आढावा बैठकीत त्यांनी सर्वानुमते हे विशेष अभियोक्ता बदलण्याची मागणी केली. आमच्यासाठी हे करणे सोपे नव्हते; कारण सरकारने त्यांची नियुक्ती जाहीर केली होती आणि त्या गोष्टीचा मोठ्या प्रमाणावर प्रचारही झाला होता. राज्यात सुप्रसिद्ध असलेले आणि उत्तम प्रतिष्ठा असलेले ते अत्यंत नाणावलेले कायदेपंडित होते.

मी ही बाब श्री. इनामदार यांच्या कानावर घातली. तपास अधिकाऱ्यांच्या सूचनेशी मी सहमत असल्याबद्दल ते अत्यंत नाराज होते. हे गृहस्थ प्रत्येक सुनावणीसाठी मुंबईहून प्रवास करत असल्याने, त्यांची पुण्याला वारंवार उपलब्ध राहण्याची असमर्थता, अशी सबब पुढे करण्यात आली आणि अखेर हे सामूहिक खटले चालवण्यासाठी पुणेस्थित विशेष वकील उदयसिंग ए. जाधवराव यांची नव्याने नियुक्ती करण्यात आली.

कोल्हापूरच्या गांधी बलात्कार खटल्याच्या सुनावणीदरम्यान मी त्यांना भेटले होते व केसमध्ये आरोपीला दोषी ठरवण्यात त्यांना यश आले होते. जाधवरावदेखील तितकेच अनुभवी आणि कष्टाळू होते. तसेच ते अधिक सहनशील वृत्तीचेही होते. तपासाच्या गुणवत्तेबद्दल ते असमाधानी असले आणि त्याबद्दल आमच्यावर टीकाटिप्पणी करत असले, तरी तपास अधिकारी त्यांच्या व्यवहारासंदर्भात समाधानी होते आणि अशा प्रकारे, खटला पुढे चालू राहिला.

सीमा फडणीसचा कनिष्ठ अभियोक्ता खटल्याची कागदपत्रे वाचण्यासाठी आणि तपासात सहभागी असलेल्यांशी बोलण्यासाठी माझ्या कार्यालयात वारंवार येत असत. अनेकदा हे काम कार्यालयीन वेळेच्या पलीकडे जात असे; परंतु प्रवीण मोरे, अनंत एन. नरुटे आणि हेड कॉन्स्टेबल वामन एम. साळवी यांच्यासह माझे कार्यालयीन कर्मचारी त्यांचे काम पूर्ण होण्याची वाट पाहत थांबून राहायचे. आम्ही दररोज संध्याकाळी उशिरापर्यंत तपास कागदपत्रांचा अभ्यास करायचो आणि खटल्याच्या चाचण्यांचा आढावा घ्यायचो. एक वर्षाहून अधिक काळ हे असेच चालू राहिले.

दुर्दैवाने, आमच्या पहिल्या दोन खटल्यांतील आरोपींची न्यायालयाने निर्दोष मुक्तता केली. दोन्ही मुलींनी फिर्यादीला पाठिंबा देण्यास नकार दिला. त्याऐवजी, त्यांनी आरोप केला की, 'पोलिसांनी त्यांना सक्तीने 'एफआयआर' दाखल करण्यास भाग पाडले.' जळगाव येथील आमच्या सूत्रांनी आम्हाला माहिती दिली की, आरोपींनी त्या दोन्ही पीडितांच्या लग्नाचा संपूर्ण खर्च देण्याचे आश्वासन दिले होते आणि मुलींचे कुटुंब आणि गुन्हेगार यांच्यात तडजोड झाली होती. हे असे घडणे, भारतात खूप सर्वसाधारण आहे आणि बलात्काराच्या प्रकरणांमध्ये आरोपी निर्दोष सुटण्याचे एक मुख्य कारण आहे.

खटले अंगभूतपणे कमकुवत आहेत हे माहीत असूनही, आरोपी निर्दोष सुटल्याची बातमी पोलीस आणि सरकारमधील वरिष्ठ अधिकाऱ्यांना पटली नाही आणि ते नाराज झाले. तक्रारदारांपैकी एका महिलेने न्यायालयात आरोप केला होता की, मी तिच्या घरी 'काळा कोट' परिधान करून गेले होते आणि तिला पोलिसांत गुन्हा दाखल करण्यास भाग पाडले होते. ती माझ्या अधिकृत 'गडद निळ्या' ब्लेझरचा संदर्भ देत होती, जो मी १९९४च्या हिवाळ्यात जळगावात तपास करत असताना कधी कधी परिधान करायचे.

खटल्यासाठी समोर आलेल्या तिसऱ्या प्रकरणात आमच्या सर्वांत लहान (तरुण) फिर्यादी पीडितेचा समावेश होता. त्यामुळे विशेष सरकारी वकिलांनी आधी तिच्या आईचा जबाब नोंदवण्याचा निर्णय घेतला.

त्यामागे त्यांचा तर्क असा होता की, जर आई न्यायालयासमोर तिच्या म्हणण्यावर ठाम राहिली, तर मुलगीही राहील. ही एक असामान्य रणनीती होती; कारण सामान्यतः तक्रारदाराचा प्रथम जबाब घेतला जातो. आधीच्या दोन खटल्यांमध्ये काय घडले ते पाहता, त्यांना प्रथम या खटल्याच्या भवितव्याची चाचणी घ्यायची होती आणि मग तिसऱ्या संभाव्य निर्दोष सुटकेसाठी आमची

मानसिक तयारी करून द्यायची होती. इथेही जे नको तेच घडले. आईने फिर्यादीला साथ दिली नाही आणि पुन्हा एकदा आम्ही निराशेच्या गर्तेत ढकलले गेलो;

मात्र, याचा त्या तरुण मुलीला खूप राग आला. तिने स्वतःच्या आईची शपथ घेतली आणि आम्हाला पार चकित करून टाकत, न्यायालयासमोर आपल्या जबाबावर, पुराव्यांवर ठाम राहिली. त्यामुळे या प्रकरणातील पहिला दोषी सिद्ध ठरवला गेला. सदोष वीजबिल घेऊन ती नगरसेवकाकडे गेली असता त्यानेच तिच्यावर बलात्कार केला होता. नंतर, महाराष्ट्र सरकारने पीडितांना नोकरीच्या ऑफर्स दिल्या, तेव्हा दोन मुलींनी त्यांचा स्वीकार केला; परंतु आमच्या त्या सर्वांत तरुण तक्रारदाराने मात्र ती ऑफर नाकारली. तिने आम्हाला विनंती केली की, जबाब आणि उलटतपासणीनंतर किंवा भविष्यात पुन्हा कधीही आम्ही तिच्याशी संपर्क करू नये आणि आम्ही या तिच्या इच्छेचा पूर्ण आदर केला.

जळगाव सेक्स स्कँडलमधून एकूण सहा जण बलात्कारांच्या गुन्ह्यांमध्ये दोषी आढळले. इथपर्यंत पोहोचण्यासाठी तपास अधिकाऱ्यांनी खूप कठोर परिश्रम केले होते : ए. बी. रोकडे, पी. के. हिरे, एम. बी. शहाणे, आर. बी. कोरडे आणि माझे स्टाफ अधिकारी निरीक्षक एन. एल. शिंदे, जे नियमितपणे मध्यरात्रीपर्यंत अक्षरशः आपले रक्त जाळून काम करत होते. माझ्या ऑफिसमध्ये दोन सहयोगी होते, शकुंतला पी. देशमुख आणि नंदकुमार व्ही. भोसले. हे दोघेही फेसाळलेले गरम कॉफीचे कप बनवण्यात निपुण झाले; कारण घड्याळाचे काटे पुढेपुढे सरकत गेले की, आमच्या टीमला त्यांची भरपूर गरज भासायचीच. माझ्या कार्यालयातील कर्मचारी तपासात इतके गुंतले होते की, जाधवराव किंवा फडणीस या वकिलांना कोणत्याही कागदपत्राची गरज पडली; की ते त्यांना एका क्षणात बाहेर काढून देऊ शकायचे. किंबहुना, बहुतेकदा नंदकुमार भोसले हे प्रकरणाच्या फायली शोधून काढण्यात आणि वकिलांसामोर विजयीपणे सादर करण्यात आघाडीवर असत. पोलीस अधिकारी होण्याची त्यांची तीव्र इच्छा होती; परंतु उंचीचे निकष पूर्ण होत नसल्यामुळे त्यांना शिपाई म्हणून दलात सामील व्हावे लागले होते.

त्या दिवसांत आमचे युनिट हे नेहमीच राज्य सीआयडी कॅम्पसमध्ये बंद होणारे शेवटचे ऑफिस असायचे. माझे स्टेनोग्राफर धनंजय वैद्य यांनी या सामूहिक खटल्यांसाठी अगणित डिक्टेशन घेतले. त्यामुळे त्यांचा टायपिंग स्पीड तर सुधारलाच; पण ते स्वतः एक तज्ज्ञ तपासकर्ता बनले! आजही कुठे 'एक कप फेसाळलेली कॉफी' समोर आली, की ती मला जळगाव आणि परभणी बलात्कार प्रकरणांचा तपास करताना आमच्या टीमने केलेल्या मेहनतीची आठवण करून देते.

जळगावच्या तपासण्यांदरम्यान आणखी दोन 'सेक्स रॅकेट' उघडकीस आले, त्यांपैकी एक परभणी आणि दुसरे मालेगावमध्ये घडले होते. आम्ही परभणी प्रकरणाचा तपास हाती घेत असताना, स्थानिक पोलीस करत असलेल्या तपासाबाबत मार्गदर्शन करण्यासाठी मी माझ्या टीमसह मालेगावला भेट दिली. दोन्ही प्रकरणांमध्ये अखेरीस दोषी आढळले; कारण बलात्कारानंतर लगेचच तक्रारी नोंदवण्यात आल्या होत्या. मात्र, दुर्दैव असे की, जळगावच्या खटल्यातील आरोपींची नंतर मुंबई उच्च न्यायालयाने निर्दोष मुक्तता केली. त्याचे मुख्य कारण म्हणजे, अपेक्षेप्रमाणे, पीडितांनी त्यांची 'एफआयआर' त्वरित नोंदवली नाही. आरोपी निर्दोष सुटल्याच्या निषेधार्थ हजारो महिलांनी जळगाव जिल्हाधिकारी कार्यालयावर मूक मोर्चा काढला. आरोपींना जळगावात प्रवेश देऊ नये, अशी मागणी करणारे निवेदन जिल्हाधिकाऱ्यांना दिले. तसेच आरोपींच्या पुतळ्यांचे दहन केले, असे वृत्त प्रसारमाध्यमांनी दिले.

या लैंगिक शोषणाच्या गुन्ह्याच्या तपासादरम्यान आम्ही अनेक धडे शिकलो. त्यांपैकी सर्वांत प्रमुख म्हणजे, पालक आणि मुलांमध्ये अधिक चांगल्या संवादाची गरज आहे. जळगावातील मुली आपल्या आईशी बोलल्या असत्या, तर आरोपींकडून होणारे त्यांचे शोषण वेळीच रोखता आले असते. आरोपींनी मुलींचे नग्न फोटो काढले होते आणि त्यांचा वापर करून आरोपी, तसेच त्यांच्या मित्रांसोबत लैंगिक संबंध ठेवण्यास भाग पाडले होते. त्यांचे म्हणणे न ऐकल्यास, विपरीत परिणाम होतील, या भीतीने पीडितांना असे वाटले की, त्यांच्याकडे आता दुसरा काहीच पर्याय नाही. तपासादरम्यान, एका पीडितेला तिच्या घरून आणण्यासाठी गेलेली एक महिला अधिकारी खूप रागाने धुमसत परत आली. तिने आम्हाला सांगितले की, पीडित तरुणी स्वतःच्या आईशी इतकी असभ्यपणे वागली की, त्या तरुणीला तिथल्या तिथे एक कानशिलात लगावून द्यावी, असे आमच्या त्या महिला अधिकाऱ्याला वाटले. आम्ही पाहिलं होतं की, या शाळा-कॉलेजात जाणाऱ्या मुली त्यांच्या पालकांशी, विशेषतः बहुतेककरून अशिक्षित गृहिणी असलेल्या आपल्या स्वतःच्या आईबरोबर खूप असभ्य आणि बेपर्वाईने वागत असत.

अनेक प्रकरणांमध्ये तर, जेव्हा आम्ही माहिती दिली, तेव्हाच पालकांना आपल्या मुलींच्या शोषणाची कल्पना आली. जवळपास सर्व पीडितांनी सांगितले की, त्यांनी त्यांच्या पालकांना विश्वासात घेऊन काही सांगितले असते, तर त्यांचे पुढील शिक्षण धोक्यात आले असते. आपल्या संस्थांमध्ये काय चालले आहे, यांबद्दल त्यांचे शिक्षक आणि प्राध्यापक पूर्णपणे अनभिज्ञ होते, हेदेखील खूपच आश्चर्यकारक होते.

परभणी सामूहिक बलात्कार प्रकरणामध्येही आम्ही आई-वडील आणि मुलींमधील संवादात असलेले अंतर पाहिले. दोन पीडितांपैकी एक जण तिच्या मावशीकडे राहायची आणि मावशी तिच्याशी अतिशय तुसडेपणाने वागत असे; तर दुसरी आपल्या घरच्यांबद्दल नाखूश होती. दोन्ही मुली अल्पवयीन होत्या व जालना जिल्ह्यातील परतूर या छोट्याशा गावात एकाच शाळेत शिकत होत्या. त्यांनी एकमेकींवर विश्वास ठेवून एके दिवशी पळून जाण्याचा निर्णय घेतला. अतीव दुर्दैवाची बाब म्हणजे, पुढच्या काही दिवसांच्या कालावधीत भारतीय रेल्वेचे अधिकारी, पोलीस आणि स्थानिक राजकारण्यांकडून त्या दोन्ही मुलींचे लैंगिक शोषण आणि बलात्कार घडून आला. या मुलींना समजून घेणे आणि त्यांची देखरेख करणे, हे माझ्यासाठी खूप म्हणजे खूपच वेदनादायक ठरले होते.

या प्रकरणाबाबत इंडिया टुडेमध्ये पुढीलप्रमाणे वृत्त छापून आले :

'...महाराष्ट्र सरकारला आणखी खूप काही बघायचे अन् भोगायचे आहे. जळगाव हे काही बदनामीचे एकमेव दावेदार नाही. शेजारच्या मराठवाडा भागातील परभणी येथे जुलै महिन्याच्या सुरुवातीला दोन अल्पवयीन मुलींवर झालेल्या सामूहिक बलात्काराच्या घटनेने, अखेर राज्य सरकारला सीआयडी तपासासाठी सहमती दर्शवण्यास भाग पाडले.

'याहूनही लाजिरवाणी बाब म्हणजे, कथित गुन्हेगार पुन्हा एकदा सत्ताधारी काँग्रेस(आय)शी संबंधित आहेत. खरंच, पक्षाला ग्रासणाऱ्या या घोटाळ्यांना अंत नाही, असे दिसते. आता फक्त निष्पक्ष खटला चालवूनच हा पक्ष लोकांचा विश्वास परत मिळवू शकतो.'

जिल्हा आणि लोहमार्ग पोलिसांनी[६] याबाबत सुरुवातीला लैंगिक शोषणाचे तीन वेगवेगळे गुन्हे दाखल केले होते. महाराष्ट्र सरकारने 'सीआयडी'लाही या गुन्ह्याचा तपास करण्याचे आदेश दिल्याने, गुन्ह्याच्या घटनास्थळांच्या भेटी, जबाब नोंदवणे आणि अटकसत्र यांची फेरी सुरू झाली. जिल्हा पोलिसांकडून पोलीस निरीक्षक साहेबराव व्यवहारे यांनी तपास हाती घेतला. दोन्ही मुलींची आधीच वैद्यकीय तपासणी करून त्यांचे कपडे फॉरेन्सिक प्रयोगशाळेत पाठवण्यात आले होते. सामूहिक अत्याचाराची ठिकाणेही तपास अधिकाऱ्यांनी ओळखली होती. दंडाधिकाऱ्यांनी घेतलेल्या चाचणी ओळख परेडदरम्यान अल्पवयीन पीडिता आरोपींना ओळखू शकल्या. एकतर त्या अल्पवयीन असल्याने आणि तशातच आरोपींनी त्यांना वेगवेगळ्या ठिकाणी नेऊन, त्यांच्यासोबत गुन्हेगारी कृत्य केल्याने

काही विरोधाभास होता; परंतु आम्ही पीडितांचे पुरवणी जबाब नोंदवून ही समस्या सोडवू शकलो.

तपास पूर्ण केल्यानंतर आम्ही या खटल्याच्या सुनावणीसाठी विशेष सरकारी वकिलांचाही प्रस्ताव ठेवला. महाराष्ट्र सरकारने ते मान्य केले आणि पुणेस्थित वकील प्रकाश एस. सूर्यवंशी यांना हे काम सोपवण्यात आले. आरोपींना दोषी ठरविण्यापर्यंत त्यांनी खटल्याचे नेतृत्व परिश्रमपूर्वक केले. या गुन्ह्यासाठी विशेष न्यायालयाची नियुक्ती न केल्यामुळे, तसेच यामध्ये मोठ्या संख्येने गुंतलेले आरोपी हे शक्तिशाली राजकारणी, पोलीस आणि रेल्वे अधिकारी आदी असल्यामुळे सदर खटला वर्षानुवर्षे रखडला. मात्र, सत्र न्यायालयाने त्यांतील बहुतांश आरोपींना दोषी ठरवले आणि मुंबई उच्च न्यायालयाने हा निकाल कायम ठेवला.

वीस वर्षांनंतर, एका छानशा संध्याकाळी, मला एका वकिलाचा फोन आला आणि त्याने मला या प्रकरणात माझी भूमिका बदलण्याची विनंती केली व सर्वोच्च न्यायालयात दाखल केलेल्या याचिकेच्या सुनावणीदरम्यान आरोपीच्या बाजूने म्हणणे मांडावे, असे सुचविले.

या 'बेधडक बेकायदेशीर मागणी'ने मला धक्काच बसला. दुसऱ्या दिवशी, पीडितांपैकी एकीने मला फोन केला की, तिलाही मॅजिस्ट्रेटसमोर तिचे म्हणणे नाकारण्यास सांगितले गेले होते; मात्र सर्वोच्च न्यायालयाने दोषींची शिक्षा कायम ठेवली[७] आणि पुनर्विचार याचिका फेटाळली.[८]

या सगळ्यातून आम्हाला पोलिसांमध्ये आणखी अनेक महिला अधिकाऱ्यांची गरज आहे, अशीही जाणीव झाली. १९९४मध्ये संपूर्ण जळगावात महिलांना सुरक्षित आणि संरक्षित वातावरण ठेवण्यासाठी केवळ एक महिला अधिकारी देण्याच्या भूमिकेची फार थट्टा झालेली होती. विशेषत: लैंगिक अत्याचार आणि बलात्काराच्या संवेदनशील प्रकरणांमध्ये पीडित महिलांसोबत संवादासाठी महिला अधिकाऱ्यांसह महिला कर्मचारी अधिक सोयीस्कर असतात.

गुन्हेगारी कायदा सुधारणा अधिनियम २०१३, ज्याला 'निर्भया कायदा' म्हणूनदेखील ओळखले जाते, त्यानुसार आता लैंगिक अत्याचाराच्या प्रकरणांमध्ये 'एफआयआर'साठी पीडितेचा जबाब हा कटाक्षाने 'महिला पोलीस अधिकारी / महिला अधिकारी' यांनीच नोंदवला पाहिजे, हे बंधनकारक करण्यात आले आहे. उच्च-गुणवत्तेच्या तपासासाठी महिला अधिकाऱ्यांना लक्ष्य-केंद्रित प्रशिक्षण देण्याची आणि त्यांचे कायदेशीर ज्ञान सतत अद्ययावत करत राहण्याची नितांत आवश्यकता

आहे. भारत आजही 'अँग्लो-सॅक्सन' कायदा व्यवस्थेचे अनुसरण करतो. 'एका निरपराध व्यक्तीला शिक्षा होण्यापेक्षा दहा अपराधी सुटले तरी चालतील' या न्यायशास्त्रज्ञ विल्यम ब्लॅकस्टोनच्या गुणोत्तरावर ही व्यवस्था आधारित आहे.

परिणामी, आरोपींची निर्दोष मुक्तता करण्यासाठी बचाव पक्षाच्या वकिलांना खटल्यातील फक्त एक छोटीशी पळवाट शोधावी लागते.

जळगाव आणि परभणीच्या तपासांदरम्यान, मला हेदेखील स्पष्ट कळून आले की, पोलीस आणि सरकारी वकील यांनी एक टीम म्हणून काम केले पाहिजे; अन्यथा बलात्कारांच्या गुन्ह्यांमध्ये दोषी आढळण्याचे प्रमाण कमी राहील. सध्या हे प्रमाण ३० टक्क्यांच्या आसपास आहे.

जळगावच्या खटल्यांमध्ये सत्र न्यायालय स्तरावर जे काही दोष सिद्ध झाले, त्याचे श्रेय जिल्ह्यातील पोलीस अधिकारी, पुण्यातील सीआयडी अधिकारी आणि लगतच्या जिल्ह्यांतून पाठवलेल्या महिला अधिकाऱ्यांच्या विविध पथकांनी दाखविलेल्या जबरदस्त सांघिक भावनेला जाते.

त्यानंतर तब्बल चोवीस वर्षांनी, माझ्या सेवानिवृत्तीनंतर, २०१८मध्ये मी जळगावला एका जाहीर भाषण दौऱ्यावर गेले होते. तरुणांना विशेषत: तरुण मुलींना प्रेरणा देण्याच्या उद्देशाने लिहिलेल्या 'माझ्या आयुष्याची पानं'. (लीव्हज ऑफ लाईफ) या माझ्या पहिल्या पुस्तकाच्या प्रचारासाठी हा दौरा होता. तेव्हा मला सांगण्यात आले की, जळगावच्या तरुण-तरुणींना मी जेथे संबोधित केले, त्या स्थानिक वाचनालयाचा हॉल यापूर्वी कधीही कुठल्याही सार्वजनिक कार्यक्रमासाठी वापरला गेला नव्हता. त्या खच्चून भरलेल्या सभागृहामधील प्रेक्षक खूश दिसत असले, तरी आयोजकांनी त्यांच्या खराब ध्वनिक्षेपण व्यवस्थेबद्दल माफी मागितली. कार्यक्रम संपल्यानंतर, आयोजकांपैकी एकाने मला निर्विकारपणे सांगितले की, माझ्या या भाषणासाठी आधी निश्चित केलेले ठिकाण अधिक चांगले होते; परंतु ते जळगाव सेक्स स्कॅंडल प्रकरणातील एका आरोपीचे होते. माझ्या कार्यक्रमाच्या आरक्षणामागचा हेतू लक्षात येताच त्यांनी ते त्वरित रद्द केले आणि आयोजकांना माझे भाषण लायब्ररी हॉलमध्ये आयोजित करण्यास भाग पाडले.

जळगावच्या त्या सर्वशक्तिमान गुन्हेगारी टोळीने माझ्यावर आणि इतर पोलीस अधिकाऱ्यांवर अनेक खासगी गुन्हे दाखल केले होते. पोलीस अधिकाऱ्यांचे मनोधैर्य खच्ची करण्याचे असे प्रयत्न आमच्या खात्याला काही नवीन नाहीत. असाच एक खटला तब्बल अठ्ठावीस वर्षांनंतरही आमच्यावर प्रलंबित आहे!

□□□

१७

महामार्गावरचे दरोडेखोर

आपल्या कृतीबाबत नेहमी ठाम रहा आणि मग जे काही घडते, ते पहा. तुम्ही मोठ्या योजनांना छोट्या पायऱ्यांमध्ये विभागू शकता आणि लगेच पहिले पाऊल टाकू शकता.

- इंदिरा गांधी

'तुम्ही एकदा औरंगाबादच्या पोलीस अधीक्षक राहिलेल्या आहात; मग तरी आता तुम्हाला पुन्हा स्वतंत्र जिल्हा का हवा आहे?' मुंबई मुख्य कार्यालयातील एक वरिष्ठ अधिकारी माझ्यावर अक्षरश: कडाडले.

मी गुन्हे अन्वेषण विभाग (सीआयडी), पुणे येथे काम करत असण्याला तीन वर्षांहून अधिक काळ झाला होता. माझा धाकटा मुलगा आता तीन वर्षांचा झाला होता आणि मी पुन्हा एकदा जिल्ह्याचे नेतृत्व करण्यास उत्सुक होते. याबाबत मी 'डीजीं'च्या कार्यालयाशी संपर्क साधला, तेव्हा मला सांगण्यात आले की, 'कार्यकाळात एकदा स्वतंत्र जिल्हा मिळालेला असणे पुरेसे आहे.' आणि मग एकदम हा प्रश्न जोरात माझ्या अंगावर आला. मला दचकल्यासारखे वाटले, तरी मी नम्रपणे विचारले, 'दोन-तीन जिल्ह्यांचे पोलीस प्रमुख म्हणून नेतृत्व करणाऱ्या पुरुष अधिकाऱ्यांबाबत हा प्रश्न कधीच का पडला नाही?' यावर त्या वरिष्ठ अधिकाऱ्याने काहीच उत्तर दिले नाही आणि माझ्या बदलीचा आदेश काढण्यात आला.

आता मी पुण्याहून साताऱ्याला राहायला आले. या वेळी मी माझ्या दोन्ही मुलांना सोबत घेऊन आले होते. या जागेवर माझ्या आधी अशोक कामटे यांनी काम केले होते. एक अतिशय हुशार अधिकारी; ज्यांना मुंबईतील २६/११च्या दहशतवादी हल्ल्यात आपण गमावले.

त्यांची गतिमान, तरुणाईने सळसळती आणि धडाडीने काम करण्याची ऊर्जा मला तिथे सर्वत्र जाणवत होती. उत्कृष्ट अधिकारी असलेल्या कामटेंनी सगळ्या बेकायदेशीर धंद्यांना भुईसपाट करून सातारा जिल्हा स्वच्छ केला होता. याबद्दल नागरिक आणि पोलीस अधिकाऱ्यांनी त्यांना चांगलेच उचलून धरले होते. त्यामुळे, तिथे पोहोचल्यावर माझी 'प्राथमिक दीक्षा' सुरळीत पार पडली आणि मी त्वरित जिल्ह्यातील वीस पोलीस ठाण्यांशी परिचित होऊ लागले, जोडली जाऊ लागले.

नयनरम्य सातारा जिल्हा हा महाबळेश्वर आणि पाचगणी या थंड हवेच्या ठिकाणांसाठी आणि मोठ्या संख्येने तरुणांना भारतीय सैन्यात पाठवण्यासाठी प्रसिद्ध आहे. एके काळी ही मराठा राज्याची राजधानी होती. सातारा जिल्ह्यातील वाई ही 'विराटनगरी' म्हणून लौकिक पावलेली आहे. इथेच पांडवांनी वनवासाच्या तेराव्या वर्षी वास्तव्य केले होते, असे मानले जाते.[१] कराड हे महाराष्ट्रातील आणखी एक महत्त्वाचे शहर. सातारा जिल्ह्यातील कोयना आणि कृष्णा नद्यांच्या संगमावर कराड वसलेले आहे. अनेक साखर कारखान्यांमुळे 'राज्याची साखरेची वाटी' अशी लाडाची उपाधी कराडला मिळालेली आहे. महाराष्ट्राचे पहिले मुख्यमंत्री यशवंतराव चव्हाण यांचे कराड येथील स्मृतिस्थळ (समाधी स्थळ) हे अत्यंत प्रतिष्ठित ठिकाण आहे. या सर्व कारणांमुळे सातारा जिल्हा ऐतिहासिक, राजकीय आणि सामाजिकदृष्ट्या महत्त्वाचा मानला जातो.

पोलीस प्रमुखपदाची सूत्रे हाती घेतल्यावर, मला आलेल्या पहिल्या फोन कॉल्सपैकी एक हा या प्रदेशातील पूर्वीच्या राजघराण्यातील एका महिलेचा होता. जर 'राणी'ने आपली मागणी मान्य केली नाही, तर मी थेट 'नवीन महिला पोलीस अधीक्षकांकडे जाईन,' असे जेव्हा एका स्थानिक महिलेने त्यांना सांगितले, तेव्हा त्यांना कौतुक वाटले. हे खरे आहे की, सत्तेची पदे भूषविणाऱ्या स्त्रिया, विशेषत: गणवेशातील महिला, या ज्यांना पुरुषांकडून छळ आणि अत्याचार सहन करावे लागले आहेत, अशा स्त्रियांच्या मनात कायमच सक्षमीकरणाची भावना जागृत करत असतात.

साताऱ्यात दोन्ही हात दिलखुलास पसरून आणि मनापासून माझे स्वागत करण्यात आले. तिथल्या महिलांना माझ्याकडून खूप अपेक्षा होत्या, हे मला दिसत

होतं. जळगाव सेक्स स्कँडलला प्रसारमाध्यमांतून मिळालेल्या प्रसिद्धीने नक्कीच आपली भूमिका चोख बजावलेली होती; परंतु मला माझे नेहमीचे आयुष्य माझ्या पद्धतीने जगायचे होते. म्हणूनच मी कधीही स्वत:ला कुणासाठी आदर्श व्यक्तित्व (रोल मॉडेल) बनण्याच्या अपेक्षांच्या जाळ्यात अडकू दिले नाही.

कारण, हा असा सापळा, अपेक्षांचे ओझे आपल्यावर टाकतो आणि इतरांना अपेक्षित असलेलेच वर्तन आणि कृती आपण कराव्यात, यासाठी आपल्याला भाग पाडतो. मग स्वाभाविकपणे इतरांना तुमच्या प्रत्येक कृतीचे मोजमाप करण्याची, तुमच्या वर्तनाचा न्यायनिवाडा करण्याची संधी मिळते. माझे व्यक्तिस्वातंत्र्य माझ्यासाठी नेहमीच खूप महत्त्वाचे राहिले आहे.

यापूर्वी कोल्हापूर जिल्ह्यात काम केलेले असल्यामुळे, पश्चिम महाराष्ट्राच्या संस्कृतीची मला थोडीफार कल्पना होती. सातारा जिल्ह्याचा दौरा केल्याने ती अधिक नीट समजण्यास मदत झाली. मला कोयना धरण आणि त्याच्या आजूबाजूचा महाबळेश्वर, पाचगणी आणि वाईचा परिसर हिरवागार आणि समृद्ध वाटला; याउलट माण आणि खटाव हे तालुके पूर्णपणे कोरडे व गरीब होते. माणच्या माझ्या भेटींमध्ये, मी शतकानुशतके मागे गेल्यासारखे मला वाटायचे. महाबळेश्वरमध्ये पुणे-मुंबईहून मोठ्या प्रमाणात नियमित पर्यटकांची ये-जा सुरू असल्याने निसर्गसौंदर्याचा ऱ्हास होत होता. पर्यटनामुळे इथे अस्ताव्यस्त विकास झाला - अधिक घरे, हॉटेल्स आणि मोटेल्स, तसेच जमिनीची धूप यांमुळे पर्यावरणाची हानी झाली. वेण्णा लेक चौपाटी हे तर पर्यटकांचे आकर्षण केंद्र बनले आहे. येथे पर्यटक पिकनिकसाठी येतात. संगीत वाजवतात; परंतु नैसर्गिक वातावरणाबाबत त्यांच्या मनात थोडासाही आदर मला दिसून आला नाही. ब्रिटिश वसाहतवाद्यांनी हे शहर तत्कालीन 'बॉम्बे प्रेसिडेन्सी'ची उन्हाळी राजधानी म्हणून विकसित केले होते. आजही, येथील राजभवन आणि इतर काही कालानुरूप जीर्ण झालेल्या ऐतिहासिक इमारती आपले गतकाळचे वैभव टिकवून उभ्या आहेत.

महाराष्ट्रातील जिल्हा अधीक्षक या नात्याने वर्षातून एकदा प्रत्येक पोलीस ठाण्यात रात्रीचा मुक्काम करून त्यांची औपचारिक तपासणी करणे बंधनकारक असते. या तपासणीदरम्यान मला ग्रामीण भागातील साध्या लोकांशी संवाद साधण्याचा आणि स्थानिक जेवणाचा आस्वाद घेण्याचा खूप आनंद मिळाला. मात्र, कोयना येथे असताना, जिल्ह्याच्या अंतर्गत भागात असलेल्या धरणाच्या सुरक्षेबाबत मला अनेकदा काळजी आणि विस्मय वाटत असे. कोयना नदीवर जलविद्युत निर्मितीसाठी १९५६ ते १९६४दरम्यान बांधले गेलेले हे धरण पश्चिम

घाटाच्या जंगलात खोलवर पसरलेले आहे. मी या ठिकाणी अचानक, अनपेक्षितपणे दिलेल्या भेटीतून असे आढळून आले की, तिथले पोलीस, एकटेपणा, अलिप्तपणा यांना वैतागून कंटाळून जातात आणि आपल्या कार्यकर्तव्यात हलगर्जीपणा करतात. तसेच काही वेळा आपले कर्तव्याचे ठिकाण सोडून कुठेतरी निघून जातात.

कोयना धरणाला अतिरेक्यांकडून उद्भवू शकणाऱ्या संभाव्य धोक्याबद्दल किंवा कुठल्याही अन्य संभाव्य घातपाताच्या शक्यतेबाबत ते पूर्णपणे बेफिकीर असल्याचे मला जाणवले. कदाचित, माझेच मन अतिकल्पक असेल, ज्यामध्ये चटकन हे असे दहशतवाद आणि घातपाताचे विचार निर्माण होतात, असे मला वाटले. माझ्या सुदैवाने, आमच्याकडे तीन तरुण आयपीएस अधिकारी होते, जे कुठल्याही गुन्ह्याचा सामना करण्याच्या आणि जिल्ह्याचा व्यापक दौरा करण्याच्या दृष्टीने एक मजबूत टीम होते. त्यातील अर्चना त्यागी सकारात्मक ऊर्जेने भरलेली, विनीत अग्रवाल एक 'आउट-ऑफ-द-बॉक्स' विचार करणारा आणि निखिल गुप्ता एक उत्तम अभ्यासक होता - जो अधूनमधून नोकरी सोडून जाण्याची धमकी देत असे!

माझ्या कार्यकाळात साताऱ्यात हल्ला करणारे कुणी दहशतवादी नव्हते; तर जिल्ह्यातून जाणाऱ्या मुंबई-बेंगळुरू महामार्गावरील दरोडेखोर (लुटारू) होते. ते वारंवार लूटपाट करत; ज्यामुळे आजूबाजूच्या भागात प्रचंड दहशत निर्माण झाली होती. रात्री महामार्गावर धावणाऱ्या लक्झरी बसेस लुटण्याचा त्यांचा डाव असायचा. कपड्यांमध्ये किंवा बॅगमध्ये विविध शस्त्रे लपवून ही टोळी प्रवासी म्हणून बसमध्ये चढत असे. बेंगळुरूला जाणाऱ्या बस सहसा मध्यरात्रीच्या सुमारास साताऱ्याला पोहोचत. तेव्हा हे दरोडेखोर प्रवाशांवर, विशेषतः दागिने घातलेल्या महिलांवर हल्ला करत. जबरदस्तीने त्यांच्याजवळ असलेली रोख रक्कम आणि सामान लंपास केल्यानंतर साताऱ्यातील 'घाट' परिसरात हे दरोडेखोर बसमधून खाली उतरत. बसचालकांनी, प्रवाशांनी जवळच्या पोलीस ठाण्यांमध्ये तक्रार नोंदवायला जाईपर्यंत, गुन्हेगार कुठल्याकुठे नाहीसे झालेले असत. तो नव्वदच्या दशकाच्या मध्याचा काळ होता. भारतात मोबाईल फोन्सचा वापर अजून सर्वसामान्य झालेला नव्हता. त्यामुळे, दरोडेखोर त्यांचे गुन्हे करून सुसाट पळून जात असत. त्यांच्याकडून वारंवार होणाऱ्या लुटींमुळे परिसरात दहशतीचे वातावरण निर्माण झाले होते.

महामार्गावर पोलिसांची गस्त वाढवून आम्ही या समस्येवर ताबा मिळवायचा प्रयत्न सुरू केला. माझ्या सहकारी अधिकाऱ्यांनी यात पुढाकार घेतला. त्यांतील दीपक एस. सावंत हे शांत आणि विचारी स्वभावाचे; तर संभाजी ए. पाटील हे

कामाची रणनीती बनवण्यात सर्वाधिक गतिमान आणि उत्साही अधिकारी होते. गंभीर गुन्ह्यांना सामोरे जाताना या दोघांनी आघाडीचे नेतृत्व केले; मात्र तरीही रात्री बसमध्ये होणाऱ्या दरोड्याच्या घटनांना आम्ही अद्याप रोखू शकलो नव्हतो. तेव्हा आम्ही ठरवलं की, या कामात स्थानिक नागरिकांना मोठ्या प्रमाणावर सहभागी करून घ्यायचे. मग त्यानुसार, महामार्गालगतच्या पोलीस ठाण्यांनी गावकऱ्यांसोबत बैठका घेतल्या. 'ग्राम सुरक्षा दल' या पारंपरिक महाराष्ट्रीय मंचाद्वारे रात्रीच्या गस्तीसाठी तरुण मुलांची मदत घेतली. गावातील तरुणांचा प्रतिसाद खूप उत्साहवर्धक होता - त्यांच्यापैकी अनेकांनी त्यांच्या गावांच्या सीमेवर असलेल्या महामार्गाच्या भागावर गस्त घालण्यास सहमती दर्शविली. त्याच वेळी, स्थानिक गुन्हे शाखेने महामार्गावरील ढाब्यांवर कडेकोट बंदोबस्त बसवला. आमचे पोलीस कर्मचारी गावातील पोरांसह दरोडेखोरांच्या टेहळणीसाठी ढाब्यावर थांबतील आणि त्यांना पकडण्यासाठी सज्ज राहतील, असे ठरले. लोकांना पोलिसांची उपस्थिती अधिक ठळकपणे कळून यावी, यासाठी प्रत्येक ढाब्याबाहेर 'पोलीस मदत केंद्र' असे फलक लावण्यात आले. मी स्वतः रात्री हायवेवर वारंवार गस्त घालत असे आणि माझ्या सुदैवाने माझ्यावर मेहेरबान व्हावे, याचीं वाट पाहत असे.

सुमारे तीन महिन्यांनंतर आमच्या प्रयत्नांना यश आले. एका रात्री, खेडेगावातील काही जागरूक मुलांनी लुटमार करून बसमधून उतरलेल्या लुटारूंचा यशस्वी पाठलाग करून त्यांना पकडले. हा एक अविश्वसनीय वाटेल असा लांबलचक व चित्तथरारक पाठलाग होता. ते गुन्हेगार शेतातून, नाल्यांमधून वाट फुटेल तसे सुसाट पळत होते. कुंपण ओलांडून बिनधास्त उडी मारत होते. मला नंतर सांगण्यात आले की, त्यांच्यापैकी एक जण तर स्वतःला वाचविण्यासाठी झाडावरदेखील चढला. मात्र, ती सडपातळ दिसणारी, दुबळी वाटणारी गावातील तरुण मुले अजिबात हार मानणारी नव्हती. पोलिसांनी त्यांना सांगितलेले काम हे त्यांच्या दृष्टीने एक मजेशीर आव्हान होते; पण अखेर दरोडेखोरांना पकडण्यात त्यांनी यश मिळवले. आम्हाला हे कळल्यावर धक्का बसला आणि अतिशय आश्चर्य वाटले की, हे गुन्हेगार पार दूरवरून - पश्चिम बंगालच्या मालदा जिल्ह्यातून इथे साताऱ्यात आले होते.

लुटारूंच्या या निष्ठुर टोळीची कामाची विशिष्ट पद्धत - 'मोडस ऑपरेंडी' (modus operondi) अक्षरशः चकित करणारी होती. ते कोलकाता येथून निघणाऱ्या गीतांजली एक्स्प्रेस या सुपरफास्ट ट्रेनमध्ये चढत व दुसऱ्या दिवशी मुंबईतील दादर येथे उतरत. त्यानंतर, ते दादर टर्मिनसवरून बेळगाव किंवा बेंगळुरूला जाणाऱ्या लक्झरी नाईट बसमध्ये चढायचे. वाटेत प्रवाशांना लुटायचे

आणि महामार्गावरून जाणाऱ्या ट्रकवर बसून मुंबईला परतायचे. बसलुटीच्या प्रकरणाची लोकांनी पोलिसांत तक्रार नोंदवेपर्यंत हे दरोडेखोर मुंबई आणि नंतर त्याच गीतांजली एक्स्प्रेसने पार कोलकात्याच्या मार्गावर पोहोचलेले असायचे. त्या दिवशी कदाचित आमचे नशीब जोरावर होते म्हणून आणि खेड्यातील पोरांनी दाखवलेल्या उत्तम चपळाईची साथ मिळाली म्हणून त्या दरोडेखोरांना लुटलेल्या मालमत्तेसह रंगेहाथ पकडणे आणि त्यांना अटक करून न्यायालयात दोषारोपपत्र दाखल करणे आम्हाला शक्य झाले.

दरोडेखोरांना पकडल्यानंतर, मी मालदा जिल्ह्यातील पोलीस अधीक्षकांना फोन करून त्यांना घडलेल्या प्रकाराची माहिती दिली. त्यांनी आमच्या टीमचे अभिनंदन केले आणि सांगितले की, त्यांच्या जिल्ह्यातही दरोडेखोरांनी कहर केला आहे आणि मालदा येथे रात्रीची गस्त घालण्यासाठी शंभरहून अधिक लोक तैनात केले आहेत.

या प्रकारच्या आंतरराज्य दरोडेखोर टोळ्या सहसा मोठ्या प्रमाणावर आढळून येत नाहीत; कारण लगतच्या राज्यांमध्ये कार्यरत असलेल्या बहुतेक गुन्हेगारांना त्यांच्या स्वतःच्या राज्यात परत यायला आवडते. तिथे पोहोचल्यावर ते स्थानिक पोलिसांचा संशय टाळण्यासाठी दीर्घकाळ निष्क्रिय राहतात. अनेक वेळा, ते एकीकडे शेजारच्या राज्यांमध्ये आणि जिल्ह्यांमध्ये दरोडे घालत सुटलेले असताना, दुसरीकडे त्यांच्या स्वतःच्या राज्य किंवा जिल्हा पोलिसांसाठी माहिती देणारे 'खबरे' म्हणूनसुद्धा काम करतात. मात्र, थेट बंगालमधून महाराष्ट्रातून जाणाऱ्या आंतरराज्य महामार्गावर दरोडा टाकण्यासाठी गुन्हेगार येणे, हे फारच दुर्मीळ होते.

संघटित गुन्हे करणारे हे असे सराईत गुन्हेगार सर्वाधिक धोकादायक असतात. एखाद्याला मारणे किंवा त्यांची मालमत्ता लुटणे, यांबद्दल त्यांना कसलीही धास्ती नसते, की कोणताही पश्चात्ताप नसतो. अटकेनंतर सहजतेने जामीन मिळवणाऱ्या या गुन्हेगारांमुळे समाजाला गंभीर धोका निर्माण झाला आहे; कारण ते सुटल्यानंतर लगेचच त्यांचे कामकाज पुन्हा सुरू करतात. पुढच्या न्यायालयीन खटल्यांसाठी त्यांना शोधणे पोलिसांना खूप कठीण जाते; कारण ते वारंवार आपला पत्ता बदलतात. त्यांना त्यांच्या वकिलांकडून संरक्षण दिले जाते आणि बदल्यात त्यांना या 'विशेष सेवांसाठी' भरघोस रक्कम दिली जाते. ज्या क्षणी पोलीस अशा गुन्हेगारांना पकडतात, त्या क्षणी त्यांना जामिनावर सोडवण्यासाठी न्यायालयात धाव घेतली जाते. या गुन्हेगारांसाठी जामीनदारसुद्धा आधीपासूनच तयार ठेवलेले असतात. गुन्हेगारी 'सिंडिकेट'मध्ये आता ही एक अगदीच रुळलेली 'मानक प्रक्रिया' (स्टँडर्ड प्रोसिजर) बनली आहे.

पोलीस अधिकाऱ्यांना या गुन्हेगारांविरुद्ध खूप अटीतटीचा आणि कठोर लढा द्यावा लागतो; यामागे ही रुळलेली प्रक्रियाच कारणीभूत असल्याचे माझे मत आहे.

या गुन्हेगारी 'सिंडिकेट'ना जेरबंद करणे, ही पोलीस अधिकारी आपली सर्वाधिक महत्त्वाची जबाबदारी मानतात; कारण अशा टोळ्यांच्या कारवाया पोलिसांच्या गुप्तहेरी कौशल्याला आव्हान देतात. त्यामुळे अनेकांना त्यांची शिकार करणे किंवा त्यांना निष्प्रभ करणे, हे सर्वाधिक मोलाचे कर्तव्य वाटते. यातून त्यांना प्रचंड यश आणि समाधान मिळते. या प्रकारच्या कामाचा आनंद घेणारे अधिकारी सामान्यत: 'क्राईम ब्रँच'सारख्या विशेष युनिटची निवड करतात; पण जर का या टोळ्यांशी पोलीस अधिकारी हातमिळवणी करू लागले, तर मात्र ते अत्यंत धोकादायक ठरू शकते. शिवाय, अशा गुन्हेगार - पोलीस सहकार्याला जेव्हा राजकारणी व्यक्ती आशीर्वाद देतात, तेव्हा तो कायद्याच्या राज्याचा अंतही ठरू शकतो. असे घडणे काही अतिशयोक्त किंवा असामान्य नाही; परंतु सक्रिय, सजग असलेले नागरिक आणि जागरूक प्रसारमाध्यमे अशा अपवित्र युतींना नष्ट करण्यासाठीचा रामबाण उपाय आहेत.

गुन्हेगार व पोलिसांचे संगनमत हा प्रकार ग्रामीण जिल्ह्यात सहसा आढळत नाही; परंतु महानगरांमध्ये ही एक गंभीर समस्या आहे. इथे आपले नाव गुप्त राहील आणि त्यामुळे चौकशीत न अडकता आपण नामानिराळे राहू शकतो, अशा समजुतीत पोलीस अधिकारी असतात आणि कित्येकदा ही समजूत खरीही ठरते. मी साताऱ्यात पोलीस व राजकारणी यांच्यातील जवळीक पाहिली आहे. वरच्या श्रेणीतील पोलीस अधिकाऱ्यांना हाताशी धरून राजकारणी लोक आपल्या मतपेढीवर प्रभाव टाकण्याचा प्रयत्न कसा करतात आणि मग त्याचाच आधार घेऊन ते पोलीस अधिकारी आपल्या पसंतीची 'पोस्टिंग' मिळवण्यासाठी राजकारण्यांशी थेट कसा संपर्क साधतात, हेदेखील पाहिले आहे.

मात्र, काळ नक्कीच बदलत आहे!

❑❑❑

१८

साटेलोटे

एखाद्या देशाला भ्रष्टाचारमुक्त आणि सद्विचारांचे राष्ट्र बनवायचे असेल, तर मला असे वाटते की, तीन महत्त्वाचे सामाजिक सदस्य बदल घडवू शकतात. ते म्हणजे, वडील, आई आणि शिक्षक.

- डॉ. ए. पी. जे. अब्दुल कलाम

मी जिल्हा पोलीस प्रमुख म्हणून कार्यरत असताना, एक आयपीएस अधिकारी सातारा शहरात सहायक पोलीस अधीक्षक म्हणून रुजू झाले होते. जवळपास दोन वर्षांचे प्रशिक्षण पूर्ण केल्यानंतर ही त्यांची पहिली नियुक्ती होती. त्यांना सातारा येथे येऊन फक्त चार महिने झाले होते आणि ते अजून पोलीसदलातील रस्सीखेच शिकत होते. असे असताना, अचानक एक दिवस आम्हाला त्यांच्या बदलीचे आदेश मिळाले आणि उपमुख्यमंत्र्यांच्या जवळच्या असणाऱ्या राज्यसेवेतील एका अधिकाऱ्याला ती जागा मिळाली. उपमुख्यमंत्र्यांकडे गृहखात्याचाही कारभार होता. हा प्रकार त्या तरुण अधिकाऱ्यासाठी अत्यंत अन्यायकारक आणि अव्यावसायिक असल्यानं मी हैराण झाले व पोलीस महासंचालकांपुढे हा विषय मांडला. त्यांनी ती बदली रद्द केली. त्या वेळी उपमुख्यमंत्री देशाबाहेर होते; मात्र परत आल्यावर त्यांनी लगेच तो आदेश उलटवला. पुन्हा एकदा मी डीजी कार्यालयात हा मुद्दा मांडला; पण या वेळी ते असाहाय्य दिसले.

त्यामुळे मी सरळ निषेध रजेवर जाण्याचा विचार केला आणि माझ्या एका 'बॅचमेट'ला फोन केला. त्याने मला असे न करण्याचा सल्ला दिला. इतक्यात, ते आयपीएस अधिकारी माझ्याकडे आले आणि त्यांनी विनंती केली की, त्यांच्या अचानक आणि अकाली बदलीचा मुद्दा त्यांना मोठा बनवायचा नाही. यावर 'त्यांनी जर ठाम भूमिका घेण्याचा निर्णय घेतला, तर मी अवश्य पाठिंबा देईन,' असे मी त्यांना सांगितले. परंतु, तसे काही करण्याचा आपला हेतू नसल्याचा पुनरुच्चार त्यांनी केला. जवळपास पाच वर्षे दुसऱ्या एका सरकारी खात्यात काम केल्यानंतर ते 'आयपीएस'मध्ये रुजू झाले होते. त्यामुळे त्यांना राजकारण्यांचे सगळे मार्ग चांगले अवगत होते. आपल्या देशात अशा प्रकारचा अन्याय आणि अव्यावसायिकता इतकी सर्रास झाली आहे की, राजकीय नेतृत्वाच्या जवळच्या अधिकाऱ्यांना त्यांची योग्यता लक्षात न घेता, 'बक्षीस' पोस्टिंग मिळू शकते आणि हे अर्थातच अतिशय खेदजनक आहे.

मी असे पाहिले आहे की, जेव्हा संकट येते, तेव्हा फक्त सक्षम अधिकारी तैनात केले जातात. काही वेळा नागरिकांना शांत करण्यासाठी किंवा सार्वजनिक सुव्यवस्थेच्या गंभीर समस्या हाताळण्यासाठी 'विंडो ड्रेसिंग' म्हणूनदेखील हे अधिकारी वापरले जातात. अन्यथा, इतर वेळी राजकारणी 'आपल्याच माणसांना' प्राधान्य देतात. स्टेशन हाऊस ऑफिसर (एसएचओ) किंवा पोलीस स्टेशनचे इनचार्ज हे आपल्या मर्जीतील असतील, याची शक्यतोवर दक्षता घेणे ते पसंत करतात. याबाबतीत सर्वच राजकीय पक्ष सारखेच असतात; कारण त्यांना क्षेत्रीय पोलीस अधिकाऱ्यांचा आपल्या फायद्यासाठी वापर करायचा असतो. नागरिकांनाही या कटू वास्तवाची जाणीव असली, तरी दुर्दैवाने ते त्याबाबत उदासीन आहेत. असे अधिकारी अक्षम असतात असे नाही; परंतु ते नागरिकांपेक्षा राजकीय नेत्यांचे हित जास्त जपतात, इतकेच. कायद्याचे राज्य बहुतांशवेळा 'राजकारणी कायद्या'साठी टांगणीला लावले जाते आणि मग हा सगळा एक देवघेवीचा, साट्यालोट्याचा खेळ बनून जातो. यात काही चुकीचे, वावगे आहे, असे राजकारणी किंवा पोलीस अधिकारी यांना अजिबात वाटत नाही. उलट, ती आपल्या देशातील एक प्रथा आणि 'व्यावहारिक' व्यवस्था आहे, असेच मानले जाते. यामुळे एक अशी संस्कृती रुजली आहे की, जिथे असहमती आणि मतभेद म्हणजे अवज्ञा मानतात, मग तुमचे म्हणणे कितीही योग्य, वैध का असेना! या खेळामुळे देशाच्या नागरी सेवांचे अतोनात नुकसान झालेले आहे. आयुष्याच्या बऱ्याच उत्तरार्धात, एकदा भारतीय पोलीस सेवेच्या (महाराष्ट्र केडर) अधिकाऱ्यांच्या संघटनेच्या बैठकीत मी दोन

महासंचालक दर्जाच्या अधिकाऱ्यांना तीन महिन्यांची मुदतवाढ देण्याच्या विरोधात बोलले. या वेळी, उच्चभ्रू भारतीय पोलीस दलातील किती अधिकाऱ्यांनी मला पाठिंबा दिला असेल, हे तुम्ही सांगू शकाल का? उत्तर आहे - फक्त एक! आणि तो १९८१पासूनचा माझा बॅचमेट होता. या मुदतवाढीने माझ्यावर वैयक्तिकरीत्या काहीही फरक पडणार नसला, तरी ज्यांच्यावर त्याचा प्रत्यक्ष, थेट आणि प्रतिकूल परिणाम होणार होता, अशांनीदेखील त्या विरोधात गप्प राहणेच पसंत केले. प्रत्येकाला माहीत आहे की, अशी सेवेतील मुदतवाढ म्हणजे राजकारण्यांनी आपल्या हाताशी धरलेल्या अधिकाऱ्यांवर ठेवलेला वरदहस्त असतो.

आज नागरी सेवांमध्ये ही अनिष्ट संस्कृती फोफावलेली आहे. वादविवाद आणि चर्चा करण्याऐवजी, भिन्न दृष्टिकोनांचा आदर करणे, आपल्या नागरिकांसाठी आणि देशासाठी जे चांगले आहे, ते करण्याऐवजी अनेक जण फक्त स्वत:ची तळी भरण्याचे, फक्त 'स्वत:ची सेवा' करण्याचे काम करत असतात. अर्थातच, याला 'सन्माननीय अपवाद' आहेत, यात शंका नाही; परंतु असे अनेक सक्षम नागरी सेवक आहेत, ज्यांनी राजकारण्यांच्या सर्व रंगच्छटांशी जुळवून घेण्याची अनोखी कला छानपैकी आत्मसात केलेली आहे. बहुतेक स्टेशन हाऊस ऑफिसर (एसएचओ)ना मी या श्रेणीत ठेवीन. अनेक वरिष्ठ पोलीस अधिकारीदेखील हा मार्ग स्वीकारतात; परंतु आपल्या 'एसएचओ' मंडळींइतक्या चतुराईने नाही. यावरून मी या निष्कर्षाप्रत पोहोचले आहे की, आमचे क्षेत्रीय अधिकारी बहुतेक वेळा वरिष्ठ अधिकाऱ्यांना खूश ठेवतात. त्यांना काही काळ गांभीर्याने घेतातही; परंतु सर्व वेळ राजकारण्यांनाच धरून असतात.

सातारा शहरातील जिल्हा सहकारी पतपेढीबाहेर झालेल्या दंगलीच्या वेळी मला पोलीस - राजकारणी यांच्या या संगनमताची चुणूक बघायला मिळाली. नियंत्रण कक्षाने मला लाठीचार्ज झाल्याची माहिती दिली, तेव्हा मी पोलीस मुख्यालयात होते व पोलिसांबद्दल वार्षिक मूल्यांकन अहवाल लिहीत होते. सातारा हे शांत शहर असल्याने घडल्या घटनेची वार्ता ऐकून मला आश्चर्य वाटले आणि मी तातडीने घटनास्थळी धाव घेतली.

श्रीमंत स्थानिक सहकारी बँकेवर ताबा मिळवू इच्छिणाऱ्या दोन राजकीय गटांमधील सत्तासंघर्ष आम्हाला माहीत होता. उपलब्ध निधीतून कर्ज देण्याच्या वेळी या बँकांचे अध्यक्ष आणि संचालक मंडळे मोकाट सुटतात; कारण असे कर्ज देऊन ते गरजूंना उपकृत करू शकतात, आपल्या 'सहकार्याच्या,' उपकारांच्या ओझ्याखाली या गरजूंना ठेवू शकतात आणि कर्ज मंजूर करण्यासाठी कमिशन

म्हणून भरभक्कम रक्कमदेखील घेऊ शकतात - अर्थातच टेबलाखालून. जेव्हा तुमच्या हातात सत्ता आणि पैसा दोन्ही असतात, तेव्हा हे होऊ शकते. सत्ता आणि पैसा ही एक घातक आणि विखारी युती आहे. म्हणूनच तर राजकीय पक्ष या संस्थांवर ताबा मिळवण्यात रस घेतात.

त्या काळात साताऱ्याच्या डीसीसी बँकेचे अध्यक्ष एक स्थानिक नेते होते. त्यांना पदच्युत करण्याच्या हेतूने विरोधी पक्षाने बुलढाणा जिल्ह्यातील माजी खासदार आनंदराव अडसूळ यांना बँकेच्या विद्यमान संचालक मंडळाला आव्हान देण्यासाठी आमंत्रित केले. ते कामगार नेते होते. त्यांनी धडाकेबाज भाषण केले. त्यांच्या समर्थकांनी बँकेच्या इमारतीवर दगडफेक करण्यास सुरुवात केली. त्यामुळे त्यांना पांगवण्यासाठी कर्तव्यावर असलेल्या पोलिसांना लाठीचार्ज करणे भाग पडले.

मी घटनास्थळी पोहोचले, तेव्हा तिथे रस्त्यावर सर्वत्र विखुरलेले दगड दिसत होते आणि पोलीस तिथे अकारण घुटमळणाऱ्या, फाजील जिज्ञासू स्थानिकांना हाकलून लावत होते. एव्हाना हिंसक जमाव पांगला असल्याने तसे काळजी करण्याचे कारण नव्हते. मी ताबडतोब कर्मचाऱ्यांना त्यांच्या व्हॅनमध्ये बसून मुख्यालयात परत येण्यास सांगितले. या वेळी मला माझ्या स्वतःच्याच पोलिसांवर थोडी जोरजबरदस्ती करावी लागली; कारण त्यांच्या भावनांचा उद्रेक झालेला असल्यामुळे ते काहीसे हलगर्जी आणि बेजबाबदार होत चालल्याचे मला दिसत होते. मोबाईल फोन कॅमेऱ्यांच्या युगात हे घडले असते, तर आंदोलक आणि सातारा पोलीस दोघेही गंभीर संकटात सापडले असते. मी अनेक वेळा पाहिलं आहे की, पोलिसांच्या कृतीचे आणि प्रतिसादाचे नीट आकलन किंवा मोजमाप केले जात नाही. आजकाल घटनास्थळावरून पळून जाण्याची प्रवृत्ती मोठ्या प्रमाणात वाढलेली असल्यामुळे सार्वजनिक सुव्यवस्थेचा प्रश्न ठामपणे हाताळणाऱ्यांना पोलीस नेतृत्व पाठिंबा देते. गेल्या काही वर्षांत पोलीस दलात अशा 'रणछोडदास', 'भगोड्यांची' संख्या वाढलेली आहे. आधीच्या प्रकरणांमध्ये नमूद केल्याप्रमाणे, आज आपल्यासमोर ही एक अतिशय गंभीर समस्या उभी ठाकलेली आहे. म्हणून हिंसक जमावाचा सामना करत असताना जरी कधी त्यांच्याकडून थोडी अधिक प्रतिक्रिया उमटली, तरी त्यांचे काम वरिष्ठ अधिकाऱ्यांना सहन करावे लागते.

परंतु, लाठीमार करणारे ते साताऱ्याचे पोलीस काही वेगळेच होते. शहरात एवढी गंभीर दंगल कधीच झाली नव्हती. त्यातच दगडफेकीत अनेक पोलीसही जखमी झाले होते. त्यांना तातडीने सिव्हिल हॉस्पिटलमध्ये नेण्यात आले.

काही पोलिसांना रक्तस्राव होईल इतपत झालेल्या जखमा पाहून त्यांचे सहकारी संतापले होते. दरम्यान, स्थानिक इन्स्पेक्टर माजी खासदाराला पोलीस मुख्यालयात घेऊन आले. मी तिथे पोहोचले, तेव्हा मला ते पांढरा कुर्ता - पायजमा अशा वेशात दिसले. संबंधित अधिकाऱ्याने मला सांगितले की, 'दगडफेकीत अकरा पोलीस जखमी झाले असून, त्यांच्यावर सिव्हिल हॉस्पिटलमध्ये उपचार सुरू आहेत.' जमावाला भडकावणारे ते राजकीय नेते सातारा किंवा लगतच्या कोणत्याही जिल्ह्यातील नव्हते, तर त्यांनी बुलढाण्यापासून - सुमारे ५५० किलोमीटर अंतरावरून - प्रवास केला होता आणि आपल्या प्रक्षोभक भाषणाने दंगल घडवून आणली होती. माझ्या दृष्टीने ते कोणत्याही सहानुभूतीला पात्र नव्हते. त्यांच्या त्या शुभ्र, 'निष्कलंक' कुर्त्याला स्पर्श करून, मी सरळ त्यांना अटक करत असल्याची माहिती दिली. ते राज्यातील सत्ताधारी पक्षाचे असल्याने, त्यांचा मी जे बोलतेय, त्यावर विश्वासच बसत नव्हता. ते आणि त्यांच्या पक्षाचे लोक कायद्याच्या वर आहेत, असा त्यांचा एकंदरीत पवित्रा होता आणि इथे तर चक्क एक पोलीस अधिकारी, तीसुद्धा एक स्त्री, त्यांना अटक करत होती. त्यांना याचा जबरदस्त धक्का बसला असणार; पण मी मात्र विचलित न होता, कायद्याच्या पुस्तकात नमूद केल्यानुसार व आम्हाला जसे शिकवले गेले होते, त्यानुसार फक्त नियमांचे पालन करत होते.

या प्रकरणाची पुढे आपल्याला डोकेदुखी होऊ शकते हे लक्षात घेऊन, मी सर्व जखमी पोलिसांचे फोटो काढण्याची सूचना केली आणि राज्याच्या गृह विभाग आणि मुंबईतील डीजी कार्यालयांना सदर अटकेची माहिती दिली; कारण हे गृहस्थ या प्रकरणाच्या काही आठवड्यांपूर्वीपर्यंत विद्यमान खासदार होते. जखमी पोलिसांच्या बाजूने विचार करून मी आमच्या कायद्याचे पदवीधर असणाऱ्या पोलीस उपअधीक्षक (गृह) यांना दुसऱ्या दिवशी सरकारी वकिलांसोबत न्यायालयात हजर राहण्याची विनंती केली, कारण त्या दंगलखोरांची आम्हाला पोलीस कोठडी मिळवायची होती.

त्या रात्रीनंतर उशिरा मला मुख्यमंत्र्यांचा फोन आला व त्यांनी मला नम्रपणे त्या दंगलखोरांच्या जामिनाला विरोध करू नका, असे सांगितले. यापूर्वी मला राजकीय नेत्याकडून अशा सूचना कधीच मिळाल्या नव्हत्या. आश्चर्यचकित होऊन मी त्यांना विचारले, "सर, माझ्या कर्मचाऱ्यांना जखमी करणाऱ्यांना मी ताब्यात घेतले नाही, तर मी त्यांना परत तोंड तरी कसे दाखवू शकेन?" मी पुढे अशीही पुस्ती जोडली की, अशा हिंसाचाराच्या घटनांमध्ये, दंगलखोरांना तातडीने ताब्यात घेणे

अत्यावश्यक होते. त्याशिवाय संभाषणाच्या अधिकृत प्रोटोकॉलच्या पलीकडे जाऊन मी मुख्यमंत्र्यांना, 'जखमी पोलिसांसाठी आपण काय करायचे ठरवले आहे?' असे थेट विचारले. त्यावर, 'आपण या प्रकरणात नक्कीच लक्ष घालू,' अशी काहीशी सौम्य (खरेतर गुळमुळीत) टिप्पणी त्यांनी केली आणि फोन ठेवला.

दुसऱ्या दिवशी सरकारी वकील आणि पोलीस उपअधीक्षक (डेप्युटी एसपी) यांनी जखमी पोलिसांचे फोटो जिल्हा न्यायदंडाधिकाऱ्यांना (डिस्ट्रिक्ट मॅजिस्ट्रेटना) दाखवले. त्यादेखील एक महिला होत्या. डीसीसी बँकेबाहेर झालेल्या दंगलीबाबत संयमाने सुनावणी घेतल्यानंतर न्यायालयाने दंगलखोरांना पोलीस कोठडी सुनावली.

आता मला दुसरा फोन आला. या वेळी फोनवर तत्कालीन पोलीस महासंचालक स्वतः होते. राजकारण्यांचे लांगूलचालन न करणारे एक प्रामाणिक अधिकारी म्हणून त्यांची ख्याती होती. ''मुख्यमंत्र्यांनी सूचना देऊनसुद्धा तुम्ही जामिनाला विरोध का केलात,'' असा सवाल त्यांनी मला केला. "इतके पोलीस जखमी झालेले असताना, मी का विरोध करायचा नाही?" असा प्रतिप्रश्न मी त्यांना केला. शिवाय, ''चौकशी करून घटनांचे दस्तऐवजीकरण करणे आवश्यक होते. साताऱ्यासारख्या शांत शहरात दगडफेक ही अत्यंत अस्वस्थ करणारी घटना होती," असेही मी पुढे सांगितले.

माझे हे बोलणे ऐकून ते डीजी खूप संतापले. त्या वेळी ते पोलिसांच्या फायद्याची असणारी अनेक नवीन धोरणे मुख्यमंत्र्यांकडून मिळविण्याच्या खटपटीत होते. जेव्हा ते मोठे युद्ध लढत होते, तेव्हा मी छोट्या, किरकोळ लढायांची काळजी करत बसले आहे, हे त्यांचे मत होते. "तुम्हाला काय वाटते की, तुम्ही विभागातील एकमेव प्रामाणिक अधिकारी आहात?" अशी टीका त्यांनी माझ्यावर केली. ती ऐकून मी दुखावले आणि रागाने खवळून त्यांच्या निदर्शनास आणून दिले की, 'त्यांची ही टिप्पणी अतिशय अशिष्ट आहे.' आमचे ते संभाषण नक्की कशा प्रकारे संपले, ते आता मला नीटसे आठवत नाही; परंतु ते संपल्यानंतर, मला खात्री होती की, माझे बदलीचे आदेश लवकरच माझ्यापर्यंत पोहोचतील.

पण तसे आदेश काही आले नाहीत. एक प्रामाणिक अधिकारी असल्याने, कदाचित डीजींना माझ्या दृष्टिकोनाबद्दल सहानुभूती वाटली असेल; परंतु मुख्यमंत्र्यांनीसुद्धा माझी बदली साताऱ्याबाहेर केली नाही, हेही तितकेच आश्चर्यकारक होते.

तत्पूर्वी, एक शांत, सक्षम महिला अधिकारी असलेल्या जिल्हा न्यायदंडाधिकाऱ्यांची, त्यांचा दोन वर्षांचा कार्यकाळ पूर्ण होण्याआधीच बदली करण्यात आली होती.

महाबळेश्वरच्या वनजमिनीत अतिक्रमण करणाऱ्यांवर त्या कडक कारवाई करत होत्या. मला असे कळले की, तिथे 'बिल्डर्स लॉबी' खूप प्रभावशाली होती. त्यांच्या जागी एक लवचीक दंडाधिकारी नियुक्त करणे सरकारच्या दृष्टीने सोयीचे होते. दुर्दैवाने, परंतु अपेक्षेप्रमाणे, यामुळे कोणाच्याही भुवया उंचावल्या गेल्या नाहीत; कारण नागरिकांनी प्रशासनात अजिबात रस घेतला नाही. अशा प्रकारे, आपण वेळोवेळी पाहतो की, जनतेच्या सेवेपेक्षा स्वत:ची सेवा करण्यात अधिक स्वारस्य असलेल्या अधिकाऱ्यांची नियुक्ती होते.

खरं तर, त्या वेळी महाराष्ट्र सरकार सातारा जिल्ह्याला महिला सबलीकरण उपक्रमांसाठी आदर्श स्थळ म्हणून दाखवत होते; कारण त्या वेळी जिल्हा दंडाधिकारी, पोलीस अधीक्षक, सहायक पोलीस अधीक्षक, न्यायदंडाधिकारी, कारागृह अधीक्षक या सर्व महिला होत्या. केंद्रानेही टपाल खात्यात एक महिला अधिकारी आणि आयकर विभागात आणखी एका महिला अधिकाऱ्याची नियुक्ती केली होती. अशा आम्ही एकूण सात जणी होतो.

एके दिवशी कराड तालुका मतदारसंघातील स्थानिक आमदार माझ्या कार्यालयात आले आणि त्यांनी अत्यंत त्रासलेल्या आवाजात तक्रार केली की, 'सर्वत्र महिला अधिकारी असल्याने साताऱ्यात कुठेही चहा मिळत नाही.' मी लगेच त्यांना एक कप चहा देऊ केला. आणखी एका आमदाराने, प्रजासत्ताक दिनाच्या संचलन परेडनंतर, इतर अधिकाऱ्यांना ऐकू जाईल अशा बेताने, माझ्या 'आगामी' बदलीच्या आदेशांबद्दल मला विचारले. "मला बाहेर काढायला तुम्ही एवढे का आतुर आहात?" असे मी लगेच त्यांना विचारले. त्यावर ते म्हणाले की, 'मला लवकरच पदोन्नती दिली जाईल, अशी कुणकुण त्यांच्या कानांवर आली आहे.' अनेक महिला सत्तेवर असणे, हे साताऱ्यातील नागरिकांसाठी फायदेशीर ठरले होते, हे खरे असले तरी, स्थानिक राजकारण्यांसाठी मात्र तो 'उपद्रव' ठरत होता. ते आमच्याकडे त्यांना पाहिजे असलेल्या गोष्टी मागू शकायचे नाहीत. त्यामुळे आमचे असणे त्यांना सोयीस्कर नव्हते. त्यांच्यापैकी बरेच जण दारूच्या पार्ट्याही आयोजित करायचे, जिथे ते अधिकाऱ्यांसोबत मोकळेपणाने मिसळायचे आणि विखारी गप्पा मारायचे; परंतु महिला अधिकाऱ्यांमुळे त्यांच्या या चवीसाठी जिल्हा जणू कोरडा बनला होता.

स्थानिक राजकारण्यांनी मात्र मला फारसा त्रास दिला नाही. कदाचित, त्यांच्या अनेक समस्या त्यांनी स्थानिक पातळीवरील पोलीस निरीक्षकांच्या माध्यमातून सोडवल्या असाव्यात.

पोलीस स्टेशनच्या कामकाजाच्या बारीकसारीक तपशिलात लक्ष घालण्यासाठी माझ्याकडे वेळही नव्हता आणि शक्तीही नव्हती. ते खरे तर मध्यमस्तरीय जिल्हा पोलीस अधिकाऱ्यांचे काम आहे; परंतु त्यांच्यापैकी कोणी भ्रष्ट झाल्याचे मला कळले, तेव्हा तेव्हा मी तत्काळ शिस्तभंगाची कारवाई केली.

सातारा शहराबाहेर झालेल्या जिलेटिन कांडीच्या स्फोटाच्या एका दुर्दैवी प्रकरणाचा तपास आम्ही करत होतो. त्यामध्ये सहा जणांना आपला जीव गमवावा लागला होता. त्या वेळी एका तरुण 'डेप्युटी एसपी'ने लाच घेतल्याचे मी ऐकले. फरार आरोपींना पकडण्यासाठी एकीकडे आम्ही सर्वतोपरी प्रयत्न करत होतो. त्याच वेळी मला कळले की, ते फरार आरोपी आमच्याच अधिकाऱ्याला पैसे देऊन खुशाल निवांत बसून आनंद साजरा करत आहेत. अतिशय संतप्त होऊन मी या माहितीची पडताळणी केली आणि त्या अधिकाऱ्याला माझ्या चेंबरमध्ये बोलावले. मी समोर मांडलेले त्याच्याविरुद्धचे भक्कम पुरावे पाहून अखेर त्याने ३०,००० रुपये लाच म्हणून स्वीकारल्याचे कबूल केले. मी एका खास मेसेंजरद्वारे डीजींना याबाबत तातडीचा अहवाल पाठवला. त्या अधिकाऱ्याची रातोरात बदली झाली आणि त्यानंतर लगेचच चौकशी सुरू झाली.

माझ्या कार्यकाळातील प्रत्येक मिनिटाचा आनंद घेत मी सातारा येथे माझी तीन वर्षे पूर्ण केली; आणि एक दिवस केंद्रीय अन्वेषण दल (सीबीआय)मध्ये काम करण्यासाठी प्रतिनियुक्तीची मागणी केली. १९९९मध्ये मी महाराष्ट्र सोडला, तोपर्यंत पोलीस दलातील सर्व स्तरांवर भ्रष्टाचार हा एक गंभीर मुद्दा बनला होता आणि प्रामाणिक आणि पारदर्शक पोलिसिंगचा मुख्य आधार असलेली नागरिकांप्रतीची जबाबदारीची जाणीव पोलीस दल झपाट्याने गमावत चालले होते.

अगदी ग्रामीण पोलिसांनाही एव्हाना त्याची चटक लागली होती.

□□□

१९

पांढरपेशे गुन्हे

ज्या उद्देशासाठी अवघी यंत्रणा उभारण्यात आली आहे,
तो उद्देश प्रामाणिकपणे, गांभीर्याने आणि सद्‌हेतूने पूर्ण झाला,
तरच मी सरकारी यंत्रणा भ्रष्टाचारमुक्त मानेन.

- डॉ. ए. पी. जे. अब्दुल कलाम

देशातील प्रमुख तपास यंत्रणा असलेल्या 'केंद्रीय अन्वेषण दला'मध्ये (सीबीआय) काम करायचे मी ठरवले आणि माझी या कामी प्रतिनियुक्ती झाली. त्यामुळे ग्रामीण महाराष्ट्राच्या साध्या आणि स्थिर जीवनातून मी एकदम धावपळीच्या, धकाधकीच्या आणि अतिशय वेगवान अशा मुंबईत जाऊन पोहोचले. 'सीबीआय' ही भारत सरकारची एक संस्था आहे, जी दुसऱ्या महायुद्धादरम्यान युद्ध आणि पुरवठा विभागातील भ्रष्टाचाराच्या प्रकरणांना सामोरे जाण्यासाठी स्थापन करण्यात आली. १९४१मध्ये अधिकृत केलेल्या विशेष पोलीस आस्थापना कायद्यामध्ये तिची बीजे आपल्याला सापडतात. 'सीबीआय'ने सुरुवातीला फक्त केंद्र सरकारच्या कर्मचाऱ्यांची चौकशी करण्याचे काम पार पाडले. युद्ध संपल्यानंतर १९४६मध्ये, युद्ध विभागाचे विघटन करून, ते गृह विभागाच्या अखत्यारीत आणले गेले आणि दिल्ली विशेष पोलीस आस्थापना (डीएसपीई) म्हणून कार्यरत झाले. ही व्यवस्था १ एप्रिल १९६३पर्यंत चालू होती. पुढे एका सरकारी ठरावाद्वारे 'डीएसपीई'चे नाव बदलून केंद्रीय अन्वेषण दल (सीबीआय) असे करण्यात आले.

हळूहळू या संस्थेची व्याप्ती वाढू लागली. सार्वजनिक क्षेत्रातील कॉर्पोरेशन आणि बँकांचा समावेश कार्यक्षेत्रात करण्याच्या दृष्टिकोनातून ब्युरोचा विस्तार करण्यात आला. सनसनाटी खून, अपहरण, संशयास्पद मृत्यू इत्यादी संवेदनशील स्वरूपाच्या पारंपरिक गुन्ह्यांचा सामना करण्यासाठी नंतर यामध्ये विशेष गुन्हे विभागदेखील जोडण्यात आला. आता गरज भासल्यास सर्वोच्च न्यायालय आणि उच्च न्यायालयेही फौजदारी खटले 'सीबीआय'कडे हस्तांतरित करू शकतात. काही वेळा काही प्रकरणे आवर्जून या 'एजन्सी'कडे सोपवण्याची सार्वजनिक मागणी केली जाते. यावरील अंतिम निर्णय राज्य आणि केंद्र सरकारे ठरवतात; कारण त्यासाठी दोघांची एकत्रित संमती आवश्यक असते.

१९९९च्या सुरुवातीला माझी 'सीबीआय'च्या मुंबई मुख्य कार्यालयातील आर्थिक गुन्हे शाखेमध्ये नियुक्ती करण्यात आली. यादरम्यान मला पश्चिम आणि दक्षिण भारतातील प्रकरणांचा तपास करण्याची संधीही मिळाली. माझी सेवाज्येष्ठता पाहता, खरे तर मला लाचलुचपत प्रतिबंधक शाखा मिळायला हवी होती. अगदी नेमणूक झाल्या झाल्या लगेच नाही, तरी किमान काही दिवसांनंतर तरी; पण मला एका वरिष्ठ अधिकाऱ्याकडून कळले की, दिल्ली मुख्यालयाला आपल्या महत्त्वाच्या भ्रष्टाचारविरोधी युनिटमध्ये एक महिला अधिकारी असणे 'सोयीस्कर' वाटत नव्हते. मग मीदेखील या गोष्टीचा फार पाठपुरावा करत बसले नाही; कारण मला वाटले की, आता अर्थव्यवस्थेचे उदारीकरण झाले असल्याने, आर्थिक गुन्ह्यांची चौकशी करणे, हे जास्त रंजक काम बनले असेल.

अशा प्रकारचे गुन्हे हे 'पांढरपेशे गुन्हे' किंवा रुळलेल्या शब्दांत सांगायचे तर, 'व्हाईट कॉलर क्राईम्स' म्हणून (कु)प्रसिद्ध आहेत. त्यामध्ये सहसा फसवणूक, लुबाडणूक, तथ्य लपविणे, विश्वासघात यांसारख्या चुकीच्या मार्गांनी बेकायदेशीर फायदा मिळविण्यासाठी केलेल्या फसवणुकीचा समावेश होतो. खोटी आर्थिक साधने उभी करणे, खोटी व्यावसायिक माहिती देणे, कंपनीच्या आतली गोपनीय माहिती फोडून व्यापारी लाभ मिळवणे ('इनसाइडर ट्रेडिंग') हे सर्व प्रकार या वर्गवारीत येतात. कमी उत्पन्न गटाच्या लोकांसाठी बांधण्यात येणाऱ्या राखीव घरांसाठी वाटप केलेला निधी, बिल्डर, कंत्राटदार आणि सरकारी अधिकारी यांनी संगनमताने वैयक्तिक फायद्यासाठी वापरणे, लुबाडणे हे या पांढरपेशा गैरव्यवहाराचे एक अगदीच सामान्य उदाहरण आहे. 'मनी लाँड्रिंग', म्हणजेच आर्थिक व्यवहारांचे गुंतागुंतीचे जाळे तयार करून, कायदेशीर आर्थिक व्यवस्थेत अवैधरीत्या कमावलेल्या संपत्तीचा एक स्वतंत्र 'स्तर' निर्माण करणे किंवा मोठ्या

प्रमाणात बेकायदेशीर संपत्ती जमा करणे, हा यातला खूप मोठा अन् गंभीर प्रकार आहे. अवैध संपत्ती कायदेशीर बनविण्यासाठी ती विविध मार्गांतून फिरवून मुख्य व्यवहारात आणणे, हा या 'मनी लाँड्रिंग'मागचा उद्देश असतो. 'इन्फ्रास्ट्रक्चर लीजिंग अँड फायनान्शियल सर्व्हिसेस' (आयएल अँड एफएस)द्वारे कॉर्पोरेट क्षेत्राची करण्यात आलेली फसवणूक, तसेच कुप्रसिद्ध शेअर दलाल / स्टॉक ब्रोकर हर्षद मेहताने घडवून आणलेला शेअर बाजार घोटाळा ही सर्व 'आर्थिक गुन्हे' किंवा 'व्हाईट कॉलर' गुन्ह्यांची ठळक उदाहरणे आहेत. केंद्रीय अन्वेषण दल (सीबीआय), सक्त अंमलबजावणी संचालनालय (ईडी) आणि सीरियस फ्रॉड ऑफिस ऑफ इंडिया (एसएफओ) हे अशा प्रकारच्या गुन्ह्यांचा तपास करतात; विशेषत: जर त्यात आंतरराष्ट्रीय किंवा आंतरराज्यीय व्यवहारांचा समावेश असेल, तर. राज्य सरकारांच्या आर्थिक गुन्हे शाखादेखील अशा प्रकरणांची चौकशी करतात; परंतु ते सामान्यतः स्थानिक किंवा आंतरजिल्हा पातळीवरचे आणि तुलनेने कमी गांभीर्याचे घोटाळे किंवा गुन्हे असतात.

आर्थिक गुन्ह्यांचा तपास हा गुंतागुंतीचा आणि अनेकदा दीर्घकाळ चालणारा असतो. यात मोठ्या प्रमाणात व्यवहार होतात. तसेच असंख्य वास्तविक किंवा खोट्या संस्था आणि कागदपत्रांचा समावेश असतो. माझ्या मुंबईतील युनिटने दरवर्षी फक्त नऊ नवीन केसेस नोंदवण्याचे आणि कोर्टात प्रलंबित असलेल्या जुन्या खटल्यांचा पाठपुरावा करण्याचे लक्ष्य ठेवले होते. चेन्नई युनिटचेही तेच लक्ष्य होते. अनेक खटले प्रलंबित होते. ब्युरोच्या तपासाची गुणवत्ता चांगली आहे; कारण इथे अधिकारी एकाच वेळी विविध कर्तव्ये पार पाडण्याच्या जबाबदारीत अडकून पडलेले नसतात. इथे ते फक्त तपासावर लक्ष केंद्रित करणे आणि कसून काम करणे, यांमध्येच गर्क असतात.

सीबीआय अधिकाऱ्यांचे न्यायालयीन खटल्यांत यश मिळविण्याचे प्रमाण राज्य पोलिसांपेक्षा अधिक प्रभावी आहे. एकदा असेच एका तपासणीला उपस्थित असताना, आमच्या एका 'पायरवी' अधिकाऱ्याला (सब-इन्स्पेक्टर) एका विशिष्ट गृहस्थांची तिथली उपस्थिती संशयास्पद आणि लक्षवेधक वाटली. त्यांनी हा प्रकार निदर्शनास आणून दिल्यानंतर आम्ही तातडीने चौकशी सुरू केली. अत्यंत झकपक पोशाखातील ती व्यक्ती राजस्थानमध्ये अतिरिक्त सत्र न्यायाधीश असल्याचे समोर आले. तो न्यायालयीन अधिकारी आरोपीच्या ओळखीचा होता आणि स्वतःच्या कार्यालयातून सुट्टी घेऊन आवर्जून विशेष न्यायालयात उपस्थित राहायचा; जेणेकरून तो गुन्हेगाराच्या बाजूने लढणाऱ्या बचाव पक्षाच्या वकिलाला मार्गदर्शन

करू शकेल. आम्ही वरिष्ठ न्यायिक अधिकाऱ्यांच्या निदर्शनास ही बाब आणून दिली. त्यानंतर मात्र ते अतिरिक्त सत्र न्यायाधीश महाशय पुन्हा मुंबई न्यायालयाच्या आवारात दिसले नाहीत. विशेष न्यायालयात साक्षीदार वेळेत हजर राहतील आणि संबंधित कागदपत्रे सुयोग्य पद्धतीने सादर केली जातील, याची खात्री करण्याचे काम माझ्या कार्यालयातील दोन तरुण अधिकाऱ्यांना देण्यात आले होते.

बारकाईने तपास करणे आणि बंदिस्त न्यायालयीन देखरेखीमुळे, ब्युरोच्या खटल्यांना यश मिळण्याची टक्केवारी खूप जास्त असते. अंदाजे सांगायचे झाले तर, राज्य पोलिसांना मिळणाऱ्या ५० टक्क्यांच्या तुलनेत ब्युरोला यश मिळण्याचे प्रमाण ६५ ते ७० टक्के आहे. ब्युरो अधिकाऱ्यांकडे कदाचित शहर पोलिसांइतके स्रोत नसतील, नेटवर्क नसेल; परंतु त्यांच्याकडे वेळेचा विशेषाधिकार असतो, जो अशा गुंतागुंतीच्या आर्थिक गुन्ह्यांचा तपास करण्यासाठी अतिशय आवश्यक आहे.

सीबीआयच्या मुंबईतील आर्थिक गुन्हे शाखेतील माझ्या कार्यकाळात आयात-निर्यात फसवणूक ही खूप सर्वसाधारण गोष्ट होती. निर्यातीला प्रोत्साहन देण्यासाठी स्थापन केलेल्या सरकारी अनुदानाचा दावा करण्यासाठी अनेक कंपन्या मालाची फसवी निर्यात दाखवतात. या कंपन्या निर्यात केलेला माल कागदावर दाखवतच नाहीत. उदाहरणार्थ, आम्हाला असे आढळून आले की, कपड्यांच्या निर्यातीच्या बऱ्याच प्रकरणांमध्ये, निर्यात केलेली उत्पादने प्रत्यक्षात चिंध्या, जुने कपडे आणि कापडाचे साधे तुकडे किंवा तागे होते. या खोट्या निर्यातीच्या आधारे संशयास्पद कंपन्या सरकारकडून अनुदान मिळवत असत; आणि परदेशातून मिळालेली तथाकथित देयके, म्हणजे प्रत्यक्षात त्यांचा स्वत:चा अवैधरीत्या कमावलेला काळा पैसा असे. आधी हा पैसा ते 'हवाला'च्या माध्यमातून बाहेर पाठवत आणि नंतर परदेशी आयातदारांकडून मालाचे कायदेशीर पैसे (पेमेंट) म्हणून परत इथे आणत असत. या घोटाळ्यात सामील असलेला प्रत्येक जण सामान्य गुन्हेगार होता असे नाही, तर त्यातील एक जण पश्चिम उपनगरातील एका पॉश अपार्टमेंटमध्ये राहणारा आदरणीय निवृत्त व्यावसायिक पायलट होता. संशयास्पदरीत्या मिळवलेल्या आपल्या संपत्तीची चमक दाखवून, तो मोठमोठ्या, झगमगाटी पार्ट्या द्यायचा. तसेच उच्च पदावरील नोकरशहा आणि चित्रपट तारकांसोबत त्याची ऊठबस असायची. मानवी लोभाची काही मर्यादा असते का, असा प्रश्न मला हे पाहून पडला.

मी केलेल्या या प्रकरणांच्या तपासांमध्ये सीमाशुल्क विभागाची कागदपत्रे, कंपन्या आणि त्यांच्या उपकंपन्या/अनुषंगिकांच्या ताळेबंदांचा समावेश होता.

कधीकधी हे तपास आम्हाला पार परदेशापर्यंत घेऊन गेले. मी सातार्‍याहून नुकतीच बदलून आले होते. मला ब्युरोचे कामकाज समजून घ्यायला थोडा वेळ लागला. सुदैवाने, त्या वेळी मुंबई युनिटचे अधीक्षक वीरेंद्र सिंह हे होते.

त्यांच्याकडे आयकर विभाग आणि कर आकारणीचे चांगले ज्ञान होते; तर चेन्नई युनिटमध्ये सीमा अग्रवाल या 'आयपीएस'मधील अत्यंत सक्षम महिला अधिकारी होत्या. आम्ही सर्व जण आयपीएस श्री. नीरज कुमार यांच्या हाताखाली काम करत होतो. नीरज कुमार हे मी आजवर काम केलेल्या सर्वांत गतिमान अधिकार्‍यांपैकी एक. नंतर ते दिल्लीचे पोलीस आयुक्त म्हणून निवृत्त झाले.

कालांतराने मी माझे स्वतःचे स्रोत विकसित केले. विशेषत: आम्ही सार्वजनिक क्षेत्रातील बँक अधिकारी आणि खाजगी कंपन्या यांच्यातील परस्परसंबंधांना लक्ष्य केले. दलाली, 'कमिशन' म्हणून ठरावीक टक्केवारी घेतल्यानंतर या बँका संशयास्पद पार्श्वभूमी असलेल्या लोकांना अनियंत्रितपणे कर्ज देण्याचे काम करत होत्या. भारतीय बँकिंग प्रणाली आज मोठ्या प्रमाणावर अनुत्पादित कर्जांच्या (नॉन-परफॉर्मिंग ॲसेट – एनपीए) विळख्यात अडकून पडली आहे, त्यामागील हे एक मुख्य कारण आहे. चेन्नईस्थित इंडियन बँक हे याचे एक उत्कृष्ट उदाहरण आहे. या बँकेचे अध्यक्ष एम. गोपालकृष्णन यांनी घेतलेल्या अविवेकी आणि लहरी निर्णयांमुळे बँकेचे सुमारे १५०० कोटी रुपयांचे नुकसान झाले. आमच्या चेन्नई युनिटच्या नेतृत्वाखालील तपासात नंतर त्यांना दोषी ठरवण्यात आले.

युनिट ट्रस्ट ऑफ इंडिया (युटीआय) घोटाळ्याची चौकशी करत असताना, त्यांच्या 'इक्विटी रिसर्च सेल'च्या अभ्यासपूर्ण दृष्टिकोनाचे मला खरोखर आश्चर्य वाटले. त्याच वेळी मला वाईटदेखील वाटले की, त्यांनी दिलेल्या उत्तम आणि व्यावसायिकदृष्ट्या योग्य सल्ल्याकडे सर्वोच्च नेतृत्वाने साफ दुर्लक्ष केले; ज्यामुळे त्यांच्या गुंतवणूकदारांचे खूप मोठे नुकसान झाले. आम्ही यूटीआयचे अध्यक्ष पी. एस. सुब्रमण्यम आणि त्यांच्या साथीदारांना अटक केली. हा मुद्दा इतका गंभीर होता की, केंद्र सरकारने युटीआय अधिकार्‍यांच्या संशयास्पद आणि नुकसानकारक गुंतवणुकीची चौकशी करण्यासाठी थेट रिझर्व्ह बँक ऑफ इंडियाचे माजी डेप्युटी गव्हर्नर एस. एस. तारापोर यांची नियुक्ती केली.

'सीबीआय'मध्ये जवळपास तीन वर्षे काम करणे, हा माझ्यासाठी खूप मोठा शिकण्याचा अनुभव होता. या तीन वर्षांनी आंतरराष्ट्रीय दर्जाच्या तपासाची कवाडे माझ्यासमोर खुली केली. मला देशांतर्गत तसेच आंतरराष्ट्रीय स्तरावरील मोठ्या माणसांशी संवाद साधण्याची संधी दिली.

कोयना नदीच्या बॅक वॉटरमधून बाहेर पडून मी थेट लोभ, हव्यास आणि पांढरपेशा गुन्ह्यांमध्ये बुडालेल्या मुंबईत उतरले होते.

या आव्हानांना सामोरे जाण्यासाठी मी प्रामाणिकपणे 'डिजिटल' जगाच्या अभ्यासाकडे वळले; कारण बनावट कागदपत्रे, फाईल्स आणि खोट्या पावत्यांचा सामना करण्यासाठी नेहमीचे सरधोपट असे 'ॲनालॉग' मार्ग अतिशय अपुरे पडू लागले होते. हळूहळू, पण खात्रीने, मी आर्थिक राजधानीच्या गढूळ पाण्यात योग्य दिशेने 'नौकानयन' करायला शिकले.

□□□

२०

ह्युबर्ट एच. हंफ्री फेलोशिप

ज्यांच्या आयुष्याची नुकतीच पहाट झाली आहे, त्या लहान मुलांशी; जे जीवनाच्या संधिप्रकाशात आहेत, त्या वृद्ध व्यक्तींशी; आणि जे जीवनाच्या सावलीत आहेत, त्या आजारी, गरजू आणि अपंग लोकांशी असलेली वर्तणूक, ही प्रत्येक सरकारची नैतिक कसोटी असते.

- ह्युबर्ट एच. हंफ्री

१९९९मध्ये मी 'ह्युबर्ट एच. हंफ्री फेलोशिप'साठी अर्ज केला. २००१मध्ये सूचना आली की, मला ऑगस्टच्या मध्यापर्यंत अमेरिकेतील मिनेसोटा विद्यापीठात प्रवेश घ्यायचा आहे. आम्ही तपासलेल्या फसवणुकीच्या एका प्रकरणात अनेक वरिष्ठ युटीआय अधिकाऱ्यांना अटक केल्यानंतर, आता सीबीआय मुख्यालयाच्या कामातून जरा आराम मिळणार असल्याने मला खूप आनंद झाला. (मला असे सांगण्यात आले की, दिल्लीतील एका शक्तिशाली लॉबीला असे वाटले की, आम्ही या केसेस नोंदवून देशाची आर्थिक व्यवस्था हादरवून टाकली आहे.) त्यानुसार माझी अभ्यास रजा मंजूर करण्यात आली आणि पुढे जाण्याची परवानगी देण्यात आली.

मिनेसोटाच्या अत्यंत कडक हिवाळ्याबद्दल मला आधीच इशारा देण्यात आलेला असला, तरीही विद्यापीठ हा माझ्यासाठी निश्चितच एक चांगला बदल होता. प्रोफेसर जी. एडवर्ड शूह हे त्या वेळी मिनेसोटा विद्यापीठाच्या 'ह्युबर्ट एच. हंफ्री स्कूल ऑफ पब्लिक अफेयर्स'चे कार्यक्रम प्रभारी होते.

त्या वर्षीचे 'हंफ्री फेलो' आठ वेगवेगळ्या देशांतून आले होते. डॉ. शूह यांनी आम्हा सर्वांचे अतिशय प्रेमाने स्वागत केले. त्यांनी १९७०च्या दशकात अध्यक्ष गेराल्ड फोर्ड यांच्या आर्थिक सल्लागार परिषदेवर आणि नंतर कार्टर प्रशासनाच्या काळात कृषी विभागातील आंतरराष्ट्रीय व्यवहार आणि कमोडिटी कार्यक्रमांसाठी उपसचिव (डेप्युटी अंडर सेक्रेटरी) म्हणून काम केले होते. भरपूर प्रवास केलेला असल्यामुळे, ते बहुतेक विकसनशील देश आणि त्यांच्या समस्यांबाबतीतील जाणकार होते.

एकदा चर्चेदरम्यान, मी त्यांना बराच काळ मला सतावत असलेला एक प्रश्न विचारला, 'भारताच्या संथ आर्थिक प्रगतीची कारणे काय आहेत, असे त्यांना वाटते?' अतिशय मोजके बोलणाऱ्या प्रा. शूह यांनी उत्तर देण्यासाठी माझ्याकडे थोडा वेळ मागितला. काही दिवसांनी त्यांनी मला त्यांच्या कार्यालयात बोलावले. त्यानुसार मी त्यांच्या कार्यालयात गेल्यावर त्यांनी मला बसायला सांगितले. तेव्हा माझ्या लक्षात आले की, तिथे खोलीभर पुस्तके आणि कागदपत्रे पसरलेली असून प्रा. शूह गंभीर दिसत आहेत. त्यांनी स्पष्ट केले की, ते माझ्या प्रश्नाच्या संभाव्य उत्तरांबद्दल विचार करत आहेत. 'भारतात, उद्योग आणि शैक्षणिक क्षेत्र म्हणावे तसे एकत्र येऊन काम करत नाही, हे बहुधा देशाच्या संथ आर्थिक विकासाचे मुख्य कारण असू शकते,' असे ते म्हणाले. आश्चर्याची गोष्ट म्हणजे, त्यांनी भारताच्या संथ प्रगतीसाठी समाजवाद किंवा भ्रष्टाचार यांना जबाबदार धरले नाही.

हंफ्री फेलोशिप कार्यक्रमामध्ये फेलो विद्यार्थ्यांना त्यांच्या मुख्य कामाशी संबंधित एजन्सीसमवेत इंटर्नशीप करण्यासाठी प्रोत्साहन दिले जाते. त्या अंतर्गत मी स्थानिक मिनियापोलीस आणि सेंट पॉल पोलीस विभागांमध्ये इंटर्न म्हणून काम केले. जोडीला सिएटल, सॅन फ्रान्सिस्को, अटलांटा आणि शिकागो येथील पोलीस संघटनांनाही भेट दिली. बाह्य इंटर्नशिपसाठी मी न्यूयॉर्क पोलीस विभागाची निवड केली; परंतु त्यांनी मला स्वीकारण्यास नकार दिला; कारण ते ९/११च्या दहशतवादी हल्ल्याच्या तपासामध्ये फार बिझी झालेले होते. त्यामुळे, त्याऐवजी मी वॉशिंग्टन डीसी येथे इंटरपोलमध्ये काम केले.

तिथे स्थानिक पोलिसांसोबत काम करताना, मला दोन मनोरंजक अनुभव आले. एके संध्याकाळी मिनियापोलीस पोलीस खात्याच्या होमिसाईड युनिटमधील एका गुप्तहेराला, बंदुकीने गोळीबार झाल्याच्या घटनेबद्दल कॉल आला. पीडित महिला कृष्णवर्णीय होती.

ती बहुधा हंगामी अमली पदार्थ विकणारी असल्याचा संशय होता. जेव्हा ती बोलण्याच्या स्थितीत आली, तेव्हा आम्ही तिला भेटायला हॉस्पिटलमध्ये गेलो. तिची जबानी नोंदवत असताना गुप्तहेराने तिला हल्लेखोराचे वर्णन करण्यास सांगितले. तिने एका गोऱ्या माणसाचे वर्णन केले; परंतु गुप्तहेर तिच्यावर विश्वास ठेवण्यास नकार देत होता. त्या अधिकाऱ्याने आरोप केला की, ती तिच्या ओळखीच्या एका कृष्णवर्णीय माणसाचे संरक्षण करत आहे; ज्याने खरेतर हा गोळीबार केला असावा. ती तिच्या हॉस्पिटलच्या बेडवरून आक्रमकपणे वाद घालत होती. काही वेळाने तिने गुप्तहेरांच्या प्रश्नांना उत्तरे देणे पूर्णपणे बंद केले. ती सहकार्य करत नसल्याने आपण केस बंद करणार असल्याचे तिला सांगून तो माझ्यासोबत हॉस्पिटलमधून बाहेर पडला. दुसऱ्या दिवशी खरोखरच मला तो खटल्याचा 'क्लोजर रिपोर्ट' लिहिताना दिसला. मला आश्चर्य वाटले आणि मी अस्वस्थही झाले. अकारणच घाईघाईने तो ही केस 'बंद' तर करत नाही ना, असा मी विचार केला. माझ्या या चिंतेवर त्याने शांतपणे स्पष्टीकरण दिले की, 'पीडित महिला अजिबातच सहकार्य करत नसल्याने केस बंद करण्यावाचून दुसरा कोणताही पर्याय नाही.' विशेषत: या प्रकरणात शस्त्र वापरण्यात आल्याने, घटनेनंतर तिसऱ्या दिवशी त्याचे वरिष्ठ हे प्रकरण बंद करण्याचा अहवाल स्वीकारतील की नाही, याची मला खात्री नव्हती. मात्र, त्याने आत्मविश्वासाने उत्तर दिले : 'हो, ते स्वीकारतील.'

माझ्यासाठी ही पूर्णपणे नवीन घटना होती. खुनाच्या प्रयत्नाच्या प्रकरणात, भारतातील तपास अधिकारी प्रकरण नव्वद दिवस तपासांतर्गत ठेवतात. पीडित व्यक्तीने सहकार्य न केल्यास, इतर दृष्टिकोन तपासून पाहण्याचा सल्ला दिला जातो. आमचा भर वास्तविक वेळेत वैज्ञानिक पुरावे गोळा करण्यापेक्षा, कागदोपत्री कामाकडे जास्त असतो, हे खरे आहे. माझ्या माहितीत असे काही अधिकारी आढळले आहेत, ज्यांनी अक्षरश: आपल्या कचेरीच्या बाहेरही न पडता, बसल्या जागी ढिम्मपणे खुशाल खोट्या केस डायरी लिहिल्या, संशयितांची घरे तपासल्याचा दावा केला. तसेच काही पर्यवेक्षक अधिकाऱ्यांनीही हे अहवाल खोटे असल्याची कल्पना असूनही त्याविरोधात काहीच कारवाई केली नाही. 'तेरी भी चूप और मेरी भी चूप' प्रकारची ही विषारी भाऊबंदकी आजकाल अधिकच तीव्र होत असल्याचेही मला माहीत आहे. शहर आणि महानगरांमध्ये तपास अधिकारी असे खोटे अहवाल सादर करून आणि भ्रष्ट व्यवहारांकडे दुर्लक्ष करून गुन्ह्यांना अप्रत्यक्षपणे समर्थनच देत असतात. बहुसंख्य प्रकरणांमध्ये आम्ही आवश्यक ते पुरावे गोळा करण्यास सक्षम असलो, तरीही आमचा गुन्हा सिद्ध करून दाखविण्याचा दर ५० टक्क्यांपेक्षा कमी आहे.

दुसऱ्या प्रसंगात असेच एकदा मिनियापोलीसमध्ये, मी एका संध्याकाळी उशिरा गस्तीवर असलेल्या अधिकाऱ्यासोबत गेले होते. त्याला शहराच्या बाहेरील एका दुकानातून दरोडा पडल्याचा फोन आला. घटनास्थळी पोहोचल्यावर, आपल्याला चक्क एका महिला पोलीस अधिकाऱ्याने लुटल्याचा आरोप तेथील कृष्णवर्णीय माणसाने केला. गस्ती अधिकाऱ्याने त्याच्याशी बोलण्याचा प्रयत्न केला; कारण स्टोअरकीपरने आम्हाला सांगितले की, कोणत्याही महिला पोलीस अधिकाऱ्याने त्याच्या दुकानाला भेट दिलेली नाही. तरीही मद्यधुंद अवस्थेत असलेल्या तक्रारदाराने आपल्यावर विश्वास ठेवण्याचा आग्रह आमच्यापाशी धरला आणि आपली कहाणी पुन:पुन्हा सांगितली. अधिकाऱ्याने त्याला जरासे दरडावूनच आमच्या गस्तीच्या वाहनात बसण्यास सांगितले, तेव्हा तो अनिच्छेने आमच्यासोबत आला. संपूर्ण प्रवासात पोलीस अधिकारी त्याच्याकडे कथित दरोड्याबाबत विचारपूस करत राहिले. मद्यधुंद अवस्थेत तो कारच्या मागच्या सीटवर आडवा झाला. मी अधिकाऱ्यासोबत पुढच्या बाजूला बसले होते.

आम्ही पोलीस ठाण्यात आल्यानंतर, त्या अधिकाऱ्याने त्या व्यक्तीला आत नेण्याचा प्रयत्न केला; पण आतले पोलीस अधिकारी समोरचा काचेचा दरवाजा उघडत नव्हते. तो एक अत्याधुनिक स्वयंचलित दरवाजा होता आणि तो फक्त आतूनच उघडता येत होता. थोडेसे वरमूनच त्या अधिकाऱ्याने माझ्यापाशी दिलगिरी व्यक्त केली आणि माझ्यापासून काही अंतरावर चालत जाऊन तिथे तैनात असलेल्या 'ड्युटी ऑफिसर'वर तो कडाडला. थोड्याच वेळात दरवाजा उघडला गेला. मला तर शंका आहे की, त्याने आपण एका आंतरराष्ट्रीय पोलीस अधिकाऱ्यासोबत आलो असल्याचे ड्युटी ऑफिसरला सांगितले असणार. आम्ही दोघे आत गेल्यावर त्या अधिकाऱ्याने माझी ओळख करून दिली आणि दोन्ही पोलीस अधिकारी या प्रकरणावर चर्चा करू लागले. एवढा वेळ तक्रारदार आमच्या गाडीत थांबला होता. सुमारे दहा मिनिटांनंतर, अधिकाऱ्याने मला खुणावले की, निघण्याची वेळ आली आहे. परतीच्या वाटेवर, त्याने मला सांगितले की, आपण त्या मागच्या सीटवर बसून असलेल्या माणसाला सरकारी आश्रयस्थानाकडे घेऊन जात आहोत.

त्या केंद्रात पोहोचल्यावर आम्हाला काउंटरवर असलेल्या महिलेशी काहीही चर्चा करण्याची संधी मिळण्यापूर्वी, दारूच्या नशेत असलेल्या त्या माणसाने जवळच्या टेबलवर ठेवलेल्या आणि रात्रीच्या जेवणात काय आहे याची माहिती देणाऱ्या मेन्यू कार्डचे वाचन केले आणि चक्क घोषित केले की, त्याला मेन्यूमध्ये

लिहिलेले सूप अजिबात आवडत नाही. माझ्या सोबतचे पोलीस अधिकारी त्याची ही वर्तणूक आश्चर्यकारकपणे सहन करत होते. आम्ही त्याला पुन्हा कारमध्ये बसण्यास सांगितले व त्याला घेऊन दुसऱ्या केंद्रात गेलो. तिथे मेन्यू तपासल्यावर, तो तिथे राहण्यास राजी झाला. तोपर्यंत खूप उशीर झाला होता. त्यामुळे दुसऱ्या दिवशी पुढील कारवाईचा मार्ग ठरवू, असे त्या अधिकाऱ्याने सांगितले. तो माणूस बेघर असून त्याने दिलेली तक्रार खोटी असल्याचे अधिकाऱ्यांचे मत होते. मिनियापोलीस आणि सेंट पॉल या जुळ्या शहरांमधील अनेक पोलीस ठाणी आतून सदैव कडेकोट बंद असतात; कारण बंदुकांची भीती सर्वत्र पसरलेली आहे. माझ्या लक्षात आले होते की, इथले पोलीस सामान्यतः अंगाने चांगलेच मजबूत होते आणि तरीही, प्रत्येक जण बुलेटप्रूफ जॅकेट परिधान करायचे; मात्र आपलाच सहकारी पोलीस अधिकारी समोर आलेला असूनही आतून दार उघडण्याची अनिच्छा त्यांनी का दाखवली असावी, हे मात्र माझ्यासाठी एक रहस्यच राहिले. बेघर व्यक्तींसाठीच्या आश्रयस्थानांच्या मेन्यूवरील विविध सूप आणि 'त्या' व्यक्तीने ज्या प्रकारे त्यांची निवड केली, ते पाहून आपण एका संपन्न आणि श्रीमंत समाजात वावरत आहोत, याची मला जाणीव झाली.

कौटुंबिक हिंसाचाराला बळी पडलेल्यांसाठी उभारण्यात आलेल्या आश्रयस्थानांना मी भेटी दिल्या. यांदरम्यान मला श्रीमंत समाजाची चिन्हे तिथे दिसली. त्यांना चांगल्या सुख-सुविधा देण्यात आलेल्या होत्या. हिंसक पुरुषांनी आपल्या पत्नी - जोडीदाराला शिवीगाळ करणे, मारहाण करणे, दुखापत करणे, ही भयानक समस्या सार्वत्रिक आहे. उत्तम शिक्षणामुळे स्त्रियांवर कमी हिंसा होऊ शकते, हे मला तरी नेहमीच एक मिथक वाटत आले आहे. अमेरिकन कामगाराचे सरासरी मासिक उत्पन्न ४,२४५ डॉलर्स[१] इतके भक्कम आहे आणि सुमारे ९० टक्के अमेरिकन पदवीधर आहेत. तरीही देशात महिलांवरील अत्याचार सर्रास सुरू आहेत. याउलट भारतामध्ये, उच्च माध्यमिक शाळांमधील एकूण नोंदणी प्रमाण सुमारे ५७.४ टक्के[२] आहे आणि भारताचे दरडोई मासिक उत्पन्न ५७३ डॉलर्स[३] इतके असण्याचा अंदाज आहे.

मी 'यूएस'मधील आश्रयस्थानांमध्ये घरगुती हिंसाचाराच्या शिकार ठरलेल्या काही पीडितांशी संवाद साधला, तेव्हा मला आढळले की, त्यांचा आत्मसन्मान, आत्मविश्वास खूपच कमी झाला होता. भारतातील अशा पीडितांसोबतच्या माझ्या अनुभवांपेक्षा हा काही वेगळा अनुभव नव्हता. मला त्याच त्या कोऱ्या दिसणाऱ्या, भकास चेहऱ्यांचा तिथेही सामना करावा लागला, त्यांच्यातही कुठल्याही ध्येयाचा,

महत्त्वाकांक्षेचा अभाव जाणवला आणि त्यांच्या मुलांच्या कल्याणाबद्दल त्यांना भेडसावत असलेल्या चिंता मी ऐकल्या; तेव्हा माझ्या देशात भेटलेल्या पीडितांमध्ये आणि त्यांच्यात ही आणखी एक समानता मला दिसून आली.

'यूएस'मध्ये असताना, मी मिनियापोलीसच्या पोलिसांच्या समाज कल्याण विभागाशी संबंधित असलेल्या एका नागरी अधिकाऱ्यासोबत काम करत होते.

हे नागरी अधिकारी आणि गणवेशधारी पोलीस अधिकारी एकत्र येतात आणि अपार्टमेंट्समधील फ्लॅट्सना भेट देतात. तेथील रहिवाशांना त्यांच्या भागातील गुन्हेगारी परिस्थितीची माहिती देणाऱ्या बैठका घेतात. स्थानिक समस्यांवर चर्चा करतात आणि गुन्हेगारी रोखण्याबद्दल नागरिकांना शिक्षित करतात. या सर्व उपक्रमांचे त्यांनी उत्तमपैकी दस्तऐवजीकरणदेखील करून ठेवलेले आहे. अशा कार्यक्रमांचे आयोजन करण्यासाठी परिसरातील चर्चचा वापर वारंवार केला जातो. मी पाहिले की, एक अमेरिकन पोलीस अधिकारी आदरणीय असला, तरी तो विशेष मैत्रीपूर्ण नसतो. तो कठोरपणे समोर उभा राहतो आणि त्याची देहबोली आणि मुद्रा सामान्यतः आक्रमक असते. त्यांपैकी बहुतेक जण हायस्कूल उत्तीर्ण आहेत. महाविद्यालयात गेलेले नाहीत. त्यांना विद्यापीठांचा धाक असतो. माझ्या पाठ्यवृत्तीच्या वर्षात, आम्हाला एक ओळख पटविणारे व्हिजिटिंग कार्ड देण्यात आले होते, ज्यामुळे मिनेसोटा विद्यापीठाशी असलेली आमची संलग्नता कळत होती. तिथे या विद्यापीठाला 'यू ऑफ एम' या संक्षिप्त नावाने संबोधतात. ते विद्यापीठ प्रसिद्ध, मान्यताप्राप्त असल्याने माझ्यासाठी अनेक पोलीस स्टेशन्सचे दरवाजे सहजतेने उघडले गेले, ही वस्तुस्थिती आहे.

सेंट पॉल पोलीस विभागाच्या प्रमुखांनी मला सिएटल आणि शिकागो येथील पोलीस दलांना भेट देण्यासाठी परिचय पत्र दिले. शिकागोमध्ये स्थानिक पोलिसांनी आयोजित केलेल्या आंतरधर्मीय सभेला मी उपस्थित होते. मला त्यात सर्वांत जास्त आवडले, ते म्हणजे, तेथील सूत्रधार हा एक सामान्य नागरिक होता. भारतातील पोलिसांनी घेतलेल्या बैठकांच्या अगदी विपरीत, जिथे आम्ही बोलतो आणि नागरिक निष्क्रीयपणे ऐकत बसतात. त्या सूत्रधाराने उपस्थित प्रत्येक व्यक्तीला आपापल्या कल्पना मांडण्याची समान संधी दिली. चर्चा व्यावसायिकरीत्या सुलभ करण्यात आली. आंतरधर्मीय संवाद आयोजित करण्यासाठी त्या विषयातील तज्ज्ञ अशा बाहेरील व्यक्तीला भेटणे, ही खरोखर चांगली कल्पना होती. मी भेट दिलेल्या शिकागो आणि इतर पोलीस विभागांमध्ये मला प्रेमळ आदरातिथ्य अनुभवायला मिळाले. गणवेशाचे बंध तिथे घट्ट दिसत होते. 'यूएस'मधील विविध राज्य पोलीस

संघटनांना मला भेट देता आली, ज्यात दोन दीर्घकालीन इंटर्नशिपचा समावेश होता. माझे बरेचसे हंफ्री सहाध्यायी, जे इतर विविध क्षेत्रांत काम करत होते, ते पोलिसांचे युनिफॉर्मशी असलेले संबंध आणि अतिथी भावना बघून आश्चर्यचकित व्हायचे. बहुतेक अमेरिकन पोलीस अधिकारी मला भेटताना सुरुवातीला थोडे गोंधळात पडत; कारण मी त्यांना एका टिपिकल पोलीस अधिकाऱ्यासारखी दिसत नसे; माझी उंची आणि वागणूक त्यांना अजिबात परंपरागत वाटायची नाही.

पोलीस अधिकारी असूनही माझ्याकडे विद्यापीठाची पदवी आहे, हे कळल्यावर तर ते आणखी आश्चर्यचकित होत असत. त्यातल्या काहींची अशी समजूत होती की, भारतीय स्त्रिया अजूनही उंबरठा न ओलांडणाऱ्या, पडदानशीनच आहेत!

मी ज्या अधिकाऱ्यांशी संवाद साधला, त्यांपैकी अनेक जण अमेरिकन वकिलांवर प्रचंड नाराज होते. त्यांचे असे मत होते की, त्यांची प्रकरणे अनेकदा खटल्यांसाठी पुढे उभीच राहत नाहीत; कारण प्रकरणांचे पुनरावलोकन करणारे वकील, हे आम्ही गोळा केलेले पुरावे पुरेसे मजबूत असल्याचे मान्यच करत नाहीत. भारतामध्ये सामान्यत: पोलीस अधिकारी एखाद्या केसवर आरोपपत्र करायचे की नाही, याचा अंतिम निर्णय घेतात; परंतु 'यूएस'मध्ये तसे नसून, वकील काय सांगतात, याला अधिक महत्त्व आहे. आपल्याकडे असे नसल्याने कित्येक कमकुवत प्रकरणे न्यायालयांमध्ये संपुष्टात येतात आणि आपली यंत्रणा त्या नष्टचर्यात अडकून पडलेली राहते.

आणखी एक लक्षणीय वैशिष्ट्य म्हणजे, पोलीस अधिकाऱ्यांच्या कामाचा फक्त चाळीस तासांचा आठवडा! हे इतर 'यूएस' नागरी सेवकांसाठीदेखील तसेच आहे. या चाळीस तासांमध्ये ते अतिशय गांभीर्याने काम करतात. काही जण नंतर उरलेल्या वेळात खुशाल इतर खाजगी कामे असतील, तर ती घेतात. अनेक पोलीस अधिकारी, ड्युटीचे निर्धारित तास संपल्यानंतर चक्क स्थानिक रेस्टॉरंटमध्ये 'बाऊन्सर' म्हणून काम करतात. त्यासाठी त्यांना विभागाच्या परवानगीची गरज लागत नाही; त्यांना फक्त त्यांच्या कार्यालयांची माहिती ठेवणे आवश्यक असते. भारतात एक पोलीस अधिकारी आठवड्यातून सरासरी ऐंशी तास काम करतो. ड्युटीनंतरच्या इतर कसल्याही कामासाठी त्याच्याकडे वेळ नसतो आणि आपले सरकार तशी परवानगीही देत नाही.

अमेरिकेत शिकण्याच्या माझ्या कारकिर्दीत मला खूप आनंद मिळाला असला, तरी मला माझ्या कुटुंबाची खूप आठवण यायची. म्हणून, हिवाळ्याच्या सुट्टीत, मी महिनाभर घरी आले. हंफ्री स्कूल ऑफ पब्लिक अफेअर्स आपल्या

पाठ्यवृत्तीधारकांना स्थानिक कुटुंबांशी जोडून देते; ही कुटुंबे बाहेरून आलेल्या आमच्यासारख्या 'फेलोज'ना तिथे सहजतेने स्थायिक होण्यास आणि अमेरिकन संस्कृतीशी परिचित करण्यास मदत करतात. मी याबाबतीत खूप भाग्यवान ठरले. जेरी आणि आर्डी लिंडल या साधारण सत्तरीच्या आसपास असलेल्या स्वीडिश वंशाच्या जोडप्याचा सहवास मला लाभला. त्यांनी माझ्या सुरुवातीच्या दहा दिवसांसाठी मला फक्त आपल्या घरात ठेवूनच घेतले नाही, तर संस्थेजवळील स्टुडिओ अपार्टमेंटमध्ये स्थायिक होण्यासदेखील मदत केली. मला त्यांच्या मुलांना आणि नातवंडांना भेटण्यात, त्यांच्यासोबत ख्रिसमस ट्री सजवण्यात, 'हॅलोवीन'चे भोपळे कोरण्यात, वार्षिक 'मिनेसोटा स्टेट फेअर'ला भेट देण्यात आणि सार्वजनिक उद्यानांमध्ये 'बार्बेक्यू'साठी जाण्यात अपार आनंद मिळाला. मी पूर्णत: शाकाहारी असल्याने माझे उदरभरण व्यवस्थित व्हावे, यासाठी त्या जोडप्याला खरे तर अपार कष्ट पडले.

परंतु, आर्डीने खूप आनंदाने माझे सगळे केले. जेरी हा स्वतः एक चांगला स्वयंपाकी होता. तो आर्डीइतकाच वेळ स्वयंपाकघरात घालवायचा. त्याने बनवलेली कॉफी जगातील सर्वोत्तम होती. माझा फेलोशिप प्रोग्राम संपल्यानंतर मी त्याला यूएस भेटीदरम्यान चार वेळा भेटले आणि त्याने नेहमीच आनंदाने माझे स्वागत केले. बऱ्याच भारतीयांचा असा गैरसमज आहे की, अमेरिकन लोक मुख्यत्वे फास्ट फूड खातात; परंतु तसे नाही. मला नेहमी भरपूर हिरव्या भाज्या असलेले घरगुती जेवण मिळाले. त्याच वेळी भारतामध्ये जेवणाची उत्तम ठिकाणे नाहीत, हा अमेरिकनांचा समजदेखील तसा अडाणीपणाचाच आहे! 'फेलो' आणि त्यांच्या यजमानांच्या परस्पर सहयोगासाठी हंफ्री स्कूलचा 'होस्ट फॅमिलीज फॉर फेलो' हा एक अतिशय उत्तम उपक्रम आहे

माझी दक्षिण आफ्रिकेतील मेरी स्टॉर्म नावाच्या एका फेलोसोबतही कायमची मैत्री जुळली. २००२मध्ये जोहान्सबर्ग येथे प्रोफेसर हॅरी सी. बॉयट यांच्यासोबत मी तिच्या लग्नाला गेले होते. मेरीला भारतीय चहा खूप आवडायचा आणि आम्ही चक्क चहा या विषयावर तासन्‌तास गप्पा मारायचो. त्या पती-पत्नी दोघांनाही भारतातील लोकशाहीच्या कार्यात खूप रस आहे. २०१७मध्ये दिल्लीत आले असताना त्यांनी आवर्जून माझी भेट घेतली.

माझ्या 'फेलोशिप'च्या वर्षात, मला विद्यापीठात माझे विषय निवडण्याचा पर्याय होता. कायदा, नेतृत्वगुण, प्रकल्प व्यवस्थापन, संशोधन कार्यपद्धती आणि 'बेसिक कॉम्प्युटर कोर्स' यांसोबतच मी सर्जनशील लेखन (क्रिएटिव्ह रायटिंग) या

विषयाचीही निवड केली. हे पुस्तक लिहिण्यासाठी मला त्या शिक्षणाचा निश्चितच किंतीतरी उपयोग झाला आहे.

जेव्हा मी मिनेसोटाला जाण्याचा निर्णय घेतला, तेव्हा माझ्या कुटुंबाला सोडून जाण्याबद्दल माझ्या मनात अपराधीपणाची तीव्र भावना होती. मला खात्री आहे की, बऱ्याच स्त्रियांना याचा अनुभव येतो. यापूर्वी, १९९१मध्ये, मला केंद्र सरकार प्रायोजित प्रशिक्षण कार्यक्रमाद्वारे ऑस्ट्रेलियन विद्यापीठात एक वर्षाच्या एमबीए अभ्यासक्रमासाठी प्रवेश देण्यात आला होता. माझा मुलगा त्या वेळी फक्त पाच वर्षांचा होता. त्यामुळे त्याऐवजी मी ऑस्ट्रेलियातील न्यू इंग्लंड विद्यापीठात चार महिन्यांच्या आंतरराष्ट्रीय कार्यकारी विकास कार्यक्रमाला मी गेले. मी ती एमबीए करण्याची संधी स्वीकारली नाही, याबद्दल महाराष्ट्राचे तत्कालीन महासंचालक व्ही. के. सराफ खूपच निराश झाले होते; कारण त्यांनीच माझ्या नावाची शिफारस केली होती. असे असले तरी मी ज्या अभ्यासक्रमाला गेले, तोसुद्धा अतिशय उपयुक्त होता; कारण त्यात विद्यापीठात शिक्षण घेणे, तसेच ऑस्ट्रेलियातील विविध राज्य पोलीस संघटनांशी संवाद साधणे या बाबीही समाविष्ट होत्या; पण या काळात मी माझ्या कुटुंबाला खूपच मिस केले.

नंतर २००१मध्ये, जेव्हा मी 'हंफ्री फेलोशिप'बद्दल द्विधा मन:स्थितीत होते, तेव्हा माझ्यापेक्षा खूप मोठ्या असलेल्या एका मैत्रिणीचा मी सल्ला घेतला. ती म्हणाली, 'मूर्खपणा करू नकोस. ही फेलोशिप एखाद्या पुरुषाला दिली असती, तर तो एका पायावर तिकडे गेला असता. तुझी मुले परिस्थितीशी जुळवून घेतील – पण तू ही संधी गमावू नको.' आता मागे वळून पाहताना, तिचा सल्ला किती योग्य होता, ते जाणवते. मला त्या फेलोशिप प्रोग्रामचा खूप फायदा झाला. मनाविरुद्ध, नाखुशीने का होईना; पण माझ्या कुटुंबाने तेव्हाच्या त्या तात्पुरत्या बदलांशी आणि माझ्या नसण्याने काय आल्या असतील, त्या सगळ्या अडचणींशी जुळवून घेतले. डिसेंबरच्या सुट्टीत एका महिन्यासाठी मी घरी परत आले होते. हे 'आपले काम आणि कुटुंब यांच्यातील समतोल राखण्यासाठी अनेक नोकरदार महिला सातत्याने करत असलेल्या धडपडीचे' उदाहरण म्हणावे लागेल.

❑❑❑

२१
यशदा

मनाची जोपासना, हेच मानवी अस्तित्वाचे अंतिम उद्दिष्ट असले पाहिजे.

- बी. आर. आंबेडकर

हंफ्री फेलोशिप प्रोग्राम पूर्ण करून परत आल्यावर माझी नवी दिल्ली येथे केंद्रीय गुन्हे अन्वेषण विभागाच्या (सीबीआय) लाचलुचपत विरोधी दलात नियुक्ती झाली. वास्तविक, त्या वेळी, मुंबई कार्यालयाच्या आर्थिक गुन्हे शाखेत उपमहानिरीक्षक पद रिक्त असूनही, मला दिल्लीत नियुक्ती देण्यात आली. मला कळत होते की, युटीआय घोटाळा उघड करण्यासाठीची ही किंमत मी मोजत आहे; कारण 'त्या लोकांना' भीती वाटत होती की, मी या घोटाळ्यामधून आणखी खूप काही खणून काढू शकेन. त्या प्रकरणात अद्याप आरोपपत्र दाखल झाले नव्हते.

दिल्ली कार्यालयात रुजू झाल्यानंतर अगदी लगेचच मी माझ्या केडरमध्ये, महाराष्ट्रात परत येऊ इच्छित असल्याचे स्पष्ट करून टाकले. माझा मोठा मुलगा त्या वेळी बारावीत होता आणि 'फेलोशिप'मुळे मी दहा महिने आधीच त्याच्यापासून आणि कुटुंबापासून दूर होते. त्याला चांगल्या कॉलेजमध्ये प्रवेश मिळण्याच्या दृष्टीने मी आता त्याच्या अभ्यासाकडे अधिक लक्ष देणे खूप महत्त्वाचे होते. कदाचित, त्याला माझी गरज नसावी; पण माझ्या उपस्थितीने त्याला दिलासा मिळेल, असे मला प्रकर्षाने वाटत होते आणि त्यामुळे मी 'सीबीआय'च्या संचालकांकडे फेरनियुक्तीबाबत पाठपुरावा करत राहिले.

परंतु, वर्षाच्या उत्तरार्धात पदोन्नती झाल्यानंतर मला मुंबईत नियुक्त केले जाईल, असे आश्वासन देऊन त्यांनी मला दिल्लीतच राहण्याचा सल्ला दिला. मात्र, माझी पुण्यात गरज होती आणि त्या कसोटीच्या काळात कुटुंबाला माझे प्रथम प्राधान्य होते. सुमारे तीन महिन्यांनंतर माझी दिल्ली आणि CBTतून बदली करण्यात आली आणि मी तातडीने मुंबईतील महाराष्ट्र पोलीस मुख्यालयात रुजू झाले.

पोलीस महासंचालकांनी मला भेटायला बोलावल्यावर, मी त्यांना माझे कुटुंब राहत असलेल्या पुण्यात पाठविण्याची विनंती केली. 'पुण्यात रुजू होण्यासाठी मला अगदी कोणतीही पोस्ट दिलीत तरी चालेल,' असे मी त्यांना सांगितले.

यावर त्यांनी मला विचारले की, 'तुम्ही महाराष्ट्राच्या गृहमंत्र्यांना भेटला होता का?' माझी अशी काही भेट झालेली नसल्याने मी त्यांना स्पष्टपणे म्हणाले की, ''डीजीं'च्या डेस्कवर माझ्या पोस्टिंगची शेवटची जबाबदारी आहे.' माझ्या या वक्तव्यावर ते खूप नाराज झाले. त्या वेळी 'डीजीं'च्या शेजारी बसलेल्या एका वरिष्ठ अधिकाऱ्याने 'ती बऱ्याच दिवसांनी केडरमध्ये परत आली आहे आणि कदाचित तिला 'प्रोटोकॉल'ची माहिती नसेल,' असे सांगून त्यांना शांत करण्याचा प्रयत्न केला. धीरगंभीर आवाजात, 'डीजीं'नी मला गृहमंत्र्यांशी बोलण्याचा सल्ला दिला आणि त्यांच्या कार्यालयातून माझी बोळवण केली.

मी तिथून अतिरिक्त महासंचालकांच्या (एडीजी) चेंबरमध्ये गेले. तेव्हा ते आस्थापना (एस्टॅब्लीशमेंट), म्हणजेच वरिष्ठ पोलीस अधिकाऱ्यांची 'पोस्टिंग' पाहण्याचे काम करत असत. त्यांना भेटून मी डीजींच्या सूचना सांगितल्या. 'तत्कालीन भ्रष्टाचारी गृहमंत्र्यांना भेटण्याची माझी मुळीच इच्छा नाही,' असेही मी त्यांना स्पष्टपणे सांगितले. माझे म्हणणे शांतपणे ऐकून घेतल्यानंतर 'एडीजीं'नी विचारले की, 'तुम्ही पुण्यातील यशवंतराव चव्हाण विकास प्रशासन प्रबोधिनी (यशदा) नावाच्या प्रशिक्षण संस्थेत काम करण्यास तयार आहे का?' 'यशदा'चे संचालक तेव्हा एका अशा आयपीएस अधिकाऱ्याच्या शोधात होते, जो संस्थेतील प्रशिक्षणार्थींना पोलिसांशी संबंधित माहिती आणि मार्गदर्शन देऊ शकेल. मिळालेल्या या संधीबद्दल मला आनंद झाला आणि मी पुण्यातील कोणतेही पद सहज स्वीकारेन, असे सांगितले. 'यशदा'च्या पोस्टिंगमध्ये 'कमाई' नसल्याने मंत्री ते मागू शकत नाहीत आणि पैशांचे वजन नसल्याने तुमची फाईल पटकन क्लिअर होणार नाही. त्यासाठी किमान महिनाभराचा कालावधी लागेल,' अशी माहिती त्यांनी प्रांजळपणे दिली. सर्व पदांच्या पोस्टिंगसाठी 'पैसे घेणे' हे तोपर्यंत महाराष्ट्रात रूढ झाले होते. असे पैसे भरणाऱ्यांच्या फायली अतिशय वेगाने पुढे सरकतात.

'फाईल मंजूर होईपर्यंत पुण्यात जाऊन कुटुंबासह आराम करा. गृहविभागाने तुमची फाईल मंजूर केल्यावर मी तुम्हाला कळवतो,' असे आश्वासन 'एडीजीं'नी दिले. मी गृहमंत्र्यांना न भेटता थेट पुण्याला परतले आणि सुमारे तीन आठवड्यांनंतर मला माझ्या यशदा नियुक्तीचे आदेश मिळाले.

भ्रष्टाचाराच्या अंधकारमय जगात, आपल्याला कायमच विसंगतीचा सामना करावा लागतो. ज्या अधिकाऱ्याने मला सल्ला दिला, त्याचीसुद्धा काही प्रामाणिक म्हणून ख्याती नव्हती आणि तरीही त्याने मला मदत का केली, याची मला कल्पना नाही. नंतर, आम्ही एकमेकांना अधूनमधून भेटलो; परंतु त्याने कधीही हा विषय काढला नाही आणि मीही नाही.

यशदाचे मूळ मुंबईच्या प्रशासकीय कर्मचारी महाविद्यालयात आहे, ज्याची स्थापना १९६३मध्ये झाली होती. ते १९८४मध्ये पुण्यात स्थलांतरित करण्यात आले आणि महाराष्ट्र इन्स्टिट्यूट ऑफ डेव्हलपमेंट ॲडमिनिस्ट्रेशन (मिडा - MIDA) हे त्याचे पूर्वीचे नाव बदलून एक स्वायत्त केंद्र म्हणून, विकासासाठी सर्वोच्च संस्था म्हणून काम करण्यासाठी त्याला प्रोत्साहन देण्यात आले. आधुनिक व्यवस्थापन पद्धतींना प्रोत्साहन देणे आणि विकास प्रशासनाच्या क्षेत्रात नोडल राज्यस्तरीय प्रशिक्षण संस्था म्हणून कार्य करणे, हे या संस्थेचे मुख्य उद्दिष्ट ठरविण्यात आले. महाराष्ट्राचे माजी मुख्यमंत्री आणि भारताचे माजी उपपंतप्रधान दिवंगत यशवंतराव चव्हाण यांना आदरांजली म्हणून १९९०मध्ये या संस्थेचे नामकरण 'यशवंतराव चव्हाण विकास प्रशासन प्रबोधिनी' (यशदा) असे करण्यात आले.

मला यशदामध्ये काम करणे खूप उत्साहवर्धक वाटले. संस्थेचा कारभार पाहण्याबरोबरच, येथील 'सेंटर फॉर गुड गव्हर्नन्स'ची संचालक या नात्याने, मी देशाच्या विविध भागांत फिरले. सुशासनाच्या उपक्रमांची माहिती घेतली आणि त्यांचा बारकाईने अभ्यास केला. यशदामध्ये मला विचार करायला, वाचायला आणि लिहायला खूप वेळ मिळाला. मी सेवांतर्गत प्रशिक्षण अभ्यासक्रमांची रचना केली आणि ते मोठ्या उत्साहाने आयोजित केले. इथले प्रशिक्षणार्थी अधिकारी उत्सुकता आणि उत्साहाने परिपूर्ण होते. ते सर्व उपक्रमांमध्ये मनापासून भाग घेत असत. त्यांची वैयक्तिक प्रतिभा इतर सहभागींपर्यंतदेखील पोहोचावी, या हेतूने मी त्यांच्यासाठी एक विशेष सत्र आयोजित करायचे.

या प्रशिक्षणार्थी अधिकाऱ्यांनी लिहिलेल्या कविता आणि लघुकथा अतिशय संवेदनशील आणि अर्थपूर्ण असत. मला अनेकदा प्रश्न पडतो की, बाहेरच्या जगात

गेल्यानंतर हेच अधिकारी आपापल्या क्षेत्रातील नागरिकांबद्दल असंवेदनशील कसे आणि का होतात?

ते वेगवेगळ्या सरकारी विभागांतून आलेले असल्यामुळे, त्यांच्यासोबतचा संवाद मला समृद्ध करणारा वाटला. त्यांच्यापैकी बरेच जण इंग्रजीत अस्खलित बोलणारे नव्हते; परंतु त्यांची विचार प्रक्रिया आणि राष्ट्रीय व आंतरराष्ट्रीय स्तरावरील सर्वोत्तम पद्धती आणि सुशासन उपक्रमांबद्दल जाणून घेण्याची उत्सुकता नक्कीच कळकळीची होती.

यशदा येथे एक छोटं तळं होतं; ज्याच्या शेजारी चहापानाच्या वेळी प्राध्यापक मंडळी भेटून विचारांची देवाणघेवाण करत. अनेक विषयांवर चर्चा करत असत. गुलाबी कमळांनी भरून गेलेल्या त्या तलावाजवळ उभं राहून गप्पा मारायला मला खूप आवडायचं. माझ्यासाठी ही एक अत्यंत सर्जनशील जागा होती. व्यंगचित्रकार फ्रँक टायगरने एकदा म्हटल्याप्रमाणे, 'तुम्हाला जे आवडते, ते करता येणे, म्हणजे स्वातंत्र्य; अन् तुम्ही जे करता, ते आवडणे म्हणजे आनंद.'

माझ्या यशदाच्या दिवसांत, मी प्राध्यापकांमध्ये जातीपातींचा आकस आणि विधिनिषेध जवळून पाहिला. पोलीस दलांतही हे मला पाहायला मिळाले होते; पण इथे मात्र त्याबाबतीत अगदीच उघडपणा होता. या संस्थेच्या थीमचा रंग जांभळा होता. त्यामुळे प्रवेशद्वार, लोगो, पोस्टर्स, स्टेशनरी, प्रकाशनांवर त्याच रंगात यशदा नाव असायचे. चाणाक्षपणा वापरून बहुधा संस्थेचे पहिले संचालक आणि त्यांच्या टीमने रंगाची ही निवड केली असावी. तथापि, नंतरच्या एका संचालकांनी विशिष्ट जातीचे प्रतिनिधित्व करण्यासाठी जांभळ्याऐवजी निळ्या रंगाचा वापर सुरू केला. मी यशदा सोडल्यानंतर अनेक वर्षांनी संस्थेला मूळ जांभळा रंग परत मिळाला. हा एक असा संचालक होता, जो स्वतःच्या जातीतील प्राध्यापकांना झुकते माप देत असे आणि बाकीच्यांवर डूक धरून त्यांच्या चांगल्या कामगिरीकडे दुर्लक्ष करत असे. मी अशा जातीय युतींचे सूक्ष्म आणि विखारी दोन्ही प्रकार जवळून पाहिले आहेत. अगदी गावातील पंचायतींपासून ते अत्यंत अत्याधुनिक लोकांपर्यंत सर्व स्तरांवर आणि प्रशासनामध्ये हे प्रकार आढळून येतात. जातपात आणि त्या अनुषंगानेही येणारे जातीय वैमनस्य यांतून चांगल्या प्रशासनाचे नुकसान होते.

जितके जास्त आपण अशा वैमनस्याचे पालन करू, तितके आपण समाज म्हणून मागे पडतो.

यशदा येथील माझी नियुक्ती ही माझ्यासाठी 'हंफ्री फेलोशिप प्रोग्राम'द्वारे मिळवलेल्या माझ्या शिक्षणाला सर्वांसमवेत वाटून घेण्याचीच नाही, तर आणखीही

नवीन मिळवण्याची सुवर्णसंधी ठरली. माझ्या डॉक्टरेटसाठीची संकल्पना म्हणून संस्थात्मक व्यवस्थापनाचा अभ्यास करण्यासाठी मी लवकरच पुणे विद्यापीठाच्या व्यवस्थापन विद्याशाखेत प्रवेश घेतला. भारतीय पोलिसिंग प्रणालीची अमेरिकेशी तुलना करण्याचा माझा विचार होता. हंफ्री स्कूलचे प्रोफेसर शूह यांनी एकदा यशदाला भेट दिली आणि प्राध्यापकांसमवेत औपचारिक सत्र आयोजित केले. संचालक त्यांच्यामुळे खूप प्रभावित झाले. डॉ. शूह मात्र पुण्यात खायला मिळणाऱ्या विविध प्रकारच्या धान्यपदार्थांनीच अधिक प्रभावित झाले. त्यांना गहू, बाजरी, ज्वारी, नाचणी, मका, बार्ली, विविध प्रकारच्या तांदूळ आणि भाज्यांपासून बनवलेल्या रोट्या भोजनात दिल्या जात होत्या. शेतीतले जाणकार असले, तरी धान्य आणि तृणधान्ये यांची एवढी उत्तम प्रतवारी त्यांनी कधीच पाहिली नव्हती.

आम्ही अनेक विचारवंत आणि सामाजिक कार्यकर्त्यांना प्राध्यापक आणि प्रशिक्षणार्थी यांच्याशी संवाद साधण्यासाठी आमंत्रित केले. विशेषत: मला सनदी अधिकारी बी. जी. देशमुख यांचे 'व्हिजन फॉर यशदा' हे भाषण आठवते, जे नेमके आणि अर्थपूर्ण होते. विद्वान पंडित असूनही अतिशय साधी, विनम्र राहणी असलेले ते, संस्थेचे हितचिंतक आणि सुशासनावर दृढ विश्वास ठेवणारे होते.

माझ्या यशदाच्या कार्यकाळाला दीड वर्ष झाल्यानंतर, मला मुंबईचे पोलीस आयुक्त ए. एन. रॉय यांचा फोन आला. मी त्यांच्या टीममध्ये सहआयुक्त (गुन्हे) म्हणून सामील होऊ शकते का, हे त्यांना जाणून घ्यायचे होते. दरम्यान, सरळ आणि प्रामाणिक म्हणून ओळखल्या जाणाऱ्या एका मंत्र्यांना गृहखाते मिळाले होते. माझ्या मोठ्या मुलाने तोपर्यंत बारावीची परीक्षा पूर्ण करून अभियांत्रिकी महाविद्यालयात प्रवेश घेतला होता. त्यामुळे, मुंबईला परत जावे लागणार असले, तरी आता मी त्यासाती सहजतेने राजी झाले. मला तपासकामातून आनंद मिळायचा आणि मुंबईच्या गुन्हे शाखेने संघटित गुन्हेगारी आणि गुन्हेगारी टोळ्यांची कितीतरी गंभीर प्रकरणे हाताळली असल्याची मला पूर्ण जाणीव होती.

मात्र, शासनाकडून आदेश निघायला सुमारे दोन महिने लागले. मुंबई क्राईम ब्रँचची एक कठोर, कणखर अशी प्रतिमा आहे. या पदासाठी माझा विचार झाल्यानंतर सरकारी पातळीवर मात्र दुसरे विचार सुरू असल्याचे मला समजले. गृहमंत्र्यांनी अनेक अधिकाऱ्यांशी सल्लामसलत केल्याचेही कळाले; कारण त्यांना मी पोलीस चकमकी कशा हाताळू शकेन, याबाबत चिंता वाटत होती. 'जर त्यांच्याबद्दल मनात साशंकता आहे, तर त्यांच्या नावाचा विचार तरी का केला जात आहे,' असे जेव्हा एका अधिकाऱ्याने त्यांना विचारले; तेव्हा त्या मंत्री महोदयांनी

असे उत्तर दिल्याचे मी ऐकून आहे की, 'एन्काऊंटर स्पेशालिस्टांवर नियंत्रण ठेवण्यासाठी!'

माझ्या बदलीच्या आदेशाची वाट पाहत असताना, दरम्यानच्या काळात मी मसुरी येथील 'लाल बहादूर शास्त्री राष्ट्रीय अकादमी' येथे प्रशिक्षण कार्यशाळेत सहभागी झाले. सत्र संपल्यानंतर एक दिवस, मी दोन वरिष्ठ आयएएस अधिकाऱ्यांसोबत फिरायला बाहेर पडले. आमच्यात या वेळी प्रदीर्घ चर्चा झाली. 'करियरच्या या टप्प्यावर आपल्या पसंतीच्या एखाद्या राजकीय पक्षाशी हातमिळवणी करून आपण जुळवून घेतलेच पाहिजे; अन्यथा आपल्याला खूप त्रास सोसावा लागू शकतो,' असे त्या दोघांचेही मत असल्याचे समजल्यावर मला अतिशय आश्चर्य वाटले. तीस वर्षांपूर्वी आम्हाला दिल्या जाणाऱ्या मूलभूत प्रशिक्षणादरम्यान असे स्पष्ट सांगितले जायचे की, 'नागरी सेवकांनी सर्व राजकीय पक्षांबाबत तटस्थ राहायला हवे आणि त्यांच्यापासून समान अंतर राखून कामकाज करायला हवे.'

परंतु, सन २००४पर्यंत परिस्थिती फारच बदललेली दिसत होती. नागरी सेवांच्या मूलभूत मूल्यांशीच तडजोड केली जात असल्याचे मला स्पष्टपणे दिसत होते. मी कठोर सत्यापासून दूर 'हवाई' दुनियेत राहते का, असा मला विचार पडला. अखेर, एके दिवशी, गृहमंत्र्यांनी या प्रकरणात उतरण्याचा निर्णय घेतला आणि मुंबईत माझ्या बदलीचे आदेश जारी केले. मी क्राईम ब्रँचमध्ये रुजू झाले. माझ्या या नियुक्तीमुळे पुढे प्रसारमाध्यमांतून किती गदारोळ उडणार आहे, याबद्दल मी तेव्हा तरी नशिबाने अनभिज्ञ होते.

❒❒❒

२२

क्राईम ब्रँच, मुंबई

जीवनाचे उद्दिष्ट म्हणजे, ते जगणे; अनुभवाचा आस्वाद घेणे, नवीन आणि समृद्ध अनुभवांचे उत्सुकतेने आणि न घाबरता स्वागत करणे.

- एलेनॉर रुझवेल्ट

माझा मोबाईल अखंड वाजतच होता. यशदा येथील कामकाजाचे हस्तांतरण पूर्ण करून मी पुण्याहून मुंबईला निघाले होते. अभिनंदनाचे मेसेज आणि कॉल्सने माझा मोबाईल अक्षरश: ओसंडून वाहत होता. मुंबईच्या क्राईम ब्रँचमध्ये एका महिला अधिकाऱ्याची नियुक्ती, स्थानिक वृत्तपत्रे आणि टीव्ही चॅनेलमध्ये ठळक हेडलाइन्स बनली होती. अत्यंत मर्दानी प्रतिमा असलेल्या या युनिटमध्ये एक महिला प्रमुख असू शकते, यावर कोणाचाही विश्वास बसत नव्हता. क्रॉफर्ड मार्केटमधील मुख्यालयात पोहोचल्यावर पत्रकारांचा अलोट सागर माझी वाट पाहत होता; पण आयुक्त मात्र त्याबद्दल नाखूश दिसले आणि त्यांनी उघडपणे आश्चर्य व्यक्त केले की, मीच जाणूनबुजून मीडियामध्ये गवगवा केला आहे का!

नव्वदच्या दशकात मुंबई पोलीस विभागाच्या गुन्हे शाखेने, म्हणजेच क्राईम ब्रँचने विशेषत: त्यांच्या 'एन्काउंटर स्पेशालिस्ट'नी मुंबईतील कुख्यात खुनी, अपहरणकर्ते आणि गुंड यांचा धडाधड 'सफाया' करून, तत्काळ न्याय मिळवून देत जनतेचे मन जिंकले होते.

भरीस भर म्हणून 'अब तक छप्पन'सारख्या चित्रपटांनी त्यांना जणू अमर करून टाकले होते. सिनेतारे-तारकांपासून ते राजकीय बड्या व्यक्तींपर्यंत, प्रत्येक जण त्यांच्या धाडसी कृत्याने मंत्रमुग्ध झाला होता; परंतु या वाटचालीत कुठेतरी या अधिकाऱ्यांची गाडी रुळावरून घसरली, असे म्हणावी लागेल; कारण त्यांनी मुंबई आणि आसपासच्या भागातील बिल्डर, प्रतिस्पर्धी गुन्हेगारी टोळ्या आणि राजकारण्यांच्या वतीने काम करायला आणि चक्क 'एन्काउंटर स्कोअर सेटल' करण्यास सुरुवात केली. म्हणतात की, हे अधिकारी सरळ सरळ गुंडांशी जुळवून घेऊ लागले आणि एका टोळीकडून दुसऱ्या टोळीचा बदला म्हणून अनेक 'पोलीस चकमकी' घडवून आणल्या जाऊ लागल्या. आपल्या 'एन्काउंटर स्पेशालिस्ट' अवतारातील कित्येक अधिकारी हे प्रत्यक्ष जीवनापेक्षा मोठे व्यक्तिमत्त्व बनू लागले. स्वतःला महान मानू लागले. पोलीस नेतृत्वाला त्यांच्या कित्येक कृतींचे अर्थच समजणे मुश्कील झाले. त्यांच्यापैकी काहींना नियंत्रित करणे आणि त्यांचे नियमन करणेदेखील कठीण होऊन बसले. कायदा जणूकाही फक्त आपल्या स्वतःसाठी बनल्यासारखे ते वागू लागले होते. या अधिकाऱ्यांमधील आपापसातील हेवेदावे आणि शत्रुत्व तर गुन्हेगारी टोळ्यांइतकेच किंबहुना जास्तच धोकादायक बनून गेले होते.

याच टप्प्यात गृहमंत्री आर. आर. पाटील यांनी कुणा एकाची बाजू न घेता, निष्पक्ष राहून, पूर्णपणे व्यावसायिक पद्धतीने काम करणाऱ्या आणि मुख्य म्हणजे, वादग्रस्त नसणाऱ्या अधिकाऱ्यांचा शोध सुरू केला. विचाराधीन नावांपैकी माझे एक नाव होते; पण विविध लॉबी, एन्काउंटर स्पेशालिस्ट आणि अनेक महत्त्वाकांक्षी आयपीएस अधिकाऱ्यांमुळे माझी नियुक्ती व्हायला बराच वेळ लागला. घडले असे की, ज्या अधिकाऱ्याला मी मित्र समजत होते, त्याने गृहमंत्र्यांना 'ती नको इतकी सरळ आहे,' असे सांगून त्यांना माझ्या नियुक्तीपासून परावृत्त करण्याचा प्रयत्न केला होता. सत्य हे होते की, त्याला स्वतःला गुन्हे शाखेचा प्रमुख बनायची आकांक्षा होती. नंतर कधीतरी, जेव्हा मी माझ्या नवीन भूमिकेत स्थिरावले आणि आमची भेट झाली, तेव्हा यावरून त्याला खडसावले असता त्याने मी केलेले आरोप अजिबात नाकारले नाहीत. उलट, त्यानेच मला प्रतिप्रश्न केला, 'मी काही चुकीचे बोललो का?'

हे खरे आहे की, 'खंबीरपणे उभे राहणे' आणि 'सरळ असणे' हा काही वेळा पोलीस आणि नागरी सेवांमध्ये अवगुणच मानला जातो. वरच्या स्तरावर, राजकारणी, नागरी सेवक आणि पोलीस नेतृत्वाकडून विविध प्रकारच्या तडजोडी केल्या जातात.

यातल्या सगळ्याच तडजोडी वाईट असतात असे नाही. सरकारचा कारभार सुरळीत चालण्यासाठी कित्येकदा त्या होणे अपरिहार्य असते. तथापि, वस्तुस्थिती अशी आहे की, यांपैकी तडजोडीच्या बहुतेक कृती या राष्ट्र आणि नागरिकांच्या भल्यासाठी नसून, स्वत:च्या तुंबड्या भरण्यासाठी केल्या जातात. मग या चक्रव्यूहात प्रामाणिक अधिकारी अडथळे मानले जातात. बऱ्याच वेळा, मी खोलीत प्रवेश करायचे, तेव्हा सुरू असलेले संभाषण तिथेच अर्धवट सोडून उपस्थित अधिकारी एकदम चिडीचूप होऊन जायचे. एकतर माझ्या बाईपणामुळे त्यांना वाटणारी अस्वस्थता आणि मी खूप सरळ असण्याच्या 'लौकिकाचा' तो परिणाम होता. माझे सरळ असणे हे सन्मानाचे पदक असण्याऐवजी, गळ्यातले लोढणे (अल्बट्रॉस) बनून गेले होते.

माझ्या नियुक्तीमुळे सुरुवातीला निर्माण झालेल्या उत्साहाचे अनेक परिणाम झाले. एकदा संध्याकाळी मी एका मैत्रिणीसोबत चित्रपट पाहण्यासाठी गेले असताना, एका 'पापाराझी'ने माझा पाठलाग केला आणि एका लोकप्रिय दैनिकात माझे छायाचित्र प्रकाशित केले. मी त्याला फोन केला आणि म्हणाले, 'मी एक पोलीस अधिकारी आहे, चित्रपटतारका नाही. तुम्ही मला ज्या प्रकारची प्रसिद्धी दिली आहे, त्यामुळे माझ्या करकिर्दीला हानी पोहोचेल.' इथे आवर्जून कौतुकाने नमूद करावेसे वाटते की, माझ्या या सूचनेला प्रसारमाध्यमांनी चांगला प्रतिसाद दिला. त्या घटनेनंतर, मी खाजगी आयुष्य जगत असताना कधीही कॅमेऱ्यात पकडले गेले नाही; पण नंतर मला एक कायदेशीर नोटीस आली, जी पहिल्या पानावरची बातमी म्हणून झळकली. मुंबई उच्च न्यायालयाने माझ्याकडे एका मुलाचे अपहरण आणि हत्येच्या तपासाबाबत प्रगती अहवाल मागितला होता. प्रकरणाची कागदपत्रे पाहिल्यानंतर, मी आठ पानांच्या एका संक्षिप्त अहवालाद्वारे माझे मत मांडले. त्यात शेवटी मी असा निष्कर्ष मांडला होता की, 'सीआरपीसी'च्या कलम १७३ (८) अंतर्गत हा तपास चालू ठेवावा. या कलमामुळे गुन्हेगारी प्रकरणांमध्ये पुढील तपास करण्याची संधी मिळते. धक्कादायक बाब म्हणजे, खंडपीठाने मला 'अवमानाची नोटीस' बजावली होती. मला सरकारी वकिलाकडून कळले की, ही वैयक्तिक नोटीस असल्याने तो माझ्यावतीने हजर राहू शकणार नाही. त्याऐवजी, त्याने एका फारच प्रख्यात वकिलाची शिफारस केली. मी खूप व्यथित झाल्यामुळे लगेच त्यांना फोन केला. त्या वकिलांनी माझे प्रतिनिधित्व करण्यास लगेचच सहमती दर्शवली आणि जेव्हा मी त्यांच्या फीबद्दल विचारले, तेव्हा ते म्हणाले, 'फक्त एक रुपयाची शाही बिदागी.' माझ्यासाठी हे एक सुखद आश्चर्य होते. मला खूप दिलासा वाटला.

थोड्याच वेळात ते माझ्या ऑफिसमध्ये आले. सर्व केसपेपर आणि माझा अहवाल पाहिला आणि अत्यंत गांभीर्याने म्हणाले, 'मॅडम, आठ पानांऐवजी अडतीस पानांचा अहवाल बनवा. नोटीस मागे घेतली जाईल. मुळात ही नोटीस बजावलीच जायला नको होती. तुम्ही कोणताही अवमान केलेला नाहीये.' त्यांच्या सल्ल्यानुसार, मी माझा अहवाल पुन्हा तयार केला आणि तो अधिक विस्तृत केला. मग त्यांनी माझी बाजू न्यायालयात मांडली, तेव्हा मी अक्षरशः एखाद्या गुन्हेगाराप्रमाणे कोर्टात उभी राहिले होते. 'कोणत्याही प्रकारे अवमान झालेला नाही, माय लॉर्ड,' माझे वकील ताजा अहवाल देताना म्हणाले आणि ती नोटीस मागे घेण्यात आली.

या प्रकाराचे मला नवल वाटले. मनात आले की, हा सगळा न्यायालयीन अतिरेक होता का! मला नेमके काय, ते बहुधा कधीच कळणार नाही; पण जेव्हा मी इतर वकिलांशी या घटनेबद्दल चर्चा केली, तेव्हा त्यांनीही माझ्या वकिलाच्या मताला दुजोरा दिला की, न्यायाधीशांना असमाधानकारक वाटणारा अहवाल सादर करणे, हा कोणत्याही प्रकारे न्यायालयाचा अवमान होत नाही. मी आयुक्त श्री. रॉय यांच्याशी सदर अवमान नोटिशीबद्दल चर्चा केली आणि सरळ त्यास सर्वोच्च न्यायालयात आव्हान द्यावे, याबद्दलही त्यांच्याशी बोलले. मात्र, त्यांनी तसे न करण्याचा सल्ला मला दिला. मी अशा कित्येक घटना पाहिल्या आहेत, जिथे मला असे वाटले की, न्यायव्यवस्थेने मनमानी पद्धतीने काम केले असावे. अखेर, याच गोष्टीने मला लवकरात लवकर कायद्याची पदवी मिळवण्यास प्रवृत्त केले.

दरम्यानच्या काळात, मी माझ्या नवीन नोकरीची ओळख करून घेतली. संपूर्ण मुंबईतील गुन्हे शाखेच्या विविध युनिट्सना भेट दिली व सगळीकडे हे पूर्णपणे स्पष्ट केले की, मी कोणत्याही 'लॉबी'शी संबंधित नाही. अनुशासनाचा अभाव आणि खोट्या हत्या मला पूर्णपणे अस्वीकारार्ह आहेत. सुदैवाने, माझ्यापाशी एक उत्कृष्ट टीम होती. मात्र, काही अधिकारी असेसुद्धा होते; ज्यांनी काही स्रोतांद्वारे स्वतःची नियुक्ती 'घडवून आणली' होती. (बोलीभाषेत सांगायचे तर, 'मॅनेज' केली होती.) मी आधी नमूद केल्याप्रमाणे, राजकीय हितसंबंधांच्या माध्यमातून आपल्या आवडीच्या ठिकाणी नियुक्ती मिळवणे, हा प्रकार या यंत्रणेमध्ये खोलवर रुजलेला आहे. अशा घटनांनी क्वचितच कोणाच्या भुवया उंचावल्या जातात. पोलीस आयुक्त आणि गृहमंत्री दोघेही प्रामाणिक आणि व्यावसायिक असतानाही काही पोलीस अधिकारी अत्यंत प्रतिष्ठित आणि अनेकदा अत्यंत लाभदायक अशा मुंबई पोलीस आयुक्तालयात अलगद प्रवेश मिळवतात.

मुंबई गुन्हे शाखेच्या आर्थिक गुन्हे शाखेचे अतिरिक्त आयुक्त के. एल. बिश्नोई यांना आयुक्तांनी निवडले होते. त्यांनी लवकरच तपासाला गती देण्याच्या मोहिमेला सुरुवात केली. त्यांच्या पश्चात सदानंद दाते नावाचा दुसरा हुशार अधिकारी आला. गुन्हे शाखेचे लक्ष संघटित गुन्हेगारीकडे इतके वळले होते की, सुमारे शंभर तपास अधिकाऱ्यांना हाताशी धरून आर्थिक गुन्हे शाखेकडे बेहिशेबी तपास चालू होते. आर्थिक गुन्हे प्रकरणांच्या चाचण्यादेखील सामान्यतः खूप लांबल्या जातात. अनेक न्यायिक अधिकारी आर्थिक गुन्ह्यांचा समावेश असलेल्या किचकट प्रकरणांपेक्षा, झटकन निपटारा होऊ शकणारी सोपी प्रकरणे आधी हाती घेतात. अशा परिस्थितीत कधी कधी खटला सात ते दहा वर्षेसुद्धा चालू शकतो, हे जाणून मग पोलीस अधिकारीसुद्धा हळू तपास करतात. आर्थिक गुन्हे कार्यालये आणि न्यायालयांमध्ये असंख्य फेऱ्या मारून झाल्यानंतर, त्रस्त नागरिकदेखील अखेर हार मानतात – ही एक अत्यंत दुर्दैवी परिस्थिती आहे.

गुंतवणूकदारांना उच्च दराने परतावा देण्याचे खोटे वचन देणारे अनेक फसव्या (पॉन्झी) योजनांचे गुंतवणूक घोटाळे त्या वेळी आमच्या तपास अधिकाऱ्यांकडे प्रलंबित होते. अशातच महाराष्ट्र गुंतवणूकदार हितसंबंध संरक्षण कायदा (प्रोटेक्शन ऑफ इंटरेस्ट ऑफ डिपॉझिटर्स) मंजूर करण्यात आला, ज्यामुळे छोट्या गुंतवणूकदारांच्या आशा उंचावल्या. आम्ही त्यांचे पैसे परत करावेत, या अपेक्षेने ते माझ्या कार्यालयात फेऱ्या मारू लागले. व्याज नाही, तर किमान मूळ रक्कम तरी परत मिळण्याची त्यांना आशा होती. या कायद्यांतर्गत स्थापन करण्यात आलेल्या विशेष न्यायालयांनी फसवणूक करणाऱ्यांच्या मालमत्ता ताब्यात घेणारे प्रशासक नेमले; परंतु नागरिकांच्या देय रकमेच्या तुलनेत त्यांचे मूल्य नगण्य होते. त्यांपैकी बरेच जण रोजंदारी कामगार आणि झोपडपट्टीत राहणारे होते. मुंबईतील सत्ता आणि पैशांच्या चकचकीत जगात ही प्रकरणे अनेकदा मीडिया आणि जनतेच्या नजरेतून सुटतात. मात्र, तपासाच्या गुणवत्तेशी तडजोड होणार नाही, याची खात्री करून मात्र, अतिरिक्त पोलीस आयुक्तांनी जोमाने आणि उत्साहाने त्यांचा पाठपुरावा केला.

'अंमलबजावणी' हे गुन्हे शाखेचे आणखी एक संवेदनशील युनिट आहे. विविध सामाजिक कायदे आणि त्यांची अंमलबजावणी हे खाते हाताळते.

संपूर्ण महानगरातील कोणत्याही बेकायदेशीर कामकाजांवर छापे टाकण्याचे त्यांना आदेश दिलेले असतात. महाराष्ट्राच्या माजी गृहमंत्र्यांनी बार मालकांकडून पैशांची मागणी केल्यामुळे, अलीकडेच ते वादात सापडले होते. हे युनिट अक्षरशः

सोन्याच्या खाणीवर बसलेले आहे आणि मुंबई पोलिसांमध्ये सर्वाधिक मागणी असलेल्या विभागांपैकी एक आहे, यात शंका नाही.

१९९१मध्ये, मी पोलीस उपायुक्त (डीसीपी) गुन्हे शाखा (प्रतिबंधक) असताना, मुंबई पोलीस आयुक्तांनी माझ्याकडे अंमलबजावणी युनिटची समाजसेवा शाखा सोपवली होती. मी त्याच्या कार्याचा अभ्यास केला आणि अवैध मद्यनिर्मिती, तसेच जुगाराविरुद्ध अनेक कारवाया केल्या. वेश्याव्यवसायाकरिता भाग पाडल्या जाणाऱ्या महिलांना सोडवण्याच्या सुयोग्य हालचालींचा भाग म्हणून मी कामाठीपुरा येथे मोठ्या प्रमाणावर छापे टाकले होते. या कारवाईदरम्यान, तरुण मुली आणि महिलांचे अपमानास्पद शोषण पाहून मला खूप दुःख झाले. सुटका करण्यात आलेल्या महिलांपैकी फारच कमी महिला आपल्या कुटुंबाकडे परत जाण्यास इच्छुक होत्या; कारण त्यांना वाटत होते की, त्यांचा स्वीकार केला जाणार नाही.

एक तरुण अधिकारी या नात्याने सदर आघाडीवर महत्त्वाचे धडे घेतल्यानंतर, मी सहआयुक्त या नात्याने अल्पवयीनांच्या सुटकेवर लक्ष केंद्रित करण्याचे ठरवले. मुलांची सुटका करण्यासाठी बाल साहाय्यता आणि संरक्षण विभागाच्या (जुवेनाईल एड प्रोटेक्शन युनिट) व्यापक तैनातीवरदेखील माझा खूप भर राहिला. लहान मुलांची तस्करी ही एक गंभीर समस्या बनली आहे. त्यावर सध्या जितके लक्ष दिले जाते, त्यापेक्षा कितीतरी जास्त लक्ष देणे आवश्यक आहे. केवळ कायद्याची अंमलबजावणी करणाऱ्या संस्था याला रोखू शकत नाहीत.

तरुणांना गुन्हेगारीपासून परावृत्त करण्यासाठी आम्ही युवा परिवर्तन या स्थानिक स्वयंसेवी संस्थेच्या मदतीने प्रथमच गुन्हेगारांचे पुनर्वसन हा उपक्रम सुरू केला. त्याद्वारे त्यांना ड्रायव्हिंग, इलेक्ट्रिकल वायरिंग, एअर कंडिशनर्स आणि रेफ्रिजरेटर्सची दुरुस्ती यांसारखी कौशल्ये प्रदान करण्याचे काम केले. गुन्हेगारीच्या दुनियेत भरकटलेल्या आणि बाहेर पडू इच्छिणाऱ्या तरुण मुलांना वाहन मेकॅनिक, ड्रायव्हर वगैरे होण्यासाठी प्रशिक्षण देण्यात आले.

मुंबई क्राईम ब्रँच महिलांवरील गंभीर गुन्ह्यांचे प्रकरण हाताळते आणि महिलांसाठी विशेष शाखादेखील चालवते.

टाटा इन्स्टिट्यूट ऑफ सोशल सायन्सेसच्या सहकार्याने, ही शाखा घरगुती हिंसाचार पीडितांचे समुपदेशन करते आणि त्यांची प्रकरणे पाहते. आम्ही शहराच्या पूर्व आणि पश्चिम उपनगरांत दोन नवीन समुपदेशन केंद्रे यशस्वीपणे उघडली. विशेष शाखा असलेल्या क्रॉफर्ड मार्केट येथील मुख्य कार्यालयात जाणे अवघड वाटत असलेल्या महिलांना त्यांनी मदत केली.

महाराष्ट्र पोलिसांनी जाणीवपूर्वक सर्व पोलीस ठाण्यात महिलांची नियुक्ती करण्याचा निर्णय घेतला आहे; जेणेकरून गुन्ह्यातील पीडित महिलांना त्यांच्या तक्रारी जवळच्या स्थानकावर नोंदवणे सोयीस्कर वाटेल. गुन्हे शाखा मात्र लैंगिक अत्याचार, सामूहिक बलात्कार आणि आंतरराज्य मानवी तस्करीच्या जटिल प्रकरणांचा तपास करण्यात अगदी 'माहीर' आहे.

या काळात मी दोन वैयक्तिक नियम केले. एक म्हणजे, नेहमी गणवेशात असणे. गुन्हे शाखेने अधिकाऱ्यांना कर्तव्यावर असताना नागरी कपडे घालण्याची परवानगी दिली असल्यामुळे ते क्वचितच गणवेश परिधान करत असत. आमचा सामना सर्वांत धोकादायक गुन्हेगार आणि गुंडांशी होत असल्यामुळे, माझा असा कटाक्ष असे की, त्यांनी माझ्या स्त्री असण्याकडे नव्हे, तर माझ्या अधिकार श्रेणीकडे लक्ष केंद्रित करावे. मी सदोदित खाकीत का असते, याचा पोलीस आयुक्तांना अचंबा वाटायचा; पण या विषयाचा पाठपुरावा त्यांनी कधी केला नाही.

माझा दुसरा नियम असा होता की, पोलीस अधिकाऱ्यांनी सोडवलेल्या सर्व अल्पवयीन मुलींना थेट माझ्याकडे आणावे. मला समजून घ्यायचे होते की, त्या वेश्याव्यवसायाकडे कशामुळे प्रवृत्त झाल्या. मी मुलींशी बोलत असताना अधिकाऱ्यांना बाहेर थांबायला सांगायचे. त्या मुलींची कर्मकहाणी ऐकून मला इतके अस्वस्थ वाटायचे की, अनेकदा मला शक्ती आणि समरसतेसाठी प्रार्थना करावी लागायची.

होरपळून गेलेल्या निष्पापपणाचे ओझे खांद्यावर वाहून नेण्यापेक्षा, क्रूर गुंडांशी सामना करणे केव्हाही सोपे आहे!

❑❑❑

२३

शस्त्रास्त्रांचा साठा

...देशातील पहिली गरज आहे, बाह्य आणि अंतर्गत सुरक्षा. सुरक्षितता असल्याशिवाय तुम्ही अन्य कोणतीही योजना ठरवू शकत नाही!

- सरदार वल्लभभाई पटेल

तो २००५चा उष्ण, दमट मे महिना होता आणि मी आतुरतेने माझ्या अतिशय आवडत्या मान्सूनची वाट पाहत होते. आम्ही नुकताच पोलिसांकडे असलेली गुप्त माहिती, गँगस्टरच्या हालचाली, त्यांच्याकडे असलेली शस्त्रं आणि त्यामुळे निर्माण झालेले धोके यांचा आढावा घेतला होता. याबाबत आमची तपशीलवार चर्चाही झाली. दक्षिण मुंबईतील एका अपार्टमेंट इमारतीच्या चौथ्या मजल्यावरच्या माझ्या घरी पोहोचून मी रात्रीच्या वाचनासाठी जैन धर्मावरील एक पुस्तक हाती घेतले. त्यातील मजकुरातून, संदेशांतून मला मानसिक शांतता मिळाली आणि मी गाढ झोपून गेले.

अचानक माझा मोबाईल वाजल्याच्या आवाजाने मला जाग आली. आमच्या 'एन्काउंटर स्पेशालिस्ट'पैकी एका अधिकाऱ्याचा कॉल होता. ऊठसूट कॉल करणाऱ्यांपैकी तो अधिकारी नव्हता. स्वतःकडे काहीतरी अतिमहत्त्वाची आणि गंभीर माहिती असेल, तरच तो अवेळी त्रास देत असे. या वेळीही काही वेगळे नव्हते. कुख्यात गुंड छोटा राजनच्या टोळीने जवाहरलाल नेहरू बंदरात अत्याधुनिक शस्त्रास्त्रांचा भलामोठा साठा पाठवल्याची माहिती त्याच्या खबऱ्याकडून मिळाली होती.

जवाहरलाल नेहरू बंदर हे न्हावा शेवा बंदर म्हणूनही ओळखले जाते. मला सांगण्यात आले की, पोलीस उपायुक्तांची तब्येत बरी नसल्यामुळे खबर मिळालेला तो अधिकारी तातडीने स्वतः बंदरावर निघाला आहे. ही बातमी दुर्लक्ष करण्याजोगी अथवा हलक्यात घेण्याजोगी अजिबातच नव्हती. मीदेखील त्वरित घटनास्थळी जाण्याचा निर्णय घेतला. ते अधिकारी बंदराकडे जाताना वाटेत आपले खबरी आणि पोलीस कर्मचाऱ्यांची जादाची कुमक उचलणार होते. गुन्ह्याच्या ठिकाणाहून शस्त्रे आणि इतर वस्तू जप्त करतेवेळी, पोलीस अधिकाऱ्यांसोबत 'पंच' म्हणजेच अन्य सन्माननीय नागरिक हे साक्षीदार म्हणून हजर असणे आवश्यक असते. त्यामुळे त्यांची व्यवस्थाही ते अधिकारी करतीलच, असा मी स्वतःशीच विचार केला आणि घाईघाईने माझा गणवेश घातला.

माझी अधिकृत कार आणि एस्कॉर्ट वाहन खाली पार्किंगमध्ये होते. अजिबात वेळ न घालवता आम्ही न्हावा शेवा बंदराच्या दिशेने निघालो. कारच्या खिडकीतून बाहेर पाहत असताना मला काहीसा विचित्र वाटणारा चंद्र दिसला. मला जाणवले की, आयुष्यात प्रथमच चंद्राकडे पाहताना मला खुशी वाटत नव्हती. एरवी सुखद भासणारा चंद्र, त्या दिवशी मात्र मला काहीतरी अनाकलनीय, काहीशी अस्वस्थ करणारी अनुभूती देत होता. तेवढ्यात माझ्या ड्रायव्हरने सांगितले की, तो आम्हाला बंदरापर्यंत घेऊन जाऊ शकतो; परंतु तेथील आतल्या भागाशी तो परिचित नाही. हे बंदर मुंबई आयुक्तालयाच्या हद्दीबाहेर असल्याने त्याला तिथली माहिती नसणे, समजण्यासारखे होते. १९८९मध्ये स्थापना झालेले, हे भारतातील सर्वांत मोठे कंटेनर हाताळणारे बंदर आहे. तिथे तीस कंटेनर मालवाहतूक केंद्रांसह पूर्णपणे विकसित असे एक भव्य 'कस्टम हाऊस' आहे. बंदराच्या आत एखादा विशिष्ट कंटेनर यार्ड शोधणे आपल्यासाठी आव्हानात्मक ठरणार असल्याची मला पूर्ण कल्पना होती.

आमच्या ठरलेल्या स्थळी पोहोचण्याआधीच कसे कोण जाणे, आम्ही रस्ता चुकलो. उशीर होत होता आणि तेवढ्यात त्या एकाकी, अंधाऱ्या रस्त्यावर आमच्या मागे एक मोटरसायकल दिसली. एक तासाहून अधिक काळ आम्ही गाडीतून फिरत होतो. अखेर आम्ही त्या मोटरसायकलचालकास थांबवले. 'बंदराकडे कसे जायचे,' हे त्याला विचारल्यावर, तो म्हणाला की, 'चला, मी तुम्हाला तिथपर्यंतचा रस्ता दाखवायला येतो.'

काही वेळातच अपेक्षित ठिकाणी पोहोचल्यावर मी त्याला बक्षिसी देऊ केली; पण त्याने नम्रपणे नकार दिला आणि म्हणाला, 'अहो, तुम्ही लोक आमच्यासाठी

खूप काही करता.' यावर त्याचे आभार मानून, आम्ही जिथे शस्त्रास्त्रांचा साठा लपवला असण्याची शक्यता होती, त्या कंटेनर यार्डच्या दिशेने सुसाट गाडी पळवली आणि काही मिनिटांतच त्या यार्डच्या भल्यामोठ्या बंद गेटने आमचा रस्ता अडवला.

गणवेशात नसलेले 'ते' अधिकारी आणि त्यांची टीम आमच्या आधी तिथे पोहोचली होती; परंतु बंदर रक्षकांनी त्यांना गेट उघडण्यास नकार दिला होता. आम्ही पोहोचलो, तेव्हा तिथे जोरदार वाद सुरू होता. मी गाडीतून बाहेर पडल्यानंतर जेव्हा रक्षकांनी मला माझ्या गणवेशात आणि माझ्या अधिकृत कारमध्ये सर्व 'तामझामा'सकट आलेले पाहिले, तेव्हा त्यांनी चटकन गेट उघडून आम्हाला आत जाऊ दिले.

अधिकारी आणि त्यांच्या पथकाने तत्काळ आसपास फिरून शस्त्रास्त्र दडवल्याचा संशय असलेल्या कंटेनरचा शोध घ्यायला सुरुवात केली. या पोर्ट शेड्स सामान्यतः खूप अवाढव्य असतात आणि शेकडो कंटेनर त्यामध्ये मावू शकतात. फक्त तिथे काम करणारे कर्मचारीच त्यांचा नेमका माग काढू शकतात; अन्यथा तो जणू एक चक्रव्यूहच म्हणावा लागेल. या चक्रव्यूहामुळेच त्या अधिकाऱ्यांच्या चमूला त्या काळोख्या रात्री शोध घेण्यासाठी बरीच धडपड करावी लागत होती. हुबेहूब एकसारख्या दिसणाऱ्या शेकडो कंटेनर्समधून त्यांना त्या एका 'मायावी रूप घेऊन बसलेल्या' कंटेनरचा शोध घ्यायचा होता. एव्हाना शेडमध्ये झोपलेले गोदी कामगार एक एक करून जागे होऊ लागले आणि कुतूहलाने तेथील घडामोडींचे निरीक्षण करू लागले.

आमच्या सुदैवाने, थोड्याच वेळात अधिकाऱ्याच्या खबऱ्याने 'योग्य कंटेनर' ओळखला आणि आम्ही सुटकेचा नि:श्वास सोडला; परंतु तेवढ्यात आम्हाला दिसले की, त्या कंटेनरला आधीच आमच्यापैकी एका कायदा सुव्यवस्थेची पाईक असलेल्या 'सिस्टर एजन्सी'ने सील लावून बंद करून ठेवले होते. आता मात्र प्रसंगाला पूर्णपणे अनपेक्षित वळण लागले. आता काय करावे, अशा विचारात आम्ही असताना, त्या विशिष्ट एजन्सीचा एक अधिकारी अचानक कुठूनतरी तिथे अवतीर्ण झाला. त्याने आम्हाला सांगितले की, सुमारे महिनाभरापूर्वीच त्याच्या एजन्सीने सदर कंटेनरला 'संशयास्पद' म्हणून सीलबंद केले होते. त्यांना कदाचित तो केवळ संशयास्पद वाटला असेल; परंतु आमच्याकडे अचूक माहिती होती, जी मला केवळ संशयापेक्षा जास्त वजनदार वाटली. मात्र, तो कंटेनर तातडीने उघडण्याच्या आमच्या योजनेवर त्या अधिकाऱ्याने आक्षेप घेतला. यावरून

आमच्यात तिथे जोरदार बाचाबाची झाली. 'महिनाभर तुम्ही तो कंटेनर तसाच बंद का ठेवला? एकदाही उघडून का बघितला नाही?' या माझ्या प्रश्नांचे स्पष्टीकरण तो देऊ शकला नाही. मला दिसत होते की, तो रँकमध्ये माझ्यापेक्षा कनिष्ठ होता; पण खूप करारी, बेधडक आणि स्पष्टवक्ता होता. कंटेनरमध्ये कुणीही अनधिकृतरीत्या प्रवेश करू नये, म्हणून तो तेथे तैनात होता. तथापि, जोरदार वादानंतर अखेर मी त्याच्यावर विजय मिळवू शकले. दोन पंचांच्या उपस्थितीत आणि एव्हाना तिथे जमलेल्या सुमारे शंभर गोदी कामगारांच्या साक्षीने आम्ही तो कंटेनर उघडला. आतमध्ये पाहतो, तर आम्हाला आणखी एक धक्का बसला.

तो संपूर्ण कंटेनर डिंक / गोंद असलेल्या ड्रम्सने खचाखच भरलेला होता. लपविलेल्या शस्त्रास्त्रे आणि दारूगोळ्यांबद्दल आमच्याकडे असलेली माहिती अगदी खात्रीशीर होती. त्यामुळे गुन्हे शाखेच्या अधिकाऱ्यांनी ड्रम्सच्या आत हात घालण्यास सुरुवात केली; परंतु ते बहुतेक एकतर रिकामे होते, नाहीतर गोंदाने भरलेले होते. आता हे एक अत्यंत विचित्र दृश्य होते : रात्रीची गडद काळोखी वेळ, शेकडो अर्धवट झोपाळलेले गोदी कामगार, आमच्याच 'सिस्टर एजन्सी'चा एक रागावलेला अधिकारी आणि ड्रम शोधताना गोंदाने हात लडबडून घेणारे आमचे गुन्हे शाखेचे अधिकारी... अन् अखेर आमच्या हातात अपेक्षित 'माल' मिळाला.

त्या गोंदाने भरलेल्या ड्रम्सच्या तळाशी प्लॅस्टिकचे डबे काळजीपूर्वक दडवून ठेवण्यात आले होते आणि हे सगळे डबे रिव्हॉल्व्हर, पिस्तूल आणि अन्य दारूगोळ्यांनी भरलेले होते. अतिशय काळजीपूर्वक त्यांचे पॅकिंग केले गेले होते आणि त्यामुळे, लपवलेल्या ठिकाणी हा साठा अतिशय उत्तम प्रकारे टिकून राहिला होता. आमचे अधिकारी वजनाने हलकी आणि आकाराने बारीक असलेली ती शस्त्रे बाहेर आणत असताना, गोदी कामगार कुतूहलाने अत्याधुनिक परदेशी बनावटीची पिस्तुले आणि रिव्हॉल्व्हर्स नीट बघण्यासाठी त्या ड्रमच्या जवळ गर्दी करू लागले. अधिकारी म्हणजे जणू काही जादूचे प्रयोग दाखवत गर्दीचे मनोरंजन करणारे गारुडी असून, कामगार प्रेक्षकांसारखे त्यांच्याभोवतीने वर्तुळात उभे आहेत, असे मजेदार दृश्य त्या काळोख्या रात्रीच्या टिपूर चांदण्यांत दिसू लागले.

वास्तविक पाहता, आमची टीम संख्येने अगदीच कमी होती. खूप जास्त प्रमाणात शस्त्रास्त्रे आणि दारूगोळा ताब्यात मिळत असताना, मोठ्या संख्येने हमाल कामगार तिथे गोळा झाले असल्यामुळे एका क्षणी मला थोडी भीती वाटली. म्हणून मी माझ्या 'गनर'ला मोठ्या आवाजात हाक मारली. परिस्थितीचे गांभीर्य समजून घेऊन त्याने ताबडतोब मोक्याची जागा पकडली आणि सर्वांच्या नजरेत

स्पष्ट भरेल अशा प्रकारे आपले स्वयंचलित शस्त्र बाहेर काढले. तोपर्यंत जो तो तिथे सापडलेली शस्त्रास्त्रे आणि चकचकीत गोल गोळ्यांचे कौतुक करण्यात मग्न होता; पण माझ्या 'गनर'चा एकूण आवेश बघताच बंदरातील कामगारांनी चटकन तिथून काढता पाय घेतला. सकाळपर्यंत आम्ही मोठ्या प्रमाणावर शस्त्रास्त्रे आणि दारूगोळा जप्त केला.

अशा प्रकारे, केवळ मुंबईच नव्हे, तर संपूर्ण देशाला असलेला अत्यंत गंभीर धोका आम्ही नष्ट केला. वसुलीचे दस्तऐवज किंवा 'पंचनामा' मध्यरात्री सुरू होऊन सकाळी पूर्ण झाला. गुन्हे शाखेने उघड केलेल्या शस्त्रास्त्रांपैकी हा सर्वांत मोठा प्रकार होता. घटनास्थळावरील तो अधिकारी, एक प्रख्यात चकमक विशेषज्ञ, त्या रात्री खरोखरच त्याच्या नावलौकिकाला अनुरूप असाच वागला होता.

जप्त केलेल्या शस्त्रास्त्रांचे योग्य दस्तऐवज तयार केल्यानंतर, रात्रीच्या कारवाईची माहिती आयुक्तांना देण्यासाठी मी न्हावा शेवा बंदरातून मुंबईला निघाले. आश्चर्याची गोष्ट म्हणजे, मला त्यांच्या कार्यालयात तोच सिस्टर एजन्सीचा वरिष्ठ अधिकारी आढळला, ज्याने कंटेनर सील केला होता. एजन्सीने लावलेले कंटेनरचे सील आम्ही कसे तोडले, याचा तपशील आयुक्तांना हवा होता. मी संपूर्ण कारवाईचे कथन केले आणि जप्त केलेल्या शस्त्रास्त्रांचीही तपशीलवार माहिती दिली. आमच्या क्राईम ब्रँचच्या मानकांनुसार ही एक अविश्वसनीय म्हणावी अशी मोठी जप्ती होती.

आयुक्तांनी माझे ऐकून घेतले आणि ते सूचकपणे त्या अधिकाऱ्यांकडे पाहू लागताच, तो उठून शांतपणे बाहेर पडला. त्यानंतर त्यांची मुंबईबाहेर बदली झाली. मला वाईट वाटले. असे म्हटले गेले की, ती एजन्सी खरेतर त्या संशयास्पद कंटेनरवर दावा करण्यासाठी कोणीतरी पुढे येईल, याची वाट पाहत बसली होती. जेणेकरून ते त्याला पकडू शकतील. त्यामुळेच एक महिना उलटला, तरी त्यांनी ते न उघडता तसेच ठेवले होते; परंतु खरे सांगायचे तर, मला काही हे पटले नाही. जेवढा मोठा साठा दडलेला आहे, तेवढी मोठी आणि पक्की खबर अधिकाऱ्याकडे असेल, तर उगाच वाट बघत बसणे, मला तरी तर्कसंगत वाटत नाही. त्या शस्त्रांनी आपल्या देशात किती कहर केला असता, याचा नुसता विचार करूनही माझा थरकाप होतो. आज भूतकाळात डोकावून पाहताना, मध्यरात्रीचे ते ऑपरेशन आजही मला अविश्वसनीय वाटते.

न्हावा शेवा बंदरातील त्या शस्त्रास्त्र जप्तीची तीव्रता, ही केवळ २००५च्या पावसाळ्यात मुंबईत आलेल्या महापुराशीच तंतोतंत जुळू शकते.

□□□

२४

'जॉयलुक्कास'चे दागिनेचोर

मी तिथे गेलो, चूक केली. त्यानंतर मी पुनःपुन्हा तिथे गेलो,
कारण चुकीतून मी कधीही शिकलो नाही.

- पुनरावृत्ती करणारा अपराधी

ती २००६च्या मे महिन्यातील एक उष्ण आणि कोरडी संध्याकाळ होती. पावसाळा अजून यायचा होता. मी मरीन ड्राईव्हवरील क्रिकेट क्लब ऑफ इंडियामध्ये संध्याकाळी उशिरा फिरायला आले होते. माझ्या क्राईम ब्रँचच्या अधिकाऱ्यांसोबतच्या शेवटच्या 'क्राईम कॉन्फरन्स'मध्ये मला वाटलं होतं की, आपल्या शहराप्रमाणेच आपणही कोरडेपणाचा सामना करत आहोत का? कारण, गेल्या काही काळापासून कोणताही उल्लेखनीय शोध लागला नव्हता. पोलीस अधिकारी सहसा गोपनीय कामाबद्दल फारशी चर्चा करत नाहीत. तसेच आपल्याला माहिती देणाऱ्या खबऱ्यांबद्दल कोणतीही माहिती शेअर करत नाहीत. किंबहुना, माझे अधिकारी आपल्या खबऱ्यांवर इतके मालकीहक्क गाजवणारे होते की, यापूर्वी अनेकदा एका अधिकाऱ्याच्या खबऱ्याला दुसऱ्या अधिकाऱ्याने आपल्या 'जाळ्यात ओढल्याचा' आरोप त्यांनी एकमेकांवर करून, त्याबाबत हस्तक्षेप करण्याची मागणी माझ्याकडे केली होती.

क्राईम ब्रँचच्या या 'ड्राय डेज'बद्दलच्या माझ्या टिप्पणीनंतर काही अधिकाऱ्यांनी माझी स्वतंत्रपणे भेट घेतली आणि त्यांच्यापाशी जमा झालेल्या खबरा मला

सांगितल्या. आमच्या शाखेचे बहुतेक अधिकारी स्वयंप्रेरित, गुन्हे शोधण्याच्या बाबतीत तळमळीने काम करणारे आणि कायम आपल्या कामाचा अभिमान बाळगणारे होते; पण अधूनमधून त्यांची फिरकी घेण्यात मला काही चुकीचे वाटायचे नाही.

त्या दिवशी संध्याकाळी फेरफटका मारताना, उद्याच्या दिवसभराच्या नियोजनासंबंधी विचार करायचा होता; म्हणून मी कुणामध्ये न मिसळता, एकटे राहणे पसंत केले. तेवढ्यात, हैदराबाद येथील आयपीएस अधिकारी राजीव त्रिवेदी यांच्या फोनने माझी विचारांची साखळी तोडली. जॉयलुक्कास ज्वेलरी शोरूममध्ये घडलेल्या धाडसी चोरीच्या प्रकरणाचा तपास करण्यासाठी ते माझी मदत मागत होते. आदल्याच रात्री, म्हणजे १५ मे २००६ रोजी ही घटना घडली होती.

अतिशय धाडसी पद्धतीने दरोडा घालून चोरांनी सोन्याचे आणि हिऱ्यांचे दागिने मिळून तब्बल नऊ कोटी रुपयांचा ऐवज लुटला होता. या संदर्भातील बातम्यांचा मी तसाही पाठपुरावा करतच होते. मुद्रित आणि इलेक्ट्रॉनिक अशा दोन्ही माध्यमांमध्ये हा दरोडा राष्ट्रीय मथळा बनला होता. या घटनेनंतर शोरूमची दृश्ये, तसेच आयुक्त आणि पोलीस महासंचालकांसह हैदराबादच्या वरिष्ठ पोलीस अधिकाऱ्यांनी तिथे भेटी दिल्याचे टीव्ही चॅनेल सातत्याने प्रसारित करत होते. पोलिसांचे असे मत होते की, ५०० दशलक्षपेक्षा जास्त किमतीचे दागिने असलेल्या शोरूममध्ये, उत्तम दर्जाची आणि अत्याधुनिक सुरक्षा व्यवस्था असायला हवी होती. मात्र, तशी सिक्युरिटी नसल्यामुळे एवढा मोठा दरोडा पडला, असे पोलिसांचे स्पष्ट मत होते. चोरीला गेलेल्या मुद्देमालाच्या एकूण किमतीमुळे सगळे जण हादरून गेले होते. तत्पूर्वी, शोरूम आणि आजूबाजूच्या परिसरात कडक सुरक्षा न ठेवल्याबद्दल खुद्द गृहमंत्र्यांनी जॉयलुक्कासच्या व्यवस्थापनावर ठपका ठेवला होता. त्यासाठी त्यांनी एक उच्चस्तरीय बैठक बोलावली, ज्यामध्ये सर्व उपस्थितांनी असे निरीक्षण नोंदवले की, 'शोरूममधील बारापैकी नऊ क्लोज सर्किट टीव्ही काम करत नाहीत. तसेच तेथील इतर सुरक्षा उपकरणे कालबाह्य किंवा निरुपयोगी असून शोरूमचे सुरक्षारक्षकही मुळीच प्रभावी नव्हते.'[१]

जॉयलुक्कासचे ते भव्य, आकर्षक शोरूम शहराच्या मध्यभागी, सर्वांत गजबजलेल्या व्यावसायिक केंद्रांपैकी एक, पंजागुट्टा परिसरात वसलेले आहे. महत्त्वाचे म्हणजे, परिसरातील मुख्य पोलीस स्टेशन शोरूमपासून अक्षरशः हाकेच्या अंतरावर आहे. याशिवाय, पंजागुट्टा हे एक उच्च-सुरक्षा क्षेत्र आहे; कारण येथे मुख्यमंत्र्यांसह अनेक मंत्री आणि उच्च अधिकारी राहतात.[२] त्रिभुवनदास झवेरी,

खजाना, तनिष्क, बुरु यांसारखी सुमारे वीस दागिन्यांची बडी दुकाने असल्यामुळे या परिसराला स्थानिक पातळीवर 'गोल्ड स्ट्रीट' म्हणून ओळखले जाते.

या सर्व शोरूम्सवर आपापले सुरक्षारक्षक आहेत; त्यामुळे परिसरातील कोणतीही संशयास्पद हालचाल किमान कोण्या एकाच्या तरी नजरेत आल्यावाचून राहिली नसती.

माझी मदत मागणाऱ्या राजीव नावाच्या त्या पोलीस अधिकाऱ्याने कबूल केले की, याआधीही या भागात असे गुन्हे घडले होते. त्यामुळे आता पोलिसांसमोर मोठा पेच निर्माण झाला होता. घरफोडी-दुकानफोडीच्या वाढत्या घटनांबद्दल चिंतेत असलेल्या ज्वेलर्सना अधिक कडक खबरदारी घेण्याचा सल्ला पोलीस देत होते. यामध्ये एखाद्या आंतरराज्यीय टोळीचा सहभाग असल्याचा संशय होता. त्यामुळे राजीव जेथे पूर्वी असे गुन्हे घडलेले आहेत, अशा इतर राज्यांशी समन्वय साधत होते. मला केलेला कॉल याच प्रयत्नाचा एक भाग होता. मी त्याला काही काळापासून ओळखत होते. माझ्या लक्षात आले की, तो प्रचंड दबावाखाली आहे. एक उत्साही खेळाडू आणि फिटनेसप्रेमी असलेला राजीव, तेव्हा हैदराबादमध्ये अतिरिक्त आयुक्त म्हणून कार्यरत होता.

लुटण्यात आलेले शोरूम चार मजली असून, ते जॉयलुक्कासचे देशातील ६१वे दालन असल्याची माहिती आम्हाला देण्यात आली. १९५६मध्ये वर्गीस अलुक्कास नामक व्यक्तीने आपल्या कुटुंबाचे मूळ गाव असलेल्या त्रिशूर येथे पहिले दागिन्यांचे दुकान उघडले. पुढे १९८७मध्ये परदेशातील आपले पहिलेवहिले दालन सुरू करण्यासाठी त्यांचा मुलगा जॉय अलुक्कास मिडलईस्टमधील अबूधाबी येथे गेला. तिथेच त्याने 'जॉयलुक्कास' नावाने स्वतःचा ब्रँड सादर केला. हैदराबादमधील शोरूम लुटण्यात आले, तेव्हा भारत आणि इतर तेरा देशांत मिळून 'जॉयलुक्कास'ची एकूण १३० दालने कार्यरत होती.[३]

त्याच दिवशी सकाळी मी माझ्या गुन्हे शाखेच्या अधिकाऱ्यांशी या खळबळजनक दरोड्याबद्दल चर्चा केली होती व त्यांपैकी दोघांना हैदराबादला जाण्यास सांगितले होते. गुन्हेगारांनी सुमारे चाळीस किलो सोने आणि हिऱ्यांचे दागिने लुटले असल्याचे जॉयलुक्कासच्या प्रवक्त्याने हैदराबाद पोलिसांना कळवल्याची माहिती आम्हाला मिळाली. यांपैकी काही हिरे व्हीव्हीएस वन (VVS1) प्रकारचे उच्च प्रतीचे 'सॉलिटेअर' असून, त्या प्रत्येक हिऱ्याची किंमत ८ ते १० लाख रुपये इतकी होती. नुकसानीचा प्राथमिक अंदाज नऊ कोटींचा असला, तरी प्रत्यक्षात नेमके किती नुकसान झाले आहे, याचा अंदाज येणे बाकी होते. माझ्या एका अधिकाऱ्याच्या

हैदराबादस्थित सूत्राने सांगितले की, शोरूम लुटणाऱ्या गुन्हेगारांनी तिथल्या 'स्ट्राँग रूम' आणि 'लॉकर्स'ला हातदेखील लावला नव्हता.

वास्तविक, या 'स्ट्राँग रूम' आणि 'लॉकर्स'मध्ये सुमारे १०३ किलोग्रॅम वजनाचे सोन्याचे दागिने आणि तब्बल ४०० दशलक्ष रुपये किमतीचे हिरे एवढा दणदणीत ऐवज ठेवलेला होता; परंतु तरीही दरोडा टाकणाऱ्यांनी आपला मोर्चा तिकडे वळवला नाही; कारण 'स्ट्राँग रूम' आणि 'लॉकर्स' दोन्हीकडे आधुनिक 'अलार्म यंत्रणा' बसवण्यात आलेली होती. याचा उघड अर्थ असा होता की, शोरूमच्या सुरक्षा व्यवस्थेची व्यवस्थित माहिती असलेल्या एखाद्या आतल्या व्यक्तीचे हे काम असण्याची शक्यता होती. म्हणूनच या 'स्ट्राँग रूम'कडे त्यांनी दुर्लक्ष केले असावे.

एका बाजूला आंध्र प्रदेशच्या मुख्यमंत्र्यांच्या निवासस्थानापासून आणि दुसऱ्या बाजूला पुंजागुट्टा पोलीस स्टेशनपासून अगदीच थोडक्या अंतरावर असलेल्या, या ठिकाणी कुणी बाहेरील व्यक्ती येऊन एवढ्या सराईतपणे काम तमाम करून जाऊ शकेल, हे आम्हाला संशयास्पद वाटले. हैदराबाद पोलीसही असाच विचार करताना दिसत होते. सीसीटीव्ही कॅमेऱ्यातील गुन्हेगारांचे फोटो धूसर असल्याने, त्यांच्या आधारे कोणताही निष्कर्ष काढता येत नव्हता. 'आपापल्या खबऱ्यांना खडबडून जागे करा आणि कसेही करून चोरीला गेलेले दागिने शोधून काढा,' असा सल्ला अधिकाऱ्यांना देऊन मी आमची बैठक संपवली. त्यापैकी एकाने निदर्शनास आणून दिले की, एवढ्या मोठ्या प्रमाणात सोने खरेदी करणे कोणालाही शक्य होणार नाही. त्याऐवजी, गुन्हेगार कदाचित कालांतराने, थोड्या थोड्या हप्त्यांमध्ये ते विकण्याचा प्रयत्न करतील. त्यामुळे चोरीच्या मालाचा शोध घेणे आणि तो हस्तगत करणे कठीण होऊन बसेल. हे म्हणणे अगदीच तर्कशुद्ध असले, तरी मला असे वाटले की, आत्ता तपासावर लक्ष केंद्रित करणे आवश्यक असून या प्रकरणाचा तपास कसून करण्याच्या प्रयत्नापासून मागे खेचणाऱ्या अनेकविध कारणांकडे दुर्लक्ष करणे, हीच काळाची गरज आहे. मुंबई क्राईम ब्रँचने शहरातील सराफा बाजारमध्ये माहिती देणारे खबरे अक्षरश: जागोजागी पेरलेले होते. आम्ही त्या सर्वांना टॅप करण्याचा निर्णय घेतला.

युनिट एक आणि दोनने आपापल्या क्षेत्रातील सर्व ज्वेलरी दुकानांना सतर्क केले. हैदराबाद चोरीची बातमी दक्षिण मुंबईपर्यंत आधीच पोहोचलेली होती. आमच्या बहुतेक स्रोतांनी असे मत व्यक्त केले की, चोरीला गेलेला माल इतक्या चटकन बाजारात कुठे दिसणार नाही. त्यामुळे आम्ही त्याच रात्री आमच्या रेकॉर्डमधील सराईत घरफोड्या करणाऱ्या गुन्हेगारांची प्रत्यक्ष तपासणी करण्याचा

निर्णय घेतला; विशेषत: जे महाराष्ट्राबाहेरही कार्यरत होते, त्यांच्याकडे तातडीने लक्ष द्यायचे ठरवले. काही काही दरोडेखोर असे असतात, जे केवळ दुकानांना लक्ष्य करतात; तर काही घरे आणि दुकाने या दोन्हींवर पाळत ठेवतात आणि सुरक्षा व्यवस्था जिथे कमी असल्याचे आढळेल, तिथे चोरी करतात. या गुन्हेगारांची छायाचित्रे आणि पत्ते आमच्याकडे नियमितपणे देखरेख करणाऱ्या मालमत्ता कक्षात उपलब्ध होते.

त्यानुसार असे ठरविण्यात आले की, सर्व युनिट्स रेकॉर्डवरील चोरांची रात्रीच्या वेळी तपासणी करतील आणि न सापडलेल्यांचा तपशील युनिट्समध्ये नोंदवून ठेवला केला जाईल; कारण इथे सापडत नाहीत, म्हणजे ते शक्यतो मुंबईबाहेर कार्यरत असतील.

त्या दिवशी सकाळी हैदराबादला गेलेल्या गुन्हे शाखेच्या अधिकाऱ्यांच्या पथकाने मला कळवले की, गुन्हेगारांनी जॉयलुक्कास शोरूमच्या शेजारील इमारतीत चढण्यासाठी दोरीचा वापर केला होता. त्या इमारतीत दुरुस्तीचे काही काम सुरू असल्याने त्यांच्याकडे कुणाचे लक्ष वेधले गेले नसावे. अधिकाऱ्यांनीदेखील पुष्टी केली की, शोरूममधील बहुतेक सीसीटीव्ही कॅमेरे काम करत नाहीत आणि कार्यरत कॅमेऱ्यांतील फोटोंचा काहीही उपयोग झाला नाही. मला कळले की, पुंजागुट्टा पोलीस स्टेशनने १६ मे रोजी भारतीय दंड संहितेच्या कलम ४०७/२००६ अन्वये ४५७ आणि कलम ३८०नुसार गुन्हा दाखल केला होता आणि दोषींचा शोध घेण्यासाठी चार विशेष पथके तयार केली होती.

यादरम्यान, आम्ही मुंबईतील काही सराईत गुन्हेगारांना अधोरेखित करून त्यांची घरे, तसेच लपण्याची ठिकाणे तपासण्यास सुरुवात केली होती. १७ तारखेला एस्प्लेनेड कोर्टात होणाऱ्या सुनावणीसाठी घरफोड्यांचा आणि दरोडेखोरांचा एक गट दक्षिण मुंबईत येणार असल्याची माहिती आम्हाला मिळाली.

१८१०मध्ये स्थापन झालेल्या, या विशाल न्यायिक संकुलाला 'पोलीस न्यायालय' म्हणूनही ओळखले जाते; कारण त्यात मुख्य महानगर न्यायदंडाधिकारी (चिफ मेट्रोपॉलिटन मॅजिस्ट्रेट) यांच्यासह अनेक दंडाधिकारी न्यायालये आहेत. १ एप्रिल १९७४पासून, जेव्हा नवीन फौजदारी प्रक्रिया संहिता कार्यान्वित झाली, तेव्हा ही न्यायालये अधिकृतपणे मुख्य 'मेट्रोपॉलिटन मॅजिस्ट्रेट कोर्ट' म्हणून ओळखली जाऊ लागली; परंतु पोलिसांमध्ये अजूनही ती 'एस्प्लेनेड कोर्ट' म्हणून ओळखली जातात. ३१ डिसेंबर १८८८ रोजी, असंख्य प्रवेशद्वारांच्या या भव्य बहुमजली न्यायालय संकुलाचे उद्घाटन करण्यात आले.[४] दररोज सकाळी ११ वाजल्यापासून ते दुपारच्या

जेवणापर्यंत, दंडाधिकारी जामीन प्रकरणे सुनावणीसाठी घेत असताना येथे अक्षरशः गोंधळ उडालेला असतो. पोलीस अधिकारी अटक केलेल्या गुन्हेगारांना धरून घेऊन चाललेले असतात. गुन्हेगारांचे नातेवाईक, वकील आणि जामीनदार जामीन सुनावणीस उपस्थित राहण्यासाठी येतात. त्यामुळे या न्यायालयाच्या खोल्या तर भरून जातातच, शिवाय व्हरांडा आणि पायऱ्यांवरसुद्धा मोठ्या प्रमाणात गर्दी होते.

आपल्या जुन्या फौजदारी खटल्यांच्या सुनावणीला हजर राहण्यासाठी हे जॉयलुक्कासचे संशयित चोर न्यायालयात नक्की येतील, अशी पक्की खबर आम्हाला मिळाली होती. आम्ही न्यायालयांमध्ये काम करणाऱ्या आमच्या स्रोतांद्वारे तिची पडताळणी केली आणि साध्या वेशातील पोलीस अधिकारी आणि हवालदार वेगवेगळ्या कोर्टरूममध्ये, लॉबीमध्ये, पायऱ्यांवर, जुन्या लिफ्टमध्ये आणि कोर्ट कॉम्प्लेक्सच्या टॉयलेटमध्ये तैनात केले. या प्रत्येकाकडे टोळीतील त्या चोरट्यांची छायाचित्रे होती.

आम्हाला यश मिळण्याची खूप आशा होती; पण आमच्या दुर्दैवाने, ती टोळी आलीच नाही. एकतर त्यांनी साध्या वेशातील आमच्या लोकांना ओळखून मागच्या मागे हळूच पलायन तरी केले होते किंवा ते अजूनही मुंबईबाहेरच होते. तरीही, स्वतंत्र सूत्रांकडून सदर माहितीची पुष्टी झाल्यामुळे गुन्हे शाखेच्या बाराव्या युनिटच्या अधिकाऱ्यांनी पुढचा पाठपुरावा करण्याचा निर्णय घेतला. मी या टप्प्यावर हस्तक्षेप केला नाही; कारण मला अनुभवातून समजले होते की, काही ऑपरेशन्स त्वरित यशस्वी होतात, तर काही दीर्घकाळपर्यंत प्रगतिपथावरच राहतात.

नंतर संध्याकाळी, बाराव्या युनिटचे निरीक्षक सुनील दरेकर आणि सहायक पोलीस निरीक्षक सतीश रावराणे यांना सक्रिय सराईतांच्या यादीतून - आमच्या रेकॉर्डमधील गुन्हेगार - त्याच गटाशी संबंधित एकाची माहिती मिळाली. तो उपनगरीय मुंबईतील नाईट बारमध्ये वारंवार येत असे आणि आमच्या खबऱ्याने सांगितले की, तो त्या रात्री बारमध्ये येणार आहे. त्याची कामगिरी फत्ते झाली की, तो नाईट बारमध्ये जायचा, हे त्याला चांगले ठाऊक होते. त्याला बारबालांवर 'करकरीत चलनी नोटां'चा वर्षाव करणे आवडायचे. अशांपैकीच काही बारबालांना गुन्हे शाखेने आपले माहिती देणारे खबरे म्हणून विकसित केले होते.

एस्प्लेनेड कोर्टात सकाळी फसगत झाल्यामुळे आम्ही काहीसे निराश झालो होतो. जरी त्या वेळी तिथे इतर युनिट्सचे अधिकारीदेखील तैनात केले गेले होते,

तरीही ‘युनिट बारा’च्या अधिकाऱ्यांनी मन विचलित न होऊ देता ठाम भूमिका घेतली होती.

त्यांच्या माहिती स्रोतांच्या मदतीने, त्यांनी टोळीचे आवडते मानले जाणारे सर्व नाईट बार कव्हर केले. शेवटी, त्यांना बोरिवलीतील ‘चार्वाक’ बारमध्ये विनोद रामबली सिंग या गुन्हेगाराचा माग सापडला. तो मद्यपान करण्यात आणि अपेक्षेप्रमाणे बारबालांवर पैशांचा वर्षाव करण्यात गुंगलेला होता. काहीतरी गडबड झाल्याचे लक्षात येताच त्याने बाजूच्या दरवाजाने बाहेर पळण्याचा प्रयत्न केला; परंतु उंचीने कमी, पण दणकट असलेले इन्स्पेक्टर सुनील दरेकर आणि तरुण, सडपातळ असलेल्या सतीश रावराणे यांनी त्याला चॅलेंज दिले. जरी ते गणवेशात नसले, तरी व्यवस्थापकाने पोलीस अधिकाऱ्यांना ओळखले होते. त्यामुळे त्याने ‘बार’च्या कस्टमर्सना काहीही हस्तक्षेप करू दिला नाही. परिणामी, एक संभाव्य बाका प्रसंग आपसूक टळला गेला.

दरोडे आणि घरफोडीचे अठरा गुन्हे दाखल असलेल्या, कठोर आणि सराईत गुन्हेगार असलेल्या विनोद सिंग याला बोलते करण्यासाठी युनिटची सर्व ‘चौकशी कौशल्ये’ पणाला लागली. समाजाला धोका निर्माण करणाऱ्या त्याच्या गुन्हेगारी कृत्यांबद्दल त्याच वर्षीच्या २५ मार्च रोजी बोरिवली पोलिसांनी त्याला मुंबईतून हद्दपार केले होते. एखाद्या व्यक्तीला त्याच्या गुन्हेगारी कृत्यांमुळे, आसपासच्या परिसरासाठी गंभीर धोका संभवतो, असे प्रतिपादन करून पोलीस विभागाने कार्यकारी दंडाधिकाऱ्यांकडे प्रस्ताव मांडल्यास, सोबत पुरेशी माहिती आणि गुन्ह्यांच्या नोंदींची जोड दिलेली असल्यास, कार्यकारी दंडाधिकारी पोलीस अहवाल ग्राह्य धरू शकतात आणि अशा व्यक्तीला विशिष्ट कालावधीसाठी विशिष्ट क्षेत्रात प्रवेश करण्यापासून प्रतिबंधित करू शकतात. (यालाच बोलीभाषेत ‘तडीपार करणे’ असे म्हटले जाते.) अशा गुन्हेगारांना हाताळणे सर्वांत कठीण असते; कारण त्यांना गुन्हेगारी न्याय व्यवस्थेची गुंतागुंत पुरती ठाऊक असते. ते तडीपार असले, तरी हवे तेव्हा आपल्या हद्दीत बिनदिक्कत फेरी मारून जातात आणि त्यांचा बचाव करण्यासाठी वकिलांची फौजच तयार असते. कारण काहीही असो, मुंबई हा अफाट गर्दीचा समुद्र असल्याने तडिपार गुन्हेगारांच्या हालचालींवर नियंत्रण ठेवण्यासाठी यंत्रणा फारशा प्रभावी ठरत नाहीत, हे सत्य आहे.

त्या दिवशी मात्र नशीब युनिटच्या बाजूने होते; कारण विनोद सिंगची झडती घेणाऱ्या अधिकाऱ्यांना त्याच्या खिशात काही दागिने सापडले, ज्याचे त्याला

स्पष्टीकरण देता आले नाही. त्याला दहिसर येथील युनिटच्या कार्यालयात आणून त्याच्या मागील आठवड्यांतील हालचालींचा हिशेब मागितला गेला.

बाराव्या युनिटच्या अधिकाऱ्यांकडून आणखी एक 'सखोल आणि वेगवान चौकशी' झाल्यानंतर, सिंगने शेवटी कबूल केले की, त्याने त्याचा सहकारी शिरीकांत सिंगसह हैदराबादमधील जॉयलुक्कास शोरूममध्ये दरोडा घातला. परंतु, त्याने लुटीचा ठावठिकाणा उघड करण्यास नकार दिला. 'दागिने टोळीतील सदस्यांमध्ये विभागले गेले आहेत आणि आपल्याला त्यांच्या ठिकाणांची अजिबात माहिती नाही,' असे त्याने ठासून सांगितले. अधिकाऱ्यांना फार वेळ गमावून चालणार नव्हता, अन्यथा टोळीतील इतर सदस्यांना लूट घेऊन पळून जाण्याची संधी मिळाली असती.

सहायक पोलीस निरीक्षक (एपीआय) रावराणे या वेळी सिंगच्या मोबाईल फोनची तपासणी करत असताना त्यांना एका ठरावीक लँडलाइन नंबरवरून या मोबाईलवर वारंवार कॉल येत असल्याचे आढळून आले. म्हणून त्यांनी एमटीएनएल कार्यालयात फोन केला. स्वतःची ओळख करून दिली आणि त्या लँडलाइन नंबरच्या मालकाची माहिती विचारली. तो नंबर मध्य मुंबईतील हॉटेल 'रिपन पॅलेस'चा निघाला. याबद्दल खडसावून विचारल्यावर, सिंगने शेवटी कबूल केले की, तो आणि टोळीचा आणखी एक सदस्य, अजय सिंग या हॉटेलमध्ये २०३ क्रमांकाच्या खोलीत राहत होते.

हे कळताच आमचे अधिकारी युनिटच्या दोन गाड्यांमध्ये अक्षरशः उडी मारून बसले आणि हॉटेल रिपन पॅलेसकडे निघाले. सुमारे एक तासाच्या त्या तणावपूर्ण प्रवासात त्यांनी विनोद सिंगकडे आणखी चौकशी केली, तरीही त्याने दागिन्यांची माहिती लपवून ठेवली. वाटेत थोडे थांबून काही खाद्यपदार्थ घेण्याची अधिकाऱ्यांची इच्छा होती; परंतु संदीप डवरे या तरुण चालकाने वाहन अजिबात थांबवले नाही. उलट, 'सर, ही वेळ डिनरचा विचार करण्याची नाही,' असे अधिकाऱ्यांना ठणकावून सांगत त्याने ॲक्सिलेटरवरचा आपला पाय दाबून ठेवला अन् गाडी वेगाने पळवली.

रिपन पॅलेस हॉटेल मुंबई सेंट्रल रेल्वे स्टेशनजवळ, भायखळा आणि मोहम्मद अली रोड दरम्यान आहे. दहिसर येथील युनिट बारा कार्यालय आणि स्टेशन दरम्यानचे अंतर अंदाजे ४० किलोमीटर आहे. सुमारे नऊ कोटी रुपयांचे चोरलेले सोने आणि हिरे अधिकारी शोधत असल्याने दोन्ही वाहनांमध्ये तणावाचे वातावरण पसरले होते.

हॉटेलमध्ये आल्यावर, विनोद सिंग अनिच्छेनेच टीमला २०३ क्रमांकाच्या खोलीकडे घेऊन जात असताना, इन्स्पेक्टर दरेकर यांना कोणीतरी दोन पिशव्या घेऊन पायऱ्यांवरून खाली येताना दिसले. कदाचित, त्या वेळी त्यांचे सहावे इंद्रिय (sixth sense) सक्रिय झाले म्हणावे किंवा ती त्यांच्या पोलिसी स्वभावाची प्रतिक्रिया असावी; परंतु त्यांनी उपनिरीक्षक रवींद्र पाटील आणि हवालदार कांबळे आणि जांभळे यांना त्या माणसाची बॅग तपासण्यास सांगितले. त्याच वेळी, हॉटेलच्या रिसेप्शनवर रजिस्टरमधील नोंदी तपासत असलेल्या एपीआय रावराणे यांच्या लक्षात आले की, २०३ क्रमांकाच्या खोलीतून नुकतेच चेक-आउट झाले आहे. त्यांचे हृदय धडधडले. त्यांनी रजिस्टरमधून डोके वर काढून बघितले असता, रिसेप्शनिस्टने बॅग घेऊन येत असलेल्या व्यक्तीकडे बोट दाखवले. तो नुकताच २०३ क्रमांकाच्या खोलीतून बाहेर पडला होता.

उपनिरीक्षक पाटील यांनी शांतपणे आणि चतुराईने त्या व्यक्तीकडून पिशव्या काढून घेतल्या आणि अधिकाऱ्यांना खोलीत जाण्याचे आदेश दिले. तो खरोखर विनोद सिंगचा साथीदार अजय जवाहर सिंग निघाला. तो घेऊन जात असलेल्या पिशव्या हिऱ्यांनी भरलेल्या होत्या. खोलीत आणखी दोन पिशव्या होत्या, ज्या विनोदच्या वाटणीच्या होत्या. सहायक पोलीस उपनिरीक्षक (एएसआय) देशमाने यांनी त्या पिशव्या उघडल्या आणि त्यांमध्ये चोरीचे सोन्याचे दागिने खचाखच रचलेले बघून त्यांना अक्षरश: भोवळ आली.

अधिकाऱ्यांनी नंतर मला सांगितले की, त्यांना मिळालेली माहिती पक्की असली आणि विनोदने दुकानफोडीची कबुली देऊन त्यांना रिपन पॅलेसमध्ये नेले होते, तरीही जेव्हा त्यांनी सोने आणि हिरे प्रत्यक्ष पाहिले, तेव्हा त्यांचा स्वतःच्या नशिबावर विश्वासच बसला नाही. बहुतेकांना चक्कर आल्यासारखे वाटले; काहींनी याबद्दल मस्करीत चालक संदीप डवरे यांना, 'वाटेत काहीही खायला घेऊ न दिल्याचा' दोष दिला.

मी मध्यरात्री युनिट बाराच्या कार्यालयात पोहोचले, तेव्हा माझ्या आयुष्यात आजवर कधीही न पाहिलेले इतके बहुविध दागिने पाहून मी थक्क झाले. माझ्या गणवेशासोबत कानात साधे मोत्याचे इअरिंग घालण्याची सवय असल्याने, फॅशन काय आहे आणि त्या जोडीने येणाऱ्या अन्य दिमाख, डामडौलाबाबतचे ज्ञान मी केव्हाच विसरून गेले होते. 'वसुलीचा - पंचनामा' म्हणून ओळखले जाणारे जप्तीचे दस्तऐवज तयार करण्यासाठी आम्हाला जवळपास सहा तास लागले. मागे

असे खळबळजनक शोध आणि सोने - हिऱ्यांच्या जप्तीनंतर पुढे पोलिसांवरच अपहार आणि गैरव्यवहारांचे आरोप झाले होते.

त्या पार्श्वभूमीवर, सर्व कागदपत्रे पूर्ण होईपर्यंत आणि प्रत्येक तुकड्याचा हिशोब होईपर्यंत मी युनिट ऑफिस तर सोडले नाहीच, पण अगदी 'बाथरूम ब्रेक' घेण्यासाठीसुद्धा जागेवरून हलले नाही.

त्यानंतर विनोद सिंगला माझ्यासमोर आणण्यात आले. साधारण उंचीचा, निरुपद्रवी दिसणारा, तीसच्या आसपास वय असलेला तो, अतिशय सराईत चोर होता. मुंबईत जेव्हा जेव्हा दागिन्यांच्या दुकानात चोरी होते, तेव्हा अधिकारी पहिले त्याचा शोध घेतात - अशी त्याची बदनाम ख्याती होती. विनोदला यापूर्वी अनेक वेळा अटक करण्यात आली होती. इतक्यांदा की, त्याला आमच्या रँकची पूर्ण माहिती पाठ होती. जरी बहुतेक गुन्हे शाखेचे अधिकारी गणवेश परिधान करत नसले, तरी तो प्रत्येकाला पदश्रेणीनुसार ओळखू शकत होता. त्याने मला सांगितले की, 'गुन्ह्याच्या दहा दिवस अगोदर ते सगळे जण 'कामगिरी'चे ठिकाण पाहण्यासाठी हैदराबादला गेले होते.' आर्थर रोड कारागृहात (मुंबई मध्यवर्ती कारागृह), जिथे पूर्वी केलेल्या गुन्ह्यासाठी तुरुंगात असताना त्याने आंध्र प्रदेशातील एका कैद्याकडून पुंजागुट्टा गोल्ड स्ट्रीटची माहिती गोळा केली होती. रस्त्यावरील शोरूमच्या सुरक्षा पातळीचे विश्लेषण केल्यानंतर, त्याने आपले लक्ष्य ठरवले होते. सुमारे दहा दिवस विनोदने परिसरात फिरून त्याची व्यवस्थित ओळख करून घेतली. विविध शोरूममध्ये तैनात असलेल्या सुरक्षारक्षकांच्या दिनचर्येचे निरीक्षण केले. त्याने माझ्यापाशी खुलासा केला की, १६ मे रोजी रात्री एक वाजण्याच्या सुमारास जॉयलुक्कास येथे प्रत्यक्ष धाड टाकण्यापूर्वी त्याने पुंजागुट्टा येथे तीन वेळा रंगीत तालीम केली होती. जॉयलुक्कासचे गार्ड फक्त समोरच्या बाजूला तैनात असून रात्रीच्या वेळी शोरूमभोवती फिरून गस्त घालत नसल्याचे त्याच्या लक्षात आले होते.

इमारतीच्या मागील बाजूस दुसऱ्या मजल्यावर एक शटर होते; जे विनोदने संभाव्य 'प्रवेश बिंदू' म्हणून निश्चित केले होते. त्याला वाटले होते की, रक्षकांचे आपल्याकडे लक्ष वेधू न देता, तिथे बसून तो कुलूप कापू शकतो. त्या शटरमध्ये प्रवेश करण्यासाठी त्याने दोरीचा वापर करून शेजारच्या इमारतीत जाण्याचा निर्णय घेतला. 'या कृतीची रंगीत तालीम मी अत्यंत यशस्वीपणे, सहजतेने पार पाडली आणि माझ्याकडे कोणाचेही लक्ष गेले नाही,' असे त्याने अभिमानाने सांगितले. १५ मे रोजी सायंकाळी विनोद व त्याचा सहकारी शिरीकांत सिंग

जॉयलुक्कासच्या शेजारी असलेल्या इमारतीत थांबले. रात्री शोरूमसमोर सुरक्षा रक्षक असताना त्यांनी दुसऱ्या मजल्याच्या शटरचे कुलूप तोडून आत प्रवेश केला. दिवे चालू केल्यास पहारेकरी सावध होतील, हे माहीत असल्याने त्यांनी मेणबत्त्या आणि आगपेट्या सोबत आणल्या होत्या. फक्त दर्शनी भागातील 'डिस्प्ले काउंटर'मध्ये ठेवलेल्या दागिन्यांच्याच वस्तू चोरून घेण्याचा निर्णयही त्यांनी घेतला होता. घटनास्थळी भेट देणारे हैदराबादच्या पश्चिम विभागाचे तत्कालीन पोलीस उपायुक्त अमित गर्ग यांनी बरोबर सांगितले होते की, गुन्हेगारांनी पहिल्या मजल्यावर, तसेच तळघरात जाताना बटणाचे स्वीच किंवा अलार्म सिस्टीमला स्पर्श न करण्याची काळजी घेतली होती. शिरीकांतने मेणबत्ती पकडली, तर विनोदने सोने आणि हिरे गोळा केले. त्यांनी दोन रिकाम्या पिशव्या सोबत आणल्या होत्या, ज्या त्यांनी नंतर शांतपणे पळून जाण्यापूर्वी लुटीने खचाखच भरल्या होत्या.

विनोद सिंगने केवळ दुकानफोडीचा कट रचला नव्हता, तर तिथून सुखरूप बाहेर पडण्याची रणनीतीही चोखपणे आखली होती. त्याने मला सांगितले की, शिरीकांत सिंगसोबत त्याने हैदराबाद आणि पुणे दरम्यान राज्य मार्ग परिवहन बसने दोनदा प्रवास केला आणि हे पडताळून पाहिले की, पोलीस या मार्गावर कितपत सक्रिय आहेत, तसेच ते प्रवाशांचे सामान तपासून बघतात की नाही. १५-१६ मे च्या रात्री आपले 'मिशन' यशस्वीरीत्या पूर्ण करून त्यांनी हैदराबादहून पुण्याला जाणारी एसआरटी बस पकडली. त्यांनी मुद्दाम लक्झरी बस घेतली नव्हती. पुढे पुण्यापासून मुंबईतील अंधेरीपर्यंत त्यांनी वातानुकूलित कॅबने प्रवास केला. त्यानंतर त्यांनी ऑटो रिक्षा घेतली. विनोद सिंग त्याच्या कबुलीजबाबात पुढे पुढे जात असताना मला दिसून आले की, त्याच्या चेहऱ्यावर कोणताही पश्चात्ताप नव्हता; फक्त आम्ही करत असलेली सखोल चौकशी आणि आपली मौल्यवान लूट गमावल्यामुळे आलेला थकवा होता.

मी केलेल्या अजय सिंगच्या चौकशीत असे आढळून आले की, तो सुरतमधील एका ज्वेलरी शॉपमध्ये काम करतो. विनोद सिंगने त्याला दागिन्यांच्या किमतीचे मूल्यांकन करण्यासाठी आणि ते विविध ठिकाणी पाठवण्यासाठी मदत करायला बोलावले होते. विनोद सिंगला तो बऱ्याच दिवसांपासून ओळखत होता आणि त्याला यापूर्वीही मदत केल्याचे त्याने कबूल केले.

आम्ही त्यांचा तिसरा सहकारी, शिरीकांत सिंग याला अटक करू शकलो नाही; परंतु आम्ही भाग्यवान ठरलो; कारण विनोद सिंग व अजय सिंग या दोघांना इतक्या वेगाने पकडण्यात आम्हाला यश आले होते की, लूट झालेले सर्व दागिने

आणि हिरे जप्त होऊ शकले. अशा गुन्हेगारी टोळ्यांमध्ये बहुतकरून असे काही सदस्य असतात की, ज्यांचे काम चोरीचा माल मिळवणे आणि तो ठिकठिकाणी पांगवणे, एवढेच असते. सोन्याच्या दागिन्यांच्या बाबतीत, ते वितळवण्याची खूप घाई केली जाते, जेणेकरून तक्रारकर्त्यांना ते ओळखता येऊ नयेत. परिणामी, बहुतेक दरोडे आणि घरफोडी-दुकानफोडीच्या प्रकरणांमधून त्यांना सहजतेने मुक्तता मिळते.

आतापर्यंत, आमचा शोध आणि लूट वसूल झाल्याची खबर प्रसारमाध्यमांना लागल्याने १८ मे रोजी सकाळी युनिट बाराच्या कार्यालयाबाहेर गर्दी जमा होऊ लागली होती. जप्त केलेल्या दागिन्यांचा जप्ती पंचनामा आणि दस्तऐवज सील केल्यानंतरच मी त्यांना माहिती दिली. लुटीचा साठा प्रचंड मोठा होता एवढेच नाही, तर युनिट बाराच्या कार्यालयातील आमच्यापैकी कोणालाही त्या लुटीतील कर्णभूषणांमध्ये अडकून बसलेल्या सोन्याच्या साखळ्या सुट्या करून नीट सोडवणे जमत नव्हते. ते एक अवघड काम होऊन बसले होते. सोने आणि हिऱ्यांच्या शुद्धतेचे मूल्यांकन करण्यासाठी आणि प्रमाणित करण्यासाठी सरकारमान्य मूल्यांकन तज्ज्ञ बोलावण्यात आले होते. त्यांची वेळीच मदत मिळाल्याने आम्ही नशीबवान ठरलो; नाहीतर तिन्हीसांज उलटून जाईपर्यंत आम्ही ऑफिसमध्येच अडकून पडलो असतो आणि स्वच्छतागृहातदेखील न जाण्याबाबतची माझी हतबलता असह्य झाली असती!

माझे आणि गुन्हे शाखेच्या टीमचे अभिनंदन करण्यासाठी हैदराबाद पोलीस आयुक्तांनी मला फोन केला. या लुटीचा आढावा घेण्यासाठी जॉयलुक्कासचे उच्च व्यवस्थापकीय अधिकारी पुढील विमानाने मुंबईला आले. त्यांच्या चेहऱ्यावर मोठ्या प्रमाणात समाधान दिसत होते. माझी मदत घेणारे पोलीस अधिकारी राजीव त्रिवेदी यांनादेखील खूप आनंद झाला. गुन्ह्यांच्या शोधासाठी आंतरराज्यीय समन्वयासाठी त्यांनी केलेल्या प्रयत्नांचे सकारात्मक परिणाम दिसून आले होते. तेदेखील आरोपींची पुढील चौकशी करण्यासाठी मुंबईला रवाना झाले. आमच्यासाठी सुखद आश्चर्याची गोष्ट म्हणजे, त्यांनी त्याच दिवशी, आंध्र प्रदेश सरकारला युनिट बाराच्या अधिकाऱ्यांना रोख बक्षिसे मंजूर करायला लावली. यामध्ये तसूभरही मागे न राहता, महाराष्ट्राचे गृहमंत्री आर. आर. पाटील यांनीही तत्काळ रोख बक्षिसे आणि प्रशस्तिपत्रे जाहीर केली.

इन्स्पेक्टर सुनील दरेकर यांनी गोळा केलेले सर्व पुरावे हैदराबाद पोलिसांच्या ताब्यात दिले. कोणत्याही तपासाप्रमाणे, दस्तऐवजीकरणाचे बरेच काम होते. त्या

टोळीची दुकान फोडण्याची आणि लुटण्याची सर्व तयारी, हैदराबादला जाण्याचा आणि मुंबईला परतण्याचा प्रवास अशा सर्व गोष्टींचा शोध घेण्यात आला. आरोपींचे पूर्वीचे गुन्हेगारी रेकॉर्ड वेगवेगळ्या पोलीस ठाण्यांमधून मिळवून केस पेपर्ससोबत जोडण्यात आले. उपनिरीक्षक पाटील यांनी विनोद सिंगच्या मोबाईल नेटवर्क ऑपरेटरशी संपर्क साधला. त्यांच्या अहवालात, घरफोडीच्या दिवशी व ६ ते १६ मे २००६ दरम्यान आरोपी हे हैदराबाद आणि आसपासच्या ठिकाणात दिसत होते. हा एक चांगला पुरावा होता आणि केस पेपरमध्येही त्याचा समावेश होता; परंतु परत मिळवलेल्या मुद्देमालापेक्षा अधिक ठाशीव पुरावा दुसरा काहीही नव्हता.

अखेर हैदराबादमध्ये सुनावणी झाली. इन्स्पेक्टर दरेकर यांनी कोर्टात पुरावे देण्यासाठी दोनदा जाऊन केसची बारीकसारीक माहिती मॅजिस्ट्रेटना सांगितली. त्यांच्या पथकाने दागिने शोधून काढणे आणि ते जप्त करणे, हे अत्यंत कौतुकास्पद ठरले. मुख्य आरोपी विनोद रामबली सिंग आणि त्याचा साथीदार अजय जवाहर सिंग यांना न्यायालयाने दोषी ठरवून तीन वर्षांची शिक्षा सुनावली. माझ्या मते, या अशा छोट्या शिक्षाच व्यावसायिक गुन्हेगारांना अशा प्रकारच्या आणखी घरफोड्या बिनदिक्कतपणे करण्यास प्रोत्साहित करतात. आपल्या फौजदारी न्याय व्यवस्थेचीही कमी आहे. एक समाज म्हणून, आपण सराईत गुन्हेगारांबद्दल कठोर दृष्टिकोन बाळगला पाहिजे. त्यांच्यावर पाळत ठेवणे आणि त्यांचे नियमित निरीक्षण करत राहणे, हे त्यांच्या मानवी हक्कांचे उल्लंघन नसून, आपल्या सभ्य, निष्पाप समाजाच्या सुरक्षिततेसाठी अतिशय आवश्यक कार्य आहे.

❑❑❑

२५

खंडणीचा कॉल आणि 'अडीच' जणांना अटक

जर आपण कधी विचित्र गोष्टी सांगितल्या नाहीत, तर जेव्हा खरेच काही विचित्र घडेल, तेव्हा आपला त्यावर विश्वास बसणार नाही.

- शॅनन हेल

'तुला चांगला धडा शिकवीन,' अशी धमकी त्याने दिली.

गुंडांच्या हालचाली, कारवाया आणि डावपेचांवर इलेक्ट्रॉनिक उपकरणांच्या माध्यमातून पाळत ठेवली जाते. मुंबईत खंडणी मागणाऱ्या कॉलमध्ये चिंताजनक वाढ झाल्याची बाब या 'एक्स' प्रोजेक्टच्या अधिकाऱ्यांच्या लक्षात आली. शहराच्या गुन्हे शाखेतील अनेक तज्ज्ञांनी एकत्र येऊन यातील विशिष्ट 'पॅटर्न'चा अभ्यास करण्याचा प्रयत्न केला. काही दिवसांच्या सर्वसमावेशक विश्लेषणानंतर त्यांनी निष्कर्ष काढला की, खंडणीसाठीचे बहुतेक कॉल कोलकाता येथून आले होते आणि ते छोटा राजन टोळीचे काम असू शकते.

विकी मल्होत्रा या संशयित कॉलरचा शोध घेण्यासाठी अनुभवी अधिकाऱ्यांचे एक पथक कोलकाता येथे रवाना झाले. विकी हा छोटा राजनच्या टोळीशी संबंधित होता. त्याचा आवाज दमदार होता, अगदी दाऊद इब्राहिमच्या डी-कंपनीतील अबू

सालेमसारखा! धमक्या देण्यात आणि जोरजबरदस्तीचे कॉल करण्यात तो तरबेज होता.

बहुतेक बांधकाम व्यावसायिक धमक्या आल्यावर पोलिसांकडे जात नाहीत आणि निमूटपणे मागितलेले पैसे भरून मोकळे होतात. यामुळे गुन्हेगारी टोळ्यांना खंडणी मागण्यास प्रोत्साहन मिळत जाते.

ज्या लोकांना या धमक्या येत होत्या, त्यांच्याशी आम्ही तत्परतेने संपर्क साधला आणि त्यांना आश्वासन दिले की, 'आम्ही कॉल करणाऱ्यांचा शोध घेत आहोत.' आमच्या कायदेशीर मर्यादेत राहून विकी मल्होत्राच्या फोनचे परीक्षण-निरीक्षण करत असताना आम्हाला एक विचित्र गोष्ट दिसून आली. एका अनोळखी व्यक्तीशी तो वारंवार अदबीने बोलताना आम्ही ऐकले. त्या व्यक्तीला तो 'साहेब' म्हणत होता. गुन्हे शाखेच्या अधिकाऱ्यांना बहुतांश गुंडांचे आवाज ओळखता येत असतानाही, आम्ही हा 'साहेब' कोण, हे ओळखू शकलो नाही. यामुळे आम्हाला आणखीनच उत्सुकता लागून राहिली.

कोलकाता येथे तैनात केलेले अधिकारी आमच्या 'एक्स प्रोजेक्ट टीम'ने दिलेल्या माहितीच्या आधारे एका आठवड्यापेक्षा जास्त काळ तेथे थांबले; परंतु विकीला पकडण्यात यश न आल्याने ते परत आले. मोबाईल टॉवरची ठिकाणे अनेकदा आम्हाला गुन्हेगारांपर्यंत पोहोचण्यास मदत करत असतानादेखील या खेपेला आम्ही यशस्वी होऊ शकलो नाही.

काही दिवसांनी विकी नवी दिल्लीत आला. तो अजूनही त्याच्या मोबाईलवरून मुंबईतील श्रीमंत आणि शक्तिशाली लोकांना धमक्या देणारे कॉल करत होता. या वेळी अधिकाऱ्यांनी तो दुसरा आवाज फरीद तनाशाचा आहे, हे ओळखले. तोही त्याच टोळीचा सदस्य होता. आता हे दोघे एक मोठा धोका बनले होते. या धमकीच्या कॉल्सचे गांभीर्य लक्षात घेऊन मी 'डीसीपीं'ना त्यांच्या टीमसह दिल्लीला जाण्याचा आणि दोन्ही गुंडांना अटक करण्याचा सल्ला दिला. यासाठी एक सविस्तर आराखडा तयार करण्यात आला; कारण अधिकारी महाराष्ट्राच्या कक्षेच्या बाहेर जायला निघाले होते आणि अत्यंत धोकादायक अशा गुन्हेगारी टोळीचे सदस्य आमचे लक्ष्य होते.

त्या वेळी काही अज्ञात कारणांमुळे 'डीसीपीं'चे विमान चुकले; मात्र इन्स्पेक्टर पाटील व इतर अधिकारी त्याच विमानाने पुढे गेले आणि राजधानीत पोहोचल्यावर मला फोन केला. सर्व संवेदनशील कारवायांच्या दरम्यान, आम्ही आमच्या वरिष्ठांना सतत माहिती देत राहण्याच्या कठोर प्रक्रियेचे न चुकता पालन करतो.

'डीसीपी' सोबत हजर नसल्याने, कारवाईबाबत सूचना घेण्यासाठी पाटील थेट माझ्या संपर्कात होते. त्यांच्या टीमने विकी 'लुटियन्स' या दिल्लीतील एका उच्चभ्रू हॉटेलमध्ये असल्याचे शोधून काढले होते; परंतु तेथे त्याच्याशी संपर्क साधणे त्यांना सोयीचे वाटले नाही. त्यांची अस्वस्थता मला समजली. ही कारवाई अत्यंत नाजूक असून, गुन्हे शाखेची ही टीम दिल्लीशी परिचित नव्हती.

'विकी मल्होत्रा हॉटेलच्या लाऊंजमध्ये दुसऱ्या एका व्यक्तीसोबत बसला आहे,' अशी माहिती पाटील यांनी त्यांच्या मोबाईलवरून मला दिली. दोघेही गप्पा मारण्यात व्यस्त होते आणि निवांत दिसत होते. यादरम्यान, पाटील यांनी आणि गुन्हे शाखेच्या पथकाने स्वत:साठी शीतपेय मागवले आणि लॉबीत दूरवर बसून दोघांचे बारकाईने निरीक्षण करत राहिले. इन्स्पेक्टरने आपल्या टीमसोबत सर्व पर्यायांची चर्चा केली. परिस्थितीचा अंदाज घेतला आणि हॉटेलमधून बाहेर पडल्यानंतर विकीला पकडण्याचा निर्णय घेतला. मला पुन्हा कॉल करून, त्यांनी लाऊंजमधील वातावरण आणि आपल्या 'थांबा आणि पहा' धोरणाबद्दल माहिती दिली. तोपर्यंत डीसीपी दिल्लीला जाणाऱ्या पुढच्या फ्लाइटमध्ये बसल्याचे आम्हाला कळले.

सुमारे अर्ध्या तासानंतर, इन्स्पेक्टर पाटील यांनी मला माहिती दिली की, विकी आणि त्याचा 'मित्र' त्यांच्या गाडीत बसून हॉटेलमधून बाहेर निघाले आहेत आणि त्यांना वाटेत अटक करण्याच्या उद्देशाने ते आपल्या वाहनातून त्यांचा पाठलाग करत आहेत.

मग एक नाट्यमय पाठलाग सुरू झाला. काही मिनिटांतच पाटील यांच्या वाहनाने विकीच्या गाडीला ओव्हरटेक करून ती थांबवली. इन्स्पेक्टर बाहेर पडले. त्यांनी स्वतःची ओळख करून दिली आणि सांगितले की, 'त्या दोघांना अटक करण्यात आली आहे.'

अचानक मला पाटील यांचा आणखी एक कॉल आला आणि त्यांनी सांगितले की, विकीचा तो साथीदार त्यांना ताबडतोब जाऊ द्या, असे सांगत होता आणि त्याने स्वतःची ओळख चक्क 'इंटेलिजन्स ब्युरोचे माजी संचालक' म्हणून करून दिली आहे. आश्चर्यचकित होऊन मी ताबडतोब मुंबईच्या इंटेलिजन्स ब्युरोच्या प्रमुखांना फोन केला आणि विचारले की, 'दिल्लीत कोणी निवृत्त संचालक 'गुप्त ऑपरेशन' करत आहेत किंवा कसे?' परंतु, त्यांना अशी कोणतीही माहिती नव्हती. इकडे विकीचा साथीदार आपण खरोखरच आयबीचे माजी संचालक असल्याचे ठामपणे सांगत होता. थोड्या वेळात पाटील यांनी पुन्हा मला फोन केला; कारण आता त्या व्यक्तीला माझ्याशी बोलायचे होते. त्याच्या ओळखीची पडताळणी

कशी करावी या विचारात असताना, मी त्याला महाराष्ट्रातील आयपीएसमधील बॅचमेट्सची, तसेच त्यांच्या शेवटच्या पोस्टिंगची नावे सांगण्यास सांगितले. त्याने पूर्ण अचूकतेने ते सांगितले. त्याने दावा केल्याप्रमाणे, तो कदाचित आयपीएस अधिकारी आणि अगदी माजी आयबी प्रमुखही असू शकतो, असे मला वाटले. गंमत म्हणजे, मी विचारात पडले आहे हे जाणवून, उलट त्यानेच माझ्याबद्दल शंका उपस्थित केली. अतिशय उद्धट आणि नाराजीच्या स्वरात तो म्हणाला की, मीच पोलीस सहआयुक्त असल्याबद्दल त्याच्याशी खोटे बोलत आहे; कारण त्याच्या माहितीनुसार या पदावर कधीच कोणतीही महिला नियुक्त झाली नव्हती. आता मात्र मी थक्क झाले आणि माझ्या अधिकारपदाचा पुनरुच्चार केला; परंतु माझ्या बोलण्याकडे साफ दुर्लक्ष करून त्यांनी मला पाटील यांना तत्काळ घटनास्थळावरून निघून जायला सांगावे, असा सल्ला दिला. त्या गोष्टीला मी स्पष्टपणे नकार दिला. खतरनाक गुंडांना पकडण्यासाठी मी खास टीम मुंबईतून रवाना केली होती आणि आमच्या कारवाईला अखेर यश आले होते. ही अत्यंत महत्त्वाची अशी अटक साध्य केल्यानंतर मी माझ्या अधिकाऱ्यांना काहीही न करता सरळ तेथून निघून जाण्यास कसे सांगू शकत होते? तेसुद्धा आयबीचे माजी संचालक असल्याचा दावा करणाऱ्या कुण्या एका व्यक्तीच्या तोंडी निर्देशानुसार! हे अगदीच अकल्पनीय आणि अस्वीकारार्ह होते आणि मी त्याला तसे अगदी स्पष्टपणे सांगितले. त्यावर 'मी तुला चांगली अद्दल घडवीन,' अशी धमकी त्याने रागाच्या भरात दिली. त्यावर मीसुद्धा तितक्याच कठोरतेने उत्तर दिले की, 'मीच तुला धडा शिकवीन.' माझ्याशी यापूर्वी असे कधीच कोणी बोलले नव्हते.

मी इन्स्पेक्टर पाटील यांच्याशी पुढील कारवाईबाबत चर्चा करत असताना, माझ्या कार्यालयातील टीव्ही चॅनेलने आयबीचा माजी प्रमुख एका गुंडासह पकडला गेल्याची बातमी दिली. मला पाटील यांच्याकडून समजले की, आम्ही बोलत असताना त्या व्यक्तीने दिल्ली पोलिसांच्या नियंत्रण कक्षाला स्वतःच्या मोबाईलवरून फोन करून स्वतःची ओळख 'आयबी'चे माजी संचालक अशी करून दिली होती आणि त्यांच्याकडे तातडीने 'पीसीआर व्हॅन' पाठवायला सांगितली होती. वाहन पाठवताना, नियंत्रण कक्षाने वायरलेस नेटवर्कवर पीसीआर व्हॅनला कॉल करणाऱ्याची ओळख नमूद केली होती. कदाचित, त्यामुळे ती गाडी ताबडतोब मदत करण्यासाठी घटनास्थळी पोहोचेल, याची खात्री त्यांना असावी. दरम्यान, ही माहिती 'लीक' झाली आणि टेलिव्हिजनवर झळकू लागली.

दिल्ली पीसीआर व्हॅन पाटील, त्यांची टीम, विकी मल्होत्रा आणि आयबीचे तथाकथित माजी अधिकारी यांना पोलीस ठाण्यात घेऊन आली.

त्याच सुमारास, मुंबई गुन्हे शाखेचे 'डीसीपी' तिथे पोहोचले. एकीकडे ते प्रकरण निस्तरायला सुरुवात झाली असताना, मी माझ्या गुन्हे शाखेच्या टीमला सांगितले की, त्यांनी दुसरा गुंड - फरीद तनाशा याला पकडण्यासाठी पुढे जावे. 'एक्स-प्रोजेक्ट'च्या अधिकाऱ्यांना खात्री होती की, ते धमकीचे कॉल करण्यात विकी मल्होत्राच्या जोडीने फरीदचा सहभाग होता. त्या वेळी तो दिल्लीतच होता; पण वेगळ्या ठिकाणी. मला भीती वाटत होती की, त्याला विकीच्या अटकेची बातमी न्यूज चॅनेल्सवर कळेल आणि तो पळून जाईल. इतक्या दूर आल्यानंतर, आता आपण तनाशाला पळून जाऊ द्यायचे नाही, याबाबत मी अगदी ठाम होते.

'डीसीपीं'ना पोलीस स्टेशनवर सोडून पाटील लगेच त्यांच्या टीमसह आपल्या पुढील लक्ष्याकडे निघाले. दिल्लीच्या अनोळखी रस्त्यांवर गाडी चालवणे त्यांच्यासाठी खूप आव्हानात्मक ठरत होते आणि त्यांना माहीत होते की, आपल्याकडे वेळ खूप कमी आहे. तनाशा हा एक भयानक गुन्हेगार होता. त्याच्या नावावर अनेक हिंसक गुन्हे होते; मात्र अधिकाऱ्यांना खात्री होती की, ते त्याला पकडतील. ते खरोखरच मुंबईच्या गुन्हे शाखेचे उत्तम अधिकारी होते. संशयित ठिकाणी पोहोचून पथकाने आजूबाजूचा परिसर तपासला आणि चांगली पाहणी केली. हा भाग नेहमीच्या सर्वसाधारण दैनंदिन कामकाजाने गजबजलेला होता. ते पोलिसांच्या गणवेशात किंवा पोलिसांच्या वाहनात नसल्यामुळे त्यांच्या हालचालींनी कुणाच्याही भुवया उंचावल्या नाहीत. टीमने शांतपणे त्या परिसराला वेढा घातला. पाटील यांनी अपार्टमेंटचा दरवाजा ठोठावण्यासाठी सर्वांत लहानखुऱ्या अधिकाऱ्यांपैकी एकाची निवड केली. त्यांची अंगयष्टी किरकोळ होती. दार उघडल्या क्षणी, टीमने आत धाव घेतली आणि तनाशाला पकडले. त्या वेळी तो आपल्या दुसऱ्या पत्नीसोबत गप्पागोष्टी करत बसला होता. आमच्यासाठी आनंदाची बाब म्हणजे, त्याने अजून टीव्हीवरची बातमी पाहिली नव्हती आणि विकी मल्होत्राच्या अटकेबद्दल तो पूर्णपणे अनभिज्ञ होता. त्याची अटक अतिशय अलगद अन् सुरळीत पार पडल्याचे समजताच मला खूप हायसे वाटले.

तोपर्यंत सरकारमधील उच्चपदस्थांनी महाराष्ट्र पोलिसांच्या वरिष्ठ अधिकाऱ्यांशी संपर्क साधल्याचे दिसत होते. त्यामुळ मुंबई गुन्हे शाखेच्या दिल्लीतील कारवाईदरम्यान आयबीच्या माजी प्रमुखाची उपस्थिती नाकारण्यात आली.

उद्योगपती, बिल्डर आणि मुंबईतील श्रीमंत, धनाढ्य लोकांना खंडणीचे कॉल करणाऱ्या विकी आणि फरीद तनाशाच्या अटकेबद्दल आम्हाला आनंद झाला. अन्य कोणत्याही एजन्सीवर ताशेरे ओढण्याचा किंवा त्यांच्यावर कसलेही आरोप करण्याचा आमचा हेतू नव्हता. काही वृत्तपत्रांनी या घटनेचे वृत्त दिले असता, 'आयबी'च्या माजी प्रमुखाने घटनास्थळी आपली उपस्थिती स्पष्टपणे नाकारली आणि दावा केला की, त्या वेळी ते घरी टीव्हीवर क्रिकेटचा सामना पाहत होते.[१]

एका वरिष्ठ अधिकाऱ्याने नंतर मला सांगितले की, त्या माजी आयबी प्रमुखाला सुरुवातीला वाटले होते की, त्यांना प्रतिस्पर्धी टोळीनेच घेरले आहे; पण पाटील यांनी जेव्हा स्वत:ची ओळख पोलीस अधिकारी अशी करून दिली, तेव्हा तो आमच्या इन्स्पेक्टरला दिल्ली पोलिसांचाच सदस्य समजला. यावरून मी फोनवर 'सहपोलीस आयुक्त' बोलत असल्याचे खोटे सांगत असणार, असे त्याने का गृहीत धरले होते, ते स्पष्ट झाले; कारण त्या वेळी दिल्लीचा 'सहपोलीस आयुक्त' (गुन्हे) हा तर पुरुष होता. अशा प्रकारे कोणत्या व्यक्तीला विकी मल्होत्रा 'साहेब' असे म्हणायचा, याचे गूढही आम्ही सोडवले.

त्या माजी आयबी प्रमुखांनी दिल्ली 'पीसीआर व्हॅन' बोलावली नसती, तर ही घटना कधीच 'ब्रेकिंग न्यूज' किंवा एक चटपटीत, रंजक मीडिया स्टोरी बनली नसती. वेगवेगळ्या पोलीस संघटनांकडून अनेक ऑपरेशन्स आणि काउंटर-ऑपरेशन्स केले जातात आणि काही वेळा नकळत आमच्यात संघर्ष होतात, जसे या प्रकरणात झाले होते. मात्र, हे प्रकरण अत्यंत वादग्रस्त ठरले[२] आणि मीडियाने काही काळ त्याला उचलूनही धरले.[३]

पुढे काही वर्षांनंतर, भारत सरकारच्या एका माजी गृहसचिवाने एक मुलाखत दिली; ज्यामध्ये मुंबई पोलिसांनी मुद्दाम एक खास योजना आखली होती. त्यानुसार दाऊद इब्राहिमला मिडल ईस्टमध्ये गाठून ठार करण्यासाठी छोटा राजन टोळीच्या सदस्यांना माजी आयबी प्रमुखाकडून प्रशिक्षण देण्यात येत असताना ते हाणून पाडले, असा दावा त्यांनी केला.

परंतु, सत्यापेक्षा मोठे काहीही असू शकत नाही. धमक्या देऊन आणि खंडणी मागणारे कॉल करून लोकांना हैराण करणाऱ्या एका टोळीचा पाठलाग करणाऱ्या मुंबई गुन्हे शाखेचे ते प्रकरण होते. काही अधिकाऱ्यांच्या सचोटीपणावर प्रश्न उभे केले गेले, तेव्हा ते दुखावले गेले; कारण त्यांनी केलेली कारवाई अत्यंत प्रामाणिक होती. खरं तर, दिल्ली ऑपरेशनची योजना आखत असताना, एक वेळ मी 'सीबीआय'मधील माझे माजी बॉस नीरज कुमार यांना त्याबाबत कळवण्याचा

आणि त्यांच्यामार्फत सहायक पोलीस आयुक्त आर. सिंग यांची मदत घेण्याचा विचार केला होता. दिल्ली क्राईम ब्रँचचे सदस्य, सिंग हे माहिती देणाऱ्या खबऱ्यांचे खूप मोठे जाळे हाताशी बाळगून असलेले अधिकारी होते; पण सदर ऑपरेशनची गुप्तता लक्षात घेऊन मी माझ्याच विचारापासून मागे हटले. नंतर मला कळले की, विकी आणि तनाशा बहुधा सिंग यांचे खबरे म्हणूनच काम करत होते. बघा! गुंडांचा कारभार असा आहे : ते एका संस्थेच्या जवळ जातात; अधिकाऱ्यांना 'सोयीस्कर' माहिती पुरवतात आणि इतर ठिकाणी दहशत निर्माण करतात; जसे त्यांनी मुंबईत केले होते.

अखेरीस, विकी मल्होत्राला खंडणी प्रकरणात दोषी ठरवण्यात आले. फरीद तनाशा जामिनावर असताना, मुंबईत त्याच्यावर बेडरूममध्ये भरदिवसा गोळीबार करून त्याची हत्या करण्यात आली. कामाचा प्रचंड ताण असल्यामुळे त्या प्रकरणात डीसीपी वेळेत दिल्लीला पोहोचू शकले नाहीत; हे लक्षात घेऊन या प्रकरणानंतर मुंबईतील गुन्हे शाखेत आणखी एका डीसीपी दर्जाच्या अधिकाऱ्याचे - डीसीपी डिटेक्शन वन - हे पद निर्माण करण्यात आले. इन्स्पेक्टर पाटील पुढे सहायक पोलीस आयुक्त (एसीपी) म्हणून निवृत्त झाले. आता ते आनंदाने शेती करण्यात व्यस्त आहेत.

'आयबी'चे माजी प्रमुख अजित डोवाल हे पुढे जाऊन राष्ट्रीय सुरक्षा सल्लागार बनले.

इथे मला लॉर्ड बायरन काय म्हणाले ते आठवते, 'सत्य हे नेहमीच विचित्र असते; आपल्या कल्पनेपेक्षा कितीतरी जास्त विचित्र!'

□□□

२६

सत्याचा विजय

कधीही 'नाही' म्हणू नका; 'मी हे करू शकत नाही, असे कधीही म्हणू नका. तुम्ही अनंत आहात. तुमच्यात अमर्याद शक्ती आहे. तुम्ही काहीही करू शकता.

- स्वामी विवेकानंद

पुन्हा एकदा माझा फोन अखंड वाजत होता आणि एकामागे एक येणाऱ्या मेसेजेसचा लोंढा काही थांबत नव्हता. ती १४ एप्रिल २०११ची सकाळ होती. मी पुण्याची पोलीस आयुक्त होते आणि कमिशनरच्या बंगल्याबाहेरच्या हिरव्यागार लॉनमध्ये बसून विचार करत होते की, माझ्या कारकिर्दीतील एक वेदनादायक अध्याय आता संपला आहे. चार वर्षांच्या कालावधीत मी स्वत:ला सिद्ध करू शकले, याबद्दल मी पूर्ण समाधानी होते.

२००४ ते २००७ या कालावधीत मुंबईतील गुन्हे विभागाची सहआयुक्त म्हणून मी आणि माझ्या टीमने संघटित गुन्हेगारी टोळ्यांविरुद्ध अनेक कारवाया केल्या होत्या. काटेकोर कागदपत्रे, नोंदी आणि पुराव्यांवर आधारित प्रक्रियांना अनुसरून काम करण्याचे आमचे धोरण असल्याने आमचा लढा तुलनेने संथ आणि दीर्घकाळ चाललेला होता. तथापि, नव्वदच्या दशकाच्या उत्तरार्धात आणि २०००च्या दशकाच्या सुरुवातीला मुंबई नगरीवर 'पोलीस चकमकीं'ची भुरळ पडलेली होती; कारण आमच्यामध्ये केवळ पिस्तुलाचा चाप ओढण्यात धन्यता मानणारे काही

बेजबाबदार अधिकारी होते. ते प्रतिस्पर्धी टोळ्या किंवा खास हितसंबंध असणाऱ्या लोकांच्या इशाऱ्यावर गुंडांचा थेट खातमा करायला अगदी फुरफुरत असायचे.

आपल्या मूर्खपणासाठी आणि लोभासाठी इतिहासात ओळखल्या जाणाऱ्या मिडास नामक राजाप्रमाणे हे अधिकारी होते आणि त्याच्यासारखेच हेदेखील वेळोवेळी क्षणिक मोहाला आणि लाभाला बळी पडले होते. भाडोत्री राजकारणी आणि धूर्त बांधकाम व्यावसायिक आपला वरचश्मा राखण्यासाठी, विकोपाला गेलेले व्यक्तिगत वाद मिटवण्यासाठी आणि झटपट पैसे कमावण्यासाठी खुशाल या पोलीस अधिकाऱ्यांचा वापर करत होते.

हे काही बेजबाबदार 'शार्प शूटर' अधिकारी त्यांच्या मर्जीतल्या पत्रकारांना आपल्या 'आगामी चकमकीं'ची माहिती सांगत असत. त्यांच्या धाडसी कृतीची भरभरून वर्णने छापून आणत असत. त्यामुळे या पोलिसांना प्रचंड प्रसिद्धी मिळत होती. अगदी 'बॉलिवूड'लासुद्धा या बनावट 'डेअर डेव्हिल्स'च्या मोहिनीने वेढून टाकले होते. परिणामी, त्या काळात गुन्हेगारी चित्रपटांची एक लाटच आली होती आणि या सगळ्यांमुळे अशा कॉपना अवास्तव प्रसिद्धी आणि गौरव मिळण्यात मदत होत होती. माझ्या टीमने मात्र अशा अन्यायकारक, खोट्या चकमकींना आळा घातल्यामुळे, नुसते काही अधिकारीच नाही, तर काही पत्रकारही आमच्यावर नाराज झाले होते; कारण या 'चकमक विशेषज्ञांबद्दल' (एन्काऊंटर स्पेशालिस्ट) वार्तांकन करूनच तर त्यांनी आपल्या पत्रकारितेच्या क्षेत्रात नाव कमावले होते.

या पोलिसांनी अक्षरशः बॉलिवूडमधील तारे-तारकांच्या तोडीसतोड भव्य अन् आलिशान जीवनशैलीचा आनंद घेण्यास सुरुवात केली होती. पुरावे गोळा करणे, 'फॉरेन्सिक' तज्ज्ञांचे मत मागणे, संबंधित सामग्रीचे दस्तऐवजीकरण करणे आणि यशस्वी खटला चालवण्यासाठी न्यायालयात उपस्थित राहणे; इत्यादी व्यावसायिक पोलिसांच्या कामांशी त्यांचा संपर्क पार तुटला होता. खटले हे वर्षानुवर्षे रेंगाळत राहतात आणि त्यामुळे, 'चकमकी' हीच मुंबईतील भयंकर धोकादायक गुन्हेगारी टोळ्यांवर नियंत्रण ठेवण्यासाठीची एक योग्य पद्धत आहे, यावर त्यांच्यापैकी अनेकांचा ठाम विश्वास होता. त्या काळात बहुतांश नागरिकांनी अशा अधिकाऱ्यांना साथ दिली आणि आजही अनेक जण ते करत आहेत.

हे खरे आहे की, गुन्हेगारी खटल्यांना बराच वेळ लागतो आणि भारतात दोषी ठरविण्याचे प्रमाण खूपच कमी आहे. मुंबई क्राईम ब्रँचमध्ये आमच्यात अनेकदा या विषयावर वाद व्हायचे. तेव्हा ९० टक्क्यांहून अधिक अधिकारी पुराव्यांवर आधारित 'पोलिसिंग'चे समर्थन करत असत; पण या 'चमकदार' आणि 'प्रसिद्ध'

अधिकाऱ्यांच्या जोडीने प्रसारमाध्यमांचा एक अतिशय महत्त्वाचा भाग असलेल्या आणि या सगळ्यांची चटक लागलेल्या काही क्राईम रिपोर्टर्सच्या वर्तुळात आम्ही मात्र अगदीच अप्रसिद्ध झालो होतो.

एकदा आम्ही गुन्हेगारी टोळ्यांबद्दल माहिती शोधत असताना, कुख्यात गुंड दाऊद इब्राहिम कासकरची बहीण हसीना पारकर हिने खंडणी मागितल्याचे गंभीर प्रकरण समोर आले. अर्थात, आम्ही त्याचा पाठपुरावा केला; पण तिच्या विरोधात औपचारिक तक्रार करण्याचे धाडस कोणी केले नाही; कारण दाऊदची भीती जनमानसात होती. परंतु, कौतुकास्पद बाब म्हणजे, गुन्हे शाखेचे एक अधिकारी अशी औपचारिक तक्रार मिळवण्यात यशस्वी झाले आणि अखेरीस हसीनाच्या विरोधात खंडणीची 'एफआयआर' दाखल करण्यात आली. याची माहिती मिळताच हसीना फरार झाली. तिला शोधण्यासाठी आणि अटक करण्यासाठी आम्ही ताबडतोब टीम तयार केली. आम्ही तिला जेरबंद करण्यासाठी पुरावे गोळा केले. योग्य प्रक्रियेचे पालन करून आम्ही तिचा फोन नंबरदेखील इलेक्ट्रॉनिक देखरेखीखाली ठेवला.

एके दिवशी, इलेक्ट्रॉनिक देखरेख युनिटचे प्रमुख अधिकारी माझ्या कार्यालयात आले. त्यांच्या चेहऱ्यावर आनंद आणि वैताग अशा दोन्ही भावनांचे संमिश्र मिश्रण दिसत होते. 'इंटरसेप्ट' केलेला एक कॉल त्यांनी मला ऐकायला लावला; ज्यामध्ये हसीना पारकर तिच्या मैत्रिणींना मीरां बोरवणकरला हटवण्यासाठी खास नमाज़ आयोजित करण्याचा सल्ला देत होती. 'आपण तिची बदली करून घेतलीच पाहिजे,' अशी तिची सूचना होती. त्यातून तिची हतबलता आम्हाला दिसून आली.

तिला पकडण्यासाठी मी अथक प्रयत्न करत होते. तसेच त्यासाठी आम्ही विशेष पथके तयार केली होती आणि ते आपापल्या खबऱ्यांच्या मदतीने तिचा पाठलाग करत होते. तिची लपण्याची सर्व संभाव्य ठिकाणे तपासत होते. हे प्रकरण प्रसारमाध्यमांमध्ये मोठ्या प्रमाणात प्रसिद्ध झाले होते. मला याची जाणीव होती की, मी यात माझा स्वतःचा खूपच जास्त वेळ खर्च करत होते; परंतु मला हे देखील माहीत होते की, अशाच एका प्रकरणाचा छडा लावल्याने संघटित गुन्हेगारी टोळ्यांना आपल्याकडून एक स्पष्ट आणि कणखर संदेश जाऊ शकतो. त्यामुळे हसीना पारकर खंडणी प्रकरणाला मी प्राधान्य देत होते.

त्यादरम्यानच १७ मे २००७ रोजी सकाळी मी टाइम्स ऑफ इंडियाचा अंक उघडला. पहिल्याच पानावर माझ्या फोटोसह बातमी छापलेली मला दिसली. 'टॉप कॉप टू बी शंटेड'[१] असा मथळा देऊन एस. बालकृष्णन यांनी ती बातमी

लिहिली होती. हसीना पारकरच्या अटकेबाबत मी जाणूनबुजून वेळ काढत आहे, चालढकल करत आहे, असे त्यात नमूद करण्यात आले होते. टाइम्स ऑफ इंडियाचीच आणखी एक वृत्तभगिनी असलेल्या 'मुंबई मिरर'ने आपल्या 'पेज थ्री'वर तीच बातमी 'हसीनाला पकडण्यात अयशस्वी, मीरांला प्रकरण भोवणार,' अशा मथळ्याखाली छापली होती. या बातमीचे वार्ताहर होते, सी. उन्नीकृष्णन.[२]

अस्वस्थ होऊन, मी त्याच दिवशी त्या वर्तमानपत्रांना पत्र लिहून विनंती केली की, त्यांनी त्यांच्या 'अत्यंत आक्षेपार्ह, बदनामीकारक आणि अपमानास्पद' वृत्तांकनाबद्दल त्यांच्या वार्ताहरांकडून स्पष्टीकरण मागितले पाहिजे. तसेच दोन्ही वृत्तपत्रांच्या पहिल्या पानांवर दुसऱ्या दिवशी हे स्पष्टीकरण प्रकाशित करावे, अशी विनंतीही मी केली. टाइम्स ऑफ इंडियाने दुसऱ्या दिवशी माझ्या फोटोसह माझे म्हणणे प्रकाशित केले; पण पहिल्या पानाऐवजी त्याला तिसऱ्या पानावर जागा देण्यात आली. शिवाय, त्यात शेवटी असेही लिहिले की, 'आमचे वार्ताहर एस. बालकृष्णन म्हणतात की, ते आपल्या बातमीवर ठाम आहेत.'

या संदर्भात मी प्रेस कौन्सिल ऑफ इंडियाशीदेखील संपर्क साधला. त्यांच्याकडून मला कळवण्यात आले की, मी एकतर कौन्सिलकडून कारवाई करू शकते किंवा मानहानीचा फौजदारी खटला दाखल करू शकते. मी खटला दाखल करायचे ठरवले. अनेक अधिकाऱ्यांनी मला देशातील सर्वांत शक्तिशाली 'मीडिया हाऊस'विरुद्ध गुन्हा दाखल न करण्याचा सल्ला दिला; पण तो माझ्या सन्मानाचा आणि विश्वासार्हतेचा प्रश्न होता.

राज्याचे गृहमंत्री आर. आर. पाटील यांनी मध्यंतरी या वृत्ताचे खंडन केले होते आणि स्पष्ट केले होते की, सरकार माझ्या कामगिरीवर खूश आहे आणि मला गुन्हे शाखेतून हलवण्याची कोणतीही हालचाल नाही. या बिनबुडाच्या, अविश्वासदर्शक बातमीकडे दुर्लक्ष करण्याचा सल्ला देण्यासाठी त्यांनी मला बोलावून घेतले. इतरांप्रमाणे, त्यांचेही असे मत होते की, 'टाइम्स ऑफ इंडियाचे प्रकाशक खूप जास्त ताकदवान आणि प्रभावशाली आहेत.' तरीही, मी माझ्या मतावर ठाम राहिले. टाइम्स ऑफ इंडिया आणि मुंबई मिरर विरुद्ध मी भारतीय दंड संहितेच्या कलम ४९९ आणि ५००अंतर्गत अब्रूनुकसानी आणि मानहानीचे दोन खटले दाखल केले.

मला माहीत होतं की, पुढचा रस्ता खडतर आहे; पण मी त्यासाठी तयार होते. त्या मीडिया हाऊसच्या विरोधात माझे एरवी वैयक्तिक काहीही विवाद नसले, तरी त्यांच्या अनैतिक आणि बेजबाबदार वृत्तांकनामुळे आमच्या अधिकाऱ्यांचे

मनोधैर्य खचू शकते, याची जाणीव मला करून द्यायची होती. बहुसंख्य प्रामाणिक अधिकाऱ्यांकडे सर्वशक्तिमान प्रसारमाध्यमांना तोंड देण्यासाठीची शक्ती आणि साधने नसतात. त्यामुळे त्यांना ते सहन करावे लागते - हे समाजाच्या आणि राष्ट्राच्या हिताचे नाही.

जुलै २००७मध्ये, माझी गुन्हे अन्वेषण खात्याच्या (सीआयडी) पुणे शाखेत नियुक्ती झाली; कारण मला कुटुंबासोबत रहायचे होते. पुढील चार वर्षांत मी पुणे ते मुंबई असा प्रवास करून शहराच्या अतिरिक्त मुख्य महानगर दंडाधिकाऱ्यांच्या न्यायालयात प्रत्येक खटल्याच्या सुनावणीस न चुकता उपस्थित राहिले. खटला चालवण्यासाठी मी, गर्दीने भरलेल्या कोर्टरूमच्या बाहेर तासन्‌तास वाट पाहत असे. एक अधिकारी म्हणून नाही, तर एक तक्रारदार म्हणून मी तिथे उभी असे. मात्र, माझा निश्चय सर्वकाळ, सर्वत्र पक्का राहिला. बऱ्याच प्रसंगी, दक्षिण मुंबईतील एस्प्लेनेड कोर्टात सुनावणीस उपस्थित असलेले पोलीस अधिकारी मला ओळखायचे आणि मी ही अशी कोर्टरूमच्या बाहेर उभी राहून काय करत आहे, याचे त्यांना आश्चर्य वाटायचे. काही वेळा न्यायालयीन कर्मचाऱ्यांनी मला बसण्यासाठी बाकडे देऊ केले; परंतु बहुतेक वेळी मला खूप वाट पाहावी लागली. त्या चार वर्षांत अनेक न्यायदंडाधिकारी, न्यायालयीन लिपिक आणि कर्मचाऱ्यांच्या बदल्या झाल्या. खटला सुरू असताना मला विविध अपमानास्पद क्षणांना सामोरे जावे लागले. हैदराबाद पोलीस अकादमीमध्ये मी घेतलेले कठीण प्रशिक्षण त्या वेळी कामी आले. त्याने मला त्या परीक्षेच्या काळात आणि सर्व अपमानांना समर्थपणे तोंड देण्यास मदत केली.

पुढे मला असं समजलं की, माझ्याविरुद्धच्या बातम्यांचे प्रमाणीकरण करण्यासाठी गृहमंत्र्यांशी संपर्क साधण्यात आला होता; परंतु त्यांनी त्यासाठी नकार दिला. वार्ताहरांनी पोलीस महासंचालक आणि गृह विभाग मंत्रालयाच्या कार्यालयांना भेटी दिल्याचेदेखील सांगितले जाते; परंतु हसीना पारकरच्या प्रकरणासंदर्भात कोणीही माझ्याविरुद्ध कोणतीही माहिती दिली नाही.

तो फौजदारी खटला अगदी गोगलगायीच्या गतीने चालला. माझ्या तक्रारींमध्ये मी त्या दोन वृत्तपत्रांचे प्रकाशक, संपादक आणि वार्ताहर यांना आरोपी म्हणून नमूद केले होते. सुनावणीदरम्यान, दंडाधिकारी त्यांना न्यायालयात उपस्थित राहण्यास सांगत; परंतु त्यांनी वैयक्तिक उपस्थितीपासून सवलत मागितली. मी मात्र प्रत्येक सुनावणीसाठी नेहमीच उपस्थित असायचे. ॲडव्होकेट राजा ठाकरे, जे

आता मुंबई उच्च न्यायालयाचे वरिष्ठ वकील आहेत, ते माझ्या या कष्टप्रद काळात माझ्या बाजूने खंबीरपणे उभे राहिले. त्यांनी माझे प्रतिनिधित्व केले आणि माझ्या बाजूने युक्तिवाद केला.

माझ्या तक्रारीचा पाठपुरावा करण्याबाबत मी खूप गंभीर होते. तसेच माझ्यामुळे 'हसीना बानोच्या अटकेची गती मंदावली गेली' या बातम्यांना सरकार किंवा पोलीस अधिकारीही पाठीशी घालत नाहीत, हे लक्षात घेऊन वृत्तपत्रांनी माझ्याशी तडजोड करण्याची मागणी राजा ठाकरेंकडे केली. माझी एकच अट होती की, दोन्ही प्रकाशनांनी त्यांच्या वर्तमानपत्रांच्या पहिल्या पानावर माफी मागावी आणि माझा फोटो प्रकाशित करावा. हा माफीचा मसुदा मी स्वतः तयार करेन, अशी अटही मी घातली. सुमारे सहा महिन्यांच्या गोंधळानंतर, दोन्ही वृत्तपत्रांनी पुढीलप्रमाणे माफीनामा प्रकाशित केला :

टाइम्स ऑफ इंडिया / मुंबई मिररमध्ये एस. बालकृष्णन / सी. उन्नीकृष्णन यांचे लेख 'टॉप कॉप टू बी शंटेड' / 'बोरवणकर वाँटेड टू गो स्लो ऑन हसीना' या शीर्षकाखाली मीरां चड्ढा बोरवणकर यांच्या छायाचित्रासह प्रकाशित झाले होते. स्रोतांकडून मिळालेल्या चुकीच्या माहितीवर आधारित सदर लेखांच्या प्रकाशनामुळे त्यांच्या प्रतिष्ठेला हानी पोहोचली आहे, याची आम्हाला जाणीव आहे. मीरां चड्ढा - बोरवणकर यांना झालेल्या त्रासाबद्दल आम्ही दिलगीर आहोत.

१४ एप्रिल २०११ रोजी माझा फोन अखंड वाजू लागला. त्या दिवशी पहिल्या पानावर माफी मागितली गेली होती. असंख्य लोकांकडून माझे अभिनंदन करणारे कॉल्स आणि मेसेज आले. 'मी एक हमखास हरण्याजोगी लढाई लढायला जात आहे; मी मीडिया हाऊसवर बदनामीचे खटले दाखल करू नयेत,' असा सल्ला मला देणाऱ्यांचादेखील त्यांमध्ये समावेश होता.

यामुळे मला आंतरिक दिलासा वाटला आणि मी योग्य असल्याचे सिद्ध झाले. मला आजही आश्चर्य वाटते की, आपल्याबद्दल ती 'चुकीची माहिती' कुणी दिली असावी? का मला मार्गातून बाजूला करण्याचा संघटित गुन्हेगारी सिंडिकेटचा तो प्रयत्न होता? का ते आमचेच कुणी 'एन्काउंटर स्पेशालिस्ट' तर नव्हते ना, ज्यांनी शहरातील प्रमुख वृत्तपत्रांमधले ते मानहानिकारक लेख 'प्रायोजित' केले होते. आमच्या पुराव्यांवर आधारित पोलिसिंगला कंटाळून मुद्रित माध्यमे मुद्दाम अशी

काही कारवाई करू पाहत असतील का? कदाचित, संघटित गुन्हेगारी टोळ्या, बेईमान पत्रकार आणि हातमिळवणी करणारे लोभी पोलीस अधिकारी यांचा तो संयुक्त प्रयत्न असेल का? कसं आहे, एका पोलीस अधिकाऱ्याबद्दल निराधार आणि अत्यंत मानहानिकारक बातमी एकाच दिवशी दोन प्रमुख वृत्तपत्रांमध्ये योगायोगाने तर छापून येत नाही ना, हे मात्र सत्य आहे.

मला त्या वेळी महात्मा गांधींचे ते विशिष्ट शब्द आठवले. ज्यांनी मला त्यानंतरच्या अनेक वर्षांमध्येसुद्धा मोलाची साथ दिली : 'जेव्हा मी निराश होतो, तेव्हा मला आठवते की, इतिहासात सत्य आणि प्रेमाचा मार्ग नेहमीच जिंकला आहे. इथे अत्याचारी आणि खुनी आहेत. काही काळ ते अजिंक्य वाटतात; परंतु शेवटी, नेहमी त्यांचेच पतन होते... याचा विचार करत राहा, कायमच!'

□□□

२७

पाठलाग (स्टॉकिंग)

स्टॉकिंग (पाठलाग करणे) म्हणजे, त्रासदायक किंवा भयावह अशा प्रकारे दीर्घकाळ एखाद्याचा पाठलाग करणे आणि त्याच्यावर लक्ष ठेवणे. हा एक गुन्हा आहे.

- ऑक्सफर्ड इंग्लिश डिक्शनरी

मुंबई क्राईम ब्रँचमधील माझ्या तीन वर्षांच्या कालावधीत, 'वॉक-इन' भेटायला येणाऱ्या अभ्यागतांसाठी मी आवर्जून एक तास बाजूला ठेवला होता. ही पद्धत मी माझ्या कारकिर्दीच्या आरंभीपासूनच सुरू केली होती. नागरिकांशी मुक्त आणि स्पष्ट संवाद साधताना मला खूप काही मिळालं. या सत्रांदरम्यान अनेक वेळा संवेदनशील आणि महत्त्वाची माहिती माझ्यापर्यंत पोहोचवली गेली.

एके दिवशी सुमारे तीस वर्षांची एक स्त्री या मोकळ्या वेळेत माझ्याकडे आली. नंतर ती नियमितपणे माझ्या कार्यालयात येऊ लागली. काही काळाने तिला कंटाळलेले गुन्हे शाखेचे कर्मचारी तिला मला भेटू देत नसत. माझे ऑफिस पहिल्या मजल्यावर असल्याने तिला तळमजल्यावरूनच परत पाठवले जायचे. जरी ती आपण सुशिक्षित आणि सुसंस्कृत असल्याचे दाखवत होती, उत्तम पाश्चात्त्य कपडे परिधान करत होती, अस्खलित इंग्रजी बोलत होती, होंडा कार चालवते असा दावा करत होती; तरीदेखील अधिकाऱ्यांच्या लक्षात आले होते की, तिच्यामध्ये काहीतरी गडबड आहे.

२००७मध्ये माझी सीआयडीच्या पुणे शाखेत बदली झाल्यानंतर, ती अधिक धीट झाली आणि तिने मला प्रेमळ संदेश, प्रेमपत्रे पाठवण्यास सुरुवात केली. माझ्या लँडलाईन आणि मोबाईलवर ती सतत रिंग करू लागली. मी याबाबत माझ्या वैयक्तिक सहायकाला सूचित केले आणि त्याने तिचे कॉल मला कनेक्ट करणे थांबवले. तिचा नंबरही मी माझ्या मोबाईलवर ब्लॉक केला.

मग एके दिवशी ती मुंबईहून माझ्या ऑफिसमध्ये फुलांचा गुच्छ घेऊन मला भेटायला आली. तिच्या या धाडसाने मी हैराण झाले आणि तिला माझा असा पाठपुरावा करणे थांबवण्यास सांगितले. पुणे सीआयडीच्या नियंत्रण कक्षाला तिला माझ्या कार्यालयाच्या आवारात येण्यापासून रोखण्याच्या सूचना देण्यात आल्या होत्या; पण तिने तिची प्रेमपत्रे पाठवणे सुरूच ठेवले. या पत्रांमध्ये काही रसिक कवितांचाही समावेश होता. मी तिचा नंबर ब्लॉक केल्यानंतर ती मला वेगवेगळ्या नंबरवरून कॉल करू लागली. कहर म्हणजे, तिने माझ्या मैत्रिणींना आणि कुटुंबीयांनाही फोन करायला सुरुवात केली. आम्हाला अनेकदा आश्चर्य वाटायचे की, तिने त्यांचे संपर्क क्रमांक कुठून अन् कसे मिळवले असतील. ते नेमके माझ्या धाकट्या मुलाचे बोर्डाच्या परीक्षेचे वर्ष होते आणि अशात त्या बयेने सुरू केलेल्या प्रदीर्घ उपद्रवाने आम्हाला खूप त्रास दिला.

एका संध्याकाळी मी घरी पोहोचले आणि बघितले, तर ती चक्क माझ्या घरात बसून माझ्या आईसोबत चहा घेत होती. तिने माझी मैत्रीण असल्याचा खोटा दावा केला होता. आता मी नुसती आश्चर्यचकितच झाले नाही, तर ती खरोखर खूप धोकादायक असू शकते, असेही मला वाटले. म्हणून, मी लगेच स्थानिक पोलीस स्टेशनला फोन केला. त्यांनी त्यांचे कर्मचारी माझ्या निवासस्थानी पाठवले. तिने पळून जाण्याचा प्रयत्न केला; पण तिला पकडून न्यायदंडाधिकाऱ्यांसमोर हजर करण्यात आले. स्थानिक पोलीस स्टेशनच्या ड्युटी ऑफिसरला तिच्या बॅगेत मला उद्देशून लिहिलेल्या अनेक कविता आणि प्रेमपत्रे सापडली. त्यांनी ती मॅजिस्ट्रेटसमोर हजर केली. त्या महिलेकडून एका वर्षभराहून अधिक काळ वरिष्ठ पोलीस अधिकाऱ्याचा मानसिक छळ आणि पाठपुरावा सुरू असल्याचे कळल्यावर, दंडाधिकाऱ्यांनी स्थानिक सरकारी रुग्णालयात तिची वैद्यकीय तपासणी करण्याचे निर्देश दिले.

दोन दिवसांच्या निरीक्षणानंतर, डॉक्टरांना ती मानसिक विकाराने ग्रस्त असल्याचे आढळले. तिच्यावर मनोरुग्णालयात पुढील तपासण्या आणि उपचार आवश्यक असल्याचे मत डॉक्टरांनी व्यक्त केले. तिचे बोलणे अतार्किक आणि असंबद्ध असल्याचेही त्यांनी नमूद केले होते. दरम्यान, तिने आत्महत्या करण्याची

धमकी दिली. त्यामुळे दंडाधिकाऱ्यांनी तिची पुण्यातील येरवडा येथील मानसिक आरोग्य केंद्रात रवानगी केली.

स्थानिक पोलीस स्टेशनने तिची उचलबांगडी केल्यापासून मी परत या केसचा पाठपुरावा केला नाही; परंतु नंतर मला कळले की, ती मनोरुग्णालयातून पळून गेली. मात्र, मधला काही काळ तिने मला प्रेमपत्रे, कविता आणि संदेश पाठवणे बंद केले असल्याने मी जरा निर्धास्त झाले.

परंतु, माझी ही शांतता अल्पकाळ टिकली; कारण तिने, म्हणजेच आशा श्यामदास बजाज – हिने मुंबई उच्च न्यायालयात माझ्या आणि इतर सात जणांविरुद्ध 'फौजदारी याचिका क्र. १३५३ ऑफ २००८ दाखल केली.'[१] त्यामध्ये तिने १६ जून २००८चा न्यायालयाचा आदेश रद्द करण्याची मागणी केली होती. याच आदेशात तिच्यावर येरवडा मानसिक रुग्णालयात उपचार करावेत, अशी दंडाधिकाऱ्यांची शिफारस होती. तिने खोटा दावा केला की, तिला माझ्या मुलाशी लग्न करण्यात स्वारस्य आहे आणि मला ते पसंत नसल्याने मी दडपशाही करून स्थानिक पोलिसांना बोलावले होते. हे कळल्यावर मी अक्षरश: हतबुद्ध होऊन गेले. मला शंभरहून अधिक रोमँटिक संदेश पाठवल्यानंतर, ती आता असा दावा करत होती की, तिला माझ्या मुलामध्ये रस आहे, जो वयाने तिच्यापेक्षा वीस वर्षांनी लहान होता!

ॲडव्होकेट जनरल रवी कदम यांनी, मुंबई उच्च न्यायालयात माझी बाजू मांडताना, माझ्या प्रतिज्ञापत्रासोबत मी जोडलेली तिची काही प्रेमपत्रे आणि संदेश सादर केले. त्यांनी निदर्शनास आणून दिले की, मी या 'महिला स्टॉकर'ची बळी आहे. तिच्या मानसिक स्थितीमुळे मला आणि माझ्या कुटुंबाला प्रचंड त्रास होत आहे.

न्यायमूर्ती बिलाल नाझकी आणि न्यायमूर्ती ए. ए. कुंभकोणी यांचा समावेश असलेल्या उच्च न्यायालयाच्या खंडपीठाने नमूद केले की, 'प्रतिवादी क्रमांक १ (मी) यांनी रेकॉर्डवर ठेवलेली पत्रे आणि एसएमएस जर खरे असतील, तर ते कोणालाही छळवाद आणि लाजिरवाणे वाटण्याचे कारण ठरू शकतात. आम्ही विद्वान महाधिवक्ता यांच्याशी सहमत आहोत की, जर एखाद्या व्यक्तीला 'एसएमएस'द्वारे तसेच याचिकाकर्त्याने प्रतिवादी क्रमांक १ला लिहिलेल्या पत्रांप्रमाणे सतत त्रास दिला जात असेल; तर अशा वागणुकीविरुद्ध काही कायदा असायला हवा.'

आणि तरीही, न्यायालयाने मलादेखील पुढील शब्दांत दोषी ठरवले : 'प्रतिवादी क्रमांक १ची काही तक्रार असल्यास, तिने कायद्याचा सहारा घेतला असता; तर त्यानुसार याचिकाकर्त्या क्रमांक १वर तिने केलेल्या गुन्ह्यांसाठी गुन्हा दाखल केला

जाऊ शकला असता; परंतु प्रतिवादी क्रमांक १ने अनुसरलेला मार्ग चुकीचा होता आणि प्रतिवादी क्रमांक १च्या संवर्गातील अधिकाऱ्याकडून न्यायालयाला त्याची अपेक्षा नव्हती.'

न्यायाधीशांची ही टिप्पणी पाहून मला धक्का बसला; कारण मी काहीही चुकीचे किंवा बेकायदेशीर केलेले नव्हते, तर फक्त योग्य प्रक्रियेचे पालन केले होते. त्यामुळे, मी त्या 'स्टॉकर' महिलेने मला पाठवलेल्या सर्व संदेशसामग्रीसह सर्वोच्च न्यायालयात जाण्याचा निर्णय घेतला. वकील रवींद्र के. अडसुरे यांच्या मदतीने मी १० जानेवारी २००९ रोजी अपिलासाठी विशेष अर्ज याचिका (SPL) क्र. ०००१५५/२००९ दाखल केली. ज्या काळात माझे कुटुंब आणि मी अत्यंत तणावपूर्ण वातावरणातून जाण्याचा अनुभव घेत होतो, त्या वेळी वकील अडसुरे हे आमच्यासाठी आशेचे किरण होते. त्यांनी सर्व जबाबदारी सहजतेने स्वीकारली. याचिकेमध्ये खूप मोठ्या प्रमाणात कागदपत्रे आणि टायपिंगचे काम होते, जे पूर्ण करण्याची जबाबदारी त्यांनी स्वतःकडे घेतली. मी त्यांना यापूर्वी कधीही भेटले नव्हते; मात्र त्यांच्या वेळेवर झालेल्या मदतीमुळे मी खूप प्रभावित झाले.

मी वरिष्ठ वकील हरीश साळवे आणि उदय लळीत (जे पुढे भारताचे सरन्यायाधीश झाले) यांच्याशीही संपर्क साधला आणि त्यांना त्या महिलेकडून मिळालेले असंख्य संदेश आणि पत्रे दाखवली. दोघांनीही माझी केस 'प्रोबोनो' (कुठलीही फी न घेता) तत्त्वावर घेण्याचे मान्य केले. अपिलासाठी विशेष अर्ज याचिका (SPL) दाखल करणे, म्हणजे दिल्लीला अनेक भेटी देणे आणि कार्यालयातून अतिरिक्त रजा मागणे, हे आलेच. कागदपत्रे तयार करणे, अनेकदा संध्याकाळी उशिरापर्यंत वकिलांना माहिती देत बसणे आणि न्यायालयाच्या बाहेर अनिश्चित काळासाठी वाट बघत थांबणे, हे पुन्हा एकदा माझे प्राक्तन बनले.

न्यायमूर्ती डी. के. जैन आणि न्यायमूर्ती एच. एल. दत्तू यांचा समावेश असलेल्या खंडपीठाने काही महिन्यांच्या कालावधीत या प्रकरणाची सुनावणी केली. अखेर ११ सप्टेंबर २००९ रोजी त्यांनी आदेश दिला :

मुंबई उच्च न्यायालयाने २००८ची याचिका क्र. १३५३च्या अनुषंगाने, २२ ऑक्टोबर २००८ रोजी दिलेल्या आदेशाच्या परिच्छेद ११मधील काही निरीक्षणांबाबत नाराज असल्यामुळे, याचिकाकर्ता असलेल्या महाराष्ट्र केडरच्या वरिष्ठ भारतीय पोलीस सेवेतील एका अधिकाऱ्याने ही विशेष फेरयाचिका दाखल करण्याचा निर्णय घेतला. आमच्या माहितीनुसार,

याचिकाकर्त्याच्या वतीने उपस्थित असलेले विद्वान वरिष्ठ वकील श्री. यू. यू. ळळीत आणि प्रतिवादी क्र. १, इथे वैयक्तिकरीत्या उपस्थित आहेत.

उपलब्ध एसएमएस संदेशांसह रेकॉर्डवरील सामग्रीच्या अनुषंगाने, नमूद केलेल्या आदेशाचा काळजीपूर्वक अभ्यास केल्यावर, याचिकाकर्त्याच्या वर्तनावर उच्च न्यायालयाने केलेले निरीक्षण, विशेषत: आदेशाच्या परिच्छेद ११मध्ये लिहिलेली टिप्पणी स्पष्टपणे अनावश्यक आणि गैरलागू आढळून आल्याचे आमचे मत आहे. आम्हाला असे वाटते की, रेकॉर्डवर ठेवलेली पत्रे आणि एसएमएस जर खरे असतील, तर ती कोणालाही त्रास आणि लाजिरवाणे होऊ शकतात. असे निरीक्षण केल्यावर, उच्च न्यायालयाने याचिकाकर्त्यांबद्दल (मीरां बोरवणकर यांच्याबद्दल) प्रतिकूल प्रतिक्रिया देण्यावरून परावृत्त राहायला हवे होते. याचिकाकर्त्याने तिच्या अधिकृत पदाचा गैरवापर केल्याचाही यात आरोप आहे. त्यानुसार, आम्ही असे निर्देश देतो की, याचिकाकर्त्याच्या वर्तणुकीसंबंधी, विशेषत: परिच्छेद ११मधील, आरोपित आदेशातील सर्व निरीक्षणे काढून टाकली जावीत. विशेष रजेची याचिका यानुसार निकाली काढली जात आहे.[२]

नंतर माझ्या त्या 'स्टॉकर'नेदेखील २००९मध्ये अपिलासाठी विशेष अर्ज याचिका (SPL) दाखल केली. परंतु, कृतज्ञतापूर्वक सांगावेसे वाटते की, 'न्यायालयाने ती फेटाळून लावली. त्यांनी स्पष्ट केले' : 'आम्हाला या आदेशात हस्तक्षेप करण्याचे कोणतेही कारण सापडत नाही. सबब, ही विशेष याचिका फेटाळली जात आहे.'

एका महिलेने पिच्छा पुरविण्याच्या या अत्यंत त्रासदायक आणि विचित्र प्रकरणाने माझ्या संयमाची परीक्षा बघितली. माझ्या कुटुंबावरही ही त्रासदायक परिस्थिती सहन करण्याची पाळी आली; कारण एक वर्षाहून अधिक काळ चाललेल्या या प्रकरणाबद्दल पुणे आणि मुंबईच्या वर्तमानपत्रांत अनेक लाजिरवाण्या हेडलाइन्स छापून आल्या होत्या. ती स्टॉकर अजूनही मला संदेश आणि पत्रे पाठवते; परंतु त्यांचे प्रमाण आणि वारंवारता आता खूपच कमी आहे.

माझ्यावर ही कृपा केल्याबद्दल देवाचे आभार!

२८

अवज्ञा

सर्वांत महत्त्वाचे म्हणजे, स्वतःच्या आयुष्याची नायिका व्हा, बळी नाही.

- नोरा एफ्रॉन

आई मला वारंवार ड्युटीवर परत जाण्याचा सल्ला देत होती. माझ्या सुट्टीला एव्हाना आठ महिन्यांहून अधिक काळ लोटला होता. सुरुवातीला मी शस्त्रक्रिया करण्यासाठी रजा घेतली होती आणि नंतर माझ्या डॉक्टरांच्या सूचनेनुसार ती लांबणीवर टाकली. नंतर, मी माझ्या रजेच्या अर्जात नमूद केल्याप्रमाणे, एका 'संवेदनशील' कारणामुळे माझ्या रजेचा अवधी वाढवत राहिले. आईला खूप चिंता वाटत होती की, अशाने मला घरी राहण्याची इतकी सवय होईल की, मला पुन्हा कामावर परतावेसे वाटणार नाही. मग तिने माझ्या भावंडांना या कामी जुंपले, ज्यांनी त्यांच्या स्वत:च्या खास पद्धतीने मला पुन्हा एकदा माझ्या कर्तव्यात रुजू होण्यासाठी प्रोत्साहित केले; पण मी त्यांचेही ऐकले नाही.

थांबा, तुम्हाला स्पष्ट करून सांगते, मी तेव्हा असे का केले ते. मुंबईत सहआयुक्त म्हणून काम केल्यानंतर मी गुन्हे अन्वेषण विभागात (सीआयडी) रुजू झाले होते. महानिरीक्षक म्हणून मला 'राज्य गुन्हे नोंद विभागा'चे नेतृत्व करायचे होते. मला संगणकीकृत प्रणालींमध्ये खूप आवड असल्याने, ब्युरोच्या सगळ्या प्रक्रिया सविस्तर जाणून घेण्यात रस होता. पुण्यातील पोलीस संशोधन केंद्राचे पदसिद्ध सचिव म्हणून हे अतिरक्त जबाबदारीचे पद माझ्या खांद्यावर होते. एव्हाना संस्थात्मक

व्यवस्थापनामध्ये (Organizational Management) माझी डॉक्टरेट जवळपास पूर्ण झालेली असल्याने, मला पोलिसांशी संबंधित विषय आणि समस्यांवरील संशोधनाची फार गरज वाटत होती. त्यामुळे मी माझ्या नवीन असाइनमेंट्स पूर्ण उत्साहाने सुरू केल्या.

काही विचित्र कारणास्तव, 'सीआयडी'मधील माझे बॉस मला सतत सांगत राहायचे की, मुंबईच्या पोलीस आयुक्तांनी माझी सेवा मागितली होती म्हणून नव्हे, तर तत्कालीन गृहमंत्र्यांची मेहेरनजर म्हणून मला मुंबई गुन्हे शाखेची जबाबदारी सोपवण्यात आली होती. हे ऐकायला लागणे, खरे तर अवमानकारक होते; परंतु मी त्यांच्या टिप्पण्यांकडे दुर्लक्ष करायला शिकले. माझ्यासाठी गुन्हे शाखा भूतकाळात जमा झालेली होती व आता मला पूर्णपणे सीआयडीवर लक्ष केंद्रित करायचे होते. १९९३ ते १९९६ या माझ्या पूर्वीच्या कार्यकाळातील खूप गोड आठवणी माझ्या गाठीशी होत्या आणि माझ्या कुटुंबासमवेत राहता यावे, म्हणून मी पुण्यात पोस्टिंगची विनंती केली होती.

मी नवीन ऑफिसमध्ये आनंदाने स्थिरस्थावर झाले. विशेषतः माझे जुने स्टेनोग्राफर वैद्य आजूबाजूला असल्याने मला अधिकच समाधान मिळाले. माझ्या पूर्वीच्या कारकिर्दीतील अनेक अधिकाऱ्यांनी माझे मोकळ्या मनाने स्वागत केले. श्री. भोसले आणि श्रीमती देशमुख हे शिपाई माझ्यासाठी पुन्हा एकदा हसतमुखाने फेसाळते कॉफीचे कप घेऊन येत होते. या आनंददायी वातावरणात, एके दिवशी मी माझ्या युनिटच्या कामगिरीचा आढावा घेत असताना बॉसने फोन करून मला बोलावून घेतले. संगम पुलापाशी असलेल्या आमच्या सीआयडी मुख्यालयापासून त्यांचे कार्यालय सुमारे एक किलोमीटर अंतरावर होते.

त्यानंतर त्यांनी माझ्याबरोबर बैठका घेण्यास सुरुवात केली. या बैठका वाजवी कालावधीच्या पलीकडे उगाचच वाढत जात आहेत, अशी मला शंका येऊ लागली. त्यामुळे, जेव्हा जेव्हा ते एखाद्या फाईलवर चर्चा करायला बोलावत, तेव्हा मी संबंधित अधिकाऱ्याला सोबत घेऊन जाऊ लागले. थोडा वेळ विचारविनिमय केल्यानंतर, ते त्या अधिकाऱ्याला परत पाठवून देत व मला थांबवून चहा देऊ करत. मला हा वेळ वाया घालवल्यासारखे वाटायचे; परंतु ते आपली टकळी चालूच ठेवत. याच सुमारास त्यांनी माझ्या दिसण्याबद्दल एक दोनदा शेरेबाजी केली, जी मला आक्षेपार्ह वाटली. मी हा प्रकार एका वरिष्ठ महिला अधिकाऱ्यांच्या कानावर घालायचे ठरवले; त्या मुंबईच्या मंत्रालयात लैंगिक छळ विरोध समितीच्या प्रमुख म्हणून काम पाहत होत्या. त्यांनी माझे म्हणणे शांतपणे ऐकून घेतले आणि

त्या विरोधात मी जी काही कृती करेन, त्यात त्या मला साथ देतील, असे आश्वासन दिले. तिसऱ्यांदा जेव्हा माझ्या त्या बॉसने अशीच काहीशी व्यक्तिगत टिप्पणी केली, तेव्हा मी त्यांना कठोरपणे सांगितले की, 'मी या गोष्टीं अजिबात सहन करणार नाही. त्यामुळे त्यांनी अशा टिप्पणी करणे थांबवावे आणि चुकीच्या वर्तनापासून दूर राहावे.' हे ऐकून त्यांचा चेहरा लाल झाला आणि त्यांनी तत्क्षणी माझी माफी मागितली. इथे हे नमूद करणे आवश्यक आहे की, त्यांच्या स्वतःच्या पत्नीदेखील नोकरी करणाऱ्या आणि एक गुणवत्ताकुशल अधिकारी होत्या.

दुसऱ्या दिवशी मी अस्वस्थ मन:स्थितीत माझ्या कार्यालयात पोहोचले, तर माझी स्वीय साहाय्यक माझी अधीरतेने वाट पाहत होती. तिने मला सांगितले की, 'बॉसने आदल्या संध्याकाळी महानिरीक्षक (IG) म्हणून असलेले माझे सर्व अधिकार काढून घेतले आहेत.' म्हणजे, मी त्यांना सुनावल्यानंतर त्यांनी हा त्वरित रडीचा डाव खेळला होता. मी अवाक झाले. ही बातमी वेगाने षट्कर्णी झाली आणि नेमकी त्या दिवशी पुण्यात आलेल्या एका वरिष्ठ अधिकाऱ्यापर्यंत पोहोचली. त्यांनी मला फोन केला आणि 'आयजी एससीआरबी'चे अधिकार काढून टाकल्याबद्दल विचारणा केली. ते माझ्या चांगल्या ओळखीचे होते, म्हणून माझ्या अधिकारात कपात का करण्यात आली असावी, याची कारणे मी त्यांना सांगितली. त्यांनी कोणतीही प्रतिक्रिया न देता माझे ऐकले. मात्र, दुसऱ्या दिवशी फोन करून मला विचारले, 'मीरांजी, तुम्ही काल जे सांगितले, ते खरे आहे का?' या प्रश्नाने मला जबर धक्का बसला. मला असे वाटायचे की, हा अधिकारी मला चांगला ओळखतो आणि इथे तर त्याला मी पूर्ण विश्वासाने सांगितलेल्या गोष्टीबद्दल अनिश्चितता वाटत होती - मंत्रालयातील महिला अधिकाऱ्याने मला दाखवलेल्या पाठिंब्याच्या पार्श्वभूमीवर हे वर्तन खूपच निराळे होते.

माझे अधिकार पुन्हा मिळवण्याचा निर्धार करून, मी संघर्षाच्या मार्गावर निघाले. दोन पोलीस महासंचालकांनी मला मदत करण्याचा प्रयत्न केला; पण व्यर्थ! माझ्या बॉसने तोपर्यंत मला अशिष्ट आणि अवज्ञा करणारी अधिकारी म्हणून सगळीकडे चित्रित केले होते. मी नेहमीच ठाम मत ठेवण्यासाठी ओळखली जाते आणि त्यामुळे आपल्या वरिष्ठांचे न ऐकणारी – त्यांची अवज्ञा करणारी व्यक्ती म्हणून माझे चित्रण करणे, काही कठीण नव्हते. तो काळ माझ्यासाठी खूप वेदनादायी होता; पण सीआयडीमधील अधिकारी आणि कर्मचारी, ज्यांना बहुधा आपल्या दोन वरिष्ठांच्या वादामागील खरे कारण माहीतदेखील नव्हते, तरी त्यांनी मला संपूर्ण पाठिंबा दिला.

दरम्यान, घरच्या आघाडीवर सगळ्या गोष्टी उत्तम सुरू होत्या; कारण आम्ही चौघे - मी, माझे पती आणि आमची दोन मुले - आता एकत्र होतो. माझ्या पतीने अलीकडेच खरेदी केलेल्या नवीन घरात आम्ही नुकतेच राहायला गेलो होतो. मला एक विलक्षण भावना जाणवत होती की, लवकरच माझे मुलगे दूर जातील, विशेषत: मोठा मुलगा, जो आता बावीस वर्षांचा होता आणि काम करत होता.

दरम्यान, मी मुंबईत शस्त्रक्रिया करून घेतली आणि बॉसच्या रोजच्या मेमो पाठवण्याला आणि क्षुद्र मनोवृत्तीला कंटाळून माझी रजा वाढवण्याचा निर्णय घेतला. 'महानिरीक्षक कामावर परत का येत नाहीयेत,' अशी विचारणा 'डीजी' कार्यालयाने सुरू केली. मी याबद्दल कधीच बोलले नाही; परंतु मला खात्री आहे की, काही अधिकाऱ्यांना त्यामागचे कारण नक्कीच कळले असेल. 'डीजीं'ना पाठवत असलेल्या प्रत्येक रजा वाढवून मागण्याच्या विनंतीमध्ये, मी नेहमीच 'संवेदनशील कारण' हा शब्द वापरत राहिले. मला कधीही कोणीही विचारले नाही की, ते कारण नक्की काय आहे. माझ्या लक्षात आले आहे की, जेव्हा कधी असा प्रसंग येतो, तेव्हा चांगले, प्रामाणिक अधिकारी पीडित महिला अधिकाऱ्याच्या अवतीभवती वावरायलासुद्धा बिचकतात, तर नीच अधिकारी निर्लज्जपणे आपले काम तसेच करत राहतात.

मी रजेवर असताना, गृहसचिवांनी एकदा मला फोन केला की, ते पुण्यातील पोलीस आयुक्तपदासाठी माझा विचार करत आहेत. मी खूश झाले; पण नंतर त्याचा काही पाठपुरावा झाला नाही. या दरम्यान माझ्या मोकळ्या वेळेचा पुरेपूर उपयोग करण्यासाठी, मी माझे पहिले पुस्तक, 'माझ्या आयुष्याची पानं' लिहिण्यात गुंग होऊन गेले. जोडीला स्थानिक विधी महाविद्यालयात प्रवेश घेतला. मी माझा दिवस तीन भागांमध्ये विभागला. पहिल्या भागात मी वर्तमानपत्र वाचन आणि इंटरनेट ब्राउझिंग करत असे, नंतरच्या वेळेत मी माझे पुस्तक लिहीत असे; काही तास माझ्या कायद्याच्या पदवीचा अभ्यास करण्यासाठी व्यतित करत असे. यादरम्यान, मी सॉफ्टवेअर अभियंता असलेल्या आणि अनेकदा घरून काम करत असणाऱ्या माझ्या मोठ्या मुलासाठी अक्षरश: अमर्यादित वेळा चहाचे कप बनवत असे. मी वारंवार रजा का वाढवत होते, हे माझ्या कुटुंबालाही माहीत नव्हते.

पण एव्हाना आईप्रमाणे मलाही अस्वस्थ आणि अधीर वाटू लागले होते. गृहसचिवांच्या फोन कॉलनंतर जवळपास तीन महिन्यांनी मी गृहमंत्री आर. आर. पाटील यांना भेटायचे ठरवले. विभागाला माझा विसर पडला आहे, असे मला

आता वाटू लागले होते. मी श्री. पाटील यांच्याकडे औपचारिक भेटीची वेळ मागितली. त्यांनी आपल्या कार्यालयात माझे स्वागत केले; मला चहा दिला आणि इकडच्यातिकडच्या किरकोळ बाबींवर चर्चा केली. अखेर मी त्यांना स्पष्टपणे विचारले की, ‘‘मी ड्युटीवर परत आल्यावर ते मला कुठे पोस्ट करायचा विचार करत आहेत?’’ यावर ते काहीसे अस्पष्टपणे म्हणाले, ‘‘कुणास ठाऊक – बहुधा तुम्ही पुण्याच्या पोलीस आयुक्त व्हाल...’’ हे ऐकून मी अवाक झाले.

एक मिनिटाच्या शांततेनंतर मंत्री महोदयांनी विचारले, “पण तुम्ही सतत तुमची रजा का वाढवत आहात?” मी थेट त्यांच्याकडे पाहिले आणि म्हणाले, “मी रागावलेली असताना सुंदर दिसते, असं सांगणाऱ्या अधिकाऱ्यासोबत मला काम करायचं नाही.” यावर श्री. पाटील गप्प बसले. ते अस्वस्थ झाल्याचे स्पष्ट दिसत होते. मी आणखी काही न बोलता त्यांना सलाम केला आणि बाहेर पडले.

दुसऱ्या दिवशी संध्याकाळी, राज्य सीआयडीच्या नियंत्रण कक्षाने मला कळवले की, त्यांना मुंबईतून एक वायरलेस संदेश मिळाला आहे; ज्यात मला पुण्यातील पोलीस आयुक्तपदाचा पदभार स्वीकारण्याचे आदेश दिले आहेत. वायरलेसवर दुसऱ्या टोकाला असलेला अधिकारी उत्साही वाटत होता. मी पुणे आणि महाराष्ट्रातील पहिली महिला पोलीस आयुक्त होणार होते. माझ्या आनंदाला सीमा उरली नव्हती. सगळ्या कर्मकहाणीचा शेवट गोड होत आहे, हे पाहून मॉंला, म्हणजेच आईला खूप दिलासा मिळाला.

अपेक्षेप्रमाणे, सीआयडीमधील माझ्या बॉसने माझे वार्षिक मूल्यांकन लाल अक्षरातच लिहिले आणि संपूर्ण परिच्छेद माझ्या ‘अनुशासनहीन वर्तना’साठी रामर्गित केला; पण डीजींनी ती टीकाटिपण्णी ‘उत्कृष्ट’ अशी बदलली. वाक्यरचना बदलून मला मूल्यमापन दस्तऐवजात अपग्रेड का केले, याबद्दल आम्ही कधीही चर्चा केली नाही किंवा माझ्या वाढीव रजेमागील कारणांबद्दलही महासंचालकांनी मला कधी विचारले नाही.

मी कदाचित माझी लढाई शांतपणे लढली असेल; परंतु अशी परिस्थिती हाताळण्याचे इतर अनेक मार्ग असतात. मी सर्व काही चव्हाट्यावर आणून, वरिष्ठ अधिकाऱ्यांना विश्वासात घेऊन, लेखी तक्रार केली असती, तर कदाचित माझा त्रास कमी झाला असता.

विशेष म्हणजे, सहा वर्षांनंतर एका पत्रकाराने मला विचारले की, ‘तुम्हाला कामाच्या ठिकाणी कधी लैंगिक छळाचा सामना करावा लागला आहे का?’ प्रत्युत्तरात मी पुष्टी केली की, ‘खरं तर एक महानिरीक्षक म्हणून मी याचा अनुभव

घेतला आहे.' दुसऱ्या दिवशी सकाळी वृत्तपत्राच्या पहिल्या पानावर छापून आलेले हे शब्द मी वाचले : 'बोरवणकर हे कबूल करतात की, त्यांना (देखील) तरुणपणी लैंगिक छळाचा समाना करावा लागला होता.' पन्नाशीच्या आसपास असलेल्या एका महिला पोलीस अधिकाऱ्याचासुद्धा सहकाऱ्याकडून चक्क लैंगिक छळ होऊ शकतो, हे त्या तरुण पत्रकाराला पटलं नसावं!

❏❏❏

२९

पुण्याची नवीन पोलीस आयुक्त

तो नेता सर्वोत्कृष्ट असतो, ज्याचे अस्तित्वही लोकांना ठाऊक नसते. जेव्हा त्याचे कार्य पूर्ण होते, त्याचे ध्येय पूर्ण होते, तेव्हा लोकांना वाटते; आपण स्वतःच ते केले.

- लाओ त्झू

महाराष्ट्रात पहिल्यांदाच २०१०मध्ये एक महिला पोलीस आयुक्त बनली होती. आणखी एक 'पुरुषी बुरुज' कमी झाल्यामुळे, अपेक्षेप्रमाणेच लोकांमध्ये विशेषत: महिलांमध्ये आनंदाचे वातावरण होते. त्यामुळे, माझा नोकरीतील पहिला महिना पुणेकरांच्या उत्स्फूर्त सत्काराला प्रतिसाद देण्यात आणि त्यांच्या विविध कार्यक्रमांमध्ये सहभागी होण्यात गेला. जवळजवळ वर्षभराच्या रजेनंतर कामावर परत आल्याने, मला समाधान वाटत होते. माझ्या आयुष्याचा कल आता घरसंसाराकडून निवडलेल्या व्यवसायाकडे अधिक झुकला होता.

भारतातील आठव्या क्रमांकाचे मोठे महानगर असलेले पुणे, महाराष्ट्राची सांस्कृतिक राजधानी असून, ते 'दख्खनची राणी' म्हणूनही ओळखले जाते. येथील माहिती तंत्रज्ञान, अभियांत्रिकी आणि वाहननिर्मिती कंपन्यांचा औद्योगिक क्षेत्रात वरचश्मा आहे. त्या जोडीला सांस्कृतिक उपक्रम, शास्त्रीय संगीताच्या मैफली, उत्तमपैकी सुसज्ज नाट्यगृहे आणि साहित्यिक वारसा यांसाठी हे शहर प्रसिद्ध आहे. उत्तम शिक्षण मिळण्याचे ठिकाण म्हणून पुणे नावाजलेले आहे. काही जण याला 'पूर्वेकडचे ऑक्सफर्ड' असेही म्हणतात.

पुण्याने क्रीडाविश्वावरही आपला निश्चित असा एक ठसा उमटवलेला आहे. कोविड-१९ साथीच्या काळात, स्थानिक सीरम इन्स्टिट्यूट ऑफ इंडियाने ॲस्ट्राझेनेका 'कोविशिल्ड' लसीची निर्मिती आणि निर्यात केल्यामुळे या शहराला आंतरराष्ट्रीय स्तरावर आणखी मान्यता मिळाली.

या शहराच्या पोलीस आयुक्तपदाची सूत्रे हाती घेण्याची प्राथमिक औपचारिकता पूर्ण केल्यानंतर मी पुण्यातील सर्व पोलीस ठाण्यांना भेटी देण्यास सुरुवात केली. पूर्वी येथे राहिल्यामुळे आणि स्थानिक सीआयडी मुख्यालयात काम केलेले असल्यामुळे, मला या शहरातल्या गुन्हेगारी परिस्थितीची चांगलीच कल्पना होती; परंतु पुणे पोलिसांच्या टीमला माझे अस्तित्व योग्यरीत्या दाखवून देणे खूप महत्त्वाचे आहे, असे मला वाटले. माझी अशी दृढ धारणा आहे की, 'नेता ज्या लोकांचे नेतृत्व करण्याचा दावा करत असतो, त्या लोकांच्यात त्याने प्रत्यक्ष उपस्थित असणे अतिशय आवश्यक असते.' माझ्या पोलीस स्टेशनच्या भेटींदरम्यान आम्ही कर्मचारी, तसेच स्थानिक नागरिकांच्या पोलिसिंगबद्दल त्यांचे विचार ऐकण्यासाठी नियमित बैठका घेत असू.

या भेटींमध्ये मी पाहिलेल्या पोलीस तपासाच्या गुणवत्तेमुळे अनेकदा मी निराश झाले. काही वेळा तर अत्यंत मनस्ताप होऊन मी पोलीस स्टेशनमधून बाहेर पडले. सीबीआय आणि मुंबई गुन्हे शाखेच्या अधिकाऱ्यांना खटल्यांचा तत्परतेने आणि कोणत्याही व्यत्ययाशिवाय पाठपुरावा करण्याची सवय असताना; पुण्यातील पोलीस अधिकारी मात्र नेहमीची विविध कर्तव्ये पार पाडताना नुसतेच वर्तुळात गोल गोल धावत असतात, असे माझ्या लक्षात आले.

अतिमहत्त्वाच्या व्यक्तींचे दौरे (व्हीआयपी भेटी), सातत्याने साजरे होणारे उत्सव, आंदोलने, निदर्शने आणि असे बरेच काही इथे नित्याचे बनून गेले होते. काहीसा आळशीपणा आणि भ्रष्टाचारानेही येथे शिरकाव केलेला मला जाणवला. त्याच वेळी शहरातील उत्तम नागरिक - पोलीस संबंधांचे मला कौतुकदेखील वाटले. बऱ्याच संस्थांप्रमाणे, इथलेसुद्धा सुमारे २० टक्के कर्मचारी अत्यंत प्रेरित आणि कार्यक्षम होते, आणखी २० टक्के कर्मचारी कामचुकार होते; तर उर्वरित कर्मचारी कुंपणावर बसणेच पसंत करत असल्याचे माझ्या लक्षात आले. आमच्या टीमने या 'कुंपणावरच्या बघ्यांना' मुख्य प्रवाहात, प्रेरित कर्मचाऱ्यांच्या साथीला आणण्याकडे लक्ष केंद्रित करायचे ठरवले. मात्र, इथे मी हे कबूल केले पाहिजे की, आम्ही जेमतेम फक्त ५० टक्के कुंपणावरच्यांनाच प्रोत्साहित करू शकलो.

या परिस्थितीत, मी माझ्या कार्यकाळात हाती घेतलेले तीन प्रकल्प पूर्णत्वाला नेले. त्यापैकी पहिल्या, सामाजिक पोलीस प्रकल्पाला 'पुणे पोलीस विद्यार्थी अभियान' असे नाव देण्यात आले. त्याचाच एक भाग म्हणून, आम्ही सर्व पोलीस स्टेशनमध्ये महाविद्यालयीन विद्यार्थ्यांना विदाऊट पेमेंट 'इंटर्नशिप' सुरू केली. विद्यार्थ्यांना पोलिसांच्या कामांबद्दलची ओळख करून देणे, हा यामागचा मूळ उद्देश होता. 'डॉक्टरेट'वर काम करत असताना, मी सुमारे शंभर महाविद्यालयीन विद्यार्थ्यांचे सर्वेक्षण केले होते आणि त्यांनी पोलिसांचे कार्य कसे चालते, हे जाणून घेण्यात उत्सुकता दाखवली होती. अतिरिक्त आयुक्त संजय लाटकर आणि त्यांच्या टीमने याबाबत एक तपशीलवार अभ्यासक्रम तयार केला, जो प्रत्येक इंटर्न विद्यार्थ्याला पूर्ण करावा लागणार होता. शहर पोलिसांच्या संकेतस्थळावर या इंटर्नशिपची माहिती देण्यात आली आणि त्याचा मोठ्या प्रमाणावर प्रचार करण्यात आला. पुणे विद्यापीठाच्या व्यवस्थापन विभागासह अनेक स्थानिक महाविद्यालयांनी त्यांच्या विद्यार्थ्यांना जवळच्या पोलीस ठाण्यात पाठवून या उपक्रमात मोठा सहभाग घेतला. तरुणांनी याला कायमच उत्स्फूर्त प्रतिसाद दिला. हडपसर पोलीस ठाण्याच्या हद्दीत एका इंटर्नने एका साखळीचोराला पकडले. विद्यापीठाच्या महिला विद्यार्थिनींनी रात्रीच्या फेऱ्यांमध्ये चतुःश्रृंगी पोलीस अधिकाऱ्यांसोबत जाण्याचा आग्रह धरला. या विद्यार्थी-पोलीस सहकार्यातून अनेक मनोरंजक अनुभव आले.

या इंटर्नशिपच्या सुमारे एक वर्षानंतर आणि विद्यापीठातील व्यवस्थापन विभागाचे प्रमुख डॉ. सी. एम. चितळे यांच्याशी सल्लामसलत केल्यानंतर, आम्ही कार्यक्रमाच्या उपयुक्ततेचा आढावा घेतला. प्रश्नावलीचा मसुदा तयार करण्यात आला आणि तो प्रत्येक इंटर्नला दिला. न्यू लॉ कॉलेज, श्री सिद्धिविनायक कॉलेज फॉर वुमन आणि महर्षी कर्वे स्त्री शिक्षण संस्थेच्या विद्यार्थ्यांनी सर्वेक्षणात सहभाग घेतला. जवळपास ९४ टक्के विद्यार्थ्यांनी सांगितले की, अशा उपक्रमांमुळे पोलीस आणि सामान्य माणूस यांच्यातील परस्परसंबंध सुधारतात; ९५.६ टक्के विद्यार्थ्यांनी सांगितले की, इंटर्नशिपनंतर त्यांना पोलिसांची भीती वाटत नाही; ९४.७ टक्के मुलांनी सांगितले की, ते त्यांच्या मित्रांना अशा इंटर्नशिप प्रोग्राममध्ये सहभागी होण्याची शिफारस आवर्जून करतील.

आमच्या दुसऱ्या सामुदायिक पोलीस उपक्रमाला 'चौकी सबलीकरण' असे नाव आम्ही दिले. ज्याद्वारे पोलीस चौक्यांची परिणामकारकता सुधारण्याचा आमचा हेतू होता.

पुणे हे महाराष्ट्रातील बहुधा एकमेव असे शहर असेल, जिथे नागरिक 'एफआयआर' दाखल करण्यासाठी आपल्या नजीकच्या चौकीत आवर्जून जातात. प्रत्येक पोलीस ठाणे अशा दोन-तीन चौक्यांच्या कामांवर देखरेख ठेवते. त्यांचे कार्यक्षेत्र लहान असल्याने नागरिक व चौकी पोलीस कर्मचारी एकमेकांना चांगले ओळखतात.

या उपक्रमाचा एक भाग म्हणून, 'इंडसर्च इन्स्टिट्यूट ऑफ मॅनेजमेंट स्टडीज अँड रिसर्च' या संस्थेकडे चौकीतील कर्मचाऱ्यांना नागरिकांच्या बैठका घेण्याचे प्रशिक्षण देण्याची जबाबदारी सोपवण्यात आली होती. संस्थेच्या प्राध्यापकांनी पोलीस कर्मचाऱ्यांना कामकाजाचे मुद्दे (अजेंडा आयटम) अगोदरच कसे तयार करून ठेवायचे, बैठकीचे मसुदे (मिनिट्स ऑफ मीटिंग) कसे काढायचे आणि केलेल्या कारवाईचा अहवाल कसा तयार करायचा, याचे समग्र प्रशिक्षण दिले. संस्थेचे प्राध्यापक श्याम वाघ यांनी या प्रकल्पाचे संचालन केले. पुण्यातील सर्व पोलीस चौक्यांसाठी अशी प्रशिक्षण सत्रे आयोजित केल्यानंतर, त्यातून सुचविलेल्या सुधारणांची अंमलबजावणी आणि परिणाम यांचे मूल्यांकन करण्यासाठी संयुक्त बैठका घेण्यात आल्या. संस्थेने सभांच्या उपयुक्ततेवर आणि सहभागाच्या पातळीवर नागरिक आणि पोलीस अधिकाऱ्यांकडून अभिप्राय गोळा केले. त्यांनी प्रशिक्षण सत्रांनंतरच्या बैठका आयोजित केल्याबद्दल आणि त्याची व्यवस्थित नोंद करून ठेवल्याबद्दल संपूर्ण समाधान व्यक्त केले. जरी काही काही वेळेला पूर्वनिश्चित कामकाजाचा पाठपुरावा केला गेला नसला, तरीही प्राध्यापकांनी असे नमूद केले की, 'नागरिकांचा सहभाग अधिक महत्त्वाचा आणि एक प्रोत्साहन देणारा घटक आहे.'

विविध विषयांवर चर्चा करण्यासाठी स्थानिक तज्ज्ञांना आमंत्रित करून प्रत्येक पोलीस ठाण्यात 'अभ्यास मंडळ' (स्टडी सर्कल) निर्माण करणे, हा आमचा तिसरा प्रकल्प होता. अनेक पोलीस निरीक्षकांनी या सत्रांमध्ये रस घेतला आणि मत नोंदवले की, कित्येक प्रतिष्ठित पुणेकर आपले ज्ञान पोलीस अधिकाऱ्यांसोबत वाटून घेण्यास इच्छुक आहेत. पोलीस व्यवसायात, पोलिसांच्या नियमित कामाच्या प्रक्रियेत कर्मचारी आणि अधिकारी मग्न होऊन जातात. ही अभ्यास मंडळे आमचा दृष्टिकोन विस्तृत करण्यात आणि एक व्यक्ती म्हणून आम्हाला समृद्ध करण्यात नक्कीच साहाय्यभूत ठरली. आमच्या प्रयत्नांना प्रतिसाद देणारे खूप सकारात्मक अधिकारी आम्हाला यादरम्यान मिळाले आणि त्यानंतर अनेकांनी आपल्या पोलीस स्थानकांमध्ये या संकल्पनेचा कायमस्वरूपी अंगीकार केला.

आम्ही सर्व पोलीस स्थानकांमध्ये 'महिला दक्षता समित्यांचे' पुनरुज्जीवनदेखील केले. महिलांवरील गुन्ह्यांचा सर्वव्यापी प्रश्न हाताळण्यासाठी, फक्त पोलीस पुरेसे नाहीत; तर नागरी समाज, शिक्षणतज्ज्ञ आणि स्वयंसेवी संस्था यांच्या सहकार्याने आमच्या सेवा सुधारू शकतात, या माझ्या विश्वासातून हे घडून आले.

महाराष्ट्रातील महिला दक्षता समित्यांची स्थापना १९८०च्या दशकाच्या सुरुवातीला करण्यात आली होती, ज्यामध्ये स्थानिक महिलांना या गटांचे नेतृत्व करण्यासाठी आणि पीडित महिलांना मदत करण्यासाठी पोलीस ठाण्यांना सहकार्य करण्यासाठी नामनिर्देशित करण्यात आले होते. त्या काळात पोलीस दलात स्त्रिया क्वचितच होत्या. पुढे, महाराष्ट्र सरकारने सर्व सरकारी विभागांमध्ये महिलांसाठी ३३ टक्के आरक्षण लागू केले. त्यामुळे अधिकाधिक महिला पोलीसखात्यात सामील झाल्या. या समित्या पुन्हा कार्यान्वित करताना, ज्यांना या गटांनी केलेल्या कामात रस नव्हता, त्यांना आम्ही बाहेर काढले – यांपैकी अनेकांची नियुक्ती केवळ त्यांच्या राजकीय निष्ठेच्या आधारे करण्यात आली होती.

महिला दक्षता समित्यांची पंचवीस वर्षे पूर्ण झाल्यानिमित्त दोन दिवसीय राज्यस्तरीय परिषद आयोजित करण्यात आली होती. राज्याच्या कानाकोपऱ्यांतून महिला या कार्यक्रमाला हजेरी लावण्यासाठी आल्या होत्या. त्यांना या सहलीचा खर्च स्वत:च्या खिशातून करावा लागला; कारण पुणे पोलीस फक्त त्यांच्या निवासाची व्यवस्था करू शकत होते. ही सत्रे अत्यंत उत्तम संवाद साधणारी होती आणि नवीनतम कायदेशीर सुधारणांबद्दल त्यांची जागरूकता अतिशय प्रभावी होती.

एक दिवस एका तरुणीच्या फोनने मला आश्चर्यचकित करून सोडले. तोपर्यंत मी केवळ या परिषदेला यशस्वी करण्यावर पूर्णपणे लक्ष केंद्रित केले होते. 'कमिशनर मॅडम,' तिने सुरुवात केली, 'पुण्यात संध्याकाळी उशिरा कॉफी पिणे गुन्हा आहे का?' या प्रश्नाने गोंधळून जाऊन मी तिला तिचे म्हणणे सविस्तर मांडायला सांगितले. फोनवर उत्तर देण्याऐवजी तिने मला प्रत्यक्ष भेटण्याची इच्छा व्यक्त केली. मी तिला माझ्या कार्यालयात ४ ते ५च्या दरम्यान भेटायला येण्याचे आमंत्रण दिले. दररोज एक तास मी नागरिकांच्या 'वॉक-इन'साठी राखून ठेवत असे. ती मुलगी आपल्या एका मैत्रिणीसोबत आली आणि तिची कहाणी सांगू लागली. काही दिवसांपूर्वी एका संध्याकाळी त्या दोघी घराबाहेर पडल्या आणि विमानतळाजवळच्या एका कॅफेमध्ये कॉफी घेत असताना, शेजारच्या टेबलवर बसलेला मुलांचा एक गट त्यांना छेडू लागला. सुरुवातीला त्यांनी त्याकडे दुर्लक्ष केले; पण जेव्हा त्यांचे हे वर्तन असह्य झाले, तेव्हा त्यांनी पोलीस नियंत्रण

कक्षाला फोन करून मदत मागितली. पोलीस ऑपरेटरने त्वरित प्रतिसाद दिला, परंतु त्यांनाच, 'तुम्ही संध्याकाळी उशिरा बाहेर कशाला पडलात?' असे विचारले. 'तुम्हाला घरी कॉफी घेता आली नसती का?' असेही तो गर्विष्ठ आणि उद्धट पोलीस त्यांना म्हणाला. त्या मुली चिडल्या आणि त्यांनी दाद मागण्यासाठी थेट माझ्याकडे येण्याचा निर्णय घेतला.

पुण्याच्या पोलीस नियंत्रण कक्ष इमारतीच्या त्याच मजल्यावर माझ्या कार्यालयाचा कक्ष होता. आम्ही येथे नुकतेच नवीन तंत्रज्ञान स्थापित केले होते; ज्यामुळे आम्हाला नागरिकांशी होणारे आमचे सर्व फोन संभाषण रेकॉर्ड करता येत असे. त्या मुलीने घटनेची अचूक तारीख आणि वेळ दिलेली असल्याने, मी नियंत्रण कक्षाच्या अधिकाऱ्यांना संबंधित संभाषण शोधण्यास सांगितले. जेव्हा रेकॉर्ड केलेले संभाषण माझ्यासमोर लावले गेले, तेव्हा लगेचच हे स्पष्ट झाले की, ज्या पोलीस हवालदाराने कॉल घेतला होता, तो खरोखरच खूप उद्धट होता. नजीकच्या पोलिसांच्या वाहनाला त्यांच्या मदतीला जायला सांगण्याऐवजी, तो त्या मुलींशीच वाद घालत बसला होता. क्षणभरही वेळ न दवडता, मी त्याची बदली करून टाकली आणि त्याच्यावर शिस्तभंगाची कारवाई सुरू केली. त्या दिवशी जर त्या मुलींनी पुढाकार घेतला नसता आणि कंट्रोल रूम ऑपरेटरचे अन्यायकारक वर्तन माझ्या निदर्शनास आणून दिले नसते, तर त्याने असेच वागणे कायम सुरू ठेवले असते. नागरिक आणि पोलीस यांच्यातील दुतर्फा संवाद हा निश्चितपणे परस्पर फायद्याचा असतो.

नागरिक - पोलीस संबंध दृढ करण्यासाठी मी विविध उपाययोजना राबवत असले, तरी एक कुशल संघटना म्हणून पोलीस खाते अजून कमी पडत आहे, हे या प्रसंगातून उघड झाले. मला जाणवले की, या प्रवासाचे अजून बरेच अंतर पार करायचे बाकी आहे.

□□□

३०

एका कोवळ्या जीवाचा अंत

अकार्यक्षम / नाकर्ते लोक अखेरीस हिंसेच्या आश्रयाला जातात.

- आयझॅक आसीमोव्ह

'तू माफी का मागत आहेस?' महासंचालक फोनवर गरजलेच. त्या दिवशी समस्त दूरचित्रवाणी वाहिन्या वारंवार एकाच बातमीची पट्टी दाखवत होत्या; ज्यात लिहिले होते, 'पोलीस आयुक्त (पुणे) यांनी माफी मागितली.' माझ्या लक्षात आले की, 'डीजीं'नीही ती बातमी पाहिली होती.

मी तसे करण्यामागचे कारण खूप वेदनादायक होते. 'डीजीं'नी एका शब्दाचाही व्यत्यय न आणता माझे सगळे बोलणे ऐकून घेतले आणि हळुवारपणे फोन खाली ठेवला. त्या वेळी ख्यातनाम अधिकारी डी. शिवानंदन हे महाराष्ट्राचे पोलीस महासंचालक होते.

२० मार्च २०१० रोजी ज्योत्स्ना कारभारी बागुल नावाच्या महाविद्यालयीन मुलीने पुणे आयुक्तालयाच्या चिंचवड पोलीस ठाण्यात लेखी तक्रार केली होती की, 'तिचा दूरचा नातेवाईक योगेश बच्छाव हा तिचा आणि तिच्या पालकांचा छळ करत आहे.' ज्योत्स्ना तेव्हा आकुर्डी येथील डी. वाय. पाटील कॉलेज ऑफ इंजिनिअरिंगमध्ये संगणक अभियांत्रिकीच्या तिसऱ्या वर्षात होती. शिक्षण पूर्ण करून आपल्या आवडीचे करिअर घडवण्यासाठी ती कसून प्रयत्न करत होती.

तिच्या आकांक्षेची पूर्तता होण्यासाठी स्त्रीमुक्ती, शिक्षण आणि स्वातंत्र्याच्या बाबतीत भारतातील सर्वांत प्रगतिशील ठिकाणांपैकी एक असलेल्या पुणे शहरापेक्षा चांगली जागा कोणती असणार? ज्योत्स्ना नाशिकच्या मुळगावची होती, जिथे तिचे वडील शाळेत शिक्षक म्हणून काम करत होते. त्यामुळे सुरुवातीपासूनच शिक्षणासाठीच्या पोषक वातावरणात ती मोठी झाली होती.

एक हुशार, महत्त्वाकांक्षी मुलगी असलेल्या तिचे पूर्ण लक्ष अभ्यासावर होते; पण अलीकडे योगेशचे तिच्याबद्दलचे वागणे तिला अस्वस्थ करत होते. तो दूरचा नातेवाईक असल्याने ज्योत्स्नाने आपल्या वडिलांकडे त्याबाबत तक्रार केली. वडिलांनी योगेशच्या आई-वडिलांसमोर आपले गाऱ्हाणे मांडले. त्या वेळी 'ज्योत्स्नाच्या जवळही फिरकायचे नाही,' अशी ताकीद त्याला देण्यात आली. तरीही योगेश तिला भेटून वारंवार मागणी घालत असल्यामुळे, त्याला स्पष्टपणे सांगण्यात आले की, 'ज्योत्स्नाचे पूर्ण लक्ष स्वतःचे करियर घडविण्याकडे असून, तिला आत्ता लग्न करण्यात जरासुद्धा स्वारस्य नाही.'

एवढे सगळे सांगूनही, योगेश ज्योत्स्नाच्या मागे मागे अलिबागला तिच्या कॉलेजच्या सहलीला गेला. ती वर्गातील इतर मुलांसोबत सहलीला बाहेर जातेय, हे पाहून तो अस्वस्थ झाला होता. त्याच्या या सततच्या पाठलागामुळे चिडलेल्या ज्योत्स्नाने पुन्हा एकदा तिच्या पालकांकडे तक्रार केली आणि योगेशला चांगलीच ताकीद देण्यात आली. मात्र, वस्तुस्थिती समंजसपणे स्वीकारण्याऐवजी तो नाशिकला ज्योत्स्नाच्या पालकांना भेटायला गेला. या वेळी त्यांच्यात बरीच बाचाबाची झाली. 'ज्योत्स्नाच्या वडिलांनी आपला लग्नाचा प्रस्ताव नुसता नाकारला नाही, तर आपल्याला मारहाणही केली,' असा आरोप योगेशने केला. जरी या विरोधात त्याने पोलिसांत तक्रार दाखल केली नसली, तरी ज्योत्स्नाला त्रास देणेही थांबवले नाही.

१ सप्टेंबर रोजी, योगेशने पुण्यात ज्योत्स्नाला वाटेत अडवले आणि तिला पुन्हा लग्नाची मागणी घातली. तिने पुन्हा एकदा त्याला स्पष्ट नकार दिला. त्यामुळे, मोटरसायकलवरून तिथून निघून जाण्यापूर्वी त्याने तिला खुनाची आणि आत्महत्या करण्याची धमकी दिली. दुसऱ्या दिवशी, त्याने ज्योत्स्नाच्या वडिलांना एक लांबलचक संदेश पाठवला आणि तुमच्या मुलीशी माझे लग्न लावून द्या, अशी पुन्हा मागणी केली. त्याला नकार देऊन श्री. बागुल यांनी लगेचच ज्योत्स्नाला त्याबाबत माहिती दिली. दुर्दैवाची गोष्ट म्हणजे, ३ सप्टेंबर रोजी सकाळी ८च्या सुमारास ज्योत्स्ना आणि तिची मैत्रीण साधना गोडसे जवळच्या भोजनालयातून जेवणाचा डबा आणायला गेल्या असताना योगेश बच्छावने दिवसाढवळ्या ज्योत्स्नाची हत्या केली.

जेव्हा हे प्रकरण मला कळाले, तेव्हा मला अतीव वाईट वाटले. मला आणखी धक्का बसला, तो म्हणजे, तिचा छळ होत असताना ज्योत्स्नाने तिच्या वडिलांसोबत दोनदा चिंचवड पोलीस स्टेशन गाठले होते. त्यांनी लेखी तक्रारही केली होती. मात्र, स्थानिक पोलीस स्टेशनने या प्रकरणाबाबत दाखवलेली पूर्ण उदासीनता आणि योगेशला नीट समज देण्यात किंवा ताब्यात घेण्यात पोलिसांना आलेले अपयश, यांमुळेच मला जाहीर माफी मागावी लागली. एक कोवळा तरुण जीव गमवावा लागण्याच्या दुःखाची तीव्रता एवढी होती की, त्यापुढे नंतर झालेली योगेशची अटक मला अर्थहीन वाटली.

नंतर ज्योत्स्नाची मैत्रीण साधना हिने या खुनाचे वर्णन करून सांगितले. त्या भयंकर सकाळी ज्योत्स्ना तिच्या दुचाकीवरून कॉलेजला जात होती. साधना तिच्या मागे बसली होती. साधना जेवणाचा डबा घेण्यासाठी खाली उतरली, तेव्हा योगेश त्याच्या मोटरसायकलवरून घटनास्थळी पोहोचला. त्याने ज्योत्स्नावर धारदार कोयत्याने वार करताना साधनाने पाहिले. ज्योत्स्नाच्या मानेला आणि पाठीला जबर मार लागला होता. जेव्हा साधना तिच्या मैत्रिणीला मदत करण्यासाठी धावली, तेव्हा त्याने तिच्यावरही प्राणघातक हल्ला करून तिच्या डाव्या पायाला दुखापत केली. ज्योत्स्नाचे शरीर पार लुळे होऊन निर्जीव पडेपर्यंत तो निर्दयीपणे तिच्यावर वार करतच राहिला. त्यानंतर त्याने तेच हत्यार स्वतःच्या पोटात खुपसून घेतले. हा सगळा प्रकार इतक्या वेगाने घडला की, काही सेकंदांतच तिघेही रक्ताच्या थारोळ्यात जमिनीवर पडले. ज्योत्स्ना गंभीर जखमी झाली. साधनाचा मित्र केदार बिराजदार यांच्यासह अन्य स्थानिकांनी त्यांना तातडीने रुग्णालयात दाखल केले. तिथे पोहोचताक्षणी ज्योत्स्नाला मृत घोषित करण्यात आले, तर साधना आणि योगेश हळूहळू बरे झाले.

प्राथमिक चौकशीत असे दिसून आले की, ज्योत्स्ना आणि तिच्या वडिलांनी जेव्हा पोलीस ठाण्यात संपर्क साधला, तेव्हा तेथील एक निरीक्षक आणि एक सहायक निरीक्षक अशा दोन अधिकाऱ्यांनी अजिबात नीट प्रतिसाद दिला नाही. त्यांची पोलीस ठाण्यातून तत्काळ बदली करण्यात आली. या वेळी कर्तव्यावर असलेला एक हवालदारही आपल्या कर्तव्याबाबत निष्काळजी असल्याचे आढळून आले. त्यालाही निलंबित करण्यात आले.

या प्रकरणाचा तपास चिंचवड पोलीस ठाण्याचे प्रभारी वरिष्ठ निरीक्षक महेश मधुकर जोशी यांनी केला. साधना गोडसेची तक्रार ती रुग्णालयात असतानाच नोंदवण्यात आली; कारण ती या प्रकरणातील प्रत्यक्षदर्शी साक्षीदार आणि मारहाणीची बळी होती. इतर प्रत्यक्षदर्शी साक्षीदारांचे जबाब नोंदवल्यानंतर आणि

प्राणघातक शस्त्र जप्त केल्यानंतर, निरीक्षक जोशी यांनी आरोपीविरुद्ध पिंपरी येथील न्यायदंडाधिकारी यांच्या न्यायालयात ४ डिसेंबर रोजी दोषारोपपत्र दाखल केले.

खटल्यादरम्यान योगेशवर लावण्यात आलेले आरोप सिद्ध करण्यासाठी फिर्यादी पक्षाने साधना गोडसेसह आठ साक्षीदार तपासले. जखमी साधना यांना रुग्णालयात नेणाऱ्या केदार बिराजदार याचीही तपासणी करण्यात आली. पोलिसांनी आणखी दोन प्रत्यक्षदर्शी - संदीप रिकामे आणि मनीषा चौधरी यांना शोधले. इन्स्पेक्टर जोशी यांनी त्यांचे जबाब नोंदवून त्यांना न्यायालयात हजर केले. या तरुण साक्षीदारांनी अतिशय धैर्याने सत्र न्यायाधीश बी. आर. पाटील यांच्यासमोर सत्य मांडले आणि त्यांनी तरुण ज्योत्स्ना बागुलच्या निर्घृण हत्येसाठी योगेशला दोषी ठरविले.

योगेश बच्छाव याच्या बचावाच्या विधानात संपूर्ण बनाव होता. त्याने सांगितले की, '३ सप्टेंबर २०१० रोजी सकाळी अज्ञात व्यक्तीने ज्योत्स्ना हिच्यावर प्राणघातक हल्ला केला. उलट, त्याने आणि साधना गोडसे यांनी मध्यस्थी करून आपल्या मैत्रिणीला मदत करण्याचा प्रयत्न केला, तेव्हा अज्ञात व्यक्तीने त्यांच्यावरही प्राणघातक हल्ला करून पळ काढला.' इतके मोठे दावे करूनही, तो वस्तुस्थितीची पुष्टी करणारा एकही साक्षीदार सादर करू शकला नाही. १८ फेब्रुवारी २०१५ रोजी न्यायमूर्ती पाटील यांनी योगेश बच्छाव याला ज्योत्स्ना बागुलच्या हत्येप्रकरणी जन्मठेप आणि साधना गोडसेच्या हत्येचा प्रयत्न केल्याप्रकरणी सात वर्षांच्या कारावासाची शिक्षा सुनावली. शिवाय, आत्महत्येचा प्रयत्न केल्याबद्दल दोषी ठरवून आणखी सहा महिन्यांच्या तुरुंगवासाची शिक्षा सुनावली.

हत्येची ती भीषण घटना घडल्यानंतर आरोपी तुरुंगात असतानाही या खटल्याचा निकाल लागून शिक्षा जाहीर व्हायला सुमारे साडेचार वर्षांचा कालावधी लागला. साधारणत: ज्या केसमध्ये आरोपी आधीच तुरुंगात अटकेत आहेत, ते खटले लवकर निकाली निघतात. या प्रकरणात तर पोलिसांनी निर्धारित नव्वद दिवसांत दोषारोपपत्र न्यायालयात सादर केले होते. प्रलंबित असलेले न्यायालयीन खटले आणि साक्षीदार खटल्याला पाठिंबा देत नसल्यामुळे, खटल्यांमध्ये होणारा विलंब ही भारताच्या गुन्हेगारी न्याय प्रणालीच्या पतनाची दोन प्रमुख कारणे आहेत. या खटल्यातील शिक्षा मनाला समाधान देणारी असली, तरी एक प्रश्न मला नेहमीच सतावतो; 'आपण ज्योत्स्नाला वाचवू शकलो असतो का?'

❑❑❑

३१

मंत्री महोदय

राजकारण, या शब्दाचा खरा अर्थ म्हणजे, दुसरे तिसरे काही नाही, तर फक्त भ्रष्टाचार.

-जोनाथन स्विफ्ट

एके दिवशी मी लष्कर पोलीस ठाण्याला भेट द्यायला गेले होते. पुण्याची पोलीस आयुक्त म्हणून पदभार स्वीकारल्यानंतर मी वेगवेगळ्या पोलीस ठाण्यांच्या हद्दीतील गुन्हेगारीची परिस्थिती समजून घेत होते. अधिकाऱ्यांना भेटत होते. त्याच सुमारास एकदा मला विभागीय आयुक्तांचा फोन आला. 'जिल्ह्याच्या मंत्र्यांना मला भेटायचे आहे आणि दुसऱ्या दिवशी सकाळी मी त्यांना भेटून घ्यावे,' असे त्यांनी मला सांगितले. 'हे मंत्री वेळेच्या बाबतीत अत्यंत काटेकोर आहेत. त्यामुळे मी नियोजित वेळेच्या पाच मिनिटे आधीच तिथे पोहोचणे इष्ट ठरेल,' असे त्यांनी आवर्जून नमूद केले. येरवडा पोलीस ठाण्याच्या जागेच्या प्रश्नाबाबत त्यांना चर्चा करायची असल्याचेही ते म्हणाले.

माझ्या कार्यालयात पोहोचल्यानंतर मी त्या विषयाशी संबंधित फाईल घेतली आणि त्याबाबत सहआयुक्तांशी चर्चा केली. त्यांनी मला सांगितले की, येरवडा येथील जागेबाबत विभागीय आयुक्तांच्या कार्यालयात आजवर झालेल्या सर्व बैठकांना अतिरिक्त आयुक्त उपस्थित राहिले होते. सुमारे तीन एकर जागा असलेल्या त्या जमिनीचा लिलाव झाला होता आणि आम्हाला ती जमीन सर्वाधिक

बोली लावणाऱ्याला सोपवायची होती, हे मला कळले. त्या बदल्यात तो सध्याच्या पोलीस मुख्यालयात पोलिसांसाठी पाचशे घरे बांधून देणार होता. पोलीस स्टेशन जवळच्या ठिकाणी हलवण्यात येणार असल्याचेही त्यांनी सांगितले. हा निर्णय माझ्या कानावर आला होता आणि त्या वेळच्या डीजींनी त्याला विरोधही केला होता, हे मला आठवत होते. तरीही, मी फाईलमध्ये नोंदवण्यात आलेल्या सगळ्या गोष्टींचा बारकाईने अभ्यास केला. त्यामधून हे स्पष्ट होत होते की, लिलावाची संपूर्ण प्रक्रिया विभागीय आयुक्तांच्या निगराणीत आणि अधिकारात पार पडली होती. ही जमीन पोलीस खात्याची असल्यामुळे हे फारच आश्चर्यजनक होते.

ठरलेल्या वेळेनुसार मी विभागीय आयुक्त कार्यालयात जिल्हा मंत्र्यांची भेट घेतली. त्यांच्याकडे त्या परिसराचा एक मोठा कागदी नकाशा होता. 'लिलाव यशस्वीरीत्या पार पडला आहे आणि तुम्ही सर्वाधिक बोली लावणाऱ्याला जमीन सुपुर्द करण्यासाठीची प्रक्रिया पूर्ण करावी,' असे त्यांनी स्पष्ट केले. त्यावर मी त्यांना उत्तर दिले की, 'येरवडा हे पुण्याचे मध्यवर्ती केंद्र बनत आहे. भविष्यात पोलिसांना इतक्या मोक्याच्या जागेवर जमीन कधीच मिळणार नाही. पोलिसांसाठी अधिक कार्यालये आणि निवासी क्वार्टर बांधण्यासाठी आम्हाला या जागेची गरज आहे.' मी पुढे हेही नमूद केले की, 'मी नुकताच पदभार स्वीकारला आहे. अशा वेळी पोलिसांची जमीन खाजगी बिल्डरला दिली, तर माझ्याकडे चुकीच्या नजरेने पाहिले जाईल.' मात्र, मंत्र्यांनी माझे म्हणणे खोडून काढले आणि त्यांच्या दृष्टीने प्रक्रिया पूर्ण झाल्यामुळे मी आता काम पूर्ण करावे, असा आग्रह धरला. त्यांच्या या सूचनेवर मी हताश झाले व नम्रपणे त्यांना विचारले की, 'जर लिलावाची प्रक्रिया आधीच पूर्ण झाली होती, तर माझ्या आधीच्या पोलीस आयुक्तांनी जमीन हस्तांतरित का केली नाही?' ही पूर्ण प्रक्रियाच सदोष आहे आणि ती पोलीस खात्याच्या हिताची नसल्याचेही मी त्यांना सांगितले. तसेच 'पोलिसांना स्वतःला गरज असताना, इतक्या मोक्याच्या ठिकाणची जमीन खाजगी व्यक्तीला देणे मला शक्य होणार नाही,' असे नम्र; पण ठामपणे म्हणाले.

मंत्र्यांना राग आला आणि त्यांनी तो नकाशा स्वतःच्या पुढ्यातील काचेच्या टेबलावर भिरकावला. या वेळी तत्कालीन गृहमंत्री आर. आर. पाटील यांच्याविरुद्ध त्यांनी बरीच टीकाटिप्पणीही केली. ते येथे सांगणे उचित होणार नाही. माझ्या खात्याला खाली पडू न देण्याचा निर्धार करून मी त्यांना सलाम ठोकला आणि चेंबरमधून बाहेर पडले. मी एका पोलीस अधिकाऱ्याची मुलगी आहे. पोलीस खात्यावर माझी अत्यंत निष्ठा आहे आणि या वादाच्या वेळी तर मला हे प्रकर्षाने जाणवले.

पोलिसांसाठी असलेल्या सरकारी जमिनीवरील आमच्या विभागाचा ताबा सोडण्याचा माझा अजिबात विचार नाही, हे लक्षात आल्यावर सर्वाधिक बोली लावणाऱ्याने मुंबई उच्च न्यायालयात याचिका दाखल केली. या जागेच्या लिलावासाठी त्याने आधीच एक कोटी रुपये अनामत रक्कम म्हणून सरकारकडे जमा केली होती. त्याने सांगितलेली किंमत बाजारभावापेक्षा खूपच कमी होती आणि यात नक्की काहीतरी 'साटेलोटे' होते, हे मला पक्के समजत होते. त्याने निश्चितच अनेकांचे हात ओले केलेले असणार. म्हणूनच स्वतःच्या 'स्वप्नांचा मनोरा' असा कोसळून पडणे, त्याला परवडणारे नव्हते. त्याच्या दुर्दैवाने आणि माझ्या सुदैवाने दरम्यानच्या काळात 'सीबीआय'ने त्याला टू जी (2G) घोटाळ्यातील आरोपी म्हणून दोषी मानले.

याच सुमारास, कार्यालयातील कोणीतरी मला एका स्थानिक पोलीस अधिकाऱ्याबद्दल सांगितले. तो जमिनीच्या प्रकरणांबद्दलचा जाणकार होता. मी त्याला फोन करून फाईल तपासण्याचा सल्ला दिला आणि माझ्याशी त्यासंदर्भात चर्चा करायला सांगितली. आता या कराराची काळी बाजू आम्हाला समजायला लागली. त्या पोलीस अधिकाऱ्याने तारीखवार तक्ता तयार केला. या संदर्भात त्याने ज्या पद्धतीने स्वतःला पूर्णपणे झोकून देऊन काम केले, त्या समर्पणाने आणि त्यांच्या विचारांच्या स्पष्टतेने मला प्रभावित केले. काही महिन्यांनी जेव्हा हे प्रकरण उच्च न्यायालयात सुनावणीसाठी आले, तेव्हा अर्थातच मी त्या पोलीस अधिकाऱ्याला सरकारी वकिलांना सगळी माहिती सांगायला मुंबईला पाठवले. मुंबईहून पुण्याला परतल्यावर त्यांनी मला माहिती दिली की, गृह विभाग आणि पोलीस आयुक्त यांच्या परस्परविरोधी भूमिकांबद्दल सरकारी वकील नाखूश होते. एक कोटी रुपयांची आगाऊ रक्कम स्वीकारल्यामुळे गृह विभागाच्या प्रतिनिधीची ही जमीन हस्तांतरित करण्यात काही हरकत नव्हती; परंतु पुणे पोलीस आयुक्तांचे प्रतिनिधी म्हणून आलेल्या इन्स्पेक्टरने मात्र हे होऊ दिले नव्हते. त्यामुळे आयुक्त आणि गृह सचिव यांनी हे प्रकरण अंतर्गत पद्धतीने सोडवावे, अशी सूचना सरकारी वकिलांनी केली. मग मी लगेचच पोलिसांच्या जमिनीचा तथाकथित लिलाव करण्याच्या विरोधात खूप कडक पत्र गृहखात्याला लिहिले. तसेच हा संपूर्ण 'व्यवहार' रद्द करण्यासाठी तितक्याच जोरदार स्मरणपत्रांसह या प्रकरणाचा पाठपुरावा केला.

मग गृहमंत्री श्री. पाटील यांनी सर्व संबंधितांची बैठक बोलावली. त्यामध्ये मी निदर्शनास आणून दिले की, जरी काही प्रकारची संशयास्पद प्रक्रिया पार पाडली

गेलेली असली, तरी पोलिसांची जमीन अन्य कुणाला देऊन टाकणे, हे नक्कीच विभागाच्या हिताचे नाही. गृहसचिवांनी जरी सुरुवातीला लिलावाला पाठिंबा दिलेला असला, तरी पोलिसांनी जमिनीचा ताबा कायम ठेवला पाहिजे, असे नंतर त्यांनी मान्य केले. श्री. पाटील यांनी यापूर्वी दोनदा मला जमिनीच्या हस्तांतरणास विरोध करू नका, असा सल्ला दिला होता. ते मीटिंगमधील माझ्या ठाम भूमिकेबद्दल फारच नाराज दिसले. असे सगळे झाले तरी, चर्चेअंती असे ठरले की, त्या जागेच्या बदल्यात शिवाजीनगर पोलीस मुख्यालयात पोलीस क्वार्टर बांधण्याचे आश्वासन जरी त्या बिल्डरने दिलेले असले, तरी येरवड्याची ती जागा हस्तांतरित करण्यात येणार नाही.

एकंदरीत, मी खूपच शक्तिशाली मंडळींना आव्हान दिले होते की काय, असे मला मंत्रालयातील बैठकीतून बाहेर पडताना वाटले. श्री. पाटील यांनी माझ्या पारदर्शक धोरणांना नेहमीच पाठिंबा दिला होता; पण या वेळी 'जिल्हा मंत्री' निःसंशयपणे अधिक सामर्थ्यशाली असल्याने श्री. पाटील यांचेही हात बांधलेले दिसत होते. एका वरिष्ठ पोलीस अधिकाऱ्याने मला सांगितले की, 'दादा'ला नाही म्हणण्याचे धाडस कोणीही करत नाही; ना अधिकारी ना मीडिया!'

मला असे वाटते की, अशा प्रकारची होयबा प्रवृत्तीच नागरी सेवांना नष्ट करत आहे. आपल्या देशातील कुप्रशासन आणि मोठ्या प्रमाणावरील भ्रष्टाचाराच्या मुख्य कारणांपैकी हे एक कारण आहे. वेगवेगळ्या दृष्टिकोनांची कदर करण्याची राजकारण्यांची क्षमता जितकी दुर्मीळ होत चालली आहे, तितकेच खंबीर भूमिका घेणारे नागरी सेवकही कमी झाले आहेत. मोठ्या प्रमाणात बहुमोल सरकारी जमीन खाजगी व्यक्तींच्या घशात घालण्यात राजकारणी आणि नोकरशहा यांचे निश्चितच घनिष्ठ संगनमत आहे.

त्यानंतर काही महिन्यांनी पुण्यातील बिबवेवाडी भागात दंगल उसळली, तेव्हा जिल्हा मंत्र्यांनी टीव्हीवर एक छोटी मुलाखत देऊन माझ्यावर 'गोड सूड' उगवला. त्यात त्यांनी, 'या पोलीस आयुक्तांबद्दल काहीतरी करावे लागेल,' अशी बोचरी टीका केली. मी ताबडतोब तत्कालीन डीजी के. सुब्रमण्यम यांना फोन केला आणि 'मी रजेवर जाऊ, की माझी इतरत्र बदली मागून घेऊ,' असे स्पष्टपणे विचारले. त्यांनी मला शांत केले. 'या मंत्र्यांकडे गृहखाते नाही आणि त्यामुळे त्यांच्या बोलण्याचा मी त्रास करून घेऊ नये,' असे त्यांनी मला सांगितले. त्यानंतर अर्ध्या तासाने मला मुख्यमंत्र्यांचा फोन आला आणि डीजींनी मला याआधी सांगितलेल्या गोष्टींची पुनरावृत्ती त्यांनीही केली.

मी लवकरच जिल्हा मंत्र्यांकडे भेटीची वेळ मागितली. पुण्यातील सरकारी विश्रामगृहात मी त्यांना मराठी टीव्ही चॅनेल्सवर त्यांनी केलेल्या टिप्पणीबद्दल विचारले. यावर जेव्हा त्यांनी ढळढळीत आणि निर्विकार चेहऱ्याने आपण असे काही बोलल्याचे चक्क नाकारले, तेव्हा मला किती आश्चर्य वाटले असेल, याची तुम्ही कल्पना करू शकाल!

जून २०१२मध्ये मला मुख्यमंत्र्यांच्या कार्यालयातून फोन आला आणि माझ्या पुढील नियुक्तीसाठी माझी काही पसंती आहे का, याची विचारणा करण्यात आली. मी सांगितले की, 'सीआयडी पुणेमध्ये अतिरिक्त महासंचालकाचे पद रिक्त होणार आहे. मी तेथे अधीक्षक आणि महानिरीक्षक म्हणून काम केले असल्याने त्यासाठी माझा विचार केला जावा.' काही दिवसांनी मुख्यमंत्र्यांनी स्वतः मला फोन करून सांगितले की, 'मी तुम्हाला सीआयडीमध्ये पोस्ट देऊ शकत नाही; कारण 'त्यांनी' हा प्रतिष्ठेचा मुद्दा बनवला आहे आणि आम्हाला 'आघाडीच्या धर्माचे' पालन करावे लागेल. कौटुंबिक कारणास्तव तुम्हाला जर पुण्यातच राहायचे असेल, तर कृपया इतर कोणतीही पोस्ट सांगा.' 'ते' म्हणजे कोण, हे मला अर्थातच समजले. काही अधिकाऱ्यांनी मला सांगितले की, 'नागरी जमीन कमाल मर्यादा आणि नियमन कायद्यांतर्गत शक्तिशाली बांधकाम व्यावसायिकांविरुद्धच्या अनेक प्रकरणांची चौकशी सीआयडीकडे प्रलंबित आहे. त्यामुळे तुम्हाला तेथे कधीही नियुक्त केले जाणार नाही.'

वरिष्ठ पातळीवर मुंबईबाहेर फारशी पदे नाहीत. आता पुढे काय करावे, याचा विचार करत असतानाच मुख्यमंत्र्यांच्या कार्यालयातून मला पुन्हा फोन आला. 'पुण्यात मुख्यालय असलेल्या महाराष्ट्र कारागृह विभागाचे प्रमुखपद स्वीकाराल का,' असे त्यांनी मला विचारले. मी लगेच संमती दर्शवली. या पदावर काम करताना काय आव्हाने पेलावी लागतील, याची काहीही कल्पना मला त्या वेळी नव्हती.

'भविष्य अज्ञात असते आणि तुमची नेमकी क्षमतादेखील,' हे विधान मी फक्त ऐकले होते. माझ्याबाबतीत ते खरे ठरेल, असे कधीच वाटले नव्हते.

❑❑❑

३२

राजकीय पडद्यामागे

'मॅडम, आम्हाला तुम्हाला मुंबईच्या पोलीस आयुक्त म्हणून बघायचे आहे,' असे अतिरिक्त पोलीस आयुक्त नम्रपणे मला म्हणाले. पुण्यात हिंसक कारवायांची आखणी करताना पकडल्या गेलेल्या दोन बलाढ्य राजकारण्यांवर फौजदारी गुन्हा नोंदवण्याचा आग्रह धरू नये, यासाठी ते माझे मन वळवण्याचा प्रयत्न करत होते. २८ डिसेंबर २०१०चा तो दिवस होता आणि हा खटला विधानपरिषदेच्या सदस्या नीलम गोऱ्हे आणि शिवसेना नेते उद्धव ठाकरे यांचे स्वीय सहायक मिलिंद नार्वेकर यांच्याविरुद्ध होता.

तत्पूर्वी, २३ डिसेंबर रोजी पुणे महानगरपालिकेने छत्रपती शिवाजीमहाराज यांचे बालपण जिथे गेले, त्या पुण्यातील लाल महालातील,[1] दादोजी कोंडदेव यांचा पुतळा हटवण्याचा ठराव मंजूर केला होता. दादोजी हे शिवरायांचे गुरू असल्याचे म्हटले जाते; पण मराठ्यांच्या एका वर्गाला हा ब्राह्मणांनी स्वतःच्या उदात्तीकरणासाठी रचलेला खोटारडेपणा वाटतो. मराठा सेवा संघाची शाखा असलेल्या संभाजी ब्रिगेडने काही काळ या मुद्द्यावरून आंदोलन केले होते.

पुण्याच्या महापौरांनी वस्तुस्थिती उघड करण्यासाठी इतिहासकारांची समिती स्थापन करण्याचा निर्णय घेतला होता; परंतु महानगरपालिकेतील सत्ताधारी पक्षातील अनेकांना ही गोष्ट मान्य नव्हती.

ते पुतळा हटवण्यावर ठाम होते. निषेध मोर्चे आणि प्रतिआंदोलने तीव्र झाल्याने पुण्यात आता तीव्र जातीय वाद निर्माण झाला होता. भाजप, शिवसेना आणि इतर काही हिंदू संघटनांचे कार्यकर्ते रोज रात्री लाल महालात जमू लागले आणि

मराठाबहुल काँग्रेस-राष्ट्रवादीने मांडलेल्या ठरावाला विरोध करू लागले. त्यामुळे पुण्यात खळबळ उडाली होती.

आंदोलनाला हिंसक वळण लागू शकते हे लक्षात घेऊन, २७ डिसेंबर रोजी पहाटेच्या कारवाईदरम्यान, महानगरपालिकेने हा पुतळा स्वत:च्या एका उद्यानात हलवला. याला विरोधकांनी विशेषतः शिवसेनेने जोरदार आक्षेप घेत, लाल महालापासून पालिका कार्यालयापर्यंत निषेध मोर्चा काढला. काही आंदोलकांनी हिंसाचाराचा मार्ग पत्करला. महापौरांसह काही महानगरपालिका कार्यालयांची तोडफोड केली. काहींनी महापौरांची खुर्ची रस्त्यावर फेकून दिली.[२] त्यानंतर विरोधी पक्षांनी २८ डिसेंबरला 'पुणे बंद'ची हाक दिली. बाजारपेठा, कार्यालये, शैक्षणिक संस्था आणि इतर आस्थापना बंद ठेवण्याचे आवाहन करण्यात आले होते. केवळ रुग्णालये, अग्निशमन दल यांसारख्या अत्यावश्यक सेवांना बंदमधून वगळण्यात आले होते.

पुणे पोलिसांची विशेष शाखा स्थानिक पोलीस ठाण्यांना नियमित 'अलर्ट' पाठवत होती आणि मलाही माहिती देत होती. बंदमुळे मोठ्या प्रमाणात हिंसाचार होण्याची शक्यता असल्याने आम्ही मोठ्या दक्षतेने घटनांवर लक्ष ठेवून होतो. पुण्यातील नागरिकांच्या हितासाठी काम करण्याऐवजी, तसेच खड्डे, पाणीटंचाई आणि पर्यावरणाच्या विविध गंभीर समस्यांकडे लक्ष वेधून घेण्याऐवजी हे राजकीय पक्ष भूतकाळातील गोष्टींकडे लक्ष घालत आहेत, हे पाहून मला वाईट वाटले. सुमारे तीस वर्षांच्या सेवेत राहिल्यानंतर, मला हेदेखील माहीत झाले होते की, बहुतेक राजकारण्यांसाठी, नागरिकांच्या कल्याणापेक्षाही वैयक्तिक लाभालाच सर्वोच्च प्राधान्य असते. मात्र, पोलीस आयुक्त म्हणून शहरात शांतता राखण्याची जबाबदारी माझ्यावर होती. त्यामुळे मी माझी व्यक्तिगत निराशा बाजूला ठेवून माझ्या व्यावसायिक कामावर लक्ष केंद्रित करण्याचा निर्णय घेतला.

परिस्थितीचा आढावा घेण्यासाठी आयोजित केलेल्या उपायुक्तांच्या बैठकीत मला विशेष शाखेचे डीसीपी अधिकच अस्वस्थ झाल्याचे आढळले. त्यांचे काम माहिती गोळा करणे हे होते आणि त्यांनी आम्हाला नजीकच्या काळात होऊ शकणाऱ्या हिंसाचाराबद्दल स्पष्ट शब्दांत सांगितले. त्याच दिवशी संध्याकाळी त्यांनी पुन्हा एकदा शहरातील कायदा आणि सुव्यवस्थेचा आढावा घेतला आणि सहआयुक्तांशी सल्लामसलत करून काही विशिष्ट फोन नंबर निगराणीखाली ठेवण्यासाठी माझी परवानगी मागितली. मला त्या दिवशी संध्याकाळी उशिरा त्यांचे परवानगी मिळविण्याबाबतचे अधिकृत पत्र मिळाले.

फोन कॉल्सवर देखरेख ठेवणे, हे अत्यंत संवेदनशील काम आहे आणि आम्ही ते तेव्हाच करतो, जेव्हा हिंसाचार, गंभीर गुन्हे, दहशतवादी कारवाया इत्यादींबाबत पुरेशी गुप्त माहिती असते. उपायुक्त आणि सहआयुक्त या दोघांनीही निगराणीसाठी फोन नंबर्सची शिफारस करण्याबाबत विचार केला होता, याची खात्री पटल्यानंतरच मी या गोष्टीला संमती दिली. नियम वा प्रक्रियेनुसार पोलीस आयुक्तांना तीन दिवसांसाठी हे करण्याचे अधिकार देण्यात आलेले आहेत. त्यानुसार मी हिंसाचाराच्या शक्यतेनुसार फोन नंबरच्या टॅपिंगला परवानगी दिली.

२८ डिसेंबरच्या पहाटे, मी माझा गणवेश घातला आणि माझ्या 'एस्कॉर्ट' वाहनासह गस्तीवर निघाले. माझ्या अनुभवानुसार, वरिष्ठ अधिकारी गस्त घालायला निघाले, की कनिष्ठही तितक्याच उत्साहाने बाहेर पडतात. आमची वर्दीतल्या लोकांची उपस्थिती परिस्थितीवर वर्चस्व गाजवते आणि दुष्कृत्य करणाऱ्यांचे बळ कमी करते. पोलिसांचे वायरलेस नेटवर्कही सर्व पोलीस ठाण्यांना वरिष्ठ अधिकारी बाहेर गस्तीवर असल्याचे सांगून सतर्क करते आणि त्याचा चांगला परिणाम होतो.

मी पुणे शहरातील डेक्कन भागातून जात असताना मला विशेष शाखेच्या डीसीपींचा फोन आला आणि त्यांनी मला मुख्य कार्यालयात येण्याची विनंती केली. ते एक अत्यंत अनुभवी अधिकारी होते. त्यामुळेच फार महत्त्वाचे असल्याशिवाय ते फोन करून बोलावणार नाहीत, हे मला माहीत होते.

मी ताबडतोब माझे ड्रायव्हर जाधव यांना गाडी परत वळवायला सांगितली आणि आम्ही काही वेळातच पोलीस मुख्यालयाकडे निघालो. एस्कॉर्ट वाहन आम्हाला फॉलो करायचा सर्वतोपरी प्रयत्न करत होते. मी पोहोचल्यावर डीसीपींनी मला आदल्या रात्री ११ वाजून ५६ मिनिटे (२७ डिसेंबर २०१०) झाली असताना जो फोन टॅप केला होता, त्यावर झालेले संभाषण ऐकण्यास सांगितले.

या संभाषणात शिवसेनेचे दोन नेते - रास्ता रोको, बसेस आणि ट्रक्सची जाळपोळ, हिंसाचार आणि विशिष्ट भागांत दगडफेकीचे नियोजन करताना ऐकायला मिळाले.

त्या दिवशी सकाळी खरे तर पुण्यातील हवा खूप थंड होती; पण मला मात्र माझ्या नसांमधून गरम रक्त वाहताना जाणवत होतं. संभाव्य जीवितहानीचा विचार न करता अगदी निष्ठुरपणे हिंसाचाराचं नियोजन सुरू होतं! डीसीपी त्यांच्या वॉकी-टॉकीवरून अधिकाऱ्यांना या फोन संभाषणाच्या इंटरसेप्शनद्वारे कळलेल्या भागात हिंसाचाराच्या शक्यतेबद्दल इशारा देत होते. त्यानुसार त्या भागात अतिरिक्त

कर्मचारी रवाना करण्यात आले होते आणि विभागीय डीसीपींनाही त्या ठिकाणी त्वरित जाण्यास सांगण्यात आले होते.

आणीबाणीच्या प्रसंगी सर्वोत्कृष्ट काम करण्यासाठी पोलीस ओळखले जातात आणि या क्षणी मला त्याचे प्रत्यंतर आले. नियंत्रण कक्ष अधिकाऱ्यांनी संपूर्ण ताबा घेतला होता. विशेष पथकांच्या हालचाली कशा असाव्यात, याबद्दल ते आदेश देत होते. विशेष शाखेने दिलेल्या माहितीच्या आधारे वरिष्ठ अधिकाऱ्यांना सूचना, मार्गदर्शन सुरू होते. आगळीक, बसेसवर हल्ले, दगडफेक या हिंसक घटनांना जरी आम्ही पूर्ण आळा घालू शकलो नाही, तरी आपल्या नागरिकांचे मौल्यवान जीव वाचविण्यात आम्ही नक्कीच यशस्वी झालो.

प्रत्यक्ष परिस्थिती हाताळल्यानंतर संध्याकाळी उशिरा आम्ही दोन्ही राजकीय नेत्यांमधील संभाषणाचे सखोल विश्लेषण करण्यासाठी माझ्या कार्यालयात बसलो. शहरात आता शांतता होती आणि हळूहळू दुकाने उघडू लागली होती. पोलीस ठाणी त्यांच्या अधिकारक्षेत्रात झालेल्या हिंसाचाराच्या संदर्भात फौजदारी गुन्हे नोंदवत होती. माझ्या बाजूने मी नीलम गोऱ्हे आणि मिलिंद नार्वेकर यांच्यावर फौजदारी गुन्हा दाखल करण्याची मागणी केली. माझे असे ठाम मत होते की, आम्ही टॅप केलेल्या फोन संभाषणादरम्यान रचलेला कट, हाच शहरात घडलेल्या सर्व तोडफोडीचा मुख्य स्रोत होता; पण खरा धक्का मला पुढेच बसला. माझेच सहकारी अधिकारी गुन्हा नोंदवण्यासाठी उत्सुक नव्हते. मी दिलेल्या सूचनांचे पालन होत नाहीये, असा अनुभव माझ्या कारकिर्दीत मला पहिल्यांदाच येत होता.

याच सुमारास अतिरिक्त आयुक्त मला 'तुम्हाला मुंबईचे पोलीस आयुक्त बनलेले बघायचे आहे,' असे सांगत होते. दोन बलाढ्य राजकारण्यांवर गुन्हा नोंदवणे, माझ्या कारकिर्दीसाठी घातक ठरू शकते, असे ते सुचवत होते. हे तेच अधिकारी होते, ज्यांनी रात्री उशिरा दादोजी कोंडदेव यांच्या पुतळ्याचे स्थलांतर करण्याचे काम धाडसाने पार पाडले होते.

भारतीय दंड संहितेच्या सीआर क्रमांक ५१२अन्वये १५३, १२० आर/डब्ल्यू ३४नुसार गोऱ्हे आणि नार्वेकर यांच्याविरुद्ध फौजदारी गुन्हा दाखल होत आहे ना, याची खात्री करण्यासाठी मी सहआयुक्तांना बंडगार्डन पोलीस ठाण्यात पाठवण्याचा निर्णय घेतला. त्यामुळे शहरात एकच खळबळ उडाली आणि प्रसारमाध्यमे ही 'अविश्वसनीय' बातमी प्रसिद्ध करण्यात मग्न झाली. सर्वशक्तिमान राजकारण्यांवर फौजदारी खटला दाखल केला जाऊ शकतो, यावर विश्वास ठेवणे लोकांना खरोखर कठीण वाटले.

खटल्याची संवेदनशीलता लक्षात घेऊन मी माझे सक्षम सहायक अधिकारी (Staff Officer) इन्स्पेक्टर एस. एम. नाडगौडा यांना तपास हाती घेण्याच्या सूचना दिल्या आणि विशेष सरकारी वकील नेमण्यासाठी सरकारकडे पाठपुरावा केला. वास्तविक पाहता, एखाद्या वरिष्ठ अधिकाऱ्याच्या, सहायक अधिकाऱ्याला फौजदारी खटल्याचा तपास करण्यास सांगितले जाणे, हे फार दुर्मीळ आहे; पण मला असे वाटले की, ती परिस्थितीच तशी होती. त्यानंतर खटला चालवण्यासाठी मी पुण्यातील नामवंत वकिलांशी संपर्क साधला; परंतु कोणीही राजी झाले नाही. भविष्यात या केसला कोणत्या आव्हानांना सामोरे जावे लागेल, याची जाणीव मला तेव्हा झाली. जळगाव सेक्स स्कँडल प्रकरणातील माझे विशेष सरकारी वकील जाधवराव यांचा विचार माझ्या मनात आला; पण वयोपरत्वे ते आता काम करू शकत नव्हते. म्हणून मग मी दुसरे एक वकील पी. एस. सूर्यवंशी यांच्याकडे वळले. ते एक धाडसी, सक्षम आणि स्पष्टवक्ते वकील होते आणि जाधवरावसरांचा त्यांच्यावर पूर्ण विश्वास होता. त्यांना माझ्या कार्यालयात बोलावून घेतल्यावर जेव्हा त्यांनी विशेष सरकारी वकील म्हणून कार्यभार स्वीकारण्यास लगेचच संमती दर्शवली, तेव्हा मला आनंदमिश्रित आश्चर्य वाटले. वकील सूर्यवंशी आणि इन्स्पेक्टर नाडगौडा ही एक मजबूत टीम झाली. त्यामुळे केस 'सुरक्षित हातात' असल्याची मला खात्री पटली.

मात्र, चतुर राजकारण्यांना कमी लेखण्याची चूक मी केली होती. त्यांना लगेचच जामीन मिळाला आणि या दोघांनी तपासाला पुढे जाऊन दिले नाही.

तपास अधिकाऱ्यांना त्यांच्या आवाजाचे नमुने गोळा करून पुणे पोलिसांच्या विशेष शाखेकडे उपलब्ध असलेल्या रेकॉर्ड केलेल्या संभाषणाशी त्याची पडताळणी करून बघायची होती. या तुलना न्यायवैद्यक प्रयोगशाळांद्वारे केल्या जातात. ते नंतर तपास अधिकाऱ्यांना त्यांचे मत देतात. इन्स्पेक्टर नाडगौडा नियमित प्रक्रियेचे पालन करत होते; परंतु या दोघांनी आवाजाचे नमुने देण्यास साफ नकार दिला.

सुदैवाने, न्यायदंडाधिकारी यांनी त्यांचा नकार मान्य केला नाही. २३ फेब्रुवारी २०११ रोजीच्या त्यांच्या सविस्तर आदेशात त्यांनी आवाजाच्या नमुन्यांची पोलिसांची विनंती न्याय्य असल्याचे स्पष्ट केले. यानंतर गोऱ्हे आणि नार्वेकर यांनी सत्र न्यायालयात आदेश फेटाळण्यासाठी अपील केले; परंतु ७ जानेवारी २०१२ रोजी त्यांचे हे अपीलही फेटाळण्यात आले. या अत्यंत संवेदनशील प्रकरणातील पोलिसांना वाटणारी काळजी न्यायालयाने चांगल्या प्रकारे समजून घेतली आणि त्यांचे कौतुक केले. मुंबई उच्च न्यायालयानेही त्यांची याचिका क्र. ३७१/२०१२

फेटाळून लावली.[३] न्यायालयाने २८ मार्च २०१२च्या आपल्या आदेशात स्पष्टपणे नमूद केले की, आवाजाचा नमुना घेणे, हे घटनेच्या कलम २१चे उल्लंघन करत नाही. दरम्यानच्या काळात, तपास अधिकाऱ्याने ११ मार्च २०११ रोजी या प्रकरणावर आरोपपत्र दाखल केले. त्यामुळे सर्वोच्च न्यायालयाने सांगितले की, आवाजाच्या नमुन्यांचा मुद्दा खटल्यादरम्यान विचारात घेतला जाऊ शकतो आणि कायद्यानुसार न्यायालय त्यावर निर्णय घेईल. संसदेने अलीकडेच मंजूर केलेल्या फौजदारी प्रक्रिया (ओळख) विधेयक, २०२२नुसार, आता तपासादरम्यान आरोपींच्या आवाजाचे नमुने घेण्यासाठी तपास यंत्रणांना अधिकृतपणे मान्यता दिली आहे.

आमच्या या केसमध्ये दोन्ही आरोपींना त्यांच्या 'सुदैवाची साथ' मिळाली. २०१४मधील महाराष्ट्र राज्य विधानसभा निवडणुकीत शिवसेनेसोबत युती करून भाजप सत्तेवर आला. त्याबरोबर लगेच गोऱ्हे व नार्वेकर यांच्याविरुद्ध प्रलंबित फौजदारी गुन्ह्याचा खटला S.C.C.NO.5394/2011, सरकार विरुद्ध नीलम गोऱ्हे इत्यादीं खटले निकाली काढण्यासाठी तातडीने प्रयत्न करण्यात आले.

फौजदारी प्रक्रिया संहितेच्या कलम ३२१नुसार, खटला मागे घेण्यासाठी विशेष सरकारी वकिलांना सरकारने पत्र पाठवले; परंतु न्यायालयाने ते मान्य केले नाही आणि प्रत्युत्तरात कठोर टिप्पणी केली :

> *सरकारी निर्णय हा सामाजिक संघटना, राजकीय पक्षांच्या आंदोलनांबाबत आहे, जेथे प्रतिबंधात्मक आदेशांचे उल्लंघन केल्याबद्दल गुन्हे नोंदवले जातात. सद्य:स्थितीत सदर गुन्हा आयपीसीच्या कलम १५३, १२०(ब)नुसार, म्हणजे दंगल घडविण्याच्या उद्देशाने चिथावणी देण्यासाठी गुन्हेगारी कट रचणे, या दंडनीय गुन्ह्यासाठी दाखल करण्यात आला आहे. हे प्रकरण दंगल भडकवण्यासाठी झालेल्या टेलिफोनिक संभाषणावर आधारित आहे. प्रतिबंधात्मक आदेशाचा भंग केल्याचा हा गुन्हा नाही... तसेच गणेश मंडळाच्या स्वयंसेवकांवरचा हा गुन्हा नाही. समितीने या प्रकरणातील तथ्यांचा चुकीचा अर्थ लावल्याचे दिसते... समिती स्तरावर तथ्यांबाबत गैरसमज आहे.*

२ नोव्हेंबर २०१५ रोजी न्यायदंडाधिकारी एस. आर. निमसे यांनी खटला मागे घेण्याच्या विरोधात दिलेल्या न्यायालयाच्या आदेशाचा सामना करत, सरकारने प्रथम विशेष सरकारी वकील पी. एस. सूर्यवंशी यांच्या नियुक्तीची मान्यता रद्द केली. त्यानंतर हा खटला मागे घेण्याची शिफारस करणारे दुसरे पत्र आले.

ऑक्टोबर २०१७मध्ये गोऱ्हे आणि नार्वेकर यांना गुन्हेगारी खटला (S.C.C.NO.5394/2011) मागे घेण्यात अखेर यश आले. न्यायदंडाधिकारी पी. टी. गोटे यांनी २६ ऑक्टोबर २०१७ रोजी महाराष्ट्र सरकारच्या विधी व न्याय विभागाने जिल्हा सरकारी वकिलामार्फत केलेला अर्ज स्वीकारून आपला आदेश दिला. त्यात म्हटले आहे : '...खटला मागे घेण्याबाबत दुसरा अर्ज करण्यास प्रतिबंध नाही... हे एक राजकीय आणि सामाजिक आंदोलन आहे. समाजात सामाजिक एकोपा राहावा, यासाठी शासनाने हा धोरणात्मक निर्णय घेतला आहे.' पुण्यात असंतोष निर्माण करणारा खटला मागे घेण्यास मान्यता देणाऱ्या न्यायालयाच्या आदेशात सामाजिक समरसतेचा उल्लेख असणे, किती उपरोधिक (Ironic) आहे!

भाजप-शिवसेना सत्तेत असताना, त्यांच्या कार्यकर्त्यांवरील अनेक गुन्हेगारी खटले नंतर मागे घेण्यात आले. सत्तेत असताना, इतर राजकीय पक्षही असेच करतात. आपापल्या पक्ष सदस्यांना हिंसाचारात भाग घेण्यास प्रोत्साहित करतात, सार्वजनिक आणि खाजगी मालमत्तेची तोडफोड करतात, बसेस आणि रेल्वे बोगी जाळतात; कारण त्यांना माहीत असते की, कालांतराने त्यांच्यावरील खटले शांतपणे मागे घेतले जातील. फौजदारी प्रक्रिया संहितेच्या कलम ३२१च्या तरतुदींबाबत नागरिक एकतर अनभिज्ञ आहेत किंवा मूकपणे ते समोर चाललेले बघत बसतात. या कलमानुसार, सरकारी वकिलाला न्यायालयाच्या संमतीने खटले मागे घेण्याचा अधिकार मिळतो. सरकारी वकील सामान्यतः सरकारच्या, म्हणजेच सत्तेत असलेल्या राजकीय पक्षाच्या आदेशांचे पालन करतात. न्यायव्यवस्था अनेक बाबतीत ठाम भूमिका घेते; पण काही न्यायदंडाधिकारी आणि न्यायाधीशांचे पाय मात्र मातीचे असतात.

माझ्या जाणकार वाचकांनो, या प्रकरणातील सर्व तथ्य आता तुमच्यासमोर आहे. सगळे जण सरसकट चांगले किंवा वाईट नसतात; परंतु काही राजकारणी आपले मित्र आहेत की शत्रू, याचा सांगोपांग अभ्यास करणे, तसेच निर्दोष नागरिकांच्या जीवाची जराशीही पर्वा न करता किती पद्धतशीरपणे आणि व्यवस्थित नियोजन करून आपल्या देशात हिंसाचार माजवला जातो, हे समजून घेणे, याचा विचार करणे आणि त्यानुसार निर्णय घेणे, तुमच्या हातात आहे.

❏❏❏

३३

तुरुंग आणि सेलिब्रिटी

असे म्हटले जाते की, कोणत्याही राष्ट्राची खरी ओळख ही तिथल्या तुरुंगातून होते. एखादे राष्ट्र, आपल्या सर्वोच्च स्थानावरील नागरिकांशी कसे वागते यावरून नव्हे, तर सर्वांत खालच्या स्तरावरील नागरिकांशी कसे वागते, यावरून ओळखले गेले पाहिजे.

- नेल्सन मंडेला

पोलीस आयुक्तपदावरून महाराष्ट्र राज्य कारागृह विभागाच्या प्रमुखपदी रुजू होणे, हे माझ्यासाठी सोपे नव्हते. मला जुळवून घ्यायला थोडा वेळ लागला. माझा नवीन कार्यकाळ सुरू होण्यापूर्वी, माझ्यासोबत दोनदा काम केलेल्या एका पोलीस अधिकाऱ्यांचा मला फोन आला. माझ्या या निर्णयामुळे ते खूपच नाराज झाले होते. ते माझे हितचिंतक आहेत हे जाणून मी त्यांचे म्हणणे धीराने ऐकले आणि शांतपणे त्यांना सांगितले की, 'महाराष्ट्राच्या मुख्यमंत्र्यांना माझी सीआयडी प्रमुख म्हणून नियुक्ती करायची होती; परंतु त्यांच्याबरोबर आघाडी सरकारमध्ये असणाऱ्या दुसऱ्या सत्ताधाऱ्यांना ते मान्य नव्हते.' मग त्या अधिकाऱ्यांनी पुढे वाद घातला नाही.

माझ्या नव्या भूमिकेतील कामाला सुरुवात केल्यानंतर मला जाणवले की, महाराष्ट्रातील तुरुंगांकडे मोठे दुर्लक्ष झाले आहे. या आधीच्या तुरुंग प्रमुखांची कारकीर्द खूप वादग्रस्त ठरली होती. महाराष्ट्र सरकारने त्यांना भ्रष्टाचारासह

विविध आरोपांमुळे सेवेतून निलंबित केले होते. माझ्या हेही लक्षात आले की, तुरुंग अधिकाऱ्यांना माझ्याकडून खूप आशा होत्या आणि ते सकारात्मक ऊर्जा, नवीन सुरुवात शोधत होते. यामुळे मला माझ्या मनात दाटून आलेल्या थोड्या निराशेतून बाहेर येण्यास मदत झाली.

मी पाहिलं की, राज्यातील प्रत्येक जिल्हा पोलीस विभाग अभिमानाने स्वतःची वेबसाईट प्रदर्शित करत असताना, या विभागाची मात्र स्वतःची वेबसाईटदेखील नव्हती. तंत्रज्ञान तुरुंग प्रशासनाला खूप मदत करू शकते, याची मला जाणीव होती. म्हणून मग आम्ही तरुण, तंत्रज्ञानप्रेमी अधिकाऱ्यांसह एक ई-सेल तयार केला. ते केवळ तळागाळातील तुरुंग अधिकाऱ्यांना प्रशिक्षण देणार नव्हते, तर गोवा इलेक्ट्रॉनिक्स लिमिटेड या सार्वजनिक क्षेत्रातील उद्योगाच्या मदतीने संगणकीकरणाचेही काम करणार होते. आम्ही महाराष्ट्र माहिती तंत्रज्ञान संचालनालयाच्या राजेश अग्रवाल यांच्याशीही संपर्क साधला आणि राज्य कारागृहांना इतर विभागांच्या बरोबरीने आणण्यासाठी त्यांच्या टीमसोबत सहयोग करण्यास सुरुवात केली.

मी राज्यातील पन्नास कारागृहांमध्ये असलेले प्रशासकीय कर्मचारी, अधिकारी आणि तुरुंगातील कैद्यांशी भेटी आणि संवाद साधायला सुरुवात केली. तुरुंगातले कैदी धोकादायक असतात, असा सर्वसाधारण समज असतो; मात्र तो खरा नाही. व्यक्तिशः मला कोणत्याही गुन्हेगाराच्या उपस्थितीमुळे कधीही भीती किंवा धोका वाटला नाही. का, त्याची कारणे मलासुद्धा नीटशी सांगता येणार नाहीत.

तुरुंगातील एकूण कैद्यांपैकी साधारण ३० टक्के कैदी हळूहळू त्यांचं प्राक्तन स्वीकारतात. तुरुंगातील दिनचर्येशी जुळवून घेतात. काही काळाने त्या उंच भिंतींच्या आतल्या वातावरणात त्यांच्यामध्ये एकोप्याची, एकत्रपणाची भावना विकसित होते. सकाळची प्रार्थना, स्वयंपाकघरातील काम, सुतारकाम, चामड्याचे काम, गवंडीकाम, रंगकाम, शिलाई, बेकरी, विणकाम आणि इतर अनेक कामे त्यांना व्यग्र ठेवतात. एकमेकांच्या काळजी घेण्यातून त्यांच्या जीवनाला अर्थ मिळतो. त्यांना त्यांच्या कामाचा मोबदला मिळत असल्याने, त्यांच्यापैकी काही जण घरी पैसेही पाठवतात; तर काही जण ते पैसे तुरुंगातील कँटीनमधून दैनंदिन वापराच्या वस्तू खरेदी करण्यासाठी खर्च करतात. कैद्यांचा तो दिवस संपण्याआधी संध्याकाळच्या प्रार्थनेला त्यांची उत्साहाने हजेरी असते. महाराष्ट्राच्या तुरुंगामधील हा एक सर्वसाधारण दिवस असतो.

ज्यांच्यावर खटला सुरू आहे, अशा कैद्यांची मात्र वेगळी परिस्थिती असते; कारण त्यांची प्रकरणे न्यायालयांमध्ये प्रलंबित असतात.

त्यामुळे ते बऱ्याचदा अस्वस्थ असतात आणि जामीन कधी मिळेल, त्या दिवसाची वाट बघत असतात. पुणे, औरंगाबाद, नाशिक आणि नागपूर येथे असलेल्या राज्यातील काही मध्यवर्ती कारागृहांमध्ये अशा कच्च्या कैद्यांची प्रचंड गर्दी आहे आणि मुंबईतील आर्थर रोड तर याबाबतीत सर्वांत भीषण आहे. नवी मुंबईतील तळोजा येथे २००८मध्ये एक अतिसुरक्षित मध्यवर्ती कारागृह बांधण्यात आले आहे. त्याचे उद्घाटनही करण्यात आले; परंतु तेथून मुंबई न्यायालयात जाण्यासाठी सुमारे अडीच तास लागतात आणि कैद्यांच्या सोबत जाण्यासाठी पोलीस एस्कॉर्ट्स सहज उपलब्ध नसतात. कैद्यांच्या वाढत्या गर्दीचा प्रश्न संपूर्ण भारतभर खूप गंभीर आहे.

मला आश्चर्य वाटले की, पोलीस एस्कॉर्ट्सची ही अनुपलब्धता अधीक्षक किंवा आयुक्त म्हणून काम करत असताना कुणीच का माझ्या निदर्शनास आणून दिली नाही; पण मी ते आता गांभीर्याने घेण्याचे ठरवले. आम्ही वरिष्ठ पोलीस अधिकाऱ्यांशी बोलून त्यांच्या हस्तक्षेपाची मागणी करू लागलो. मुंबई उच्च न्यायालयाला सादर केलेल्या माझ्या एका सादरीकरणात, मी ही वस्तुस्थिती अधोरेखित केली. महाराष्ट्राच्या पोलीस महासंचालकांना मी नाराज केल्याचे मला जाणवले. हे सर्वज्ञात आहे की, भारतीय पोलीस कर्मचाऱ्यांची संख्या कमी आहे आणि त्यांना खूप जास्त काम करावे लागते. कोणत्याही वेळी पाहिले तरी, अंदाजे २० टक्के जागा रिक्त असतात. त्यामुळे अशा प्रकारे अंडरट्रायलसाठी एस्कॉर्ट्स पुरविणे या गोष्टीला प्राधान्य न देता, कायदा सुव्यवस्था आणि गुन्ह्यांच्या तपासाला अधिक महत्त्व दिले जाते.

मुख्यमंत्र्यांसोबतच्या दुसऱ्या बैठकीत मी तुरुंगातील कर्मचाऱ्यांनाही राज्य पोलिसांप्रमाणेच पगार आणि भत्ते मिळायला हवे, अशी मागणी केली. लंच ब्रेकदरम्यान डीजींनी मला 'मी काय पोलिसांचा शत्रू आहे का?' असे स्पष्ट विचारले; पण मी त्यांच्या टीकाटिप्पणीकडे दुर्लक्ष केले. उलट, मुख्यमंत्र्यांनी माझे व्यवस्थित ऐकून घेतले. त्यांनी अतिशय तत्परतेने काम केले आणि तुरुंग अधिकाऱ्यांना आम्ही विनंती केल्यानुसार पोलिसांप्रमाणे पगार लवकरच मिळण्यास सुरुवात झाली.

CrPCच्या कलम ४३६(A)अंतर्गत अंडरट्रायलची लवकर सुटका व्हावी, तसेच आणखी तुरुंग आणि बराक बांधले जावेत, असे प्रस्तावही मी दिले. तुरुंगात जागेची कमतरता आणि गर्दीमुळे कैद्यांच्या आरोग्यास गंभीर धोका निर्माण होतो.

त्यामुळे संसर्गजन्य रोग, त्वचारोग आणि क्षयरोगाचा प्रसार झपाट्याने होतो. माझ्या मते, आपण कैद्यांच्या मूलभूत मानवी हक्कांचे उल्लंघन करत आहोत. अगदी बेसिक वैद्यकीय सुविधांच्या अभावामुळे तर ही निंदनीय परिस्थिती आणखी वाढली आहे. निराश करणारी अजून एक गोष्ट म्हणजे, बहुतेक राजकारणी आणि त्यांच्या बिल्डर मित्रांचे मोक्याच्या जागी असलेल्या तुरुंगांच्या जमिनींकडे लक्ष आहे. तिथे अधिक बराकी बांधणे किंवा तुरुंगातील सुविधा सुधारणे, याच्याशी त्यांना काही देणेघेणे नाही.

म्हणून आम्ही काही कारागृहे किंवा त्यांच्या अंतर्गत काही भाग 'खुले कारागृह' म्हणून घोषित करण्यासाठी सरकारची परवानगी मागितली. तिथे कैदी मोकळ्या हवेत, जमिनीवर शेतीची कामे करू शकतात. कारागृहाच्या चार दिवारीबाहेर काम करणे, ही गोष्ट कैद्यांसाठी ताणतणाव कमी करणारी आणि उपचारात्मक असू शकते. परिणामी, लवकरच राज्यात दहा नवीन खुली कारागृहे सुरू झाली. कृषी अधिकारी संजय आर. फडतरे आणि त्यांच्या टीमने आधुनिक तंत्रज्ञान आणि शेतीतील नावीन्यपूर्ण माहिती दिली.

आमच्या टीममध्ये अनेक समर्पित अधिकारी होते. सुनील धमाल न्यायालयीन कामकाज बघायचे, उमेश आर. देशमुख यांनी पारदर्शक खरेदीची हमी दिली; तर शाहू बी. दराडे यांनी महाराष्ट्र कारागृहातील माहिती तंत्रज्ञानाचे ई-सेल हब बनवले.

आम्ही पुणे विद्यापीठ, कर्वे समाजसेवा संस्था आणि टिळक महाराष्ट्र विद्यापीठ यांचे सहकार्य घेतले. येरवडा कारागृहात काम करण्यासाठी या संस्थांकडून इंटर्न स्वीकारले. तसेच राज्यभरातील विधी महाविद्यालयांना जिल्हा कारागृहांच्या भागीदारीत काम करण्यासाठी प्रोत्साहित केले. कैद्यांच्या उन्नतीसाठी स्वयंसेवी संस्थांनाही सहभागी करून घेतले. नामांकित कंपन्यांच्या मदतीने त्यांना मोटार मेकॅनिक, इलेक्ट्रिकल दुरुस्ती, सर्किट वायरिंग इत्यादी तत्सम कामांची ओळख करून दिली. टाटा इन्स्टिट्यूट ऑफ सोशल सायन्सेसच्या 'प्रयास' या क्षेत्रीय कृती प्रकल्पासोबतचा आमचा संबंध मला सर्वांत जास्त पद्धतशीर आणि अर्थपूर्ण वाटला.

परंतु, माझे हेतू सर्वोत्तम असूनही, मला कबूल केले पाहिजे की, मी विभागातील भ्रष्टाचारावर किंवा कारागृहात चोरून आणल्या जाणाऱ्या मोबाईलमुळे निर्माण होणाऱ्या उपद्रवावर पूर्णत: नियंत्रण मिळवू शकले नाही.

या गैरकृत्यांमध्ये अनेकदा कारागृहातील कर्मचारी कैद्यांशी संगनमत करत होते. मेटल डिटेक्टर असूनसुद्धा मोबाईल आणि इतर प्रतिबंधक वस्तू आत प्रवेश मिळवू शकत होत्या. मुंबई मध्यवर्ती कारागृहाच्या (आर्थर रोड कारागृह) तत्कालीन अधीक्षकांना लाचलुचपत प्रतिबंधक विभागाने अटक केली होती. यावरून भ्रष्टाचार किती प्रमाणात बोकाळला आहे, याचा अंदाज लावता येऊ शकतो. त्यांच्या शासकीय निवासस्थानी सुमारे चाळीस लाखांची बेहिशेबी रोकड मिळाली. पोलीस दलातील भ्रष्टाचार हे उघड गुपित असले, तरी तुरुंगांमधील या गोष्टी फारशा माहीत नसतात. काही वेळा तर मला असे वाटते की, केवळ तुरुंगविषयक प्रश्नांना सामोरे जाण्यासाठी आपल्याला भारतीय पोलीस सेवेच्या धर्तीवर राष्ट्रीय सुधारणा सेवा आवश्यक आहे; तरी पण आयपीएस पोलिसांच्या भ्रष्टाचारावर कुठे अंकुश ठेवू शकली आहे; किंबहुना काही वेळा तर त्यांनीच स्वतःच्या उदाहरणाने परिस्थिती आणखी बिघडवून ठेवली आहे! हे खरोखर अधिक निराशाजनक आहे.

महाराष्ट्र कारागृह प्रमुख म्हणून माझ्या कारकिर्दीत काही काळ चित्रपट अभिनेता संजय दत्त तुरुंगात होता. त्याला एप्रिल १९९३मध्ये प्रथम अटक करण्यात आली होती आणि त्याच्यावर तीन एके-५६ रायफल आणि संबंधित दारूगोळा, एक ९ एमएम पिस्तूल आणि काडतुसे, तसेच हँडग्रेनेडचा एक संच स्वीकारल्याचा आरोप होता. हे एक पूर्णपणे बेकायदेशीर कृत्य आहे. ही शस्त्रे म्हणजे, ज्यांनी मुंबईत बॉम्बस्फोटांची योजना आखली होती, त्या दाऊद इब्राहिम कासकर आणि त्याच्या साथीदारांनी देशात तस्करी केलेल्या मोठ्या शस्त्रसाठ्याचा एक भाग होता.[१] संजय दत्तने आपल्याला त्यांच्या या योजनांची माहिती नसल्याचा दावा केला आणि डिसेंबर १९९२मध्ये बाबरी मशीद विध्वंसानंतरच्या दंगलीनंतर धमक्या मिळाल्याने आपल्या कुटुंबाच्या संरक्षणासाठी बंदुका आणि दारूगोळा घेतल्याचे तपास अधिकाऱ्यांना सांगितले.

त्याला यापूर्वी तुरुंगवास भोगावा लागला होता; परंतु खटला प्रलंबित असल्याने त्याची जामिनावर सुटका करण्यात आली होती. २००६मध्ये खटला संपल्यानंतर, दहशतवादी आणि विघातक कृत्ये (प्रतिबंध) कायदा विशेष न्यायालयाने त्याला शस्त्रास्त्र कायद्यांतर्गत सहा वर्षांची तुरुंगवासाची शिक्षा सुनावली; परंतु त्याची दहशतवादाशी संबंधित आरोपातून निर्दोष मुक्तता करण्यात आली होती. दत्तने या निकालाविरुद्ध अपील केले होते; परंतु सर्वोच्च न्यायालयाने २०१३मध्ये त्याची शिक्षा कायम ठेवली. त्यानंतर मग बॉलिवूडच्या प्रमुख स्टार्सपैकी एक असलेला संजय दत्त, त्याच्या उर्वरित शिक्षेसाठी प्रशासनासमोर आला.

त्याला प्रथम आर्थर रोड कारागृहात ठेवण्यात आले आणि नंतर पुण्यातील येरवडा कारागृहात हलविण्यात आले. संजय दत्तशी संबंधित घडामोडींवर मीडियाचे प्रचंड लक्ष होते आणि ते या प्रकरणाला खूपच जास्त प्रसिद्धी देत होते. त्यामुळे त्याला एका तुरुंगातून दुसऱ्या तुरुंगात हलविणे, ही प्रक्रिया फारच गोपनीय ठेवावी लागली होती. याआधी पत्रकारांच्या मोठ्या गटाने त्याला ज्या वाहनातून नवीन ठिकाणी हलवत होते, त्याचा पाठलाग केला होता. या प्रकरणाची अवाजवी प्रसिद्धी टाळण्यासाठी या वेळी मी एका वरिष्ठ तुरुंग अधिकाऱ्याला संजय दत्तची रात्री मुंबईहून पुण्याला हलविण्याची प्रक्रिया पार पाडायला सांगितली; पण हे अशक्यच ठरले; कारण वाटेत आपला एन्काऊंटर केला जाईल, अशी त्याला भीती वाटत होती! त्याची भीती इतकी खरी होती की, त्याला घाम फुटला आणि ताप आला. दरम्यान, त्याला आर्थर रोड कारागृहातून हलविण्यात येणार असल्याची बातमी फुटली आणि तुरुंगाच्या गेटबाहेर मोठी गर्दी जमू लागली.

आम्ही त्याचे हस्तांतरण पुढे ढकलण्याचा निर्णय घेतला आणि त्यासाठी तैनात करण्यात आलेल्या कर्मचाऱ्यांना परत बोलावले. संजय दत्तने येरवडा येथे स्थलांतरित करण्याच्या मुद्द्याला अवास्तव महत्त्व देऊ नये, तसेच एन्काऊंटरबद्दलची त्याची भीती चुकीची असल्याचे त्याच्या मनावर बिंबवले गेले. त्यानंतर काही काळाने आम्ही त्याला व्यवस्थित आणि यशस्वीपणे हलवू शकलो. त्यामुळे सार्वजनिक पातळीवर मोठा तमाशा होण्याऐवजी न्यायालयीन प्रक्रियेचे काम योग्य आणि चांगल्या प्रकारे पार पाडले.

त्या दरम्यान एका विचित्र घडामोडीत, संजय दत्तने त्याला तुरुंगात घरी शिजवलेल्या अन्नाचा आनंद घेता येईल, असा न्यायालयीन आदेश मिळवला. ही सुविधा ज्यांचे खटले कोर्टात प्रलंबित आहेत, अशा अंडरट्रायलसाठी - म्हणजेच कच्च्या कैद्यांसाठी उपलब्ध आहे; पण संजय दत्तला आता दोषी ठरवण्यात आले होते, त्यामुळे न्यायालयाने त्याला ही सवलत दिली, ही एक आश्चर्यजनक गोष्ट होती. आम्ही या आदेशाला आव्हान देण्याचा निर्णय घेतला.

आम्ही या आदेशात बदल करण्याची प्रक्रिया सुरू केल्याची माहिती संजय दत्तला कळवण्यात आली. मला सांगण्यात आले की, त्याने याबाबत कोणतीही गडबड केली नाही आणि त्याचे सहकारी कैदी जे खात, तेच तो खात राहिला. काही दिवसांनी न्यायालयाचा होम फूड आदेश आम्हाला उलट करून मिळाला. संजय दत्त सेलिब्रिटी असल्यामुळे त्याला कोणतीही विशेष वागणूक दिली जाऊ नये, हे आमचे धोरण होते. कारागृह अधीक्षक आणि उपमहानिरीक्षक याबाबतीत

अतिरिक्त काळजी घेत होते. येरवडा कारागृहात मी अनेकदा माझ्या स्वतःच्या स्रोतांद्वारे याची पडताळणी करत असे. असे असले तरी, त्याच्या 'व्हीआयपी ट्रिटमेंट'चा आनंद घेत असल्याबद्दलच्या सर्व प्रकारच्या अफवा नियमितपणे प्रसारमाध्यमांमध्ये मथळे बनत होत्या.

एकदा जेव्हा वृत्तपत्रांनी संजय दत्तला अमली पदार्थ पुरवले जात असल्याच्या बातम्या द्यायला सुरुवात केली, तेव्हा मी स्वतः वस्तुस्थिती तपासण्याचा निर्णय घेतला. येरवडा महिला कारागृहाच्या नियोजित भेटीनंतर, मी माझा ड्रायव्हर महेश हिरवे यांना गाडी पुरुषांच्या कारागृहात घेऊन जाण्यास सांगितले. ते कारागृह समोरच होते. त्यांना आश्चर्य वाटले; पण तरीही ते मला तिथे घेऊन गेले. वरिष्ठ अधिकारी कारागृहाला भेट देतात, तेव्हा काही प्रोटोकॉल पाळावे लागतात; परंतु मला वास्तविक परिस्थिती बघायची होती. माझ्या गाडीतून उतरून मी तुरुंगाच्या रक्षकांना मुख्य गेट उघडण्यास सांगितले आणि घाईघाईने आत गेले. त्या दिवशी मी पूर्ण गणवेशात होते. माझा एस्कॉर्ट अधिकारी प्रवेशद्वारावरील रजिस्टरमध्ये आमचा तपशील टाकत असतानाच मी छोट्या बराकीपाशी गेले. संजय दत्तला कोठे ठेवले आहे, हे मला माहीत होते. मी वेगाने चालत होते आणि सुरक्षा अधिकारी आणि रक्षक माझ्या पाठोपाठ पळत होते.

जेव्हा तुरुंगाच्या हवालदाराने बराकीचे दार उघडले, तेव्हा मला पाहून दत्तला एकदम धक्काच बसला. नक्की काय चालले आहे, हे समजण्यास त्याला एक मिनिट लागला. आम्ही बराकीची कसून झडती घेतली, प्रत्येक कानाकोपरा तपासला; परंतु कोणतेही अमली पदार्थ किंवा आक्षेपार्ह वस्तू सापडली नाही.

त्या वेळी, संजय दत्तच्या कोठडीमध्ये त्याच्यासोबत १९९३च्या मुंबई बॉम्बस्फोटातील सहआरोपी युसूफ मोहसीन नूलवालादेखील होता. आत आम्हाला कागदपत्रांचा ढीग आणि असंख्य पुस्तके सापडली.

पण मला सर्वाधिक आश्चर्य या गोष्टीचं वाटलं की, तिथे मोठ्या प्रमाणात विड्या आणि उच्च दर्जाच्या काही सिगारेट पडलेल्या होत्या. दरम्यान, तुरुंग अधीक्षक योगेश देसाई बराकीत येऊन पोहोचले. त्यांनी मला सांगितले की, संजय दत्त हा धूम्रपान करतो आणि त्यासाठी तो कारागृहाच्या कँटीनमधून विडी विकत घेतो. तुरुंगातील प्रत्येक कैदी दर महिन्याला ठरावीक रकमेच्या वस्तू कँटीनमधून खरेदी करू शकतो. या खरेदी किमतीची कमाल मर्यादा वेळोवेळी सुधारित केली जाते.

मी पाहिले की, संजय दत्त मला बघून खूश झाला. त्याने त्याच्या स्रोतांकडून माहिती काढली होती की, मी मूळची पंजाबची आहे आणि आधी एक तालुका

आणि आता जिल्हा बनलेल्या फाजिल्का येथे माझे शिक्षण झाले आहे. चकित होण्याची आणि अवघडून जाण्याची वेळ आता माझ्यावर आली होती. माझी पार्श्वभूमी तो इतक्या उत्साहाने सांगत असताना, मी बराकीमधील अंथरूण, गादीची चौकशी करून विषय बदलण्याचा प्रयत्न केला. संजय दत्तला पाठदुखीचा त्रास होत असल्याने लेखी स्वरूपात दिलेल्या औपचारिक वैद्यकीय सल्ल्याच्या आधारावर त्याला अंथरूण पुरविण्यात येत असल्याचे अधीक्षकांनी स्पष्ट केले. आपली पाठ चांगली ठेवण्यासाठी तो नियमित व्यायाम करत असल्याचेही त्याने सांगितले. खरोखरच तो सडपातळ आणि निरोगी दिसत होता आणि त्याच्या डोळ्यांखालीही काळे झाले नव्हते.

त्याच्या तुरुंगवासात, तो अनेकदा त्याच्या सहकारी कैद्यांशी संवाद साधत असे. कारागृहात अधीक्षकांनी रेडिओ सुरू केल्यापासून तो येरवडा एफएम कार्यक्रमात सक्रिय होता. संजय दत्त कैद्यांसाठी रेडिओवर समुपदेशन सत्र घेणार असल्याबद्दल मला सांगण्यात आले. सर्वसाधारणपणे तुरुंगातील सर्व नियमांचे तो पालन करत होता. विविध सांस्कृतिक कार्यक्रमांतही त्याचा सहभाग असायचा. त्याची पॅरोल, फर्लो आणि लवकर सुटकेची शक्यता त्याच्या तुरुंगातील चांगल्या वागणुकीवर अवलंबून आहे, हे त्याला समजले होते. कैद्यांना तो आवडत होता आणि ते त्याच्या 'थेरपी' सत्रांचे कौतुक करायचे.

स्थानिक तुरुंग अधिकाऱ्यांशी सविस्तर चर्चा केल्यानंतर, कारागृह कल्याण निधीसाठी संसाधने उभारण्यासाठी पुण्यात मनोरंजनाचा कार्यक्रम आयोजित करण्याचा निर्णय घेण्यात आला. 'उमंग' या मुंबई पोलिसांतर्फे त्यांच्या कल्याण निधीसाठी आयोजित करण्यात येणाऱ्या वार्षिक कार्यक्रमाच्या धर्तीवरच हा शो करण्यात येणार होता. संजय दत्तच्या उपस्थितीमुळे मोठा प्रेक्षकवर्ग मिळेल, हे आम्हाला माहीत होते. अधीक्षक देसाई यांनी जेव्हा संजय दत्तला ही योजना सांगितली, तेव्हा तो लगेच तयार झाला. कार्यक्रमाच्या तयारीत त्याने सक्रिय सहभाग घेतला. गायन आणि अभिनयाचा अनुभव असलेले इतर अनेक प्रतिभावान कैदीही होते. तेही तितक्याच उत्साहाने सहभागी झाले. कार्यक्रमाची तालीम जोरात सुरू झाल्यानंतर, आम्ही दूरदर्शनला विशेष प्रसारण हक्क दिले. पुण्यातील सर्वांत लोकप्रिय सभागृह बालगंधर्व रंगमंदिर या कार्यक्रमासाठी आरक्षित करण्यात आले. घोषणा झाल्यानंतर काही दिवसांतच तिकिटे विकली गेली.

मी वारंवार कार्यक्रमाची व्यवस्था, नियोजन यांची माहिती घेत होते; कारण कैद्यांना लोकांमध्ये आणून कार्यक्रम करणे, ही दुर्मीळ घटना होती. मी अंतिम

रिहर्सलपैकी एक पाहिली आणि कार्यक्रमाचे नियोजन किती चांगले झाले आहे, हे बघून प्रभावित झाले.

कायदेशीर प्रक्रियेचे योग्य पालन होत आहे ना, याबाबत आम्ही गंभीर होतो आणि म्हणून आम्ही स्थानिक कायदेशीर दिग्गजांचा सल्ला घेतला होता. याचे कारण, कारागृहातील कैदी न्यायालयीन कोठडीत असल्याचे मानले जाते.

कार्यक्रमाच्या तयारीची धामधूम सुरू असतानाच एकदा माझ्या लक्षात आले की, उत्साहाच्या भरात येरवडा कारागृह अधिकाऱ्यांचे कारागृहाच्या सुरक्षेच्या मूलभूत नियमांकडे दुर्लक्ष होत आहे. तुरुंगातील माझ्या सूत्रांनी मला माहिती दिली की, प्रसिद्ध चित्रपट दिग्दर्शक राजकुमार हिरानी यांना कार्यक्रमाची तालीम सुरू असताना आत जाण्याची परवानगी देण्यात आली होती. हे ऐकून मला खूपच राग आला. मात्र, ते या कार्यक्रमाला 'प्रोफेशनल टच' देत असल्याचे सांगत अधिकाऱ्यांनी माझा राग शांत करण्याचा प्रयत्न केला.

कार्यक्रमाच्या एक दिवस आधी, मला मुंबई गुन्हे शाखेच्या एका जुन्या खबऱ्याकडून माहिती मिळाली की, गुंडांचा एक गट कार्यक्रमाच्या अगोदर बालगंधर्व रंगमंदिर येथे कैद्यांना नाश्ता देण्याची योजना आखत आहे. मी मुंबईतील एका खात्रीशीर आणि अनुभवी पोलीस अधिकाऱ्याला माहितीची पडताळणी करण्यास सांगितले. मला मिळालेली माहिती खरे असल्याचे त्याने सांगितले. जोडीला मोठ्या प्रमाणात तिकिटांची खरेदी त्याच टोळीने, तसेच संजय दत्तच्या मित्रांनी केली असल्याची माहितीही मिळाली. दुसरीकडे, दूरदर्शन टीम त्यांना कार्यक्रमाच्या प्रसारणाचे विशेष हक्क मिळाल्यामुळे खूश होती आणि पुण्यात पोहोचून त्यांनी अंतिम रिहर्सलचे काही भाग रेकॉर्डही केले होते.

या कार्यक्रमात गुन्हेगारी टोळीचा सहभाग असल्याची माझ्या खबऱ्याने दिलेली माहिती मला छळत होती. माझे स्वतःचे तुरुंग अधिकारीही यात भरकटत आहेत आणि अव्यावसायिक होत आहेत, हेदेखील माझ्या लक्षात आले होते. गांभीर्याने विचार केल्यानंतर, मी शेवटच्या क्षणी हा कार्यक्रम रद्द करण्याचा निर्णय घेतला.[२]

मुंबईतील काही वरिष्ठ सरकारी अधिकाऱ्यांसह विविध स्तरांतून विनंत्या आल्या आणि त्यांनी मला पुनर्विचार करण्यास सांगितले; पण योजना आणि प्रोटोकॉलनुसार गोष्टी होत नसल्याने, या शोमुळे सुरक्षेच्या गंभीर समस्या निर्माण होऊ शकतात, असे माझे ठाम मत होते.[३] म्हणून मी माझ्या निर्णयावर ठाम राहिले आणि आम्ही तिकिटाची रक्कम खरेदीदारांना परत केली. तुरुंगाच्या आतील आणि बाहेरचे बरेच जण यामुळे स्वाभाविकपणे निराश झाले.

कालांतराने, ज्या गँगस्टरनी शोमेनसाठी नाश्ता आणण्याची योजना आखली होती, त्यामध्ये अमली पदार्थदेखील असू शकले असते, अशी पुष्टी आणखी एका क्राईम ब्रँच अधिकाऱ्याने केली. हळूहळू, पण निश्चितपणे येरवडा कारागृहातील जीवन पूर्वपदावर आले. कार्यक्रमाचा जो उत्साह निर्माण झाला होता, तो ओसरला आणि प्रसारमाध्यमे संजय दत्तला पॅरोल आणि फर्लो मंजूर केल्याबद्दल पक्षपातीपणाचा आरोप करण्यात व्यग्र झाली. आम्ही तुरुंगातील मॅन्युअल पुन्हा उघडले, अभिनेत्याला परवानगी दिलेल्या 'सुटी'च्या दिवसांची संख्या पुन्हा मोजली आणि तुरुंगातील सेलिब्रिटीच्या जीवनाबद्दल उपस्थित असंख्य प्रश्नांना उत्तरे दिली.

नागरिक आणि प्रसारमाध्यमांनी तुरुंगवास भोगलेल्या सेलिब्रेटींबद्दल वेडे होण्याऐवजी, भारतीय कारागृहांच्या कामकाजात आणि कैद्यांच्या पुनर्वसनासाठी त्यांना दिले जाणारे कौशल्य यांमध्ये जास्त रस घ्यावा, अशी माझी इच्छा आहे.

❑❑❑

३४

फाशी

दहशतवादाचा परिणाम फक्त राष्ट्रांवरच नाही, तर संपूर्ण मानवतेवरचा एक काळिमा आहे. दहशतवाद अंतर्बाह्य, निश्चितपणे आणि संपूर्णपणे वाईट आणि दुष्ट कृत्यच आहे.

- बेंजामिन नेतान्याहू

अजमल कसाब आणि याकुब मेमन यांची फाशी या दोन घटना माझ्या मनावर आणि लोकांच्या स्मरणात कोरलेले प्रसंग आहेत. मी जेव्हा तुरुंग विभागाचा कार्यभार स्वीकारला, तेव्हा एक दिवस या घटनेच्या अंमलबजावणीवर देखरेख करण्याचे आणि प्रत्यक्षात त्यांच्या फाशीच्या शिक्षेची साक्षीदार होण्याचे काम मला करावे लागेल, हा विचारही माझ्या मनात कधी आला नव्हता.

२०१२च्या मध्यात कारागृहाची अतिरिक्त महासंचालक म्हणून पदभार स्वीकारल्यानंतर, मला मोहम्मद अजमल अमीर कसाबच्या फाशीच्या शिक्षेबद्दल कायदेशीर पत्रव्यवहार मिळायला सुरुवात झाली. त्याला मुंबई पोलिसांनी २७ नोव्हेंबर २००८च्या पहाटे पकडले होते. त्याच्यासह इतर नऊ प्रशिक्षित पाकिस्तानी दहशतवाद्यांनी मुंबईतील छत्रपती शिवाजी टर्मिनस, ओबेरॉय ट्रायडंट आणि ताजमहाल पॅलेस हॉटेल्स, लिओपोल्ड कॅफे, कामा हॉस्पिटल आणि नरिमन हाऊस ज्यू कम्युनिटी सेंटरवर २६ नोव्हेंबर रोजी हल्ला केला होता. त्यात १६६ जण ठार आणि ३००हून अधिक जखमी झाले होते.

दहशतवाद्यांनी संपूर्ण मुंबईत नियोजनबद्ध हल्ले केले. चार दिवस चाललेल्या या दहशतवादी हल्ल्याने भारत आणि जगाला हादरवून सोडले.

पोलीस तपास पूर्ण झाल्यानंतर अजमल कसाबला आर्थर रोड तुरुंगात डांबण्यात आले. त्यानंतर लगेचच त्याच्यावरील खटल्याची सुनावणी सुरू झाली. कसाबला ३ मे २०१० रोजी दोषी ठरवण्यात आले आणि ६ मे रोजी फाशीची शिक्षा सुनावण्यात आली.

जेव्हा जेव्हा मी आर्थर रोड तुरुंगात जायचे, तेव्हा त्याच्या अत्यंत सुरक्षित बराकीत त्याला भेटायला जायचे. इंडो-तिबेट बॉर्डर पोलिसांनी त्याला पुरवलेल्या सुरक्षेची तपासणी त्यात असायची. सुरक्षेशी संबंधित बाबींमध्ये केंद्रीय सशस्त्र पोलीस दल - हे राज्य पोलिसांपेक्षा अधिक व्यावसायिक आहेत. कसाबची सुरक्षा हा खरोखरच अत्यंत संवेदनशील मुद्दा होता. अशा प्रकारे, सुरक्षेची बाहेरची कडी ITBPची जबाबदारी असताना, सर्वांत कार्यक्षम तुरुंग अधिकाऱ्यांसह अंतर्गत साखळी कडी सुरक्षित करण्यात आली होती. मला हे अधिकारी नेहमीच अत्यंत सजग आणि दक्ष दिसले.

डॉक्टरांसह तुरुंगातील कर्मचारी कसाबच्या आहार आणि तब्येतीबाबत अत्यंत सतर्क होते. तथापि, गवगवा झाल्याप्रमाणे त्याला कधीही बिर्याणीसारखी 'स्पेशल' डिश वगैरे देण्यात आली नाही. मला सांगण्यात आले की, सुरुवातीला तो स्वत:ला शारीरिक व्यायामात व्यग्र ठेवायचा; पण जसजसा वेळ पुढे सरकत होता, तसतसा तो गप्प राहू लागला आणि आजूबाजूला घडणाऱ्या कोणत्याच गोष्टीत रूची घेत नव्हता. माझ्या भेटीदरम्यान जेव्हा मी त्याला प्रश्न विचारायचे, तेव्हा तो एकतर गप्प बसायचा किंवा फक्त हलकेच स्मित करायचा. तुरुंग अधिकाऱ्यांकडे मात्र जेव्हा त्याला पहिल्यांदा आणले गेले, तेव्हाच्या त्याच्या हिंसक, आक्रमक वागणुकीबद्दलच्या अनेक कथा होत्या. न्यायालयात त्याच्यावर सुरू झालेल्या खटल्याच्या काही महिन्यांनंतर त्याचे मनोबल खचले गेले.

कसाब मूळचा पाकिस्तानच्या पंजाब प्रांतातील ओकारा जिल्ह्यातील फरीदकोट गावचा होता. त्याला आणि पाकिस्तानात स्थापन झालेली इस्लामी दहशतवादी संघटना - लष्कर ए तैयबाचे इतर नऊ सदस्य यांना मुझफ्फराबादमधील एका दुर्गम शिबिरात आणि नंतर पाकव्याप्त काश्मीरमध्ये प्रशिक्षण देण्यात आल्याचे सांगितले जाते. भारतीय सैन्याने मुंबई हल्ल्याच्या वेळी त्यांपैकी नऊ जण मारले; तर कसाब हा एकमेव दहशतवादी जिवंत पकडला गेला.

त्याच्यावरील खटला जगभरात उत्सुकतेने पाहिला गेला.

विशेष न्यायालयाने कसाबला दोषी ठरवून फाशीची शिक्षा ठोठावल्यानंतर त्याच्या वकिलांनी प्रथम मुंबई उच्च न्यायालयात आणि नंतर सर्वोच्च न्यायालयात दाद मागितली. दोन्ही अपील फेटाळण्यात आल्याने, महाराष्ट्राच्या राज्यपालांकडे आणि त्यानंतर राष्ट्रपतींकडे दयेचे अर्ज दाखल करण्यात आले. दुसऱ्या शब्दांत, अजमल कसाबच्या विरोधात तीव्र जनक्षोभ असूनही, भारताने कायद्याच्या योग्य प्रक्रियेचे पालन केले.

ऑक्टोबर २०१२मध्ये एकदा महाराष्ट्राचे गृहमंत्री आर. आर. पाटील यांनी पुण्याला भेट देऊन मला सर्किट हाउसमध्ये बोलावले. बराच काळ लोटला, मी त्यांना भेटले नव्हते. त्यामुळे त्यांनी मला भेटायला बोलावले, याचे मला आश्चर्य वाटले. जेव्हा मी त्यांच्या चेंबरमध्ये प्रवेश केला, तेव्हा माझ्या लक्षात आले की, ते काहीसे गंभीर दिसत होते. नमस्कार, खुशाली यांचे सोपस्कार पूर्ण झाल्यानंतर त्यांनी मुख्य विषयाला हात घातला. 'राष्ट्रपतींनी कसाबचा दयेचा अर्ज फेटाळल्यास आपली पुढची कारवाई कशी असेल,' याविषयी त्यांनी मला विचारले. ते हा विषय काढतील, याची मला अपेक्षा नव्हती. मी पटकन स्वत:ला सावरले आणि पुढील प्रक्रियेबद्दल मला जी काही माहिती होती, त्याबद्दल त्यांना सांगितले. प्रदीर्घ विरामानंतर, श्री. पाटील यांनी अशी खात्रीशीर माहिती दिली की, काही शत्रू देश कायदेशीर प्रक्रियेत हस्तक्षेप करू शकतात आणि त्यामुळे आपल्याला फाशीच्या अंमलबजावणीच्या वेळी खूप सावधगिरी बाळगणे आवश्यक आहे. तसेच गुप्तता राखण्यासाठी त्यात कमीत कमी अधिकाऱ्यांचा सहभाग असावा, असा त्यांचा आग्रह होता.

दुसऱ्या दिवशी, कसाबच्या अपील आणि दयेच्या अर्जांच्या विविध टप्प्यांचा मागोवा घेणाऱ्या तुरुंग अधिकाऱ्यांना मी माहिती दिली. येरवडा कारागृहाचे अधीक्षक योगेश देसाई आणि माझ्या कार्यालयातील सुनील धमाळ हे या सर्व घडामोडींबाबत सर्वाधिक जाणकार होते. आम्हाला फाशीच्या शिक्षेची अंमलबजावणी करायची झाल्यास प्रत्येकावर काय काय जबाबदारी असेल, याचा तपशीलवार तक्ता त्यांनी तयार केला होता. मी मुंबईत गृहविभागाच्या प्रधान सचिवांकडेही हा मुद्दा मांडला आणि ही विशिष्ट फाईल केवळ निवडक अधिकाऱ्यांद्वारेच हाताळली जाईल, हे निश्चित करण्यात आले. हे अधिकारी स्वतःच्या कार्यवाहीनंतर ही फाईल आपल्या पुढील अधिकाऱ्याच्या हाती सुपुर्द करतील, असे ठरले. निर्णय घेण्याचा प्रत्येक मुद्दा निश्चित करण्यात आला आणि अधिकाऱ्यांना त्याबाबत माहिती देण्यात

आली. राष्ट्रपतींनी कसाबचा दयेचा अर्ज फेटाळल्याची माहिती आम्हाला लवकरच मिळाली. त्यानंतर लगेचच न्यायालयाने ब्लॅक वॉरंट जारी केले.

मुंबई आणि पुण्यात कागदपत्रांची जुळणी आणि कायदेशीर प्रक्रिया सुरू असताना, येरवडा कारागृहात आम्ही आमची तयारी सुरू केली. महाराष्ट्रात शेवटची फाशी तीस वर्षांपूर्वी झाली होती. त्यामुळे आधी यासंदर्भात अद्ययावत होण्यासाठी आम्हाला जुनी माहिती खोदून काढावी लागली. महाराष्ट्र तुरुंग नियमावली पुस्तिकेवरील धूळ झटकून, त्यातील प्रत्येक ओळ न ओळ पुन:पुन्हा वाचण्यात आली. आमच्या हातून कोणतीही प्रक्रियात्मक चूक होणार नाही, याची आम्हाला खात्री करून घ्यायची होती. देहदंडाच्या शिक्षेची अंमलबजावणी करण्यासाठी अधीक्षक देसाई यांनी संपूर्ण विश्वास असलेल्या लोकांची निवड केली. राष्ट्रीयदृष्ट्या अत्यंत महत्त्वाच्या, संवेदनशील ऑपरेशनला सामोरे जात असल्यामुळे पुण्याबाहेरील काही अधिकाऱ्यांना यात सहभागी करून घेण्याची त्यांची विनंती मंजूर करण्यात आली.

गृहमंत्र्यांच्या पुढच्या दौऱ्यात मला पुन्हा सर्किट हाउसमध्ये बोलावण्यात आले. माझे ड्रायव्हर अमृत पाटील एक अनुभवी आणि हुशार तुरुंग अधिकारी होते. 'मला असं वाटतंय की, अखेर तुम्ही आता सर्व जण कसाबला फाशी देणार आहात,' असे ते मला सर्किट हाउसला जात असताना म्हणाले. त्यांच्या या निरीक्षण अंदाजाचे मला कौतुक वाटले; पण मी गप्प बसले. गृहमंत्र्यांच्या चेंबरमध्ये बसल्यावर गेल्या वेळेपेक्षाही मला ते जास्त गंभीर वाटले. त्यांच्या मोठ्या, गोल डोळ्यांतून त्यांच्या भावना दिसून येत होत्या. प्रामाणिक मंत्र्यांची संख्या दुर्मीळ असताना, त्यांच्या पैकी एक असलेल्या पाटील यांच्याबद्दल मला खूप आदर होता. त्यांना आमच्या तयारीच्या प्रत्येक मिनिटाचा बारकाईने तपशील हवा होता आणि त्यानुसार मी त्यांना माहिती दिली. या कामगिरीच्या गुप्ततेबद्दल आणि योग्य प्रक्रियेबद्दल आम्ही अत्यंत सावधगिरी बाळगली आहे, हे त्यांना पटवून देऊनही ते चिंताग्रस्त आणि अस्वस्थ दिसले. त्यांच्या शब्दांपेक्षाही त्यांच्या डोळ्यांतून त्यांची अस्वस्थता अधिक प्रकर्षाने दिसून येत होती.

हे सर्व मी माझ्या टीमला कळवले. येरवड्याचे अधीक्षक देसाई हे अनुभवी होते. त्यांनी त्यांच्याकडची सर्वोत्कृष्ट टीम या कामगिरीसाठी एकत्र आणल्याचे सांगितले. फाशीच्या अंमलबजावणीची बातमी बाहेर फुटणार नाही; कारण ती केवळ अत्यंत विश्वासार्ह लोकांनाच सांगितली आहे, याची खात्री त्यांनी मला दिली. व्यवस्थेवर लक्ष ठेवण्यासाठी मी येरवडा कारागृहाला तीनदा भेट दिली. तुरुंगातील

कर्मचाऱ्यांना माझ्या वारंवार अचानक दिलेल्या भेटी विचित्र वाटतील, अशी मला भीती होती. त्यामुळे मी नवीन ब्रेड ओव्हन बसवलेल्या तुरुंगातील बेकरीमध्ये जायचे. मला खात्री नाही की, हे पुरेसे फसवे होते की नाही; परंतु मी हे खात्रीशीर सांगू शकते की, अधिकारी आणि कर्मचारी यांना या फाशीबद्दल माहीत नव्हतं. तुरुंग प्रशासनाचा नेहमीचा दिनक्रम त्याच्या संथ, निवांत गतीने चालू होता.

दरम्यान, गृह विभागाचे प्रधान सचिव ब्लॅक वॉरंटची फाईल वैयक्तिकरीत्या वरिष्ठ अधिकाऱ्यांकडे नेत होते; कारण ती शेवटी महाराष्ट्राच्या मुख्यमंत्र्यांपर्यंत पोहोचवायची होती. थकवणारी कागदपत्रे पूर्ण झाल्यावर, कसाबला आर्थर रोडवरून फाशी होणार असलेल्या येरवडा येथे हलवण्यापूर्वी मुंबई आणि पुणे या दोन्ही ठिकाणी यातील महत्त्वाच्या फायलींची पुन्हा पडताळणी करण्यात आली.

मी जाणूनबुजून पुण्यातील राज्य राखीव पोलीस दलाच्या मैदानावरील एका अधिकृत पोलीस कार्यक्रमाला उपस्थित राहिले. या कार्यक्रमाला प्रसारमाध्यमे चांगले कव्हरेज देणार, हे मला माहीत होते. फक्त आगामी कामगिरीची त्यांना काही कुणकुण लागली आहे का, हे मला बघायचे होते. इंग्रजी आणि प्रादेशिक भाषेतील मीडिया हाऊसमधील पत्रकार विविध विषयांवर बोलण्यासाठी माझ्याकडे आले; पण कसाबबद्दल कोणीही विचारले नाही. तेथे उपस्थित असलेल्या एकाही पोलीस अधिकाऱ्यानेसुद्धा त्याच्याबाबत कोणतीही विचारपूस केली नाही.

डी-डे (D-day)च्या सुमारे छत्तीस तास आधी, एका महानिरीक्षकाने कसाबला रात्रीच्या वेळी मुंबईहून पुण्याला एका अत्यंत सुरक्षित ताफ्यातून आणले. त्याबाबत पूर्ण गुप्तता पाळण्यात आली. एस्कॉर्ट टीमदेखील वेचून निवडण्यात आली. त्यात मुंबई क्राईम ब्रँचचे अधिकारी होते. त्यांनी कसाबला येरवडा तुरुंगाच्या अधिकाऱ्यांच्या ताब्यात दिल्यावर खुद्द एस्कॉर्ट टीमला पुण्याच्या तुरुंगाच्या आवारात विलगीकरणात ठेवण्यात आले. त्यांचे मोबाईल जप्त करण्यात आले. त्यांच्यासाठी हा मोठा धक्का होता; कारण आपले काम पूर्ण करून लगेच मुंबईला परत जायचे, हेच त्यांना अपेक्षित होते.

त्यांच्यापैकी बहुतेकांनी यापूर्वी माझ्यासोबत काम केले असल्याने, त्यांनी या प्रकाराबद्दल माझ्याकडे तीव्र नाराजी व्यक्त केली आणि आपले फोन परत करण्याची विनंती केली. त्यांचे फोन लागले नाहीत, काही संपर्क झाला नाही, तर त्यांच्या कुटुंबीयांना काळजी वाटेल, हे त्यांचे म्हणणेही रास्त होते. बदलायला कपडेही नसल्याची तक्रार त्यांनी केली. त्यांच्या भावना, चिंता मला समजत होत्या; परंतु

माझ्या डोक्यात त्या वेळी अनेक कामे होती आणि फाशीची गुप्तता सर्वांत महत्त्वाची होती. मला ती सर्वांत मोठी चिंता लागून राहिली होती.

दुसऱ्या दिवशी कसाबची अनिवार्य वैद्यकीय तपासणी करण्यात आली आणि तो तंदुरुस्त असल्याचे निष्पन्न झाले. तुरुंगाच्या नियमावलीनुसार वैद्यकीयदृष्ट्या तंदुरुस्त नसलेल्या व्यक्तीला फाशी देता येत नाही. आम्ही सर्व कायदेशीर औपचारिक बाबी पूर्ण केल्या. त्यात दुसऱ्या दिवशी सकाळी फाशीच्या वेळी न्यायदंडाधिकारी आणि डॉक्टरांची उपस्थिती असणे समाविष्ट होते. कसाबला मुंबईहून पुण्याच्या येरवडा तुरुंगात आणल्याची माहिती आमच्यापैकी फक्त दहा जणांना होती. तुरुंगातील वातावरण सर्वसाधारण असताना, तिथला दिनक्रम नेहमीप्रमाणे सुरू असताना, आम्ही मात्र अतिशय तणावात होतो. माझ्या कारकिर्दीतील हा सर्वाधिक तणावपूर्ण क्षणांपैकी एक होता, यात काही शंका नाही. प्रत्यक्ष कामगिरीपेक्षाही सर्व माहिती गोपनीय ठेवण्याच्या राज्य सरकारच्या आग्रहामुळे हा तणाव जास्त वाटत होता.

मात्र, त्या रात्री कसाबला आर्थर रोडवरून येरवड्याला हलवल्याचे वारे मुंबईतील एका पत्रकाराला लागले. याची पडताळणी करण्यासाठी त्याने मुंबई पोलिसांच्या एका वरिष्ठ अधिकाऱ्याला फोन केला. त्या अधिकाऱ्याने मला अशा कोणत्याही बदलीची माहिती नाही, असे त्या पत्रकाराला सांगितले; पण त्या पत्रकाराने या गोष्टीचा पिच्छा काही सोडला नाही आणि श्री. पाटील यांना फोन केला. त्यांनीही अशी काही माहिती असल्याचे नाकारले. त्या दोघांनीही मला लगेच अलर्ट केले. जेव्हा त्याच रिपोर्टरने मला कॉल केला, तेव्हा मी त्याला त्याचा स्रोत चुकीचा असल्याचे सांगितले.

पण रिपोर्टरच्या कॉलने मला अस्वस्थ केले. आम्ही एवढ्या पुढे आलो होतो आणि आता फाशीच्या शिक्षेच्या अवघ्या दहा तास आधी ही बातमी फुटल्याची शंका निर्माण झाली होती. 'अजमल कसाबला इंडो-तिबेट बॉर्डर पोलिसांच्या ताब्यातून बाहेर काढायचे, मुंबईहून पुण्याला गाडीतून आणायचे आणि याबद्दल कुणीही बाहेरच्या व्यक्तीशी काहीही बोलणार नाही, हे गृहीत धरायचे, हे म्हणजे जरा अतिअपेक्षा करण्यासारखे आहे,' असा विचार माझ्या मनात आला.

२० नोव्हेंबरच्या मध्यरात्री येरवडा कारागृहात जाण्याचे मी आधी ठरवले होते. न्यायालयाने २१ नोव्हेंबर २०१२ रोजी पहाटे फाशीची वेळ निश्चित केली होती; परंतु तो फोन कॉल आल्यानंतर मी लगेचच येरवड्याला जाण्याचा निर्णय घेतला. तेव्हा रात्रीचे ९ वाजले होते आणि पुण्याच्या त्या भागात या वेळी खूप गजबज असते.

माझी लाल दिव्याची गाडी अवाजवी लक्ष वेधून घेईल, याची मला भीती वाटत होती. म्हणून मी माझ्या सुरक्षा अधिकाऱ्याला मला त्याच्या मोटरसायकलवरून येरवड्याला घेऊन जायला सांगितले. तो अधिकारी खूपच गोंधळून गेला होता; पण माझे म्हणणे मान्य करण्याशिवाय त्याला दुसरा पर्याय नव्हता!

मी माझा अधिकृत ब्लेझर माझ्या युनिफॉर्मवर घातला, माझा लॅपटॉप उचलला आणि आम्ही येरवडा कारागृहाकडे निघालो. माझी वर्दी आणि ओळख लपवणे, हा माझा उद्देश होता. मुख्य दारापाशी पोहोचल्यावर मी ब्लेझर काढला. तिथल्या प्रमुखाला माझी ओळख सांगितली. त्याने काहीशा आश्चर्यानेच गेट उघडले. मी अधीक्षक कार्यालयात पोहोचताच माझा लॅपटॉप सुरू केला. कसाबबद्दल काहीही बातमी आली आहे का, हे इंटरनेटवर पाहिले; पण तसे काही नव्हते. माझ्यासाठी हा खूप मोठा दिलासा होता. मी स्वस्थ बसले आणि दिवसभराच्या कामकाजाचा आणि शिक्षेच्या अंमलबजावणीच्या तयारीचा आढावा घेतला.

आणखी काही कायदेशीर औपचारिकता पूर्ण केल्यानंतर दुसऱ्या दिवशी सकाळी अजमल कसाबला त्याच्या बराकीमधून बाहेर आणण्यात आले. दंडाधिकारी, वैद्यकीय अधिकारी, डीआयजी आणि येरवडा अधीक्षक काळजीपूर्वक निवडलेल्या कर्मचाऱ्यांच्या लहान गटासह तिथे उपस्थित होते. ते सगळे वातावरण खूपच भयंकर होते. आमच्यापैकी कोणीही कधीही फाशीच्या शिक्षेचे साक्षीदार नव्हतो. त्यामुळे मनात खूप धास्ती होती. वजन बऱ्यापैकी कमी झाल्यामुळे कसाब एका लहान दहशतवाद्यासारखा दिसत होता. २६ नोव्हेंबर २००८ रोजी त्याने छत्रपती शिवाजी टर्मिनस येथे निष्पाप नागरिकांवर बेपर्वाईने आपल्या स्वयंचलित शस्त्राने गोळीबार केला होता. तो आता त्या क्रूरकर्मा रूपाच्या विरुद्ध दिसत होता.

शेवटी त्याच्या अक्षम्य, क्रूर कृत्याची किंमत त्याला मोजावी लागली. कसाबला फाशी देण्यात आली. आजूबाजूला उभे असलेले आम्ही सर्व जण खूप सुन्न झालो होतो. अनेक दिवसांच्या कठोर परिश्रमानंतर आम्हाला आमची प्रतिक्रिया काय होती, हे समजणेही कठीण जात होते. आमच्या मौनातच सगळे सामावले होते. २१ नोव्हेंबर २०१२च्या त्या पहाटे, एका साध्या पक्ष्याचा किलबिलाटही झाला नाही.

कसाबला दफन करण्यात आले आणि त्याच्या धर्मानुसार त्याचे अंतिम संस्कार करण्यात आले. पूर्णपणे आदर आणि सौजन्याने हा अंतिम विधी पार पाडला गेला.

मी माझ्या मोबाईलवरून आर. आर. पाटील यांना फाशीच्या शिक्षेच्या अंमलबजावणीची माहिती देणारा मेसेज केला. त्यानंतरच त्यांनी प्रसारमाध्यमांना

ही बातमी दिली. शेवटी, एका दुष्ट, क्रूर दहशतवाद्याला शिक्षा मिळून, न्याय मिळाल्याच्या बातमीने जगाला जाग आली.

आता आपले काम पूर्ण झाले याची जाणीव होऊन मी येरवडा तुरुंगातून बाहेर पडते, तोच अचानक माझ्या मनात आदल्या दिवशी मी क्वॉरंटाईन केलेल्या मुंबई क्राईम ब्रँचच्या टीमचा विचार आला. मी माझे ड्रायव्हर पाटील यांना त्यांच्या बराकीपाशी गाडी नेण्यास सांगितले. आता आपल्याला त्यांच्या रागाचा सामना करावा लागणार आहे, यासाठी मी माझ्या मनाची तयारी केली होती; पण माझ्यासाठी सर्वांत आश्चर्याची गोष्ट म्हणजे, ते सगळे एसीपी रमेश महाले यांच्या नेतृत्वाखाली हसत हसत बाहेर आले. २६/११च्या दहशतवादी हल्ल्याचे ते मुख्य तपासकर्ता होते. जरी त्यांनी आणि त्यांच्या टीमने कसाबला आर्थर रोडवरून येरवड्यापर्यंत आणले असले, तरीही त्याची फाशी इतकी निकट आहे, याची त्यांना कल्पना नव्हती. ही बातमी नुकतीच त्यांच्यापर्यंत पोहोचली होती. १६६ निरपराध नागरिकांच्या मृत्यूला जबाबदार असलेल्या दहशतवाद्याला फाशी देण्यात महत्त्वाची भूमिका बजावल्याबद्दल त्यांना अभिमान वाटला.

योग्य प्रक्रियेचे पालन करत ही गुप्त आणि अतिसंवेदनशील कामगिरी पूर्ण करणे, ही महाराष्ट्राच्या तुरुंग विभागासाठी एक उल्लेखनीय कामगिरी होती. राज्य आणि केंद्र सरकारच्या विविध विभागांनी दाखवलेले सांघिक कार्य आणि समन्वय अतुलनीय होता. मुंबई आणि खरेतर देशाच्या इतिहासातील एक वेदनादायी अध्याय अखेर यशस्वीरीत्या समाप्त झाला.

□□□

३५

माझे दोन डोळे

आपण दहशतीच्या काळात राहतो... दहशतीचे खरे ध्येय लोकांना मारणे नसून, विचारांना मारणे आहे आणि समाजाला इतके निराश करणे की, तो आतून पार कोलमडून जाईल.

- जॉन लाहर

महाराष्ट्र कारागृह प्रमुख म्हणून मी भेट दिलेल्या तुरुंगांपैकी एक म्हणजे, नागपूर मध्यवर्ती कारागृह. तिथे मी याकूब मेमनला भेटले होते. मुंबई बॉम्बस्फोट मालिका खटल्यात त्याला फाशीची शिक्षा झाली होती. त्याच्या विविध याचिका विविध पातळ्यांवर प्रलंबित होत्या आणि माझे कार्यालय त्यांचा कसोशीने मागोवा घेत होते. याकूब मला नेहमीच तंदुरुस्त आणि उत्साही दिसायचा. तो व्यवसायाने चार्टर्ड अकाउंटंट होता. नागपूर कारागृहात असताना त्याने इंदिरा गांधी नॅशनल ओपन युनिव्हर्सिटी ('इग्नू')मार्फत 'इंग्रजी साहित्य' आणि 'राज्यशास्त्र' या विषयांत एमए करण्यासाठी प्रवेश घेतला होता. तो स्वतःच्या खटल्याचा बारकाईने पाठपुरावा करत होता आणि एव्हाना कायदेशीर प्रक्रियेत पारंगत झाला होता.

पुणे आणि नागपूर कारागृहात फाशीची शिक्षा झालेल्या कैद्यांना ठेवलेल्या वेगवेगळ्या भागांच्या भेटींदरम्यान, माझ्या लक्षात आले होते की, या बहुतेक कैद्यांनी आपले 'दैव' स्वीकारलेले असते. तसेच नशिबात जे वाढून ठेवले आहे, त्यापुढे शरणागती पत्करलेली असल्यामुळे कारागृहातील एकूण वातावरण शांत

आणि नियंत्रणांतर्गत असते. आम्ही त्यांच्या अपिलांवर लक्ष ठेवून होतो आणि या विलंबाची कारणे आम्हास समजत नव्हती. सगळ्याला किती विलंब होतो आहे, हे आम्हाला जाणवत होते. याबद्दल आम्हाला खंतदेखील वाटत असे; परंतु प्रत्येक फाईल आपापल्या विशिष्ट टप्प्यावर होती. उच्च न्यायालये आणि सर्वोच्च न्यायालयाकडे अपील, राज्यपाल, भारताचे राष्ट्रपती यांच्याकडे दयेच्या याचिका, सूचिबद्ध होण्याची प्रतीक्षा करत असलेल्या औपचारिक याचिका अशा बऱ्याच गोष्टी असतात. माझ्या कार्यालयातील एक डेस्क नियमितपणे वेगवेगळ्या एजन्सींशी पत्रव्यवहार करत असे आणि एव्हाना फक्त अजमल कसाबचे प्रकरण निकाली काढण्यात ते यशस्वी झाले होते.

त्यानंतर एके दिवशी आम्हाला याकूब मेमनचे 'डेथ वॉरंट' मिळाले. १२ मार्च १९९३च्या मुंबई बॉम्बस्फोटातील प्रमुख आरोपी टायगर मेमनचा तो भाऊ होता. त्या 'ब्लॅक फ्रायडे' रोजी दुपारी १.२९च्या आणि दुपारी ३.४०च्या दरम्यान बॉम्बे स्टॉक एक्सचेंज, एअर इंडिया इमारत, हॉटेल सी रॉक, हॉटेल सेंटॉर जुहू, झवेरी बाजार, कथा बाजार आणि सेंच्युरी बाजार येथे एकाच वेळी बारा सुनियोजित स्फोट घडवून आणले गेले. डिसेंबर १९९२मध्ये बाबरी मशीद पाडल्याचा बदला घेण्यासाठी कुख्यात गुन्हेगार आणि या कटाचा 'मास्टरमाइंड' दाऊद इब्राहिमने टायगर मेमन आणि याकूब मेमनसह इतर साथीदारांना हाताशी धरून मुंबईत ही साखळी स्फोटांची भीषण मालिका घडवून आणली. या बॉम्बस्फोटात २५७ नागरिकांना आपला जीव गमवावा लागला; तर हजाराहून अधिक जण जखमी झाले होते.

खटल्यादरम्यान, विशेष न्यायालयाने २७ जुलै २००७ रोजी याकूब मेमनला 'टाडा' आणि 'आयपीसी'अंतर्गत दोषी ठरवले. २०१५पर्यंत अपील आणि दयेचे सर्व मार्ग संपले असल्याने, याकूबच्या 'डेथ वॉरंट'च्या बातम्या माध्यमांमध्ये प्रसिद्ध झाल्या. २०१२मध्ये अजमल कसाबच्या फाशीच्या वेळी पाळलेल्या गोपनीयतेच्या अगदी विरुद्ध हे घडून येत होते.

गृहखात्याची जबाबदारी असलेल्या महाराष्ट्राच्या मुख्यमंत्र्यांनी मुंबईत बैठक घेऊन मेमनच्या फाशीच्या तयारीचा आढावा घेतला. मुख्यमंत्री महोदय तेव्हा नव्यानेच आपल्या पदावर आसनस्थ झाले असल्याने, बरेच अधिकारी त्यांच्या हाताशी, आजूबाजूला उपस्थित होते. त्यांपैकी काही अधिकाऱ्यांना फाशीची वैध प्रक्रिया वगैरेंशी काही घेणेदेणे नव्हते.

त्यांना फक्त नवीन मुख्यमंत्र्यांच्या मर्जीत राहायचे होते आणि म्हणूनच याकूब प्रकरणाबाबत त्यांनी जो काही अतिउत्साह दाखवला, तो मला अगदीच अव्यावसायिक वाटला. बैठकीनंतर काही अधिकारी मुख्यमंत्र्यांना नुकत्याच पार पडलेल्या बैठकीत घेतलेल्या निर्णयाच्या विरोधात सल्ला देत होते. आपल्या राजकीय बॉसला खूश करण्यासाठी त्याच्या समोर अनेक जण जी हुजुरी करत आपल्या पाठीचा कणा वाकवून उभे असलेले दिसतात, तो नागरी सेवांचा काळाकुट्ट भाग आहे. त्या मुख्यमंत्र्यांनी यापूर्वी कधीही मंत्रिपद भूषवले नव्हते. त्यांना प्रभावित करण्यासाठी इतरांची चाललेली लगबग, चढाओढ अक्षरश: डोळ्यांत खुपणारी होती.

दरम्यान, नागपूर कारागृहाचे अधिकारी आवश्यक ती व्यवस्था करण्यात व्यग्र झाले. त्यांनी योगेश देसाई आणि त्यांच्या टीमशी कायदेशीर प्रक्रियेबद्दल चर्चा केली. या टीमने यापूर्वी कसाबला फाशी दिली होती. या वेळी गुप्ततेची गरज नसल्यामुळे, मला तुलनेने कमी चिंता वाटली; पण तरीही मी पुण्याहून नागपूरला गेले.

पुन्हा एकदा आम्ही सगळे कायदेशीर टप्पे पार पाडले. आमचे ज्ञान अद्ययावत केले. फाशी देण्याची प्रक्रिया अत्यंत संवेदनशील आणि नाजूक असते. त्याची तयारी करणे वेळखाऊ आणि थकवणारे असते. अधिकारी हा दबाव कशा प्रकारे हाताळत असावेत, याबद्दल मला कुतूहल वाटत होते; परंतु त्या वेळी प्रत्येक जण कामात अगदीच गर्क असल्याचे दिसत असल्याने त्यावर तेव्हा काही चर्चा न करण्याचा निर्णय मी घेतला. परिस्थितीचा आढावा घेतल्यानंतर, ज्या टीमने कसाबला फाशी दिली होती, त्याच टीमला नेमण्याचा निर्णय आम्ही घेतला.

याकूबचे मित्र आणि कुटुंबीय त्याच्या मदतीसाठी मोठ्या प्रमाणात उभे राहिले आणि सर्वोच्च न्यायालयात आणखी एक फेरविचार याचिका दाखल केली. त्यांनी मला नागपूर कारागृहात भेटून याचिकेचा पाठपुरावा करण्याची परवानगी देण्याची विनंती केली. अर्थात, मी त्यांना उत्तर दिले आणि आश्वासनही दिले की, 'आम्ही घाईघाईने कुठलेही पाऊल उचलणार नाही.' अंमलबजावणी हा अनेक वर्षांच्या कायदेशीर प्रक्रियेचा कळस असल्याने, या प्रगत टप्प्यावर कोणतीही प्रक्रियात्मक चूक करण्याचा माझा हेतू नव्हता. एका वरिष्ठ पोलीस अधिकाऱ्याने मला फोन केला आणि 'हे एकदाचं संपवण्याचा' सल्ला दिला. एकूणच सरकारी यंत्रणासुद्धा खूप थकल्यासारखी वाटत होती. याचे कारण म्हणजे, दहशतवादी हल्ला १९९३मध्ये झाला होता आणि आता २०१५ वर्ष उजाडूनसुद्धा आम्ही त्या प्रकरणाला निकाली काढू शकलो नव्हतो.

भारतात आपण आपल्या कार्यपद्धती आणि प्रक्रिया इतक्या जास्त वाढवून ठेवल्या आहेत की, त्या कधी कधी निरर्थक ठरतात, यात मुळीच शंका नाही. फाशीच्या अंमलबजावणीच्या व्यवस्थेवर देखरेख करताना, मी नागपूर कारागृहातील अतिसुरक्षा विभागाला भेट दिली. याकूबला नुकतेच या विभागात हलवण्यात आले होते. या आधी जेव्हा जेव्हा मी त्याला भेटले, त्या त्या प्रत्येक वेळी मला त्याच्या कोठडीत खूप सारी पुस्तके, टिपणे, टाचणे दिसली होती. या वेळी मात्र कोठडीत फारसे काही नव्हते. तिथले एकूणच वातावरण शांत आणि उदास होते. मी त्याला विचारले की, 'त्याने स्वतःचे मृत्युपत्र तयार केले आहे का?' त्याने होकारार्थी उत्तर दिले. मागे एकदा त्याने माझ्यापाशी एक खंत व्यक्त केली होती की, त्याने अजून एकदाही स्वतःच्या मुलीला आपल्या हातात घेतले नाही. मला त्या संभाषणाची आठवण झाली आणि मनात आले की, त्याने आपल्या बायको आणि मुलीसाठी पुरेशी तरतूद करणे उचित होईल. याबद्दल मी उघडपणे त्याला विचारताच तो म्हणाला, 'होय मॅडम. त्या दोघी म्हणजे जणू माझे दोन डोळे आहेत. मी मृत्युपत्राद्धारे माझे सर्वकाही त्या दोघींनाच देऊन टाकले आहे.' अगदी ठामपणे असे सांगून तो क्षीणपणे हसला. आपले कुटुंब दाद मागण्यासाठी सर्वोच्च न्यायालयात जाण्याचा प्रयत्न करत असल्याचीही माहिती याकूबला होती.

परंतु, गुन्हा घडल्यानंतर तब्बल बावीस वर्षांनी फाशीची शिक्षा दिली जाणार असल्यामुळे एव्हाना प्रसारमाध्यमे प्रचंड आक्रमक आणि वेगवान झालेली होती. नागपूरमध्ये उपस्थित असलेले 'क्राईम रिपोर्टर' आमच्या प्रत्येक हालचालीचा अक्षरशः पाठपुरावा करत होते. त्यांपैकी कित्येक जण देशाच्या विविध भागांतून खास फाशीच्या अंमलबजावणीचे वार्तांकन करण्यासाठी नागपुरात आले होते. गर्दी एवढी वाढलेली होती की, कारागृहाच्या सुरक्षेत कोणतीही तडजोड होऊ नये, यासाठी नागपूर पोलिसांना कारागृहाच्या परिसरात संचारबंदीचे १४४ कलम लावावे लागले. काही पत्रकार मी पोलीस अतिथीगृहातून निघाल्याच्या क्षणापासून ते कारागृहात पोहोचेपर्यंत एक क्षणही माझा पिच्छा सोडत नव्हते. त्यामुळे मी सरळ कारागृहातच जाऊन राहायचे ठरवले.

प्रत्यक्ष फाशीची अंमलबजावणी करण्याआधी तुरुंगाच्या आवारातच 'डमी फाशी' आयोजित केली जाते. या सगळ्या प्रक्रियेचे अचूक पालन करण्याचा ताण उपस्थित प्रत्येकावर आलेला स्पष्ट दिसून येत होता. आम्ही जुनी अनुभवी टीम यासाठी पाचारण केली होती, तसेच सर्व कागदपत्रांची पूर्तता करणारे डेस्कदेखील जुने आणि अनुभवी होते. असे असूनही, आम्ही सर्व जण प्रचंड तणावाखाली

होतो. फाशीच्या आदल्या रात्री, 'डीआयजीं'नी माझ्याकडे दोनदा विचारणा केली; कारण त्यांना दयेच्या अर्जासाठी अवलंबलेल्या प्रक्रियेबद्दल काही शंका होत्या. याबाबत मुंबईतील गृहखात्याकडे खुलासा करण्याचे ठरवून मी त्यांना तसा एक फॅक्स पाठवून दिला.

त्या वेळी माझ्या लक्षात आले की, संबंधित डेस्क अधिकारी आणि गृह विभागाचे अतिरिक्त मुख्य सचिव उशिरापर्यंत थांबून काम करत होते आणि संपूर्ण प्रक्रियेवर लक्ष ठेवून होते. एव्हाना मध्यरात्र झाली होती आणि प्रश्नाचे योग्य उत्तर शोधण्यासाठी मंत्रालयात कायद्याच्या पुस्तकांचा आधार घेतला जात होता.

अंमलबजावणी आदेशाची वाट पाहत बसलेली असताना, मला एका वरिष्ठ पोलीस अधिकाऱ्याचा फोन आला. 'मी टीव्हीवर सुरू असलेल्या बातम्या पाहते आहे का?' असे त्याने विचारले. मला कळेना की, एवढ्या रात्री याला काय झालं? हा मला टीव्ही बघायला कशाला सांगतो आहे. मी त्याला खडसावणार, एवढ्यात त्याने घाईने पुढे सांगितले की, 'सर्वोच्च न्यायालयाने याकूबच्या कुटुंबाने दाखल केलेल्या दया याचिकेवर मध्यरात्री सुनावणी सुरू केली आहे.'

मुख्य न्यायमूर्ती एच. एल. दत्तू, न्यायमूर्ती टी. एस. ठाकूर आणि न्यायमूर्ती अनिल आर. दवे यांच्या तीन न्यायाधीशांच्या खंडपीठाने या याचिकेची दखल घेतली. हे अगदी अनपेक्षित आणि आजवर कधी न ऐकलेले होते. अतीव कंटाळलेल्या मन:स्थितीत आम्ही दिल्ली आणि मुंबईच्या सूचनांची वाट पाहू लागलो. शेवटी पहाटेच्या सुमारास मुंबई आमच्या प्रश्नाचे उत्तर घेऊन आली. सर्वोच्च न्यायालयाने याचिका फेटाळून लावली आणि अखेरीस याकूबला फाशी देण्यासाठी आम्हाला अंतिम मंजुरी मिळाली.

३० जुलै २०१५ रोजी पहाटे याकूब मेमन आत्मविश्वासाने आपल्या फाशीच्या स्तंभाच्या दिशेने निघाला. काळ्या कपड्याने झाकलेला असल्याने त्याचा चेहरा मला दिसत नव्हता; पण वातावरणातील प्रचंड ताण मला जाणवत होता. कसाबच्या फाशीच्या वेळी अतिशय गुप्तता होती. कुणालाच त्याबद्दल काही थांगपत्ता नव्हता. त्याच्या अगदी उलट नागपूरमध्ये या वेळी तुरुंगातील सर्व कैद्यांना याकूबच्या भवितव्याबद्दल पूर्णपणे माहिती होती. तरीही त्या दिवशी सगळीकडे एक भयानक चिडीचूप शांतता पसरलेली होती. आम्हाला फक्त पक्ष्यांचा किलबिलाट ऐकू येत होता.

उपस्थित मॅजिस्ट्रेट आणि वैद्यकीय अधिकारी यांनी आपापले कायदेशीर कर्तव्य पूर्ण केल्यानंतर, याकूब अब्दुल रझाक मेमनला फाशी देण्यात आली. त्याचा मृतदेह

कुटुंबीयांच्या ताब्यात देण्यात येणार होता. कायदेशीर प्रक्रियेचे पालन केले जात असल्याची खात्री करून मी ते ठिकाण सोडले.

कारागृह अधीक्षक कार्यालयाकडे जात असताना, मला एक वरिष्ठ तुरुंग अधिकारी माझ्या दिशेने धावत येताना दिसला. अत्यंत अस्वस्थ स्वरात त्याने मला सांगितले की, 'मुख्यमंत्री कार्यालयातून फोन आला होता की, याकूबला फाशी दिली जात असताना, कुणा अज्ञात व्यक्तीने त्याचे संपूर्ण व्हिडिओ चित्रीकरण केले असून, आत्ता टीव्ही चॅनेलवर ती व्हिडिओ टेप दाखवली जात आहे.' हे ऐकून मी अक्षरशः हतबुद्ध झाले.

फाशीची संपूर्ण कारवाई रेकॉर्ड केली गेली आहे, यावर आमचा अजिबात विश्वास बसत नव्हता. शेजारच्या सर्व इमारतींच्या गच्ची, छत यांच्या व्यवस्थित तपासण्यांसह आवश्यक ती अन्य सर्व खबरदारी आम्ही आधीच घेतलेली होती.

मी लगेच परत फिरले. फाशीच्या जागेपाशी मी पोहोचतेय न पोहोचतेय, तोवर डीआयजीही तिथे आले. ते अतिशय संतापलेले होते. त्यांनादेखील तीच माहिती मिळाली होती. आम्ही एकत्रितपणे प्रत्येक ठिकाणाची पडताळणी केली आणि संबंधित सर्व अधिकाऱ्यांशी बोललो. अखेरीस जरी आम्ही असा निष्कर्ष काढला की, सुरक्षा आणि गोपनीयता यांचे कोणतेही उल्लंघन झालेले नाही, तरीदेखील कुणीतरी नकळत एखाद्या छुप्या लपविलेल्या कॅमेऱ्याने किंवा मोबाईल फोनद्वारे ही घटना रेकॉर्ड केली गेली असण्याची धूसर शक्यता आम्ही पूर्णपणे नाकारू शकत नव्हतो.

परंतु, थोड्याच वेळात आम्हाला प्रचंड मोठा दिलासा मिळाला. आम्हाला कळवण्यात आले की, ती बातमी चुकीची होती. २६/११बाबत तयार करण्यात आलेल्या एका चित्रपटातील कसाबला फाशी दिल्याचे दाखवणारे दृश्य टीव्हीवर दर्शकांची दिशाभूल करण्यासाठी वापरले गेले होते. त्यात एक महिला पोलीस अधिकारी (बहुधा माझ्यावर आधारित पात्र) फाशीची देखरेख करत होती. हे रेकॉर्डिंग मुख्यमंत्र्यांच्या कार्यालयात पाठवण्यात आले होते आणि याकूब मेमनच्या फाशीचे चित्रीकरण करण्यात आले असल्याचा गैरसमज सगळीकडे पसरला होता. या अप्रिय घटनेने मला आणि माझ्या टीमला काही अत्यंत तणावपूर्ण क्षणांमधून जावे लागले.

मला ही एकूण कायदेशीर प्रक्रियादेखील खूप जाचक वाटली; विशेषतः फाशीच्या शिक्षेत होणारा विलंब आणि तुरुंग विभागाला कागदोपत्री शेवटपर्यंत

करावा लागणारा पाठपुरावा, हे तर फारच त्रासदायक प्रकार आहेत. प्रत्यक्ष फाशीच्या आधी सराव म्हणून दिली जाणारी 'डमी फाशी,' हा तर भयानक प्रकार असतो. प्रक्रियेदरम्यान एखादं चुकीचं पाऊल आणि संपूर्ण न्यायव्यवस्था आपल्यावर तुटून पडेल, ही भीती कायमच आम्हाला आतून कुरतडत असते. 'अंतिम न्याय' म्हणून फाशी देण्याचे आमच्या मनावर पडणारे ओझे अवजड आणि अवाढव्य असते.

कसाबच्या प्रकरणात गृहखात्याचे तत्कालीन प्रधान सचिव स्वतः सर्वत्र जवळून लक्ष ठेवून होते. मेमनच्या फाशीच्या वेळी या पदावर नव्याने नियुक्त अधिकारी परदेशात एका प्रशिक्षण कार्यक्रमासाठी निघून गेले होते. मात्र, या वेळी अतिरिक्त मुख्य सचिव स्वतः यात उतरले – ही नोकरशाहीची खरी ताकद आहे. महाराष्ट्रातील तुरुंग अधिकारीही या सर्व प्रसंगात भक्कमपणे उभे राहिले. अतिशय सावधगिरीने कागदपत्रांचा डोंगर साफ करण्याची कामगिरी तर त्यांनी केलीच; पण त्याच वेळी कायद्याचे अगदी बारकाईने, काटेकोरपणे पालन करण्याचे कामही त्यांनी पार पाडले. म्हणूनच महाराष्ट्रातील तुरुंग अधिकारी आणि कर्मचारी विभाग संपूर्ण देशाकडून कौतुकास पात्र ठरतो.

फाशी दिल्यानंतर काही महिन्यांनी याकूब मेमनच्या पत्नीने आपल्या मुलीचा पासपोर्ट मिळवण्यासाठी माझी मदत मागितली. मी निःसंशयपणे आश्चर्यचकित झाले होते; पण मी तिला आनंदाने मदत केली. तिच्यामध्ये मला एक सुंदर, सुसंस्कृत स्त्री आणि खूप काळजी घेणारी आई दिसली. तिच्या मुलीला कायदेशीर हक्क मिळावा, यासाठी मी मुंबई पासपोर्ट कार्यालय आणि गृह मंत्रालयाच्या परदेशी विभागाच्या नवी दिल्लीतील कार्यालयाला स्वतः भेट दिली आणि अखेरीस तिला तो हक्क मिळवून दिला

माझ्या या दोन्ही भूमिकांबद्दल माझ्या मनात कधीच विरोधाभास नव्हता.

❑❑❑

३६

काळा आणि पांढरा कोट

कुठेही झालेला अन्याय, हा सगळीकडे होणाऱ्या न्यायाला धोका असतो.

- मार्टिन ल्यूथर किंग, ज्यु.

'आपण हवे तर असेच गप्पा मारायला कुठेतरी भेटत जाऊ; परंतु मी तुमच्या कार्यालयाने बोलावलेल्या बैठकांना उपस्थित राहणार नाही,' असे प्रॉसीक्युशन डायरेक्टर म्हणाले आणि मी अवाक झाले. आपल्याला तर माहीत आहे की, आपल्याकडचे वकील कोर्टात काळा कोट घालतात.

मला नुकतीच विधी आणि तांत्रिक विभागाच्या महासंचालक पदावर बढती मिळाली होती. माझ्या या नवीन नेमणुकीत राज्याच्या अभियोजन शाखेचे (Prosecution) आणि महाराष्ट्राच्या न्यायवैद्यक प्रयोगशाळांचे (Forensic Laboratories) पर्यवेक्षण करण्याची जबाबदारी समाविष्ट होती. पोलीस आणि तुरुंग या दोन्ही विभागांमध्ये काम केल्यामुळे, मी गुन्हेगारी न्याय व्यवस्थेच्या इतर दोन महत्त्वाच्या शाखांसोबत काम करण्याची एक उत्तम संधी म्हणून या नियुक्तीकडे पाहिले.

मी तत्पूर्वी कधीच प्रोसिक्युटरचे काम जवळून पाहिलेले नव्हते; परंतु संवेदनशील खटल्यांसाठी विशेष सरकारी वकील नेमण्याची शिफारस करण्याकडे माझा नेहमीच कल होता. आमची प्रकरणे न्यायालयात मांडण्यासाठी सरकारी वकील खूप महत्त्वाचे असतात. पोलीस अधिकारी म्हणून आम्हाला त्यांचे नक्कीच

कौतुक वाटते; परंतु हा एक असा विभाग आहे, ज्याकडे अधिक लक्ष पुरविण्याची आणि त्याला आणखी सक्षम करण्याची आवश्यकता आहे. अभियोजन संचालकांनी, म्हणजेच प्रॉसीक्युशन डायरेक्टर यांनी माझे काही फारसे उत्साहाने स्वागत केले नसले, तरी मी त्यांना समजून घेण्याचा प्रयत्न केला.

मला समजत होते की, सतत येणाऱ्या विविध प्रकारच्या समस्या या विभागाला त्रासदायक ठरतात. माझ्या हेदेखील लक्षात आले की, सरकारी वकील, अभियोक्ता हेदेखील पोलीस अधिकाऱ्यांसारखेच ठरावीक तासांच्या पलीकडे जाऊन जास्त काम करतात. विशेषत: ते दिवसभर एका कोर्टातून दुसऱ्या कोर्टात धावत असतात.

पुणे पोलीस आयुक्त या नात्याने महाराष्ट्र संघटित गुन्हेगारी नियंत्रण कायद्यांतर्गत खटला चालवण्यास मंजुरी दिल्यानंतर मला याचा चांगलाच अनुभव आला. एक पोलीस अधिकारी 'आयपीसी'अंतर्गत 'एफआयआर' नोंदवू शकतो; परंतु कठोर मोक्का (मकोका)अंतर्गत खटला चालवण्यासाठी त्याला वरिष्ठ अधिकाऱ्याची परवानगी आवश्यक असते. ज्यामुळे अतिशय कठोर शिक्षा होऊ शकते, अशा या कायदेशीर तरतुदीचा सर्रास वापर केला जाणार नाही किंवा त्याचा गैरवापर होणार नाही, याची दक्षता घेण्यासाठीही वरिष्ठांची देखरेख आणि परवानगी महत्त्वाची ठरते. पुण्यातील संघटित गुन्हेगारीच्या या एका विशिष्ट प्रकरणात साक्ष देण्यासाठी मला न्यायालयात बोलावण्यात आले. खटल्यासाठी नेमलेला सरकारी वकील पुरेशी तयारी न करताच आलेला आहे, हे माझ्या काही वेळातच लक्षात आले. आरोपींची संख्या चुकीची सांगितल्याबद्दल या खटल्याची सुनावणी करणाऱ्या विशेष न्यायमूर्तींनी त्या वकिलाला दोनदा फटकारले.

दुसऱ्या एका प्रकरणात, माझी न्यायालयात चौकशी सुरू असताना, बचाव पक्षाचे वकील अतिशय आक्रमक झाले. सुरुवातीला रिकामी असलेली न्यायालयाची खोली, माझी उलटतपासणी सुरू झाल्यावर लवकरच उत्सुक प्रेक्षकांनी फुलून गेली. मी न्यायाधीशांना त्या वकिलाला आवर घालण्याची विनंती केली. त्यावर ते मलाच म्हणाले, 'पण तुमचा वकील यावर का आक्षेप घेत नाही?'

काही वकील आपले खटले व्यवस्थित वाचून समजून घेण्याचीसुद्धा तसदी घेत नाहीत. स्वत:ची जबाबदारी नीट पार पाडण्याऐवजी ते साक्षीदारांना कमकुवत स्मरणशक्तीसाठी आणि पोलिसांना तपासाच्या निकृष्ट दर्जासाठी दोष देतात. आपल्या देशात खटले निकाली लागून अपराधी दोषी सिद्ध होण्याचा दर कमी असण्यामागे, हे आणखी एक कारण आहे.

स्वातंत्र्यापूर्वी वकील हे पोलीस खात्याचाच एक भाग होते. १९७३मध्ये, फौजदारी प्रक्रिया संहितेत सुधारणा करण्यात आली. त्यानुसार वकील आणि पोलीस हे विभाग वेगवेगळे करण्यात आले. त्यांना एकत्र ठेवण्याचे काही प्रयत्न झाले; परंतु ऑगस्ट १९७५मध्ये जयपाल सिंग विरुद्ध उत्तर प्रदेश राज्य या प्रकरणात अलाहाबाद उच्च न्यायालयाचे न्यायमूर्ती के. सिंग यांनी यूपी सरकारचा तो आदेश रद्द केला, ज्यामध्ये सहायक सरकारी वकिलांना पोलीस अधीक्षक आणि महानिरीक्षकांच्या प्रशासकीय आणि शिस्तभंगाच्या नियंत्रणाखाली ठेवण्यात आले होते.

शेवटी, निःसंदिग्ध शब्दांत असे सुचवले जात आहे की... या दोन घटकांनी पूर्ण विभक्त होणे आवश्यक आहे... ज्या पोलीस विभागाच्या अधिकाऱ्यांनी न्यायालयात चालवल्या जाणाऱ्या खटल्यांचा तपास केला असेल, त्यांचा पोलीस विभागाने केलेल्या तपासावर आधारित न्यायालयातील खटला चालवणाऱ्या वकिलांवर नियंत्रण किंवा प्रभाव नसावा.[१]

तसेच, एप्रिल १९९५मध्ये एस. बी. शहाणे आणि इतर विरुद्ध महाराष्ट्र राज्य, न्यायमूर्ती कुलदीप सिंग आणि एन. व्यंकटचल यांचा समावेश असलेल्या सर्वोच्च न्यायालयाच्या खंडपीठाने पोलीस आणि वकील यांच्यातील वेगळेपणा कायम ठेवताना, पुढीलप्रमाणे टिप्पणी केली :

परिणामी, आम्ही... महाराष्ट्र सरकारला सहायक सरकारी वकिलांचे स्वतंत्र संवर्ग जिल्हानिहाय किंवा राज्यवार आधारावर तयार करण्याचे निर्देश देतो, त्यांच्यासाठी स्वतंत्र अभियोग विभाग निर्माण करावा आणि प्रमुख नेमावेत. अशा विभागासाठी त्यांच्या शिस्त आणि दंडाधिकाऱ्यांच्या न्यायालयांसमोर त्यांच्याकडून सर्व खटले चालवण्यासाठी थेट राज्य सरकार जबाबदार असेल आणि अशा अभियोक्त्यांना पोलीस विभाग किंवा त्याच्या अधिकाऱ्यांच्या प्रशासकीय आणि अनुशासनात्मक नियंत्रणापासून पूर्णपणे मुक्त करावे...[२]

हे दोन विभाग वेगळे झाल्याचा परिणाम म्हणून, महाराष्ट्र आणि इतर राज्यांमध्ये गुन्हेगारी प्रकरणांमध्ये शिक्षा होण्याचे प्रमाण कमालीचे कमी झाले आहे.

तथापि, मलीमठ समितीने मात्र न्यायप्रणाली सुधारणाअंतर्गत वकील आणि पोलीस या दोन घटकांना पुन्हा एकत्र आणण्याची शिफारस केली आहे.

मॅजिस्ट्रेट कोर्टातील वकिलांच्या जोडीला सेशन्स कोर्टातील सरकारी वकील अत्यंत महत्त्वाचे घटक असतात; कारण ते खून आणि दरोड्यांसारख्या गंभीर केसेस चालवतात. 'सीआरपीसी'चे कलम २४(४) याबाबत त्यांच्या नियुक्तीचा तपशील सांगते : 'जिल्हा दंडाधिकारी, सत्र न्यायाधीशांशी सल्लामसलत करून, लोकांच्या नावाचे पॅनेल तयार करतील; जे त्यांच्या मते, जिल्ह्यासाठी सरकारी वकील किंवा अतिरिक्त सरकारी वकील म्हणून नियुक्त होण्यास योग्य आहेत.'

सत्र न्यायाधीशांशी सल्लामसलत करणे, ही अनिवार्य बाब आहे; परंतु बऱ्याच राज्यांनी या कलमात फेरबदल करून ही आवश्यकता अधोरेखित करणारी तरतूद सरळ हटवून टाकली आहे. परिणामी, या नियुक्त्या आता पूर्णपणे राजकीय आधारावर होऊ लागल्या असून, त्याचा गुणवत्तेला मोठा फटका बसला आहे. माझ्यासारखे अधिकारी अशा प्रकारे 'सीआरपीसी'च्या कलम २४(८)अंतर्गत आमच्या सर्व संवेदनशील खटल्यांसाठी विशेष सरकारी वकील शोधतात : 'केंद्र सरकार किंवा राज्य सरकार, कोणत्याही खटल्याच्या किंवा वर्गाच्या खटल्यांसाठी, एखाद्या अशा व्यक्तीची नियुक्ती करू शकते, जिने विशेष सरकारी वकील म्हणून किमान दहा वर्षे कामकाज केले असेल.'

विशेष नियुक्त वकील सामान्यत: चांगली कामगिरी करतात; परंतु ते तुलनेने खूप महागडे असतात. 'सीआरपीसी'च्या कलम ३०१ आणि ३०२मध्ये पीडितांनी आपले स्वतःचे वकील निवडण्याची कल्पना आहे; परंतु त्यांची भूमिका फारच मर्यादित आहे. नोव्हेंबर २०१९मध्ये सर्वोच्च न्यायालयाचे न्यायमूर्ती एम. एम. शांतनगौदार आणि दीपक गुप्ता यांच्या खंडपीठाने स्पष्ट केले की, 'पीडित एखाद्या विशेष वकिलाला फौजदारी खटल्यात त्याचे प्रतिनिधित्व करण्यासाठी पाचारण करू शकतो; परंतु साक्षीदार तपासण्याचा किंवा आगाऊ युक्तिवाद करण्याचा अधिकार त्या वकिलाला नाही.'[३]

त्या अभियोक्ता संचालकांचा पोलीस अधिकाऱ्याला अहवाल देण्यास तीव्र आक्षेप असल्याने – आणि ती 'आक्षेपार्ह' अधिकारी मी असल्याने - मी माझ्या जॉब प्रोफाइलचा दुसरा पैलू असलेल्या 'फॉरेन्सिक'कडे, अर्थात आमच्या विज्ञान प्रयोगशाळांचे 'पांढरे कोट' याकडे अधिक लक्ष दिले.

मला एका गोष्टीचे अतिशय नवल वाटले, ते म्हणजे, महाराष्ट्र कारागृहांप्रमाणेच, फॉरेन्सिक सायन्सेस संचालनालयाचीही स्वतःची वेबसाईट नव्हती. २०१५ साल संपायला आले असताना ही परिस्थिती होती. यावर उपाय करणे, हे मी माझे पहिले लक्ष्य ठेवले. मोठ्या प्रयत्नांनंतर आणि डेटा संकलनानंतर, आम्ही माहिती

आणि तंत्रज्ञान विभागाच्या मदतीने वेबसाईट सुरू करू शकलो. आम्हाला आशा होती की, यामुळे नागरिक आणि न्यायवैद्यक प्रयोगशाळांमधील अंतर कमी करण्याबरोबरच, पोलीस आणि तज्ज्ञ यांच्यात सक्रिय संवाद साधता येईल. बऱ्याच वेळा, पोलीस अधिकारी फॉरेन्सिक अहवालाची वाट पाहत असतात; मात्र त्यांना माहिती नसते की, तज्ज्ञांनी त्यांना अहवाल पोस्टाने पाठवून दिलेला आहे. आता वेबसाईटवर दोन्ही पक्ष एकमेकांशी जलद आणि थेट संवाद साधू शकतात; तसेच गोपनीयतेशी तडजोड न करता फॉरेन्सिक मत ऑनलाईन पाठवणेदेखील या वेबसाईटमुळे शक्य झाले आहे.

संवेदनशील प्रकरणांच्या तपासण्यांदरम्यान लोकांसमोर येणारे न्यायवैद्यकशास्त्र हे अत्यंत विशिष्ट क्षेत्र आहे आणि नागरिकांनी त्याच्या कार्य करण्याच्या पद्धतीत रस घेतला पाहिजे. महाराष्ट्र फॉरेन्सिक लॅबमध्ये विविध शाखा आहेत : टॉक्सिकॉलॉजी (विषारीद्रव्ये); बायोलॉजी (जीवशास्त्र); सेरोलॉजी; डीएनए; सामान्य विश्लेषणात्मक आणि उपकरणे; प्रतिबंध आणि अबकारी; बॅलिस्टिक्स (शस्त्रास्त्रविषयक); फिजिक्स (भौतिकशास्त्र); सायबर फॉरेन्सिक्स; टेप प्रमाणीकरण आणि संभाषण करणाऱ्या व्यक्तीची ओळख; आणि मानसशास्त्र.[४]

टॉक्सिकॉलॉजी, सेरोलॉजी, डीएनए आणि बायोलॉजी शाखांना फॉरेन्सिक चाचणीसाठी पोलिसांकडून जास्तीत जास्त नमुने मिळतात. बॅलिस्टिक्स, टेप ऑथेंटिकेशन आणि सायकोलॉजी या शाखांशीदेखील आधीच्या सेट इतक्या नसल्या, तरी वेगवेगळ्या तपास संस्थांद्वारे सतत संपर्क साधला जात असतो.[५]

आधुनिक काळातील तपास या तंत्रज्ञानावर खूप अवलंबून आहे. बऱ्याचदा साक्षीदार विश्वासार्ह नसतात. ते बारीकसारीक तपशील विसरू शकतात. बचाव पक्षाच्या वकिलाच्या युक्तीमुळे गोंधळात पडू शकतात. विकत घेतले जाऊ शकतात किंवा शोधताच येत नाहीत. अशा वेळी गुन्ह्याच्या घटनास्थळाच्या फॉरेन्सिक विश्लेषणाच्या स्वरूपात तंत्रज्ञान, तसेच रक्त, केस, घाम, पोटातील वॉश, व्हिसेरा, लाळ (saliva), विष यांचे नमुने पीडित, तसेच आरोपीची ओळख पटविण्यात मदत करू शकतात.

याशिवाय, नार्कोटिक्स ड्रग्ज अँड सायकोट्रॉपिक सबस्टन्सेस ॲक्ट, १९८५ अंतर्गत अमली पदार्थ जप्त करणे, जप्त केलेल्या औषधाचे स्वरूप फॉरेन्सिक विश्लेषणाद्वारेच सिद्ध केले जाऊ शकते.

फॉरेन्सिक अहवाल अशा प्रकारे दोष सिद्ध करण्यासाठी खूपच महत्त्वपूर्ण आहेत. याचे ताजे उदाहरण द्यायचे झाले तर, मुंबईतील हाय-प्रोफाइल शीना बोरा

खून प्रकरणात ते अत्यंत उपयुक्त ठरले आहेत. रायगड जिल्ह्यात सापडलेल्या हाडे आणि सांगाड्याच्या अवशेषांचे फॉरेन्सिक विश्लेषण करण्यात आले. तिची आई इंद्राणी मुखर्जी आणि आईचा माजी पती संजीव खन्ना यांनी खून उघडकीस येण्याच्या तीन वर्षांपूर्वी तिचा मृतदेह रायगड येथे कथितपणे फेकून दिला आणि जाळला होता, असा आरोप होता. फॉरेन्सिक विश्लेषणामुळे या प्रकरणाचा तपास पुढे जाण्यास मदत झाली. हाडांच्या फॉरेन्सिक तपासणीमधून पीडितेचे लिंग आणि वय सिद्ध करता आले. पोलिसांनी जप्त केलेल्या मृतदेहाची, योग्य प्रकारे ओळख न पटल्यास यासारखे बारकाईने पाहिलेले एखादे प्रकरण न्यायालयात धाडकन कोसळू शकते. फॉरेन्सिकचे महत्त्व इतके असूनही, गुन्हेगारी न्याय व्यवस्थेच्या या एका महत्त्वाच्या शाखेकडे दुर्लक्ष केले गेले आहे, असे मला वाटते.

एकदा नागपूरच्या फॉरेन्सिक लॅबला भेट दिली असता, मला तिथल्या खोलीबाहेरच्या भिंतीवर एका तज्ज्ञाने चिकटवलेला आंतरराष्ट्रीय स्तरावर प्रकाशित केलेला पेपर दिसला. मी त्याबद्दल विचारले असता, त्याने मला सांगितले की, त्याचे कौशल्य कोणीही मान्य केले नाही, म्हणून आपला लेख भिंतीवर चिकटवावा, असे त्याला वाटले. प्रतिष्ठित आंतरराष्ट्रीय जर्नलमध्ये पेपर प्रकाशित करणे, ही एक महत्त्वपूर्ण कामगिरी आहे; पण आमचे कित्येक फॉरेन्सिक तज्ज्ञ हे असे 'दुर्लक्षित हिरो' बनून राहिले आहेत. जर गुन्हेगारांना शिक्षा व्हावी असे आपल्याला वाटत असेल, तर आपण अत्याधुनिक फॉरेन्सिक उपकरणांमध्ये गुंतवणूक केली पाहिजे आणि फॉरेन्सिक तज्ज्ञांना त्यांचे कौशल्य आणि ज्ञान नियमितपणे अद्ययावत करण्यासाठी प्रोत्साहित केले पाहिजे. गुजरातप्रमाणे 'फॉरेन्सिक युनिव्हर्सिटी'ची स्थापना करणे, हे या दिशेने उचललेले एक चांगले पाऊल आहे.

अनेक वाचकांना नवी दिल्लीतील कुप्रसिद्ध 'तंदूर हत्याकांड' आठवत असेल. या प्रकरणी सुशील शर्माला दोषी ठरवण्यात आले होते. सुशीलने त्याची पत्नी नयना साहनी आणि तिचा वर्गमित्र मतलूब करीम यांच्या मैत्रीवर आक्षेप घेतला होता.

२ जुलै १९९५च्या रात्री सुशील घरी आला आणि नयना फोनवर मतलूबशी बोलत असल्याचे त्याला आढळले. रागाच्या भरात त्याने नयनाचा गोळ्या झाडून खून केला. नंतर तो तिचा मृतदेह हॉटेल अशोक यात्री निवास येथील 'बगिया बार-बे-क्यू' रेस्टॉरंटमध्ये घेऊन गेला आणि रेस्टॉरंटचा व्यवस्थापक केशव कुमार याच्या मदतीने मृतदेहाची विल्हेवाट लावण्याचा प्रयत्न केला. दोघांनी मिळून तो मृतदेह तंदूर भट्टीमध्ये भरला. पोलिसांनी केशव कुमारला अटक केली; पण शर्मा पळून गेला. शेवटी त्याने १० जुलै १९९५ रोजी आत्मसमर्पण केले. पीडितेची

ओळख स्थापित करण्यासाठी 'फॉरेन्सिक डीएनए'चा पुरावा वापरण्यात आला. तथापि, या तपासाचे पर्यवेक्षण करणारे प्रख्यात आयपीएस अधिकारी मॅक्सवेल परेरा यांनी नुकतेच असे उघड केले की, या प्रकरणातील पहिल्या फॉरेन्सिक विश्लेषकाने अहवाल लिहिताना बंदुकीचा मुद्दा ओलांडून चक्क पुढे उडी मारली आणि प्रसारमाध्यमांना सांगितले की, 'नयनाच्या शरीराचे तुकडे करण्यात आले होते.' त्याने 'पोस्टमॉर्टम रिपोर्ट'मध्ये बंदूक वापरली गेली असण्याची शक्यता नाकारली आणि आम्ही पूर्णपणे हादरलो; कारण आम्ही गोळ्या आधीच जप्त केल्या होत्या. आरोपीच्या साथीदाराने घडलेली घटना आम्हाला सांगितल्यावरून आम्ही घटनास्थळी गेलो होतो; पण यात शस्त्र वापरले गेले नाही, अशा मतामुळे आमचा तपास मात्र धुळीला मिळाला होता.' परेरा म्हणाले.[६]

चुकीचे फॉरेन्सिक अहवाल अशा प्रकारे एखाद्या केसचे प्रचंड नुकसान करू शकतात. तथापि, या उदाहरणात, दुसऱ्या शवविच्छेदनाचे आदेश दिले गेले. तपासात नयना साहनी यांची गोळ्या झाडून हत्या करण्यात आल्याचे आणि त्यानंतर आरोपींनी तिचा मृतदेह तंदूरमध्ये टाकला असल्याचे सिद्ध झाले. तरी तंदूरमध्ये ठेवण्यापूर्वी तिच्या शरीराचे तुकडे केले गेले, हा गैरसमज लोकांच्या मनात चिकटून राहिला; याचे कारण म्हणजे चुकीचा फॉरेन्सिक अहवाल.

२७ जुलै १९९५ रोजी न्यायालयात आरोपपत्र दाखल करण्यात आले. आठ वर्षांहून अधिक काळ खटला चालल्यानंतर ७ नोव्हेंबर २००३ रोजी सुशील शर्माला फाशीची शिक्षा आणि केशव कुमारला सात वर्षांची सश्रम कारावासाची शिक्षा सुनावण्यात आली. शर्माने या निर्णयाविरोधात दिल्ली उच्च न्यायालयात याचिका दाखल केली; मात्र उच्च न्यायालयाने कनिष्ठ न्यायालयाचा निर्णय कायम ठेवला. ८ ऑक्टोबर २०१३ रोजी, सर्वोच्च न्यायालयाच्या तीन न्यायाधीशांच्या खंडपीठाने शर्मा याची शिक्षा कायम ठेवली; परंतु त्याची फाशीची शिक्षा जन्मठेपेत बदलली. सर्वोच्च न्यायालयात याचिका सुनावणीसाठी किती वेळ लागतो, हे या घटनाक्रमावरून दिसून येते. या प्रकरणात हा कालावधी अठरा वर्षे होता.

'तंदूर हत्याकांड' हे 'डीएनए' पुराव्याचा वापर आणि आरोपीचा अपराध प्रस्थापित करण्यासाठी दुसरे शवविच्छेदन करण्याबाबतची एक अतिमहत्त्वाची बाब ठरली.[७]

मुंबई पोलिसांनी अमली पदार्थ जप्त केल्याच्या एका अत्यंत गाजलेल्या प्रकरणावरून फॉरेन्सिक विश्लेषणाचे महत्त्व समजू शकते. ९ मार्च २०१५ रोजी,

मुंबईतील मरीन ड्राईव्ह पोलीस स्टेशनमध्ये तैनात असलेले पोलीस कॉन्स्टेबल धर्मराज काळोखे यांच्या साताऱ्यातील निवासस्थानात मेफेड्रोन (म्याव म्याव म्हणून प्रसिद्ध असलेले) असल्याच्या संशयावरून छापा घालण्यात आला. या कारवाईत ११२ किलोग्रॅमचे संशयास्पद पदार्थ जप्त करण्यात आले. त्याच्या लॉकरमधून आणखी बारा किलो संशयित मेफेड्रोन, थोड्या प्रमाणात हॅश आणि एक बनावट मतदार ओळखपत्र जप्त करण्यात आले. त्याच्यासह अमली पदार्थ विरोधी विभागाचे पाच अधिकारी, तसेच रेकॉर्डवरील सराईत ड्रग्ज तस्कर शशिकला पाटणकर यांना अटक करण्यात आली. कॉन्स्टेबल काळोखे याला नंतर सेवेतून बडतर्फ करण्यात आले. तथापि, त्याच वर्षी, मुंबईच्या न्यायवैद्यक विज्ञान प्रयोगशाळेने जप्त केलेले पदार्थ 'मोनोसोडियम ग्लूटामेट' म्हणून प्रमाणित करणारा अहवाल पाठवला. याला आपण सामान्यतः 'अजिनोमोटो' – एक खाद्यपदार्थ म्हणून ओळखतो.[८] असे असले तरी, पोलिसांनी दुसऱ्यांदा फेरतपासणीचा आग्रह धरून 'सेकंड फॉरेन्सिक अभिप्राय' मागवला.

मी विधी आणि तांत्रिक विभागाची महासंचालक असताना, तज्ज्ञांनी पोलिसांच्या दुसऱ्यांदा फेरतपासणी करण्याच्या मागणीला विरोध केला. या प्रकरणात मुंबई पोलिसांची भूमिका मला समजू शकते. जप्त केलेल्या साहित्याचे फॉरेन्सिक विश्लेषण करता, तो पदार्थ 'एमएसजी' असल्याचे निष्पन्न झाल्याने त्यांच्यासमोर मोठा पेच निर्माण झाला होता. त्यांनी महाराष्ट्राबाहेर फॉरेन्सिक विश्लेषण करण्यासाठी मुंबई उच्च न्यायालयाची परवानगी मागितली. साहजिकच, यामुळे महाराष्ट्रातील प्रयोगशाळेतील तज्ज्ञ नाराज झाले.

चंदीगड फॉरेन्सिक सायन्स लॅबोरेटरीनेदेखील तो एमएसजी पदार्थ असल्याचा निर्वाळा दिला. संपूर्ण भारतात न्यायवैद्यक प्रयोगशाळांमध्ये संसाधने आणि मनुष्यबळाची कमतरता आहे. पोलिसांच्या विनंतीनुसार फेरतपासणी करून परत आपले मत द्यायचे, म्हणजे त्यांच्या कामाचा ताण वाढतो. भारताच्या सर्वोच्च न्यायालयाने[९] खरे तर याची दखल घेतली आहे आणि आदेश दिला आहे की, 'फेरचाचणी/पुन्हा नमुने घेण्याच्या कोणत्याही विनंत्या 'एनडीपीएस' कायद्यांतर्गत विचारात घेतल्या जाणार नाहीत. तथापि, अत्यंत अपवादात्मक परिस्थितीत, पीठासीन न्यायाधीशांद्वारे (Presiding Judege) नोंदवल्या जाणाऱ्या ठोस कारणांसाठी त्यांना अनुमती मिळेल... अन्यथा कोणत्याही प्रकारची पुनर्चाचणी/पुनर्नमुने घेण्यास 'एनडीपीएस' कायद्यांतर्गत सक्त मनाई आहे.

फॉरेन्सिक सायन्सचे महत्त्व जाणून आम्ही पोलीस, अभियोक्ता, दंडाधिकारी, वैद्यकीय डॉक्टर आणि फॉरेन्सिक तज्ज्ञांसाठी संयुक्त प्रशिक्षण कार्यक्रम सुरू केला. सुरुवातीला मुंबई उच्च न्यायालय त्यांच्या न्यायदंडाधिकाऱ्यांना प्रशिक्षणासाठी पाठवण्यास टाळाटाळ करत होते; परंतु रजिस्ट्रार यांच्याशी वैयक्तिक समन्वय साधून आम्ही ही व्यवस्था प्रत्यक्षात आणू शकलो. ही संयुक्त प्रशिक्षण सत्रे सर्व शाखांसाठी खूप फायदेशीर ठरली, ज्याचा त्यांनी आपापल्या अभिप्रायामध्ये आवर्जून उल्लेख केला.

सामान्य लोक न्यायवैद्यकशास्त्राविषयी जाणून घेण्यासाठी या प्रयोगशाळांमध्ये प्रवेश करू शकतात, असे जनजागृती सप्ताह आम्ही आयोजित केले. ते महाराष्ट्रात खूप लोकप्रिय झाले. प्रयोगशाळा चालवण्याच्या पद्धतीबद्दल उत्सुक असलेल्या विद्यार्थ्यांसाठी आम्ही इंटर्नशिपदेखील सुरू केली आहे. नांदेड आणि कोल्हापुरात नवीन प्रादेशिक न्यायवैद्यक प्रयोगशाळा सुरू करण्यात आल्या. आता बहुतेक राज्यांमध्ये फिरत्या न्यायवैद्यक प्रयोगशाळा ('मोबाईल फॉरेन्सिक लॅब') आहेत, ज्या लवकरात लवकर गुन्हेगारीच्या घटनांपर्यंत पोहोचू शकतात, जेणेकरून नमुने ताबडतोब गोळा केले जाऊ शकतात आणि ते दूषित होण्याची शक्यता कमी राहते.

महाराष्ट्रात तीन महाविद्यालये आहेत, जिथे 'फॉरेन्सिक सायन्स' हा पदवी अभ्यासक्रम म्हणून शिकवला जातो. तथापि, सरकारी न्यायवैद्यक प्रयोगशाळांमध्ये भरतीसाठी आवश्यक असलेली मूलभूत पात्रता ही मूलभूत विज्ञान (प्युअर सायन्सेस) पदवी अशी होती. परिणामी, मुंबई, औरंगाबाद आणि नागपूर या तीन महाविद्यालयांतील पदवीधरांना शासकीय पदांसाठी घेण्यात आलेल्या परीक्षा देता येत नव्हत्या.

भरतीचे नियम बदला आणि या तीन संस्थांमधील विद्यार्थ्यांना शुद्ध विज्ञान पदवीधरांसह स्पर्धा करण्याची परवानगी द्या, अशी आग्रही मागणी आम्ही लावून धरली आणि काही प्रयत्नांनंतर याबाबत आम्ही महाराष्ट्र लोकसेवा आयोगाचे मन वळवू शकलो.

महासंचालक म्हणून माझा हा कार्यकाळ माझ्या कारकिर्दीतील अतिशय उत्साहवर्धक टप्पा होता. यातून मला खूप काही शिकायला मिळाले. जेव्हा मी त्या काळाचा विचार करते, तेव्हा मला अल्बर्ट आईन्स्टाईनचे शब्द आठवतात : 'स्वतःला आयुष्यभर शिकत राहण्यासाठी वचनबद्ध करा. तुमच्याकडे असलेली सर्वांत मौल्यवान संपत्ती म्हणजे, तुमचे मन आणि तुम्ही त्यात जे काय भरून ठेवले आहे, ते होय.'

❒❒❒

३७

मानवी तस्करी

मानवी तस्करी हा अब्जावधी डॉलरचा वाढत असलेला उद्योग आहे. अमली पदार्थ एकदा वापरले की संपून जातात; परंतु माणसांचा फेरवापर करता येतो; पुनःपुन्हा त्यांचे शोषण सुरूच राहू शकते. तस्करांसाठी मानव एक सर्वोत्तम गुंतवणूक आहे.'

- टेरी कोनन

आपल्यापेक्षा ताकदवान आणि सत्ता गाजविण्यास समर्थ असलेल्यांनी अन्य दुबळ्या व्यक्तींचे जबरदस्तीने केलेले शोषण म्हणजे मानवी तस्करी होय.[१] यामुळे मानवी जीवन पार उद्ध्वस्त होऊन जाते. याचा परिणाम सर्व देशांवर होतो. विशेषतः आपल्यासारख्या गरीब देशांवर तर जरा जास्तच होतो. रुथ डेर्नलीच्या मते, 'आपण राहत असलेले ठिकाणच समजा तस्करीचा उगमस्रोत असेल, तस्करीचे शेवटचे स्थान असेल किंवा शोषणचक्राच्या ठिकाणांमधील एक स्थान असेल; असे काहीही असले, तरीही आपल्यापैकी कोणावरही या गुन्ह्याचा काहीच परिणाम होत नाही, असा दावा आपण करू शकत नाही.'[२]

नाशिकमध्ये माझ्या पहिल्या नियुक्तीपासूनच मी तस्करीविरुद्धच्या कारवाईत सहभागी झाले होते. तरुण मुली आणि महिलांची फसवणूक करून किंवा गरिबीचा फायदा घेऊन त्यांना शरीर विकण्यास भाग पाडले जाते, याकडे मला लक्ष वेधायचे आहे. आपल्याभोवती पुरुष आणि स्त्रिया दोघांचा समावेश असलेल्या कित्येक शक्तिशाली संघटित टोळ्या आहेत; ज्यांना तरुण मुली आणि मुलेदेखील

आपले शरीर अथवा श्रम विकतात. मानवी तस्करीचे जवळपास निम्मे बळी अठरा वर्षांखालील आहेत.

एका मध्यमवर्गीय कुटुंबातून आल्याने मला वेश्याव्यवसाय आणि या समस्येच्या गंभीरतेबद्दल फारशी कल्पना नव्हती. माझ्यासाठी वेश्या या 'वाईट स्त्रिया' होत्या. त्यांना अटक करून शिक्षा करायची होती. १९८०च्या दशकात पोलीसही त्यांच्याकडे बळी म्हणून पाहत नव्हते. अशा परिस्थितीत १९८५मध्ये माझ्या पहिल्या नियुक्तीच्या वेळी नाशिक येथे वेश्यांच्या अड्ड्यांवर छापे टाकले असता, आम्ही त्यांना मुंबई पोलीस कायद्याच्या कलम ११०अन्वये अटक केल्यानंतर, जो काय असेल, तो दंड भरून त्या पुन्हा देहव्यापाराकडे परतणार, हे अगदीच सर्वश्रुत होते. पोलीस कर्मचाऱ्यांना एरवीही असे छापे घालणे फारसे सोयीचे वाटत नसे आणि त्यात माझ्या उपस्थितीमुळे तर ते आणखीनच अस्वस्थ होत. एकदा नाशिक-मुंबई महामार्गावरील रस्त्याच्या कडेला असलेल्या ढाब्यावर आम्ही छापा टाकला. त्या वेळी पकडलेल्यांमध्ये फक्त एकच पाय असलेली वेश्या जेव्हा पोलीस व्हॅनमध्ये चढताना दिसली, तेव्हा मी खूपच अस्वस्थ झाले.

हळूहळू विविध स्वयंसेवी संस्था, विशेषत: महिलांसाठी काम करणाऱ्या संस्था जबरदस्तीने वेश्याव्यवसायाचा गंभीर मुद्दा आणि महिलांचे शोषण कसे होते, यांवर प्रकाश टाकू लागल्या. अनेकदा दारिद्र्याने या महिलांना देहव्यापाराकडे वळवलेले असायचे. बऱ्याच प्रकरणांमध्ये पुरुष किंवा महिला एजंटांनी रोजगाराचे खोटे आश्वासन देऊन किंवा पैशांचे आमिष दाखवून त्यांना या गर्तेत ढकललेले असे. यांपैकी बहुतेक जणी अशिक्षित, ग्रामीण भागातील किंवा छोट्या शहरांतील असतात. एकदा या व्यवसायात आल्यानंतर त्यांना समाजाच्या मूळ प्रवाहात परत जाण्याची संधी नसते; कारण समाज आणि कुटुंब त्यांना स्वीकारत नाही.

१९९१मध्ये मला या एकूणच प्रकाराला थोडे अधिक नीट समजून घेता आले. त्या वेळी, मुंबईतील प्रतिबंधात्मक गुन्हेगारीची पोलीस उपायुक्त (डीसीपी) म्हणून काम करत असताना, मी मुंबईचा 'रेड-लाइट एरिया' असलेल्या कामाठीपुरा येथे एक मोठा पोलीस छापा टाकला. आमच्या छाप्याच्या एक दिवस अगोदर, मी या भागातून रस्त्याने पायी चालत एक फेरी मारायचे ठरवले. या वेळी माझ्यासोबत असलेला माझ्या युनिटचा एक अधिकारी मात्र खूपच अस्वस्थ होता. आम्ही मुद्दाम गणवेश परिधान केला नव्हता. मी साधा सलवार कमीज घातला होता. कामाठीपुऱ्यात सर्व वयोगटातील महिला होत्या. त्यांतील काही उभ्या होत्या, काही बसल्या होत्या, तर काही छतांवरून, बाल्कनीतून डोकावत होत्या. ग्राहकांना

आपल्याकडे खेचण्यासाठी विविध प्रकारचे हातवारे, सूचक इशारे करत होत्या. कामाठीपुरा हा अत्यंत गजबजलेला अन् अतिशय गरीब भाग आहे. इथे लोकांची सतत ये-जा असते.

या महिलांचे वर्तन काही वावगे आहे, असे इथल्या कुणालाच वाटत नव्हते. आम्ही तिथे गेलो, तेव्हा आजूबाजूची दुकाने गजबजलेली होती. एकूणच सगळीकडे गर्दी होती. बेफिकीर असलेले रस्त्यांवरचे फेरीवाले निर्विकारपणे फळे, भाजीपाला, आणि विविध वस्तू विकत होते.

आम्ही आमच्या छाप्याची तपशीलवार योजना आखली आणि पोलीस आयुक्तांकडे जादाची कुमक मागितली. माझे अधिकारी याबाबत अजिबात उत्साही नव्हते आणि त्यांनी मला स्पष्ट शब्दांत सांगितले की, 'त्या बायका' जामीन मिळाल्यानंतर काही दिवसांत पुन्हा वेश्याव्यवसायात येतील. मला असेही सांगण्यात आले की, 'त्या पोलिसांना आपला मित्र मानत नाहीत; त्याऐवजी त्या स्वतःच्या 'धंदेवाली'शी जास्त एकनिष्ठ असतात आणि आपल्या या 'बॉस'विरुद्ध कधीही न्यायालयात काहीही पुरावे देणार नाहीत.' जसे अधिकाऱ्यांच्या त्या थंड आणि शुष्क प्रतिसादाने मला अस्वस्थ केले, तसे माझ्या तरुणपणाचा उत्साह पाहून ते नाखूश होते.

शेवटी, आम्ही कारवाई पार पाडायचे ठरवले आणि कामाठीपुऱ्यावर मोठ्या प्रमाणावर छापा टाकला. अधिकारी आणि पोलीस एकाच वेळी आधीपासून ठरवून ठेवलेल्या इमारतींमध्ये धडाधड घुसले. दरम्यान, एका खोलीत, तिथल्या जमिनीच्या खालून जोरजोरात कुणीतरी ठोके मारत असल्याचे ऐकून आम्हाला आश्चर्य वाटले. नीट तपास केला असता, आम्हाला तिथे एक गुप्त खोली सापडली, ज्यामध्ये काही मुलींना लपवून ठेवले होते. आतील ती जागा आम्हाला पडदे लावून लहान - लहान खोल्यांत विभागून ठेवलेली आढळली. तिथे एखाद्या हॉस्पिटलच्या जनरल वॉर्डप्रमाणे पडदे लावून बेड वेगवेगळे केलेले होते. त्या जागी एकाच वेळी दहा स्त्रिया आपापल्या ग्राहकांचे मनोरंजन करू शकायच्या. अगदी थोडक्या शब्दांत सांगायचे तर, ते सगळे प्रकरण मळमळ उत्पन्न करणारे आणि पार घुसमटवून टाकणारे होते.

माझे अधिकारी बरोबर सांगत होते. सुटका करण्यात आलेल्या दोनशेहून अधिक महिलांपैकी फक्त नऊ महिलांना त्यांच्या कुटुंबाकडे परत जायचे होते. जेव्हा मी त्यांच्याशी बोलले, तेव्हा त्या माझ्याशी तुसडेपणाने वागल्या. मी त्यांना परत जाण्यास प्रोत्साहित केले, तेव्हाही त्यांची प्रतिक्रिया नकारात्मक होती.

'आम्हाला वेश्याव्यवसाय करायला भाग पाडले, तेव्हा तुमचे पोलीस कुठे होते?' अनेकींनी तर मलाच विचारले, 'तुम्हाला वाटते का, की आमची कुटुंबे आम्हाला परत घेऊन जातील?', 'आम्ही आमच्या कुटुंबांना आणि मुलांना नियमितपणे पैसे पाठवत आहोत; कृपया आम्हाला तुमची सहानुभूती देऊ नका,' असा गलका त्या सगळ्यांनी तिथे उडवून दिला. ज्या नऊ जणी परतण्यास इच्छुक होत्या, त्यांना 'सुधारगृहा'मध्ये हलविण्यात आले. तेथून त्यांच्या कुटुंबीयांना माहिती दिल्यानंतर त्यांना आपापल्या गावी किंवा शहरात परत पाठवायचे ठरले.

दरम्यान, मुंबई उच्च न्यायालयात एक 'रॅकेट' समोर आले. त्यामधून असे लक्षात आले की, वेश्यावस्तीतले दलाल आणि धंदेवाल्याच आपण त्या सुटका केलेल्या मुलींचे पालक असल्याचा दावा करत आणि सुधारगृहाच्या कर्मचाऱ्यांशी संपर्क, संधान साधून त्यांना ताब्यात घेत होते. त्यानंतर या मुलींना पुन्हा वेश्याव्यवसायात ढकलले जायचे. त्यामुळे सुटका करण्यात आलेल्या मुलींना त्यांच्या कुटुंबीयांच्या ताब्यात देण्यापूर्वी योग्य ती काटेकोर पडताळणी केली जाईल, असे ठरवण्यात आले.

पडताळणीची ही प्रक्रिया खूपच किचकट असते. विशेषत: पीडित व्यक्ती महाराष्ट्रातील नसल्यास आणखीनच व्याप वाढतो. पोलीस इतर राज्यांतील आपल्या समकक्षांशी पत्रव्यवहार करताना स्वयंसेवी संस्थांचीही मदत घेतात. हे 'एनजीओ-पोलीस' सहकार्य खूप उपयुक्त ठरते. सुटका केलेल्या मुली कधीकधी वेश्याव्यवसायात परत जाण्यासाठी खूप अधीर असतात आणि त्यामुळे त्या सुधारगृहांतून पळून गेल्याचीदेखील उदाहरणे आहेत. सुधारगृहात राहणे बहुतेक मुलींना संकुचित वाटते. तिथे त्या सामान्यतः अस्वस्थ मनःस्थितीत असतात. या मुलींना आपल्या कुटुंबात लवकरात लवकर परत पोहोचवण्यासाठी स्वयंसेवी संस्था पुढाकार घेतात. ही चांगली बाब असली, तरी काही वेळा अशा काही संस्थांनी चक्क पंचतारांकित हॉटेल्समध्ये मानवी तस्करीविषयी परिषदा घेतल्याने मी अवाक झाले होते. हा प्रकार मला तरी फारच तकलादू, दुर्दैवी वाटला.

सक्तीच्या वेश्याव्यवसायाचा मुद्दा हळूहळू राष्ट्रीय आणि आंतरराष्ट्रीय स्तरावर उचलला जाऊ लागला आहे; कारण 'मानवी तस्करी'च्या या धोक्याला हाताळण्यासाठी सरकारे गंभीर झालेली आहेत. संयुक्त राष्ट्रसंघाने नव्वदच्या दशकाच्या उत्तरार्धात भारतातील पोलीस अधिकाऱ्यांना निधी आणि प्रशिक्षण देण्यास सुरुवात केली. अधिकाऱ्यांच्या रूपात संसाधने, तसेच मानवी तस्करीविरुद्ध लढा देण्यासाठी नियुक्त केलेली कार्यालये, वाहने आणि उपकरणे प्रदान केली गेली; सुटका केलेल्या

महिलांच्या पुनर्वसनासाठी स्वयंसेवी संस्थांना निधी मिळू लागला. राज्य सरकारेही आता अनुदानाची जुळवाजुळव करत आहेत, तरीही काही राज्ये तस्करीसंबंधित शोषण होत असल्याचे नाकारत आहेत. वस्तुस्थिती अशी आहे की, भारतातील सर्व राज्यांना याचा फटका बसला आहे. कधी कधी माहिती असूनही पोलीस कार्यवाही करू शकत नाहीत; कारण कदाचित त्या वेळी त्यांच्याकडे अंतर्गत सार्वजनिक सुव्यवस्थेच्या समस्या आणि गंभीर गुन्हे यांसारखी तातडीची प्राधान्य देण्याजोगी प्रकरणे असतात. त्यामुळे, सुटका झालेल्या पीडितांच्या माहितीची देवाणघेवाण आणि पुनर्वसन करण्यासाठी नागरी समाज आणि एनजीओ संस्थांची भूमिका अत्यंत महत्त्वाची ठरते.

मुंबईतील गुन्हे विभागाची सहआयुक्त म्हणूनच्या माझ्या कार्यकाळात, आता अनुभवी असल्याने, मी अल्पवयीन मुलींच्या सुटकेवर लक्ष केंद्रित करण्याचा निर्णय घेतला. माझ्याकडे मर्यादित साधने होती आणि माझ्या मागील अनुभवाने मला कळाले होते की, या व्यवसायातल्या सगळ्याच महिलांना सुटका नको असते; कारण त्यांनी एकतर स्वतःच्या नशिबाशी समेट केलेला असतो किंवा त्यांचे कुटुंब त्यांना स्वीकारण्यास तयार नसतात. सर्वसामान्य सामाजिक व्यवस्थेपासून दूर केली गेलेली मुलगी, सुरुवातीला पोलीस आणि प्रशासनाला आपले शत्रूच मानते, हे विविध क्षेत्रीय-संशोधन पत्रांमधून सिद्ध झाले आहे. दलाल आणि धंदेवाल्या किंवा घरवाल्या हेच आपले खरे शत्रू आहेत, हे समजण्यासाठी त्यांचे सुधारगृहात किमान दोन आठवडे समुपदेशन करावे लागते. विविध स्वयंसेवी संस्थांशी सहयोग केल्यानंतर, आम्ही आमचे छापे आणि बचावकार्य जोरात सुरू केले. आयुक्तांनी आमच्या अहवालाच्या आधारे कुंटणखाने सील करण्यास सुरुवात केली. त्यामुळे अधिकारी आणि कर्मचाऱ्यांनी उत्साहाने अल्पवयीन मुलींची सुटका केली. तरीसुद्धा, या अल्पवयीन मुलींसोबतच्या प्रत्येक संभाषणानंतर मला नैराश्य येत असे. फसवणूक, लुबाडणूक आणि गरिबी यांमुळे पालकांना आपल्या मुली विकणे भाग पडे, हे इतके वेदनादायक आणि हृदय पिळवटून टाकणारे होते की, मी माझे मानसिक संतुलन गमावून बसेन की काय, अशी धास्ती मला वाटे. मी देवाला प्रार्थना करत असे की, 'मला सशक्त राहण्याची आणि पुढे जाण्याची शक्ती दे.' मला विल्यम विल्बरफोर्सचे शब्द आठवले : 'तुम्ही पर्यायी मार्ग अनुसरणे निवडू शकता; परंतु तुम्हाला माहितीच नव्हते, असे तुम्ही पुन्हा कधीही म्हणू शकत नाही.'

२०१० ते २०१२ या कालावधीत पुण्यात पोलीस आयुक्त म्हणून काम करताना मी पुन्हा एकदा वेश्याव्यवसाय करणे भाग पाडलेल्या अल्पवयीनांची सुटका करण्याचा संकल्प केला. कुंटणखाने सील करण्यासाठी मुंबईचे आयुक्त अनैतिक वाहतूक प्रतिबंधक कायद्याच्या कलम १८अंतर्गत आपल्या अधिकारांचा वापर करताना मी पाहिले होते. पुण्याच्या आयुक्तांनी कदाचित तोपर्यंत या अधिकाराचा वापर केला नव्हता; पण मी तसे करण्याचा निर्णय घेतला. मी प्रामाणिक आणि समर्पित म्हणून ओळखल्या जाणाऱ्या निरीक्षक भानुप्रताप बर्गे, एच. सी. अशोक टाकळकर, नाईक दत्ता जाधव आणि महिला अधिकारी एपीआय विमल बिडवे, अश्विनी जगताप या सक्षम पोलीस अधिकाऱ्यांची टीम निवडली. त्यांनी स्वतःचे सहकारी निवडल्यानंतर, कायद्यातील तरतुदींनुसार आम्ही अल्पवयीनांची सुटका करणे आणि वेश्यागृहे सील करण्याचे आमचे कार्य सुरू केले. आम्ही विशेषतः बुधवार पेठ या पुण्यातील रेड-लाईट विभागाकडे अधिक लक्ष दिले. अनेक अल्पवयीनांनी पोलीस पथकांना गुप्तपणे संदेश, पत्रे पाठवली आणि त्यांनी दिलेल्या माहितीनुसार आम्ही मुलींना वेश्यागृहातून बाहेर काढू शकलो.

लवकरच वकिलांनी पोलिसांच्या कुंटणखाने बंद करण्याच्या विरोधात केस दाखल करण्यास सुरुवात केली. त्यांनी मुंबई उच्च न्यायालयातही धाव घेतली. आमच्या पथकांना त्यांची बाजू न्यायालयात सादर करायची होती आणि त्याच वेळी मुलींची सुटकाही करायची होती. त्यांची कागदपत्रे आणि दस्तावेज नोंदणीची कामे चौपटीने वाढली; पण आम्ही ठाम राहिलो. एका इन्स्पेक्टरने मासिक सभेत आमच्या या कामाच्या यशस्वितेबद्दल मला आव्हान दिले की, आम्ही जी वेश्यागृहे बंद केली असे आम्हाला वाटले होते, ती आता उपनगरात स्थलांतरित झाली आहेत, मग एवढे करूनही काय परिणाम झाला!

काही काळानंतर, बॉलिवूडमधील एक टीम माझ्याकडे आली. त्यांना वेश्यांविरुद्धच्या पोलिसांच्या कारवाईबद्दल जाणून घ्यायचे होते. तोपर्यंत माझी महाराष्ट्र कारागृह विभागात बदली झाली होती, तरीही मी माझे अनुभव त्यांना सविस्तर सांगितले; कारण ते संकल्पना आणि त्याचे सिनेमॅटिक चित्रण यांबद्दल गंभीर वाटत होते. ऑफिसच्या कामात व्यग्र असल्यामुळे मी नंतर त्याबद्दल विसरूनही गेले. अशातच एके दिवशी मला कळले की, फिल्मस्टार राणी मुखर्जी पुण्यातील माझ्या ऑफिसला भेटायला येणार आहे. माझे कर्मचारी खूप उत्साहित होते; पण मी तिचा 'मर्दानी' चित्रपट पाहिला नाहीये, हे ऐकून ती मात्र नाराज झाली. याच सिनेमाचे प्रमोशन ती त्या वेळी करत होती.

मग मी एका मैत्रिणीसोबत सिनेमा पाहण्यासाठी सिनेमा हॉलमध्ये गेले. आम्हाला सिनेमा शक्य तितक्या कुणाला न कळता बघायचा होता. त्यामुळे थिएटरपासून काही अंतरावर आम्ही माझ्या पोलिसांच्या गाडीतून बाहेर पडलो. चित्रपट बघत असताना एक माणूस हातात टॉर्च घेऊन कुणालातरी शोधत फिरताना दिसला. नेमका माझ्या रांगेत येऊन तो मला ओळखून जोरात ओरडला, 'अरे कमिशनर मॅडम, हा चित्रपट तुमच्यावरच तर आधारित आहे - मला आशा आहे की, तुम्हाला ते ठाऊक असेल.' तो सिनेमा हॉलचा मॅनेजर होता. मी जराशी वरमूनच माझ्या सीटवर बसले आणि त्याच्या असे अचानक मोठ्याने ओरडण्यामुळे आजूबाजूचे प्रेक्षक मात्र मोठ्याने हसले.

आजही देहव्यापाराला आळा घालण्यात आपण अयशस्वी झालो आहोत, हे कटू सत्य आहे. भारतातील बेपत्ता तरुणींच्या वाढत्या संख्येवरून हे दिसून येते. याचे एक कारण म्हणजे, भ्रष्टाचाराने प्रशासनात, तसेच पोलीस दलात खोलवर प्रवेश केला आहे.

मी मुंबईत सहआयुक्त (जॉइंट कमिशनर) असताना, आम्हाला फेब्रुवारी २००७मध्ये एक पत्र मिळाले. ते आर. प्रकाश नावाच्या गुन्हेगाराने मूलतः हिंदीत लिहिले होते. त्याला मानवी तस्करीच्या एका प्रकरणात अटक करण्यात आली होती आणि त्याचे पत्र मुंबईच्या पोलीस आयुक्तांना उद्देशून होते. ते पत्र असे,

> *पोलीस अधिकाऱ्याने मला त्याचा मित्र आर. शेट्टीच्या खात्यावर तीन लाख, अधिकाऱ्याने माझ्यासाठी नियुक्त केलेल्या वकिलासाठी एक लाख आणि स्वत:सह चार पोलीस अधिकाऱ्यांसाठी दोन लाख रुपये हस्तांतरित करण्यास सांगितले. मी त्यांना ते पाठवण्याची व्यवस्था केली. रक्कम तपासण्यासाठी चौकशी केल्यास, शेट्टीचा मोबाईल नंबर त्या अधिकाऱ्याच्या मोबाईलमध्ये आढळू शकतो. एकदा मी न्यायालयीन कोठडीत पोहोचलो, तेव्हा इतर कैद्यांनी मला पोलीस अधिकाऱ्यांना आणखी पैसे पाठवू नका; कारण या केसमध्ये नव्वद दिवसांत आरोपपत्र दाखल केले जाईल, असा सल्ला दिला; पण आता माझ्यावर मोक्का (मकोका) अंतर्गत गुन्हा दाखल करण्यात आला आहे. लॉकअपमध्ये मी उपोषण केले. दोन दिवस जेवलो नाही. तिसऱ्या दिवशी एका सहायक इन्स्पेक्टरने मला विचारले की, 'मी का जेवत*

नाही?' मी रडायला लागलो आणि त्याला सगळं सांगितलं. त्यावर, 'उपाशी राहण्यापेक्षा न्यायालयात जाऊन लढ,' असा सल्ला त्याने मला दिला. 'बोरवणकर मॅडम'समोर मला मोक्का (मकोका) आरोपी म्हणून जाहीर करण्याचा प्रस्ताव ठेवला गेला, तेव्हाच मी त्यांना सर्व काही का सांगितले नाही,' असा सवालही त्यानी केला. त्या दिवशी युनिट प्रमुख रजेवर असल्याने सहायक इन्स्पेक्टरने युनिट प्रभारीला फोन केला आणि त्याला सांगितले की, मला बोरवणकर मॅडमकडे घेऊन जा, जेणेकरून मी उपवास सोडू शकेन. आपण याची नोंद स्टेशन डायरीत करत असल्याचेही तो म्हणाला.

मात्र, मला सहआयुक्त कार्यालयात नेण्याऐवजी जेजे रुग्णालयात नेण्यात आले. तेथे एक पोलीस अधिकारी मला भेटला आणि त्याने मला सांगितले की, मी काही पैशांची व्यवस्था करू शकलो, तर ते मला हॉस्पिटलमधून पळून जाण्यात मदत करतील. 'फार तर पंधरा-वीस दिवस चौकशी होईल आणि मग सर्व मामला आपोआप थंड होऊन जाईल,' असे आश्वासन त्याने दिले. एस्कॉर्टचे प्रभारी एसआय आणि हेड कॉन्स्टेबल हॉस्पिटलच्या कागदपत्रांच्या प्रती काढण्यासाठी गेले असता त्याने मला फोन दिला. मी माझ्या मित्रांशी संपर्क साधण्यासाठी त्याचा वापर करून चार ठिकाणी ४९,९०० रुपये ट्रान्सफर केले - एक माझ्या नावावर आणि तीन - अधिकाऱ्याने मला दिलेल्या नावांवर.

पैसे हस्तांतरित केल्यानंतर, अधिकाऱ्याने मला सांगितले की, तो मुद्दाम मद्यपी कर्मचाऱ्यांना रात्रीच्या ड्युटीवर ठेवेल आणि मी त्यांना लाच देऊन पळून जावे. हे हवालदार २६, २७ आणि २८ तारखेला रात्रीच्या शिफ्टसाठी आले होते. रुग्णालयात रात्री ते मला हातकडी लावणार नाहीत. २८ तारखेला आम्ही सर्व जेजे रुग्णालयासमोरील बंजारा बार आणि रेस्टॉरंटमध्ये गेलो. आमचे रात्रीचे जेवण झाले. मी मिस्टी व्हिस्कीची बाटली मागवली. पोलिसांनी ती प्यायली, तर माझ्याकडे फॉस्टरची बिअर होती. आम्ही चिकन तंदुरी घेतली. मी ८९५ रुपयांचे बिल भरले. रात्री ११.३०च्या सुमारास ते मद्यधुंद अवस्थेत असताना

मी हॉस्पिटलमधून पळ काढला. तुम्हाला हे पत्र मिळेपर्यंत मी पार दूर पळून गेलेलो असेन...

आजही परिस्थिती काही फारशी चांगली नाहीये. राजकारणी लोक प्रशासनात भ्रष्टाचारात पुढाकार घेतात. केवळ सुजाण, जागरूक नागरिकच सरकारला जबाबदार धरू शकतात आणि भ्रष्ट व्यवहारांना आळा घालू शकतात. शेवटी, आम्हाला एका अशा फौजदारी न्यायप्रणालीची आवश्यकता आहे, ज्यामध्ये गुन्हा घडल्यावर एका वर्षाच्या आत खटला पूर्ण होईल. ही अपेक्षा करणे, म्हणजे अवकाशातून चंद्र तोडून मागणे तर नाही ना, असे मला कधीकधी वाटते.

सुरुवातीला मानवी तस्करीच्या या विषयाबाबतची माझी स्वतःची समज फारशी स्पष्ट नव्हती, तरीदेखील मी माझ्या संपूर्ण कारकिर्दीत मानवी तस्करीच्या विरोधात संघर्ष केला.

मला आनंद आहे की, माझे नाव आणि पद आपल्यासमोरील सर्वांत गंभीर आव्हानांपैकी एक असलेल्या असुरक्षित महिला आणि निष्पाप मुलांच्या तस्करी विरोधात लढण्याशी जोडले गेले. वर्दी हे सामाजिक परिवर्तन आणि न्यायासाठी उपलब्ध असलेल्या सर्वांत शक्तिशाली साधनांपैकी एक आहे. मी ते करू शकले आणि त्यात निहित शक्तींचा माझ्या क्षमतेनुसार वापर केला, याबद्दल मी स्वतःला भाग्यवान समजते.

❐❐❐

३८

परिवर्तनाचे वारे

तुम्हाला जगात जो बदल घडायला हवा आहे,
तो आधी तुम्ही स्वतःमध्ये घडवून आणला पाहिजे.

- महात्मा गांधी

'मॅम, आपण ते करून दाखवले!' माझ्या लडाख दौऱ्यात माझ्यासोबत आलेल्या इंडो-तिबेटन बॉर्डर पोलीस (ITBP)चा तो तरुण अधिकारी अतिशय उल्हसित होऊन म्हणाला. लुकुंग, फोब्रांग आणि चारत्से येथील सीमा चौक्यांना भेट देण्यासाठी, आम्ही घेतलेल्या धावत्या भेटीचा - एकदिवसीय 'मॅरेथॉन जीप ट्रिप'चा तो संदर्भ देत होता. लुकुंग हे लेहपासून १४२ किलोमीटर पूर्वेला स्थित आहे आणि 'गेट वे' म्हणून ओळखले जाते. ४३७८ मीटर (१४,३६४ फूट) उंचीवर असलेले हे ठिकाण पहिल्यांदाच इथे भेट देणाऱ्या पाहुण्यांना आश्चर्यचकित करते. सीमा सुरक्षित ठेवणाऱ्या आमच्या माणसांच्या दृष्टीने हे खूप खडतर आव्हान आहे. फोब्रांग हे लुकुंग-फोब्रांग-चारत्से रस्त्यावरील भारत-चीन सीमेवर वसलेले ठिकाण आहे. चारत्से ४४४२ मीटर (१४५७३.४९ फूट) उंचीवर आहे. अत्यंत बेभरवशाचे आणि खराब हवामान असूनही, आम्ही ही सर्व ठिकाणे चक्क एका दिवसात पार केली. आमच्या गणवेशधारी सहकाऱ्यांशी चर्चा करणे, त्यांची दैनंदिन आव्हाने समजून घेणे, त्यांच्या धैर्याची आणि दृढनिश्चयाची प्रशंसा करणे... हे सगळं आम्ही केवळ या एका दिवसात साध्य केलं.

आधी ‘ब्युरो ऑफ पोलीस रिसर्च अँड डेव्हलपमेंट’ची महासंचालक आणि नंतर ‘नॅशनल क्राईम रेकॉर्ड ब्युरो’ची महासंचालक या भूमिकेतून मी संपूर्ण देशाच्या दौऱ्यावर निघाले असल्याची फारशी माहिती त्या अधिकाऱ्याला नव्हती.

या दोन्ही ब्युरोंची कार्यकक्षा राष्ट्रीय पातळीवरची असल्याने, मी देशभर फिरून विविध पोलीस संघटना, प्रशिक्षण अकादमी, तुरुंगांशी संबंधित संस्था, केंद्रीय सशस्त्र पोलीस दल, फॉरेन्सिक प्रयोगशाळा, फॉरेन्सिक विषयाला समर्पित विद्यापीठे, तसेच कायदा, फौजदारी न्यायप्रणाली अशा विविध ठिकाणांना भेटी देत होते.

बीपीआर अँड डी (BPR&D) या नावाने प्रसिद्ध असलेली ‘ब्युरो ऑफ पोलीस रिसर्च अँड डेव्हलपमेंट’ ही देशातील एकमेव संस्था आहे, जी पोलीस, तुरुंग आणि केंद्रीय सशस्त्र पोलीस दलांशी संबंधित समस्यांचा अभ्यास आणि संशोधनासाठी समर्पित आहे. किंबहुना, इथे फौजदारी न्याय व्यवस्थेचा संपूर्ण अभ्यास करून केंद्र आणि राज्य सरकारांना शिफारसी केल्या जातात. इथे राष्ट्रीय कार्यशाळा, चर्चासत्रे आणि परिषदादेखील आयोजित करण्यात येतात. आमचे अधिकारी सामान्यतः ‘बीपीआर अँड डी’द्वारे आयोजित प्रशिक्षण कार्यक्रमांमध्ये सहभागी होण्यास उत्सुक असतात. या केंद्रातर्फे जयपूर, कोलकाता, हैदराबाद, गाझियाबाद आणि चंदीगड येथे पाच गुप्तहेर-प्रशिक्षण संस्था चालवल्या जातात, तर भोपाळमध्ये केंद्रीय पोलीस प्रशिक्षण अकादमीदेखील आहे. विद्यापीठे, शैक्षणिक संस्था, विधी शाळा आणि स्वयंसेवी संस्थांसोबतच्या सक्रिय सहकार्याने या केंद्राला धोरणनिर्मितीत एक लखलखीत धार प्राप्त करून दिली आहे. ‘डेटा ऑन पोलीस ऑर्गनायझेशन’ हे या ब्युरोचे उत्कृष्ट असे वार्षिक प्रकाशन असून सगळे जण त्याची आतुरतेने वाट पाहत असतात. सर्व राज्य पोलीस संघटना आणि बरेच काही यामध्ये समाविष्ट केलेले असते.

‘नॅशनल क्राईम रेकॉर्ड ब्युरो’ हे गुन्हे आणि गुन्हेगारांच्या माहितीचे भांडार आहे. हे देशातील १५,००० पेक्षा जास्त पोलीस स्टेशन आणि ६००० पोलिसांच्या उच्च कार्यालयांना जोडणारे ‘क्राईम अँड क्रिमिनल ट्रॅकिंग नेटवर्क अँड सिस्टीम्स’ (CCTNS) चे निरीक्षण, समन्वय आणि अंमलबजावणी करते. यांच्याद्वारे ‘नॅशनल डिजिटल पोलीस पोर्टल’देखील संचलित केले जाते, ज्याचा वापर पोलीस आणि नागरिक करतात. हे केंद्र पोलीस कर्मचाऱ्यांना ‘सीसीटीएनएस’ डेटाबेसवर गुन्हेगार आणि संशयितांचा शोध घेण्यास मदत करते. नागरिक येथे ऑनलाईन तक्रारी

दाखल करू शकतात. भाडेकरू, घरगुती कामगार, ड्रायव्हर, बेपत्ता व्यक्तींचा शोध, खरेदीची पूर्व पडताळणी करू शकतात.

सेकंड हँड वाहनांच्या खरेदीसाठी ना-हरकत प्रमाणपत्रे आणि घोषित गुन्हेगारांची माहिती इथे मिळते. हे केंद्र 'क्राईम मल्टी एजन्सी सेंटर' किंवा 'क्राई-मॅक'चेदेखील नियंत्रण करते आणि लैंगिक गुन्हेगारांचा 'राष्ट्रीय डेटाबेस' (NDSO) देखील राखते. हे देशातील ठशांचे - 'फिंगरप्रिंट्स'चे राष्ट्रीय भांडार आहे आणि इथे गुन्हेगारांच्या दहा-अंकी 'फिंगरप्रिंट्स'ची विशाल डेटाबँक आहे; दोषी सिद्ध झालेल्या आणि नुसतीच अटक झालेल्या दोन्ही प्रकारांतील गुन्हेगारांचे ठसे इथे जतन करून ठेवलेले मिळतात. राष्ट्रीय आणि आंतरराष्ट्रीय स्तरावर प्रशिक्षणात सक्रियपणे सहभागी असलेले हे केंद्र, अत्याधुनिक तंत्रज्ञानाने परिपूर्ण आहे. 'क्राईम इन इंडिया' हेदेखील या ब्युरोचे एक महत्त्वपूर्ण प्रकाशन असून, त्याला देशातील एकमेव विश्वसनीय आणि सर्वाधिक संदर्भित 'गुन्हे डेटा विश्लेषण अहवाल' म्हणून मान्यता आहे.

मी ज्या ब्युरोचे नेतृत्व करत होते, त्यांच्याकडून संपूर्ण भारतातील पोलीस, तुरुंग आणि सीआरपीएफ अधिकाऱ्यांसाठी शेकडो प्रशिक्षण अभ्यासक्रम चालवले जातात. हैदराबाद येथील राष्ट्रीय पोलीस अकादमीशीही त्यांचा जवळचा संबंध आहे. शिलाँगमधील नॉर्थ ईस्टर्न पोलीस अकादमी, पंजाबमधील पोलीस अकादमी, जोधपूर पोलीस विद्यापीठ, गांधीनगरमधील राष्ट्रीय रक्षा विद्यापीठ आणि अशा इतर अनेक संस्थांना मी भेटी दिल्या. थोडक्यात काय, तर अक्षरशः पायाला भिंगरी लावून मी वेगवेगळ्या राज्यांतील अधिकाऱ्यांसोबत दौरे करत होते. त्यांच्याशी संवाद साधत होते. प्राध्यापक, विद्यार्थी आणि प्रशिक्षणार्थी अधिकाऱ्यांकडून खूप काही नवीन शिकत होते. भारतीय पोलीस सेवेतील माझ्या शेवटच्या वर्षात माझे जीवन खूपच वेगाने धावत होते.

याच सुमारास, चीनमध्ये घडलेला एक विचित्र प्रसंग मला, माझ्या बालपणात पंजाब आणि फाजिल्का येथे घेऊन गेला. तुरुंग प्रशासनावरील एका आंतरराष्ट्रीय परिषदेत सहभागी होण्यासाठी मी चीनला गेले होते. चीनमधील भारतीय राजदूत परराष्ट्र सेवेतील माझे सहाध्यायी (बॅचमेट) होते. मी त्यांची व्यक्तिगत भेट घेऊन विचारपूस करण्याचे ठरवले. तिथला 'शिष्टाचार अधिकारी' हा, शिष्टाचाराची जशी आवश्यकता असते, अगदी तसाच पूर्णपणे औपचारिक वागणारा होता. भारतीय दूतावास प्रचंड मोठा आणि भक्कम होता. मुत्सद्देगिरीच्या त्या औपचारिक दुनियेत प्रवेश करताच, आजूबाजूच्या भयाण शांततेने मी थक्क झाले. ते वातावरण

जबरदस्त दडपण आणणारे होते. मात्र, राजदूताच्या स्वीय सहायकाने माझे मोठ्याने हसून स्वागत केले आणि तिथल्या शांत भिंतींना तडा देत तो म्हणाला, 'अरे मॅडम, मला आधीच कळायला हवे होते की, तुम्ही 'फाजिल्का येथील चड्ढा' आहात!' त्याने नुकतेच गुगलवर माझ्याबाबत संशोधन केले होते आणि त्यातून हाती लागलेल्या माहितीमुळे त्याला खूप आनंद झाला होता. ते पाहून मी सुटकेचा नि:श्वास सोडला की, दूतावासातील जीवनही अखेर सामान्य होऊ शकते!

याआधी याच परिषदेदरम्यान, जेव्हा आम्हाला अचानक भारतीय दृष्टिकोन स्पष्ट करण्यास सांगितले गेले, तेव्हा आमचे शिष्टमंडळ उत्तरासाठी माझ्याकडे वळले. प्रतिनिधींपैकी एकाने नमूद केले की, 'अशा अचानक हस्तक्षेपांना इंग्रजी-माध्यमाच्या, कॉन्व्हेंट शाळेमध्ये शिकलेल्या लोकांकडून इंग्रजीमध्ये उत्तम उत्तर दिले जाते.' माझ्या क्षमतेनुसार राष्ट्रीय दृष्टिकोन समजावून सांगितल्यानंतर, मी त्यांना सांगितले की, 'मी कोणत्याही 'कॉन्व्हेंट'चे 'प्रॉडक्ट' नाही, तर 'फाजिल्का' येथील सरकारी शाळेतील विद्यार्थिनी आहे. विद्यार्थ्यांना बसायला साध्या खुर्च्या किंवा बेंच नसलेली, ती सर्वांत मूलभूत अवस्थेतील शिक्षणसंस्था होती. तिथे आम्ही कायम जमिनीवर चटई अंथरून बसलो आणि शालेय शिक्षण घेतले!'

यातील एका भेटीत आणखी एक रंजक घटना घडली. आमच्या गुप्तहेर प्रशिक्षण शाळेच्या (डिटेक्टिव्ह-ट्रेनिंग स्कूल) प्राध्यापकांनी मला त्या सर्वांना एकत्र भेटण्याचा आग्रह धरला. ते वेगवेगळ्या राज्यांतील विविध दर्जाचे पोलीस अधिकारी होते. त्यांची मागणी साधी होती; पण ती ऐकून मला खूप आश्चर्य वाटले. 'डिटेक्टिव्ह-ट्रेनिंग स्कूल' या नावामुळे, तेथील शिक्षक (Faculty) यांना सामान्य लोक शाळेतील शिक्षक समजत असत. या व्यवसायातील अनुभवी आणि वरिष्ठ अधिकारी असूनही, त्यांना शालेय शिक्षक म्हणून संबोधिले जाणे, खटकत होते. मी यामध्ये लक्ष घालण्याचे आश्वासन दिले आणि दिल्लीत गृहसचिवांपाशी हा मुद्दा मांडला. गृहसचिव हे एक अत्यंत व्यावसायिक आणि भरपूर प्रवास करून उदंड अनुभव गाठीशी बांधलेले अधिकारी होते. माझी विनंती ऐकून ते हसून म्हणाले की, 'जगविख्यात हार्वर्डमध्येसुद्धा 'मेडिसीन स्कूल', 'लॉ स्कूल' आणि 'बिझनेस स्कूल' आहेत; त्यामुळे आपल्या प्रशिक्षण संस्थांचे नाव बदलण्याची काहीएक गरज नाही.' हे जेव्हा मी त्या अधिकाऱ्यांना कळवले, तेव्हा त्यांची निराशा झाली आणि भारतीय आणि अमेरिकन संस्कृती वेगळ्या असण्याकडे त्यांनी माझे लक्ष वेधले. मी ज्या ज्या म्हणून 'डिटेक्टिव्ह स्कूल'ला भेट दिली, सगळीकडे मी तीच तक्रार ऐकली.

दरम्यान, आम्ही गाझियाबाद डिटेक्टिव्ह- ट्रेनिंग स्कूल एका नवीन आणि प्रशस्त इमारतीत हलवत होतो. भारताचे तत्कालीन गृहमंत्री राजनाथ सिंह यांनी त्याचे उद्घाटन करण्याचे मान्य केले होते. त्यांना वैयक्तिकरीत्या निमंत्रण पत्रिका सादर करताना, मी विनंती केली की, 'ते कृपया 'शाळा' याऐवजी 'गुप्तहेर-प्रशिक्षण संस्था' असे घोषित करू शकतील का?' मी प्राध्यापक आणि कर्मचाऱ्यांची मागणी आणि त्यामागील त्यांचे तर्क स्पष्ट केले. श्री. सिंग यांनी माझे म्हणणे शांतचित्ताने ऐकले आणि हसतमुखाने उत्तर दिले, 'मी केवळ या एका संस्थेलाच नव्हे, तर इतर 'शाळांना'देखील 'संस्था' म्हणून घोषित करेन.' मला आश्चर्यमिश्रित आनंद झाला; पण तूर्तास मी त्यांचा निर्णय माझ्यापुरता ठेवायचे ठरवले; कारण गृहसचिवांनी आधी तो नाकारल्यामुळे, त्याची प्रत्यक्ष अंमलबजावणी होईल की नाही, याबद्दल मला खात्री नव्हती.

उद्घाटन सोहळा पूर्ण थाटामाटात सुरू झाला. प्रमुख पाहुणे भाषण करण्यासाठी उभे राहिले, तेव्हा मी माझा श्वास रोखून उभी होते. बोलायला सुरुवात करताच श्री. सिंग यांना त्यांचे आश्वासन आठवले आणि अतिशय उत्साहाने त्यांनी घोषित केले की, 'यापुढे सर्व बीपीआर अँड डी - गुप्तहेर-प्रशिक्षण शाळांना गुप्तहेर-प्रशिक्षण 'संस्था' असे म्हटले जाईल.' त्यांच्या या घोषणेला उपस्थितांकडून मिळालेला टाळ्यांचा कडकडाट अक्षरश: कान बधिर करणारा होता.

असे म्हटले जाते की, नावे किंवा पदव्यांमध्ये फारसा अर्थ नसतो; परंतु एखाद्या विशिष्ट शीर्षकाने एखाद्या संस्थेचा स्वाभिमान दुखावला जात असेल, तर बदल विचारात घेण्यात काही नुकसान नाही. तथापि, बदल करणे इतके सोपेही नसते. व्यवस्थापन शिकवणारे प्रोग्रॅम अनेकदा 'बदल व्यवस्थापन' या विषयावर संपूर्ण अभ्यासक्रम समर्पित करतात. एकट्या याच विषयावर अनेक विक्रमी खपाची पुस्तके लिहिली गेली आहेत. मला आलेला एक अनुभवही याचीच साक्ष देतो.

दोन्ही कार्यालयांसाठी बांधलेल्या प्रभावी आधुनिक कॅम्पसमधील एका मोठ्या इमारतीत मी एकटीच बसले होते. नवीन कॅम्पस गुडगावच्या सीमेवर दक्षिण-पश्चिम दिल्लीच्या महिपालपूर भागात आहे. आजूबाजूला सुव्यवस्थित राखलेला हिरवागार पट्टा असलेली ही भव्य वास्तुरचना सुमारे आठ वर्षांपासून बांधकामाधीन होती. दिल्लीच्या लोधी रोडवरील जुन्या कार्यालयाची सवय जडलेली असल्याने ब्युरोचे अधिकारी व कर्मचारी इथे येण्यास काहीसे नाखूश होते; कारण हे ठिकाण त्या वेळी बस किंवा मेट्रोसारख्या सार्वजनिक वाहतूक व्यवस्थेने जोडलेले नव्हते. असंख्य सबबी पुढे करून, काही ना काही कारण सांगून ते नवीन जागेत कामावर

रुजू होण्याचे पुढे ढकलत होते. कॅम्पसचे बांधकाम वेगाने आणि वेळेत पूर्ण करण्यासाठी मी नॅशनल बिल्डिंग कन्स्ट्रक्शन कॉर्पोरेशन लिमिटेडकडे आग्रह धरून त्यांचे मन वळवण्याचा प्रयत्न करत होते. सुमारे दहा महिन्यांचा पाठपुरावा आणि असंख्य बैठकांनंतर, मी असा निष्कर्ष काढला की, लोकप्रिय नसला, तरी एका महत्त्वाच्या निर्णयाची गरज आहे. एका महिन्याची आगाऊ सूचना दिल्यानंतर आणि वरिष्ठ अधिकाऱ्यांची तारीख पुढे ढकलण्याची विनंती अमान्य करून, मी एकटीच नवीन कॅम्पसमध्ये स्थलांतरित झाले. मात्र, प्रशिक्षण विभागाच्या महिला महानिरीक्षक सुंदरी नंदा या एकमेव अधिकारी होत्या, ज्यांनी माझ्या या निर्णयाचे उघडपणे आणि जोरदार समर्थन केले. त्यांच्या मते, 'सुंदर, आधुनिक अशा नवीन कॅम्पसमध्ये जाणे, हे अधिकारी आणि कर्मचाऱ्यांच्या आत्मसन्मानासाठी खूप चांगले आहे आणि त्यामुळे बीपीआर अँड डीची प्रतिमादेखील सुधारेल.'

सुमारे महिनाभर भव्य नवीन आवारात एकट्याने काम करताना, मला असे आढळले की, 'एनबीसीसी'ने कॅम्पसच्या अंतिम टप्प्याच्या कामाला गती दिली आहे. माझ्या एकटीने बसण्यामुळे आरंभी निर्माण झालेला पेच, आता मात्र एखाद्या शक्तिशाली अस्त्राप्रमाणे काम करू लागला होता. ब्युरोचे अधिकारी आणि कर्मचारी भराभर तिथे येऊ लागले. सर्वप्रथम त्या महिला आयपीएस अधिकारी आणि त्यांचा संपूर्ण विभाग तिथे आला. त्यांनी तीन ट्रक भरून प्रशिक्षण साहित्य सोबत आणले होते!

आम्ही 'बीपीआर अँड डी लाउंज' आणि अधिकाऱ्यांची मेस सुशोभित करण्याचे काम हाती घेईस्तोवर एव्हाना आमचा उत्साह सगळीकडे पसरला होता. हळूहळू सगळेच जण तिथे शिफ्ट झाले आणि कार्यालयीन वेळेच्या पलीकडे थांबून काम करू लागले. सजावटीच्या वस्तू, भिंतींवरची घड्याळे, गालिचे आणि पेंटिंग्ज खरेदी करायला, जागेवर लावायला मदत करू लागले. कामाच्या ठिकाणी मद्य ठेवण्याच्या विरोधात सरकारी धोरण असूनही, एका अधिकाऱ्याने तिथे एक सुंदर बार तयार केला. त्याचे म्हणणे होते की, 'स्टाईलमध्ये शीतपेये पिण्यापासून तर आपल्याला कुणी रोखू शकत नाही.' ग्रंथपालाने जुनी पुस्तके काढून टाकण्यासाठी आणि विचारपूर्वक नवीन पुस्तके ठेवण्यासाठी अहोरात्र काम केले. ज्या माळ्याला मी त्याच्या लोधी रोड कार्यालयातील सततच्या अनुपस्थितीबद्दल कडक समज दिली होती, त्याने तत्परतेने या कॅम्पससाठी नवीन रोपे आणि फुलझाडे खरेदी केली. प्रत्येक कर्मचाऱ्याला एक हिरवे 'इनडोअर' प्रकारातील रोप भेट देण्यात आले, ज्याचे पुढे त्यांनी मोठ्या काळजीने पालनपोषण केले. आपल्या स्वादिष्ट

जेवणासाठी आधीच प्रसिद्ध असलेल्या कँटीनच्या कर्मचाऱ्यांनी अगदी ऐटबाजपणे थाटमाट करून विविध खाद्यपदार्थ द्यायला सुरुवात केली, ही पद्धत एखाद्या सरकारी व्यवस्थेत अगदीच नावीन्यपूर्ण होती.

सुरुवातीला स्थलांतराला झालेला सामूहिक विरोध मी ब्युरो सोडेपर्यंत, त्या जागेला दिल्लीतील सर्वोत्तम कॅम्पस बनवण्याच्या अफाट उत्साहात बदलला होता. आता त्यांना पुन्हा संशोधन आणि प्रशिक्षण कार्यक्रम आयोजित करण्याच्या आमच्या मुख्य ध्येयाकडे वळवण्याची, तसेच क्राईम आणि क्रिमिनल ट्रॅकिंग नेटवर्क आणि यंत्रणा खऱ्या अर्थाने कार्यान्वित करण्याची माझी पाळी होती. इथे भेट देणाऱ्या शिक्षणतज्ज्ञांना, राष्ट्रीय, आंतरराष्ट्रीय पोलीस अधिकाऱ्यांना ते आमचा नवीन परिसर ज्या अभिमानाने दाखवू लागले, यातून हे स्पष्टपणे अधोरेखित झाले की, तुमचे सहकारी तुमच्यासोबत असण्यातच खरे यश आहे. सुरुवातीच्या काही अडथळ्यांनंतर आणि बदलाला नेहमीचा प्रतिकार होत असतानाही माझ्याकडे नक्कीच एक सशक्त टीम होती.

आणि मग ही अखंड सुरू असलेली चाके थांबली. सेवेत रुजू होण्याच्या वेळीच सेवानिवृत्ती आणि त्याची नेमकी तारीख माहीत असते. तरीही, शेवटी तो दिवस जेव्हा येतो, तेव्हा ते स्वीकारणे कठीण जाते. मी गेल्या काही महिन्यांपासून आवराआवरी सुरू केली होती आणि अगदी योग्य वेळीच माझे पहिले पुस्तक 'लिव्ह्ज ऑफ लाइफ' प्रकाशित केले होते. ज्याचा पुढे 'माझ्या आयुष्याची पानं' हा मराठी अनुवादही प्रकाशित झाला. ज्या तरुणांसाठी मी हे लेखन केले होते, त्यांचा त्याला मिळालेला भरघोस प्रतिसाद पाहून मला खूप आनंद झाला.

'ब्युरो ऑफ पोलीस रिसर्च अँड डेव्हलपमेंट' आणि 'नॅशनल क्राईम रेकॉर्ड ब्युरो'च्या टीमने ३० सप्टेंबर २०१७ रोजी मला भारतीय पोलीस सेवेतून निरोप दिला. मी गणवेशधारी सेवेची छत्तीस वर्षे पूर्ण केली होती.

माया अँजेल्युने म्हटलंय तसं :

'माझ्या जीवनाचं ध्येय केवळ श्वास घेणे असं नाही,
तर मला आनंदित राहायचं आहे,
आणि या आनंदात गर्मजोषी असली पाहिजे,
त्यात संवेदनशीलता, हास्यविनोद
आणि एक विशिष्ट अशी शैली असणंही गरजेचं आहे.'

मला माझ्या सेवा कारकिर्दीत हे सर्व काही मिळालं आणि प्रत्येक क्षणाचा मी भरभरून आनंद घेतला. युनिफॉर्ममधला जोश, उदारता, हास्यविनोद आणि 'स्टाईल' ही अतुलनीय असते. यात जगण्याचा उत्साह असतो, सेवाभाव असतो, कितीपण कठीण तपास असो, त्यात काही क्षण हसीखुशीचेही असतात आणि स्टाईलबद्दल तर विचारूच नका. युनिफॉर्मची बातच काही और! इतकं गौरवशाली तर जगात कुठेच काही मिळणार नाही. सगळा अमूल्य ठेवा सामावून घेणारा हा युनिफॉर्म आहे, ही वर्दी आहे!

❑❑❑

टिपा

२. गणेशी

१. शारीरिक प्रशिक्षण.

५. खडतर पोलीस प्रशिक्षण

१. राष्ट्रीय पोलीस आयोगाचा पहिला अहवाल (१९७७), I.1.2.

६. नाशिकमधील नवीन शिक्षण

१. जिल्हा नाशिक, महाराष्ट्र शासन. https://nashik.gov.in/ about-district/ (९ मे २०२० आणि २१ एप्रिल २०२२ रोजी ॲक्सेस केला).

७. आई आणि पोलीस कॉप

१. जिल्हा कोल्हापूर, महाराष्ट्र शासन. https://kolhapur. gov.in/en/about-district/ (१० आणि ११ मे २०२० रोजी ॲक्सेस केला).

८. न्याय मिळण्यासाठीचा लांबचा पल्ला

१. राजेंद्र गांधी विरुद्ध महाराष्ट्र शासन आणि श्रीकांत यशवंत देशपांडे, क्र. १८५६ (मुंबई उच्च न्यायालय, १४ ऑक्टोबर १९८८).

२. https://indiankanoon.org/docfragment/1029589/?formInput=reporter%20%20%20%20filter%3A%20%20%20%20editors%20defamation%20civil%20suits.

३. राजेंद्र गांधी विरुद्ध महाराष्ट्र राज्य आणि दुसरे सत्र प्रकरण क्रमांक ६ (मुंबई उच्च न्यायालय, १७ ऑक्टोबर १९८८).

४. उपेंद्र बक्षी, 'द 'अल्टिमेट व्हायलेशन ऑफ सेल्फ' : रिफ्लेक्शन्स ऑन ज्युडिशियल डिस्कोर्स ऑन अॅटेप्टेड रेप,' ईस्टर्न बुक कंपनी, भारत.

https://www.ebc-india.com/lawyer/articles/98v6a1.htm (२७ मे २०२० आणि १५ जून २०२२ रोजी अॅक्सेस केला).

५. https://main.sci.gov.in/jonew/judis/13789.pdf.

६. उपेंद्र बक्षी, 'द 'अल्टिमेट व्हायलेशन ऑफ सेल्फ' : रिफ्लेक्शन्स ऑन ज्युडिशियल डिस्कोर्स ऑन अॅटेप्टेड रेप,' ईस्टर्न बुक कंपनी, भारत.

https://www.ebc-india.com/lawyer/articles/98v6a1.htm (२७ मे २०२० आणि १५ जून २०२२ रोजी अॅक्सेस केला).

९. मुंबई बंदरावरील चोऱ्या

१. https://mumbaiport.gov.in/writereaddata/linkimages/7268201644.pdf (५ आणि ७ ऑगस्ट २०२१ रोजी अॅक्सेस केले).

१३. बीडीडी चाळ दंगल

१. 'बीडीडी चाळींचा इतिहास', 'मी मुंबई' (ब्लॉग), २५ डिसेंबर २०१८ https://memumbai.com/bdd-chawls/.

१४. महाराष्ट्राची पहिली महिला जिल्हा पोलीस प्रमुख

१. जिल्हा औरंगाबाद, महाराष्ट्र शासन. https:// aurangabad.gov.in/history/ (११ एप्रिल २०२० रोजी अॅक्सेस केले).

१६. जळगाव सेक्स स्कँडल

१. जिल्हा जळगाव, महाराष्ट्र शासन. https://jalgaon.gov. in/history/ (१२ मे २०२० रोजी अॅक्सेस केले).

२. 'बनाना रिपब्लिक जळगाव बेअर्स फ्रूट,' इंडियन एक्सप्रेस, १८ जून २००४.

३. लेखा रतनानी, 'रोल ऑफ इनफ्लूएन्शल मेन इन ब्लॅकमेल अँड फोर्स सेक्स रॉक्स जळगाव इन महाराष्ट्र,' इंडिया टुडे, ३१ जुलै १९९४.

https://www.indiatoday.in/magazine/special-report/story/19940731-role-of-influential-men-in-blackmail-and-forced-sex-rocks-jalgaon-in-maharashtra-809457-1994-07-31.

४. 'सल्लागार मंडळाचा संदर्भ' राष्ट्रीय सुरक्षा कायदा, १९८०.

५. लेखा रतनानी, 'probe in Jalgaon's sex scandal case gathers pace, 35 arrested,' इंडिया टुडे, १५ ऑगस्ट १९९४. https://www.indiatoday.in/magazine/indiascope/story/19940815-probe-in-jalgaons-sex-scandal-case-gathers-pace-35-arrested-809537 -1994-08-15.

६. कोतवाली पोलीस स्टेशनमध्ये सीआर नं. ७३/१९९४ आणि न्यू मोंढा पोलीस स्टेशन, परभणी जिल्हा, महाराष्ट्र येथे सीआर नं. ८१/१९९४ नोंदणीकृत आहे.

७. मुन्ना उर्फ रवींद्रसिंग दिलीपसिंग परिहार विरुद्ध महाराष्ट्र राज्य, विशेष रजा याचिका (Cr.I) क्र. ५०४८/२०१८, न्यायालय क्रमांक ७ (भारताचे सर्वोच्च न्यायालय, २७ नोव्हेंबर २०१८).

८. कल्याण विरुद्ध महाराष्ट्र राज्य, विशेष रजा याचिका २०१८च्या (CRL) नं. ४२०१ (भारताचे सर्वोच्च न्यायालय, १६ जुलै २०१९)मधील २०१९ची पुनरावलोकन याचिका क्र. २५५.

१७. महामार्गावरचे दरोडेखोर

१. जिल्हा सातारा, महाराष्ट्र शासन. https://www.satara. gov.in/en/history/ (१२ ऑगस्ट २०२१ रोजी ॲक्सेस केले).

१९. पांढरपेशे गुन्हे

१. डॉ. ए. पी. जे. अब्दुल कलाम, 'सुशासन आणि मानवी हक्कांवर भ्रष्टाचाराचे परिणाम,' ९ मे २००६, विज्ञान भवन, नवी दिल्ली, चर्चासत्राच्या उद्धाटनप्रसंगी भाषण. http:// abdulkalam.nic.in/sp090506.html.

२०. ह्युबर्ट एच. हंफ्री फेलोशिप

१. सोर्स वर्ल्ड ऑफ स्टॅटिस्टिक्स.

२. https://www.pib.gov.in/Press ReleasePage.aspx?PRID=1873307.

३. सोर्स वर्ल्ड स्टॅटिस्टिक्स.

२४. 'जॉयलुक्कास'चे दागिनेचोर

१. 'मुंबईत हैदराबाद चोरीप्रकरणी तिघांना अटक,' लाईव्ह इंडिया, १८ मे २००६ https://www.liveindia.com/news/zzv.html.

२. 'हैदराबाद दागिने चोरी प्रकरणात पोलिसांना महत्त्वाचे सुगावा मिळाले,' वेब इंडिया १२३, १८ मे २००६.

https://news.webindiaXII3.com/news/articles/ India/20060518/337343.html.

३. 'जॉय अलुक्कास,' फोर्ब्स.

https://www.forbes.com/profile/joy- alukkas/#5eee97e048aa.

४. 'मुख्य महानगर दंडाधिकारी न्यायालय, मुंबई', ई-कोर्ट मिशन मोड प्रकल्प. https://districts.ecourts.gov.in/mumbai-cmm-court (१८ आणि २२ मे २०२० रोजी ॲक्सेस केले).

२५. खंडणीचा कॉल आणि 'अडीच' जणांना अटक

१. वप्पाला बालचंद्रन, 'छोटा राजनचे बळी सरकारविरुद्ध खटला भरू शकतात,' वायर, ४ मे २०१८ https://thewire.in/security/troubled-times-may-lurk-before-the-nda-vis – a- vis-chhota-rajan. छोटा राजनचे बळी सरकारविरुद्ध खटला भरू शकतात (thewire.in).

२. '२००५मध्ये दाऊदला मारणाऱ्या गुप्त कामगिरीचा डोवाल भाग : भाजप खासदाराने केलेल्या धक्कादायक खुलाशांमुळे मोदी सरकार अडचणीत,' फर्स्टपोस्ट, २५ ऑगस्ट २०१५ https://www.firstpost.com/politics/doval-part-of- covert-op-to-kill-dawood-in-2005-shocking-revelations-by-bjp-mp-put-modi-government-in-fix-2406788.html.

३. Chhota Rajan arrest planned by NSA Ajit Dowal in attempt to get info on Dawood, Firstpost, २८ ऑक्टोबर २०१५

https://www.firstpost. com/politics/chhota-rajan-surrender-op-was-planned-by-nsa-ajit- doval-whos-whos-been-to-mae-to-privence-dawood-from-his-most-bitter-rival-2483414.html.

२६. सत्याचा विजय

१. एस. बालकृष्णन 'Failure to nab Haseena, Meeran pays,' टाइम्स ऑफ इंडिया, १७ मे २००७ https://timesofindia.indiatimes.com/city/mumbai/failure-to-nab-haseena-meeran-pays/ articleshow/2055874.cms.

२. 'Borwankar wanted to go slow on Haseena,' मुंबई मिरर, १८ मे २००७https://mumbaimirror.indiatimes.com/mumbai/other/borwankar-wanted-to-go-slow-on-haseena/articleshow/15708552.cms.

२७. पाठलाग (स्टॉकिंग)

१. https://indiankanoon.org/doc/50347/.

२. https://main.sci.gov.in/case-status.

२९. पुण्याची नवीन पोलीस आयुक्त

१. जिल्हा पुणे, महाराष्ट्र शासन, ॲक्सेस [१८ ऑगस्ट २०२१]. https://pune.gov.in/.

३२. राजकीय पडद्यामागे

१. इम्तियाज जलील, 'पुतळा हटवल्याने वाद निर्माण झाला, पुण्यात हिंसाचार,' NDTV, २७ डिसेंबर २०१० https://www.ndtv.com/india-news20/statues-removal-creates-controversy-violence-in-pune-443121.

२. 'Senas protest Shivaji guru's statue shift', बिझनेस स्टँडर्ड, २० जानेवारी २०१३ https://www.business-standard.com/article/economy-policy/senas-protest-shivaji-guru-s-statue-shift-110122800115_1. html.

३. डॉ. श्रीमती नीलम गोऱ्हे विरुद्ध महाराष्ट्र राज्य, WPCRL 371/2012 (मुंबई उच्च न्यायालय, २८ मार्च २०१२). कायद्यातील ANR म्हणजे दुसरे.

४. नीलम गोऱ्हे विरुद्ध महाराष्ट्र राज्य, Cri 4814/2012 (भारताचे सर्वोच्च न्यायालय, २८ ऑगस्ट २०१२).

३३. तुरुंग आणि सेलिब्रिटी

१. संजय दत्त विरुद्ध महाराष्ट्र राज्य, २००७चे फौजदारी अपील क्रमांक १०६० (भारताचे सर्वोच्च न्यायालय, २१ मार्च २०१३).

२. आदिती पै, 'Pune misses Munnabhai's magic as police call off Sanjay Dutt's show,' इंडिया टुडे, २६ सप्टेंबर २०१३.

https://www.indiatoday.in/featured/story/sanjay-dutts-show-cancelled-in- pune-212371-2013-09-26.

३. 'Yerawada jail show put off, reason not clear,' इंडियन एक्सप्रेस, २७ सप्टेंबर २०१३.

https://indianexpress.com/article/cities/pune/yerawada-jail-show-put-off-reason-not-clear /.

३६. काळा आणि पांढरा कोट

१. https://indiankanoon.org/doc/1569030/.

२. एस. बी. शहाणे आणि इतर वि. महाराष्ट्र राज्य आणि एएन, प्रकरण क्रमांक: १९८२चे अपील (दिवाणी) ६७६ (भारताचे सर्वोच्च न्यायालय, २१ एप्रिल १९९५).

३. रेखा मुरारका वि. पश्चिम बंगाल राज्य आणि ANR, 2019चे फौजदारी अपील क्रमांक १७२७ (भारताचे सर्वोच्च न्यायालय, २० नोव्हेंबर २०१९).

https://main.sci.gov.in/supremecourt/2019/30637/30637_2019_13_1501 18457_Judgement_20-Nov-2019.pdf.

४. फॉरेन्सिक सायंटिफिक लॅबोरेटरीज संचालनालय, गृह, महाराष्ट्र सरकार. https://dfsl.maharashtra.gov.in/1035/Home Directorate

(३० एप्रिल २०२० आणि २१ जुलै २०२१ रोजी ॲक्सेस केला).

५. Ibid.

६. दिव्या नारायणन, 'दिल्लीच्या कुप्रसिद्ध 'तंदूर हत्याकांडानंतर २३ वर्षं टिकून राहिलेला चुकीचा सिद्धांत,' प्रिंट ७ मार्च २०१८. https://theprint.in/defence/the-wrong-theory-that-survives-23-years-after-delhis-infamous-tandoor-murder-case/39927/.

७. Ibid.

८. मेंगले गौतम, 'अँटी नार्कोटिक्स सेलकडे अजूनही मेफेड्रोनसाठी चाचणी किटचा अभाव,' हिंदू, १९ फेब्रुवारी २०१९ https://www.thehindu. com/news/cities/mumbai/anti-narcotics-cell-still-lacks-testing-kits-for-mephedrone/article26306767.ece.

९. थाना सिंग विरुद्ध सेंट्रल ब्युरो ऑफ नार्कोटिक्स (भारतीय सर्वोच्च न्यायालय, २३ जानेवारी २०१३). https://indiankanoon.org/doc/63332651/.

३७. मानवी तस्करी

१. रुथ डिअर्नली, 'प्रतिबंध, अभियोग आणि संरक्षण - मानवी तस्करी,' संयुक्त राष्ट्रांचे UN क्रॉनिकल.

https://www.un.org/en/chronicle/article/prevention-prosection-and-protection-human-trafficking#:~:text=In%202000%2C%20the%20 United%20 Nations,been%20signed% 20%20177%2 countries

२. Ibid.

३. महाराष्ट्र संघटित गुन्हेगारी नियंत्रण कायदा.

❑❑❑

संक्षेपांची सूची आणि मराठी नावे

एसीपी (ACP) : सहायक पोलीस आयुक्त

ॲड सीपी (Add CP) : अतिरिक्त पोलीस आयुक्त

एपीआय (API) : सहायक पोलीस निरीक्षक

एएसआय (ASI) : सहायक उपनिरीक्षक

एएसपी (ASP) : सहायक पोलीस अधीक्षक

बीएआरसी (BARC) : भाभा अणु संशोधन केंद्र

बीडीडी (BDD) : मुंबई विकास विभाग

बीजेपी (BJP) : भारतीय जनता पक्ष

बीएमसी (BMC) : बृहन्मुंबई महानगरपालिका

बीपीआर अँड डी (BPR&D) : पोलीस संशोधन आणि विकास मंडळ

बीपीटी (BPT) : बॉम्बे पोर्ट ट्रस्ट

बीएसएफ (BSF) : सीमा सुरक्षा दल

सीएपीएफ (CAPF) : केंद्रीय सशस्त्र पोलीस दल

सीबीआय (CBI) : केंद्रीय अन्वेषण दल

सीसीटीएनएस (CCTNS) : गुन्हे आणि गुन्हेगारी मागोवा नेटवर्क आणि प्रणाली

सीआयडी (CID) : गुन्हे अन्वेषण विभाग

सीएम (CM) : मुख्यमंत्री

सीपी (CP) : पोलीस आयुक्त

क्राय-मॅक (Cri-MAC) : क्राईम मल्टी एजन्सी सेंटर

सीआरओ (CRO) : मुख्य जोखीम अधिकारी

सीआरपीसी (CrPC) : फौजदारी प्रक्रिया संहिता

सीव्हीओ (CVO) : मुख्य दक्षता अधिकारी

डीसीसी (DCC) : जिल्हा सहकारी पत बँक

डीसीपी (DCP) : पोलीस उपायुक्त

डीजी (DG) : पोलीस महासंचालक

डीआयजी (DIG) : पोलीस उपमहानिरीक्षक

डीएसबी (DSB) : जिल्हा विशेष शाखा

डीएसपीई (DSPE) : दिल्ली विशेष पोलीस आस्थापना

ईओडब्ल्यू (EOW) : आर्थिक गुन्हे शाखा

एफआयआर (FIR) : प्राथमिक माहिती अहवाल

एफएसएल (FSL) : न्यायवैद्यक विज्ञान प्रयोगशाळा

आयए अँड एएस (IA&AS) : भारतीय लेखापरीक्षण आणि लेखा सेवा

आयएएस (IAS) : भारतीय प्रशासकीय सेवा

आयबी (IB) : इंटेलिजन्स ब्युरो

आयएफएस (IFS) : भारतीय परराष्ट्र सेवा

आयजी (IG) : पोलीस महानिरीक्षक

इग्नू (IGNOU) : इंदिरा गांधी राष्ट्रीय मुक्त विद्यापीठ

आयएल अँड एफएस (IL&FS) : इन्फ्रास्ट्रक्चर लीजिंग अँड फायनान्स सर्व्हिस

आयपीसी (IPC) : भारतीय दंड संहिता

आयपीएस (IPS) : भारतीय पोलीस सेवा

आयटीबीपी (ITBP) : इंडो-तिबेट सीमा पोलीस

जापू (JAPU) : बाल साहाय्य आणि संरक्षण केंद्र

जेसीपी (JCP) : सह पोलीस आयुक्त

जेएनपीटी (JNPT) : जवाहरलाल नेहरू पोर्ट ट्रस्ट

एलबीएसएनएए (LBSNAA) : लाल बहादूर शास्त्री राष्ट्रीय अकादमी प्रशासन

एलसीबी (LCB) : स्थानिक गुन्हे शाखा

एलईटी (LeT) : लष्कर-ए-तैयबा

मकोका (MCOCA) : महाराष्ट्र संघटित गुन्हेगारी नियंत्रण कायदा

मिडा (MIDA) : महाराष्ट्र विकास प्रशासन संस्था

एमएलए (MLA) : आमदार

एमपी (MP) : खासदार

एमटी (MT) : मोटार वाहतूक

एमटीएनएल (MTNL) : महानगर टेलिफोन निगम लिमिटेड

एनबीसीसी (NBCC) : नॅशनल बिल्डिंग्स कन्स्ट्रक्शन कॉर्पोरेशन

एनसी (NC) : अदखलपात्र गुन्हा

एनसीडीसी (NCDC) : राष्ट्रीय सामाजिक सुरक्षा महाविद्यालय

एनडीपीएस (NDPS Act) : अमली पदार्थ आणि नशिल्या पदार्थांचा कायदा

एनडीएसओ (NDSO) : लैंगिक गुन्हेगारांचा राष्ट्रीय डेटाबेस

एनजीओ (NGO) : बिगर सरकारी संस्था

एनपीए (NPA) : अनुत्पादित मालमत्ता

एनएसए (NSA) : राष्ट्रीय सुरक्षा कायदा

पीएपी (PAP) : पंजाब सशस्त्र पोलीस

पीसीआर (PCR) : पोलीस नियंत्रण कक्ष (कंट्रोल रूम)

पीडी (PD) : पोलीस विभाग

पीआयएल (PIL) : जनहित याचिका

पॉस्को (POCSO Act) : लैंगिक गुन्ह्यांपासून मुलांचे संरक्षण कायदा

पीटी (PT) : शारीरिक प्रशिक्षण

पीटीसी (PTC) : पोलीस प्रशिक्षण महाविद्यालय

आरबीआय (RBI) : भारतीय रिझर्व्ह बँक

आरसीएफ (RCF) : राष्ट्रीय केमिकल्स अँड फर्टिलायझर्स लिमिटेड

आरटीओ (RTO) : रस्ते वाहतूक कार्यालय

एससीआरबी (SCRB) : राज्य गुन्हे रेकॉर्ड ब्युरो

एसएचओ (SHO) : स्टेशन हाऊस ऑफिसर

एसआय (SI) : उपनिरीक्षक

एसआयटी (SIT) : विशेष तपास पथक

एसपी (SP) : पोलीस अधीक्षक

एसव्हीपीएनपीए (SVPNPA) : सरदार वल्लभभाई पटेल राष्ट्रीय पोलीस अकादमी

टाडा (TADA) : दहशतवादी आणि विघटनकारी क्रियाकलाप (प्रतिबंध) कायदा

टिप (TIP) : चाचणी ओळख परेड

यूएन (UN) : संयुक्त राष्ट्र

युनेस्को (UNESCO) : संयुक्त राष्ट्र शैक्षणिक, वैज्ञानिक आणि सांस्कृतिक संघटना

यूपीएससी (UPSC) : केंद्रीय लोकसेवा आयोग

युटीआय (UTI) : युनिट ट्रस्ट ऑफ इंडिया

यशदा (YASHADA) : यशवंतराव चव्हाण विकास प्रशासन प्रबोधिनी

□□□

ऋणनिर्देश

या पुस्तकाच्या लिखाणाचे श्रेय माझ्या कुटुंबाना आणि मित्र-मैत्रिणींना आहे. त्यांनी वर्षानुवर्षे माझ्या कथा ऐकल्या आणि पुस्तकाच्या माध्यमातून व्यापक पटावर सर्वांपर्यंत नेण्यास मला प्रोत्साहित केले. सुनंदा मेहता, ज्यांनी पॅन मॅकमिलन इंडियामध्ये तिस्ता गुहा सरकारशी माझी ओळख करून दिली. तिस्ताने माझ्याबरोबर पुस्तकावर काम केले. तिच्या सहकारी श्रेया गुप्ता आणि ईशा बॅनर्जी यांनी पुस्तकाला अंतिम स्वरूप देऊन नटवण्यात मदत केली; तर हैटेन्लो सेमीने मुखपृष्ठ तयार केले.

व्यावसायिक पातळीवर ओळख होऊनही अल्पावधीत माझी जणू मैत्रीणच बनलेल्या सायली गोडसे हिने मूळ इंग्रजी पुस्तकाचा अतिशय नेटका आणि अर्थवाही मराठी अनुवाद केला. 'माझ्या आयुष्याची पानं' आणि 'इन्स्पेक्टर चौगुले' या माझ्या दोन पुस्तकांनंतर सायलीने अनुवादित केलेले हे माझे तिसरे पुस्तक आहे.

माझ्या पहिल्या दोन्हीही पुस्तकांचे प्रकाशक असणाऱ्या विश्वकर्मा पब्लिकेशन्सचे सीईओ श्री. विशाल सोनी, सहसंपादक श्री. संदीप तापकीर, पुस्तकाचा लेआऊट करणाऱ्या पूनम बैचे, मुद्रितशोधन करणाऱ्या दीपाली कुलकर्णी, मुखपृष्ठ करणाऱ्या चैताली नाचणेकर यांचेही आभार.

महाराष्ट्र पोलीस, तुरुंग आणि इतर विभागातील सर्व दर्जाच्या अधिकाऱ्यांचे मी आभार मानते; ज्यांनी गणवेशधारी सेवेतील माझी छत्तीस वर्षांची कारकिर्द अविस्मरणीय बनवली. मला आशा आहे की, माझी कथा वाचकांना त्यांच्या स्वतःच्या कामकाजात ठाम, सक्षम आणि प्रामाणिकपणे कार्यरत राहण्यासाठी तसेच सामाजिक न्याय आणि जबाबदार समाज निर्माण करण्यासाठी प्रेरित करेल.

❑❑❑

लेखिका परिचय

१९८१च्या तुकडीच्या आयपीएस अधिकारी मीरां मूळच्या पंजाबच्या. त्यांचं शालेय शिक्षण फाजिल्कामध्ये झालं. जालंधरच्या डी.ए.व्ही. महाविद्यालयामधून त्यांनी इंग्रजी साहित्यातून पदव्युत्तर पदवी प्राप्त केली. पुणे विद्यापीठातून त्यांनी कायद्याचे शिक्षण आणि संस्थात्मक व्यवस्थापनात पीएच.डी. पूर्ण केली. त्या अमेरिकेच्या मिनेसोटा ह्युबर्ट एच. हंफ्री शिष्यवृत्तीच्याही मानकरी आहेत. संस्थात्मक बांधणी, गुन्हेगारी तपास, तसेच कायदा आणि प्रशासन यांमध्ये त्यांचा विशेष अभ्यास आहे.

नाशिक, कोल्हापूर, मुंबई, औरंगाबाद, पुणे आणि दिल्ली येथे मीरां यांची कारकिर्द घडली. त्या मुंबईच्या गुन्हे शाखेच्या सहआयुक्त, पुण्याच्या पोलीस आयुक्त, तसेच महाराष्ट्र तुरुंग विभागाच्या प्रमुख होत्या. त्यांना वैशिष्ट्यपूर्ण आणि गुणवत्तापूर्ण सेवेसाठी भारताच्या राष्ट्रपतींच्या पोलीसपदकाने सन्मानित करण्यात आले आहे. तसेच त्यांना मिनेसोटा विद्यापीठाकडून अतुलनीय नेतृत्व पुरस्काराबरोबर इतरही अनेक पुरस्कार प्राप्त झाले आहेत. पोलीस आणि तुरुंग प्रशासनाच्या सुयोग्य कामकाजासाठी नागरिकांचा सहभाग खूप महत्त्वाचा आहे, यावर त्यांचा ठाम विश्वास आहे.

विश्वकर्मा पब्लिकेशन्सतर्फे त्यांचे 'माझ्या आयुष्याची पानं' हे पुस्तक मराठी, इंग्रजी व हिंदी या तिन्ही भाषांतून, तर 'इन्स्पेक्टर चौगुले' हे पुस्तक मराठी आणि इंग्रजी या भाषांतून प्रकाशित झाले आहे. त्या मोठ्या प्रमाणावर राष्ट्रीय आणि आंतरराष्ट्रीय जर्नल्स आणि वृत्तपत्रांसाठी लिखाण करतात. सध्या त्या अनेक शैक्षणिक संस्थांच्या मंडळांवर कार्यरत असून, काही सार्वजनिक क्षेत्र उपक्रम (पब्लिक सेक्टर कंपन्या) येथे स्वतंत्र बाह्य निरीक्षक (Independent External Monitor) म्हणून नेमणुकीस आहेत

□□□